நிஜம் – நிழல் – சமூகம்

(திரைப்படங்களினூடாகச்
சமூகப் பண்பாட்டு வரலாறு)

ஸ்டாலின் ராஜாங்கம்

நீலம்

நீலம்

நிஜம் – நிழல் – சமூகம் (கட்டுரைகள்)
ஆசிரியர் : ஸ்டாலின் ராஜாங்கம்
முதற்பதிப்பு : டிசம்பர் - 2023

நீலம் பப்ளிகேஷன்ஸ்,
முதல் தளம், திரு காம்ப்ளக்ஸ்,
மிடில்டன் தெரு, எழும்பூர், சென்னை - 600008.

அட்டை வடிவமைப்பு : சந்தோஷ் நாராயணன் செந்தில்குமார்
நூல் வடிவமைப்பு : நெகிழன்

விலை ரூ.320

NIJAM - NIZHAL - SAMOOGAM (NON - FICTION)

Author : Stalin Rajangam © Stalin Rajangam
First Edition : December - 2023

Published by : NEELAM PUBLICATIONS,
1st floor, Thiru Complex, Middleton street, Egmore,
Chennai - 600008.

Printed at Sudarsan Graphics Pvt. Ltd., Chennai - 600041.

Email : editor@neelampublications.com
Mobile : +91 98945 25815

INR : 320
ISBN : 978-93-94591-63-9

Neelam Monthly Magazine & Subscription - www.theneelam.com
Neelam Online Store - www.neelambooks.com

இயக்குநர்
பா.இரஞ்சித்
அவர்களுக்கு

முன்னுரை

திரைப்படம் குறித்த என்னுடைய நான்காவது நூல் இது. 16 கட்டுரைகள் அடங்கியுள்ளன. இதுவரை வந்த திரைப்படம் பற்றிய என் நூல்களிலேயே இதுதான் பெரியது. முக்கால்வாசி கட்டுரைகள் விரிவானவை.

இக் கட்டுரைகளை இரண்டு விதங்களில் புரிந்துகொள்ளலாம். முதலில் சினிமா வரலாறு பற்றிய கட்டுரைகளாகவும், இரண்டாவதாகத் தமிழ்ச் சமூக வரலாறு பற்றிய கட்டுரைகளாகவும் அமைந்துள்ளன. அதெப்படி தமிழ்ச் சமூக வரலாற்றைத் திரைப்படங்கள் வழி அறிய முடியும் என்ற கேள்வி எழலாம். பொதுவாகத் திரைப்படங்கள்தான் சமூகத்தின் மீது தாக்கம் செலுத்தும் என்று அறிந்திருக்கிறோம். இது உண்மையே. நானும் அந்தப் பார்வையில் எழுதியிருக்கிறேன். அதே வேளையில், தமிழ்ச் சமூகத்தைப் புரிந்துகொள்ள திரைப்படங்களைச் சான்றாகக் கொள்ள முடியுமா என்று கேட்டால், கொள்ள முடியும் என்கிறது இந்நூல். அந்த வகையில் சமூகம் திரைப்படங்கள் மீது செலுத்திய தாக்கம் பற்றி இக்கட்டுரைகள் வாதிடுகின்றன.

அதேவேளையில் திரைப்படமென்பது படைப்பு, நேரடியான வரலாற்றுச் சான்று அல்ல என்பதைக் கணக்கில் கொண்டே இந்த அணுகுமுறை மேற்கொள்ளப்பட்டுள்ளது. அதிலும் வணிக சமரசங்களுக்கு உட்பட்ட பிரதி என்பதும் புரிந்துகொள்ளப்பட்டுள்ளது.

அந்த வகையில் இந்நூலை விமர்சனம் என்று கூறுவதைவிட வாசிப்பு என்று குறிப்பிட விரும்புகிறேன். எனவேதான் ஒரு படத்தை மட்டும் எடுத்துக்கொண்டு விமர்சனம் எழுதும் போக்கு பெரும்பாலும் என்னிடம் இருந்ததில்லை. ஒரு போக்கை, ஒரு தாக்கத்தை, ஒரு நிலைபாட்டை, குறிப்பிட்ட உரையாடலை அவதானித்து எழுதுவதையே செய்துவந்திருக்கிறேன். இதற்காக மறு வாசிப்பு, மறு விளக்கம் என்னும் அணுகுமுறைகள் கையாளப்பட்டுள்ளன. இதனால்தான் என்னுடைய விமர்சனங்களை வாசிப்பு என்று குறிப்பிட்டுக்கொள்கிறேன். தலித்

விமர்சனங்களின் தேவைகளை - நியாயங்களைப் புறக்கணிப்பதற்கான வழிகளைத் தேடிக்கொண்டிருக்கும் தமிழ்ச் சூழலில், சொல்லவருவதை முழுமையாகச் சொல்ல வேண்டுமென்ற நோக்கம் காரணமாகக் கட்டுரைகள் விரிவாக அமைந்துவிடுகின்றன.

பெரும்பாலான கட்டுரைகளில் விவாதிக்க தேர்ந்துகொள்ளும் படங்களின் கதைச் சுருக்கம் தேவைக் கருதி அமைந்திருக்கின்றன. ஒரு படம் மீதான நம்முடைய வாசிப்பைச் சொல்வதற்குக் கதைச் சுருக்கம் அவசியமாகிவிடுகிறது. இயக்குநர் அல்லது படம் சொல்லவருவதை அங்கீகரித்துச் சொன்னதற்கு அப்பால் சொல்லாமல் விட்டதன் மீது - இடையில் மறைந்தும் வெளிப்பட்டும் இருப்பதன் மீது இந்த வாசிப்பு விரிகிறது. அதன் வழி ஒரு வரலாற்றை - சொல்ல முடியாத / சொல்ல மறைக்கிற வரலாற்றைக் கண்டடைய இந்தக் கட்டுரைகள் முற்படுகின்றன. சினிமா சமூகத்தின் மீது தாக்கம் செலுத்துவது போல, சமூகத்தைப் பிரதிபலிக்கவும் செய்கிறது என்ற முடிவை அடைந்தது இத்தகைய வாசிப்பின் மூலம்தான்.

பொதுச் சமூகம் ஏற்காது என்பதால் சாத்தியமானதை மட்டுமே வணிக சினிமா பேசும் என்பது எல்லோருக்கும் தெரியும். அதன்படி சாத்தியமின்மைகளை, சாத்தியமில்லாமல் போனதற்கான காரணங்களை விவாதித்திருப்பதன் மூலம் அந்த விடுபடல்களையெல்லாம் இணைத்து ஒரு வரலாற்றுச் சித்திரத்தை வரைய முயற்சித்திருக்கிறது இந்த நூல். ஒரு திரைப்பிரதி ஓர்மையோடு அமைகிறபோது புலப்படும் அரசியலைவிடவும், ஓர்மையில்லாமல் சொல்லிவிடுகிற 'இயல்பான' தருணங்களிலேயே சமூக அரசியல் புலப்பட்டிருக்கிறது. இந்த நூல் அத்தகைய தருணங்கள் மீது கவனம் செலுத்தி தன்னுடைய வாசிப்பை நிகழ்த்த முற்பட்டுள்ளது எனலாம்.

நூலில் கட்டுரைகள் இரண்டு பகுதிகளாக அமைந்துள்ளன. முதல் பகுதி திரைப்படங்களின் உள்ளிருந்து புலப்படும் வரலாறு, இரண்டாவது பகுதி திரைப்படங்களையொட்டி வெளியே நடந்த தாக்கங்கள் - மாற்றங்கள்.

திரைக்கதைக்காக எடுத்துக்கொள்ளப்பட்ட நாட்டார் கதைகள் பற்றி கட்டுரைகளில் விவாதிக்கப்பட்டுள்ளன. நாட்டார் கதைப்பாடல்கள் உண்மையை அப்படியே பிரதிபலித்தவை அல்ல. திரைப்படம் போல அதுவும் தனக்கென்று ஒரு கதைச் சட்டகத்தைத்தான் கொண்டிருந்தது. இன்னும் சொல்லப்போனால் நாட்டார் கதைகளே முந்தைய காலத்தில்

திரைப்படங்களுக்கான மாற்று. கதைப்பாடல்களின் அடிநாதமாக இருந்த மேல் - கீழ் சமூக உறவு பின்னால் அப்படியே திரைப்படங்களில் பிரதி செய்யப்பட்டன. 1980களின் படங்களில் காதல் - அதிலும் சாதித் தாண்டிய காதல் கொண்டாடப்பட்டது. காதலர்களைச் சேர்த்து வைப்பதே நன்மை, அதனைச் செய்பவரே நாயகர் ஆனார். விளையாட்டுத்தனத்தில் அல்லது மோதலில் தொடங்கும் காதல், போராடி ஜெயிப்பது என்ற இலட்சியத்தில் வந்து முடிந்தது. விளையாட்டுத்தனம், இலட்சியவாதம் ஆகிய இரண்டும் பிரதி பிரக்ஞையோடு உருவாக்கிக்கொண்ட வரையறைகள்தாம்.

இவ்விரண்டுக்கும் இடையேயான ஊடாட்டங்களில் வெளிப்படும் குறியீடுகளில், மௌனங்களில், தடுமாற்றங்களில், போலச் செய்தலில் ஒழுகும் உள்மெய்யைக் கண்டறிந்து வாசிக்க முற்பட்டிருக்கிறது இந்நூல்.

நூலை இயக்குநர் பா.இரஞ்சித் அவர்களுக்குச் சமர்ப்பிக்கிறேன். நாங்கள் நண்பர்கள் என்பதாலேயே அவரைப் பற்றி எழுதுவதைத் தவிர்த்து வந்திருக்கிறேன். ஆனால், அவர் வழி தமிழ் சினிமாவில் ஏற்பட்டிருக்கும் மாற்றங்கள் வரலாறு. அவை தனியே எழுதத்தக்கவை. அவர் இன்னதையெல்லாம் நிகழ்த்தினார் என்று கூறுவதைவிடவும், இதனை நிகழ்த்துவதற்கான மனமும் துணிச்சலும் பொறுப்புணர்வும் அவருக்கிருந்தது என்பதை அறிவது முக்கியம். அவர் மீதான இந்த வகை மதிப்பிற்கான வெளிப்பாடே என்னுடைய இந்தச் சமர்ப்பணம். நூலிலுள்ள கட்டுரைகள் *காலச்சுவடு, நீலம், இந்தியன் எக்ஸ்பிரஸ் - தமிழ் இணைய நாளேடு, தமிழினி* இலக்கிய இணைய இதழ் ஆகியவற்றில் வெளியாயின. அதன் ஆசிரியர்கள் சுகுமாரன், வாசுகி பாஸ்கர், செய்யாறு பாலாஜி, கோகுல் பிரசாத் ஆதியோருக்கும் பிரசுரப் பணியில் ஒத்துழைத்த களந்தை பீர்முகம்மது, செந்தூரன், சிவராஜ் பாரதி, இலஞ்சி அ.கண்ணன் ஆகியோருக்கும் என்னுடைய நன்றி. நூலை வெளியிடும் நீலம் பதிப்பகம், என்னுடைய மனைவி பூர்ணிமா ஆகியோரைப் பணிகிறேன்.

இங்ஙனம்
ஸ்டாலின் ராஜாங்கம்

பொருளடக்கம்

I

1. தமிழ்த் திரைப்படங்களில் ஆங்கிலோ - இந்தியர்கள்: ஒவ்வாமையும் ஓர்மையும் 9

2. அன்றாடத்தின் கற்பிதம்: தமிழ்த் திரைப்படங்களில் உள்ளூர் நாயகர்கள் 35

3. தமிழ்த் திரைப்படங்களில் காவல் உரிமையும் வாக்கைக் காத்தலும்: பாலுத்தேவரும் சேனாதிபதியும் 56

4. 1990களுக்குப் பிந்தைய படங்களில் 'நட்பு' என்னும் சொல்லாடல்: சாதிய மாற்றங்களில் காட்டியதும் காட்டப்படாததும் 78

5. தமிழில் அரசியல் சினிமா: சாதி - வர்க்கம் - மொழி 100

6. வட்டார அரசியலைத் திரைப்பிரதி வழி புரிந்துகொள்ளல்: குடிகள்ளர் முறை 122

7. அரண்மனைக்குள் சென்ற சந்திரமுகி 129

8. திரையில் விரிந்த உள்ளூர்: மாரி செல்வராஜின் மூன்று படங்கள் 136

9. முரணும் இணக்கமும்: சாதி பற்றிய நான்கு படங்கள் 157

10. இளையராஜா பாடல்கள்: காலமும் வெளியும் 171

II

1. ஒரு சம்பவம், ஐந்து படைப்புகள்: படைப்புக்காரணிகளும் ஊடகங்களும் 196

2. மோசவலை: இருபதாம் நூற்றாண்டு அரசியல் சொல்லாடல் 218

3. 'ஒரே ஒரு கிராமத்திலே': சொல்லப்படாத போராட்ட வரலாறு 231

4. சாதிய மீறல்: மாறாத கற்பனை 238

5. சமூகப் பிரதிகளான திரைப்பிரதிகள் 245

6. கபாலி கட்டமைத்த தமிழ் அடையாளம் 260

ஸ்டாலின் ராஜாங்கம் ❍ 7

1

தமிழ்த் திரைப்படங்களில் ஆங்கிலோ இந்தியர்கள்: ஒவ்வாமையும் ஓர்மையும்

வெற்றிமாறன் இயக்கிய 'ஆடுகளம்' (2011) படத்தில் கதாநாயகியின் பெயர் ஐரின் (டாப்ஸி). உள்ளூர்ப் பெண்களின் தோற்றத்தில் அவர் இருப்பதில்லை. சட்டை அல்லது கவுன் அணிந்திருக்கிறார். ஆங்கிலமும் தமிழும் கலந்த நடையில் பேசுகிறார். கதைப்படி அவர் ஆங்கிலோ - இந்தியப் பெண் என்பதாலேயே இத்தகைய சித்திரிப்பு. பா.இரஞ்சித் இயக்கத்தில் வெளியான 'சார்பட்டா பரம்பரை' (2021) படத்திலும் ஆங்கிலோ - இந்தியர் தம்பதியினர் காட்டப் பட்டுள்ளனர். இந்தியாவிலிருந்த ஐரோப்பிய ஆண்களுக்கும் இந்தியப் பெண்களுக்கும் பிறந்து இந்தியாவில் வாழ்ந்தவர்களே ஆங்கிலோ இந்தியர்கள். ஐரோப்பிய வாழ்க்கை முறையை உள்வாங்கிய இவர்கள், பிரிட்டிஷார் வெளியேறிய பின்னரும் இந்தியாவிலேயே வாழ்ந்தனர். இந்தியாவின் பெருநகரங்களில் சிறுபான்மையாக வாழ்ந்து இன்றைக்கு அருகிவரும் சமூகம். மதத்தால் கிறித்தவர்களான (ரோமன் கத்தோலிக்கம், மெதாடிசம், பாப்டிசம்) இவர்கள், பிரிட்டிஷார் உண்டாக்கிய நவீன உத்தியோகத் தளங்களான பள்ளி, இரயில்வே, மருத்துவமனை, அஞ்சல் துறை போன்றவற்றில் பணியாற்றினர். பிரிட்டிஷ் வாழ்க்கை முறையும் உள்ளூர் வாழ்க்கை முறையும் கலந்தது இவர்களுடையது.[1] பிரிட்டிஷ் ஆட்சி

இருந்தவரையிலும் பாதுகாப்பாக உணர்ந்தவர்கள், 1947க்குப் பிறகு தனிமையை உணரத் தொடங்கினர். பிரிட்டிஷ் காலத்தில் மதிப்பு இருந்தது என்றாலும், அவர்களும் இவர்களை இந்தியர்களோடு இணைத்தே பார்த்தனர். இந்தியர்களோ இவர்களைப் பிரிட்டிஷாரோடு வைத்து இனங்கண்டனர். எனவே, இரண்டுக்கும் நடுவே ஊசலாடும் நிலை இவர்களுடையதானது. இந்நிலையைக் கருத்தில் கொண்டு இந்திய அரசியல் சட்டம் நாடாளுமன்றத்திலும் சட்டமன்றத்திலும் இவர்களுக்கு அரசியல் பிரதிநிதித்துவம் (நியமனம்) தந்தது. பிரிட்டிஷார் காலத்தில் பணி வாய்ப்புப் பெற்றிருந்த இவர்கள், அவர்கள் வெளியேறிய பின்னரும் உள்ளூர் உத்தியோகங்களில் தொடர்ந்தனர். இன்றைக்கும் மிஸ்ஸியம்மா, நர்ஸம்மா போன்ற பெயர்கள் ஆங்கிலோ - இந்தியப் பெண்களைக் குறிப்பதாகவே இருக்கின்றன.[2] தொடக்கக் காலத்தில் யுரேசியர்கள் என்றழைக்கப்பட்ட இவர்களில் பெண்களைக் குறிப்பதற்கு மட்டும் நிறையச் சொற்கள் இருக்கின்றன. பெண் அடையாளம் எந்த அளவுக்குப் பண்பாட்டு அளவுகோலாகவும், அவற்றிலிருந்து மாறியிருப்பது பிரச்சினையாகவும் இருந்தது என்பதை இச்சொற்களின் பெருக்கம் காட்டுகின்றன. மிஸ்ஸியம்மா என்கிற பெயரில் தொடங்கி சட்டைக்காரிகள், பீட்டர், ஆப்பக்காரங்க, கவுன், விக், லிப்ஸ்டிக் போன்றவை அவர்களுக்குச் சூட்டப்பட்டிருக்கும் பிற பெயர்களாகும். இந்நிலையில் அவர்களின் அடுத்தடுத்த தலைமுறையினர் இந்தியர்களோடு வாழ்பவர்களாக இருந்தனர். ஆனால், மாறிவந்த அரசியல் சூழ்நிலையில் அவர்களுக்குப் பணிவாய்ப்புகள் உறுதியாகவில்லை. இப்பின்னணியில் தனியார் பள்ளிகளில் ஆங்கில ஆசிரியர்களாகவும், தனியாக அல்லது பள்ளிகளில் நடனம் மற்றும் இசை கற்றுத் தரும் ஆசிரியர்களாகவும் மாறினர். சிலர் ஐரோப்பிய நாடுகளில் குடியேறத் தொடங்கினர். இவற்றையெல்லாம் மீறி வெகுசொற்பமானவர்கள் இப்போதும் இந்தியாவில் வாழ்கின்றனர்.

இவ்வாறு ஆங்கிலோ - இந்தியர்கள், உள்ளூர் மக்களோடு இரு நூற்றாண்டுகளுக்கும் மேலாக வாழும் நிலையில் இரண்டு தரப்புக்குமிடையே தொடர்புகளும் கலப்புகளும் நடந்திருக்கின்றன. உள்ளூரை நம்பி வாழ வேண்டிவந்தாலும் நவீனமான வாழ்க்கை முறையால் இங்கிருப்பவர்களைக் காட்டிலும் சற்று 'மேலே' இருப்பவர்களாக ஆங்கிலோ - இந்தியர்கள் இருந்தனர். அவர்களைப் பற்றி உள்ளூர் மக்களுக்கு இரண்டு அணுகுமுறைகள் இருந்தன. அவர்களுடையது நவீன வாழ்க்கை முறை என்ற விதத்தில்

ஒருபுறம் ஏக்கம்; மறுபுறம் உள்ளூரில் பழகிவந்த 'பண்பாட்டு'க்கு ஏற்ற வாழ்க்கை முறை இல்லை என்பதால் வந்த ஒவ்வாமை. இது அச்சத்தாலும் சந்தேகத்தாலும் உருவாவது. இந்த இரண்டு அணுகுமுறைகளும் ஒரே விஷயத்தின் இரண்டு பக்கங்கள்தாம்.

இது அரசியல் பிரச்சினை என்பதை விடவும் பண்பாட்டு ரீதியான பிரச்சினை. பிரிட்டிஷாருக்கும் இந்தியர்களுக்கும் இவர்களிடமிருந்து 'விலக்கம்' வந்தமைக்கான காரணம் இரத்தக் கலப்புதான். அது இரத்தக் கலப்பு சார்ந்து மட்டுமல்லாது வாழ்க்கை முறை சார்ந்து நடந்த கலப்பாகவும் இருக்கிறது. எனவே, ஆங்கிலோ - இந்தியர்கள் மீதிருந்தது முதன்மையாகப் பண்பாட்டு ஒவ்வாமை. இவ்வாறு குறிப்பிட்ட காலம் வரையில் ஆங்கிலோ - இந்தியர்கள் இங்கு வாழ்ந்தனர் என்ற வகையில் கலை இலக்கியப் பிரதிகளில் அவர்கள் பற்றிய பதிவுகள் இடம்பெற்றிருக்கின்றன. அவற்றில் திரைப்படம் பற்றி மட்டும் இங்கு பார்க்கலாம்.

திரைப்படங்கள் :

பழைய தமிழ்ப் படங்களில் ஆங்கிலோ - இந்தியர்கள் டைப்பிஸ்ட்கள், டான்ஸர்கள் போன்ற துண்டு பாத்திரங்களில் தோன்றியிருப்பதைப் பார்க்கலாம். தொடக்கக்கால இந்திய சினிமாக்களில் டான்ஸர்களாக ஆங்கிலோ இந்தியப் பெண்களே நடித்தனர். மௌனப் படக்காலம் தொடங்கிப் பேசும் படம் நிலைபெற்ற காலத்திற்குப் பின்னரும் கூட, தயாரிப்பாளர்கள் சந்தித்துவந்த மிகப்பெரும் பிரச்சினை என்றால் அது பெண் நடிகர்கள் தட்டுப்பாடுதான். படங்களில் நடிப்பது ஒழுக்கவியல் பிரச்சினையாகப் பார்க்கப்பட்டது. எனவே பெண் பாத்திரங்களை ஆண்களே ஏற்று நடித்தார்கள். மெல்ல மெல்லவே பெண்கள் நடிக்கவந்தனர். நடிக்க வருவதற்கே பெண்கள் தயங்கிய நிலையில் டான்சர்கள் பற்றிச் சொல்லவே வேண்டாம். இந்தச் சூழ்நிலையில்தான் ஆங்கிலோ - இந்தியர்கள் நடனமாடுபவர்களாகத் தோன்றினர். ஹெலன் ரிச்சர்ட் கான் என்ற ஆங்கிலோ - பர்மியப் பெண் இந்தியப் படங்களிலும், தமிழ்ப் படங்களிலும் நடனமாடியுள்ளார். பிரிட்டிஷ் தந்தைக்கும் இந்தியத் தாய்க்கும் பிறந்த மந்தாக்கினி என்பவர் இந்திப் படங்களில் தோன்றியுள்ளார்.

ஆங்கிலோ இந்தியர்கள் இல்லாத பட்சத்தில் அவர்களின் தோற்றத்தைப் போலச் செய்து இந்திய நடிகைகள் தோன்றினர். ஆங்கிலோ இந்தியர்கள் கிறிஸ்தவர்கள் என்பதால் பிற்காலம் வரையிலும் டான்ஸர்களின் பெயர்கள் ரோஸி, ஜூலி என்றிருந்தன.

டான்ஸர்கள் பலரும் காணும்படி பொதுவில் நடனமாடுவோராவர்; உடைகள் கவர்ச்சியானதாக இருக்கும்; மொத்தத்தில் இவை பொதுவெளியோடு தொடர்புடையது. இந்த வகையில் இப்போக்குக் குடும்ப அமைப்பிற்குள் புழங்கும் பெண்களுக்குப் புறம்பானதாகக் கருதப்பட்டது. இவ்விடத்தில், ஆங்கிலோ இந்தியப் பெண்களின் 'எதார்த்தம்' என்ற பெயரில் இந்நடனங்கள் அமைந்தாலும், அவற்றில் சொல்லப்படாத ஓர் இளக்காரம் உருவாகிவிடுகிறது. அதாவது குடும்பத்திற்குள் X குடும்பத்திற்கு வெளியே என்கிற எதிர்மறை, ஒழுக்கம் X ஒழுக்கமின்மை என்கிற எதிர்மறைக்கு இணையானதாகிவிடுகிறது.

மிஸ்ஸியம்மா:

கல்கியின் நாவலைத் தழுவி கே.சுப்பிரமணியத்தால் இயக்கப்பட்ட 'தியாக பூமி' (1939) படத்தில் நாயகியான சாவித்திரியின் கணவன் ஸ்ரீதரன் பகட்டோடு வாழ்கிறான். மனைவியான சாவித்திரியைத் தவிர்த்து சுகி என்கிற காதலியோடு இருக்கிறான். அவளோடு அளவில்லாமல் நேரத்தைச் செலவழிக்கிறான். இவ்வாறு கதையாடலில் பொறுப்பான மனைவி X உல்லாசமான காதலி என்கிற எதிர்மறை அமைகிறது. அந்த சுகி ஆங்கிலோ - இந்தியப் பெண் என்பது குறிப்பிடத்தக்கது.

ஆங்கிலோ - இந்தியப் பெண்களை விளிக்க உள்ளூரில் வழங்கப்பட்ட பெயரைத் தாங்கி வெளியான படம் 'மிஸ்ஸியம்மா'. எல்.வி.பிரசாத் இயக்கிய இப்படத்தில் ஆங்கிலோ - இந்தியப் பாத்திரங்கள் இல்லை. மாறாக, படத்தில் மைய பெண் பாத்திரத்தை ஆங்கிலோ - இந்தியப் பெண்ணிலிருந்து போலச் செய்திருந்தனர். அதாவது, ஆங்கிலோ - இந்திய பெண்களின் அடையாளத்தை உள்ளூர்ப் பெண் மீது ஏற்றியிருந்தனர். புறமெய் இந்தியப் பெண், உள்மெய் ஆங்கிலோ - இந்தியப் பெண். கதையின் மையப்பாத்திரமாக (கதாநாயகியாக) ஆங்கிலோ - இந்தியப் பெண்ணைக் காட்டுவதிலிருந்த தயக்கமே இம்மாற்றத்திற்குக் காரணமாகியிருக்க வேண்டும். ஆங்கிலோ - இந்திய நாயகியை இந்திய ஒழுங்கோடு காட்டுவதிலிருந்த பண்பாட்டுத் தடுமாற்றம் என்றும்கூட இதனைக் கூறலாம். வெகுமக்களின் உளவியலுக்கு ஒவ்வாத ஒன்றைக் காட்டி, வர்த்தகத்தை இழக்க முடியாது.

படித்து வேலை இல்லாமலிருக்கும் பாலு - மேரி என்போர்தான் படத்தின் நாயகர்கள். ஒருவர் கிறிஸ்துவர், மற்றொருவர் இந்து என்பதைப் பெயர்களே

காட்டிவிடுகின்றன. கணவன் மனைவியாக இருப்பவர்களுக்கே பள்ளியில் வேலை என்ற விளம்பரத்தைக் கண்டு இருவரும் கணவன் மனைவியாக நடித்து வேலை பெறுகின்றனர். பள்ளிக்கூட ஆசிரியை என்பதால் மேரி மிஸ் என்றழைக்கப்படுகிறாள். ஆனால், "நான் மிஸ்ஸியம்மா" என்று ஓரிடத்தில் நாயகி கூறுகிறார். மற்றபடி படத்தில் மிஸ்ஸியம்மா என்ற பெயர் எங்குமே சொல்லப்படுவதில்லை.

'மிஸ்ஸியம்மா' படம் வெளியான காலத்திலும் (1955) அதன் பின்னரும் ஆங்கிலோ - இந்தியப் பெண்களை அழைப்பதற்காகவே இப்பெயர் பயன்படுத்தப்பட்டுவந்தது என்பது குறிப்பிடத்தக்கதாகும். படத்தில் நாயகி ஆங்கிலோ - இந்தியப் பெண் இல்லை என்றாலும், அவர்களைக் குறித்துவந்த பெயராலேயே அழைக்கப்படுகிறாள். இதைத்தான் ஆங்கிலோ இந்தியப் பெண்ணின் அடையாளத்தை உள்ளூர்ப் பெண் பாத்திரம் மீது சுமத்தி எடுக்கப்பட்டுள்ளது என்கிறோம். மிஸ்ஸியம்மாவின் பெயர் மேரி. இயல்பாகவே ஆங்கிலோ - இந்தியர்கள் கிறித்தவர்கள். அது இங்கு பொருந்திப் போகிறது.

குழந்தையில் மகாலட்சுமி என்ற பெயரோடு காணாமல் போன இந்துப் பெண்ணே இப்போது மேரியாக இருக்கிறாள் என்பது இறுதியில் சொல்லப்பட்டாலும், அவள் மேரியாக ஆன பின்னரே படித்தவளாகவும், ஆசிரியர் உத்தியோகத்திற்காக வெளியே செல்பவளாகவும் மாறுகிறாள் என்பது குறிப்பிடத்தக்கது. அதாவது, இவை ஆங்கிலோ - இந்தியப் பெண்களுக்கு வாய்த்த வாய்ப்புகளாகும்.

வளர்த்த தந்தையைச் (கிறித்தவர்) சந்திக்கும் அவளைப் பெற்ற தந்தை (இந்து) "மகாலட்சுமி உங்ககிட்ட வளர்ந்ததால்தான் படித்து பாஸாகி பி.ஏ., பட்டம் வாங்கியிருக்கிறாள்" என்று மெச்சுகிறார். அதேவேளையில் தங்களிடம் வளர்ந்த இளைய மகளின் படிப்பின்மையைக் காட்டி "எங்ககிட்ட வளர்ந்திருந்தால் இப்படித்தான் ஆகியிருப்பாள்" என்கிறார். இக்கதை ஆங்கிலோ இந்திய - கிறித்துவ வாழ்க்கைத் தந்த வாய்ப்பை நேர்மறையாகப் பார்த்திருப்பதும், தங்களிடம் வளர்ந்த பெண்ணை இரண்டாம் பட்சமாகக் கருதுவதும் குறிப்பிடத்தக்கப் பதிவாகும். 1955ஆம் ஆண்டு வெளியான இப்படத்தில் ஒரு பெண்ணை பி.ஏ., படித்தவளாகக் காட்டியிருப்பதும் கவனத்திற்குரியது. இதற்குக் காரணம் மேரி பாத்திரத்தின் உள்மெய் ஆங்கிலோ - இந்திய மிஸ்ஸியம்மா இருந்ததுதான்.

இவ்வாறு, சாதகமான பதிவு இடம்பெற்றிருந்தும் ஏதோவொருவகையில் பண்பாட்டு ஒவ்வாமை வெளிப்பட்டிருப்பதையும் பார்க்க முடிகிறது. அது மதத்தின் பெயரால் வெளிப்பட்டிருக்கிறது. இந்து மதத்தைச் சேர்ந்தவரின் வீட்டு விழா ஒன்றுக்குச் சென்று திரும்புகிறாள் மேரி. அங்கு தன்மீது பூசப்பட்ட மஞ்சள் குங்குமம் பற்றி பாலுவிடம் அங்கலாய்க்கிறாள். ஆனால், அவனோ மேரியை மகாலட்சுமி மாதிரி இருப்பதாகப் புகழ்கிறான். மேலும், "எங்க மதத்தின் மகிமையே இதுதான். இந்த ஆச்சாரத்தில்தான் ஆரோக்கியம் இருக்கிறது. மஞ்சளை எடுத்துக்கொள்ளுங்களேன். அது கிருமிகளைக் கொல்லும்; அழகை அபிவிருத்திச் செய்யும். உங்க பவுடரை விட எவ்வளவோ மேலானது" என்று சிலாகிக்கிறான். இவ்விடத்தில் எங்க மதம் X உங்க மதம் என்ற எதிர்மறை உண்டாகிவிடுகிறது. எங்கள், உங்கள் என்கிற சுட்டலில் உள்ளே, வெளியே என்கிற எதிர்மறை செயல்படுகிறது. மஞ்சளை எங்க மதம் தொடர்பானது என்று கூறும் நாயகன், பவுடரை உங்க மதம் சார்ந்தது என்று கூறி எதிர்மறையைக் கட்டமைக்கிறான். இதன்படி மஞ்சளும் பவுடரும் உள்ளூர் - வெளியூர் பண்பாட்டைக் குறிக்கும் குறியீடுகளாகின்றன. மஞ்சளை உயர்ந்தது என்று கூறுவதன் மூலம் இந்தியப் பண்பாடு மேலானதாக்கப்படுகிறது. இது மதம் சார்ந்த உரையாடலாக உள்ள அதேவேளையில் உள்ளீடாக ஆங்கிலோ - இந்தியர்களைக் குறிப்பதாகவும் கொள்ளலாம். இந்த எதிர்மறையே பின்னாளைய திரைப்படங்களில் கிறித்துவர் X மற்றவர் என்பதாகவும், நகரம் X கிராமம் என்பதாகவும் அமைந்தன. கிறித்துவப் பெண்ணை மையமான பாத்திரமாகக் காட்டியிருப்பினும் உள்ளார்ந்து நவீனம், நாகரிகம் என்பதை அச்சுறுத்தலாகப் பார்த்திருக்கிறது இக்கதையாடல்.

நாகேஷ் ஏற்ற ஆங்கிலோ - இந்தியர் வேஷங்கள் :

ஆங்கிலோ - இந்தியர்கள், நடனம், திருமணம் தாண்டிய காதலர்கள் என்று துண்டு பாத்திரங்களாகக் காட்டப்பட்டுவந்த சூழலில் நகைச்சுவைப் பாத்திரங்களாகவும் காட்டப்பட்டதைப் பரவலாகப் பார்க்கிறோம். அவர்களின் வாழ்க்கை நடைமுறைகளை விலகிப் பார்த்துவந்த உள்ளூர் மனதிற்கு அவர்களை நகைச்சுவைப் பாத்திரங்களாகக் காட்டுவது பொருந்திப்போயிருக்க வேண்டும். குறிப்பாக அவர்களின் உச்சரிப்பு. இந்தவகையில் ஆங்கிலோ - இந்திய நகைச்சுவைப் பாத்திரங்கள் என்றால் உடனே நினைவுக்கு வருபவர் நாகேஷ்தான். அப்படி அவர் நடித்த படங்களில் உடனே நினைவுக்கு வருவது 'பச்சை விளக்கு' (1964), 'அதே

கண்கள்' (1967) ஆகிய இரண்டு படங்கள். முன்னதை ஏ.பீம்சிங்கும், பின்னதை ஏ.சி.திரிலோகச்சந்தரும் இயக்கியிருந்தனர். 'பச்சை விளக்கு' படத்தில் ஆங்கிலோ இந்தியராகவும், 'அதே கண்கள்' படத்தில் ஆங்கிலோ - இந்தியப் பெண்ணாகவும் வேடமிட்டும் நடித்தார் நாகேஷ்.

'பச்சை விளக்கு' படத்தின் நாயகன் சாரதி (சிவாஜி) இரயில்வே பணியாளர். அவர் கீழ் பணியாற்றும் ஆங்கிலோ இந்தியரே ஜோசப் (நாகேஷ்). பொதுவாக இரயில்வே துறையில் அதிகம் பணியாற்றியவர்கள் ஆங்கிலோ இந்தியர்கள் என்ற முறையில் இப்பாத்திரம் அமைக்கப்பட்டிருக்கிறது. கதைப்படி ஜோசப் நற்பண்புகள் கொண்டவராகக் காட்டப்பட்டிருப்பது குறிப்பிடத்தக்கது. ஆனால், ஆணை நல்லவனாகக் காட்டிவிட்ட கதை, ஜோசப்பின் மனைவி மேரி மீது இந்தியப் பண்பாடு என்னும் பெயரில் தன் ஒவ்வாமையைப் பிரயோகித்துள்ளது. பண்பாடும், அதைக் காப்பதும் பெண்ணை மையமிட்டதாகக் கட்டமைக்கப்பட்டுள்ள நிலையில் ஆங்கிலோ - இந்திய ஆண்களை விட பெண்கள் மீதுதான் அதிக ஒவ்வாமை காட்டப்பட்டது. இந்த அரசியலைப் புரிந்துகொண்டால் இந்தச் சித்திரிப்பு ஏன் என்பதையும் புரிந்துகொள்ளலாம்.

ஓரிடத்தில் ஜோசப் தன்னுடைய மேலதிகாரியான சாரதி குடும்பத்தில் ஏற்பட்டிருக்கும் சிக்கலுக்காக ஜீசஸிடம் வேண்டுகிறான். அப்போது அங்கு வரும் அவனுடைய மனைவி வேண்டுவதற்கான காரணம் கேட்கிறாள். தன் மேலதிகாரியின் தங்கை சுமதி படித்தவள். ஆனால், படிக்காத பசுபதி என்பவரை அவள் மணக்கும் படியாகிவிட்டது. அந்தக் குடும்பம் இனி எப்படி நன்றாக நடக்கும் என்று கவலைப்படுவதாகக் கூறுகிறான். அதற்கு மேரி "அதற்கென்ன, பசுபதியை டைவர்ஸ் பண்ணிவிட்டு சுமதியை வேறு கல்யாணம் பண்ணிக்கச் சொல்லு" என்கிறாள். அதாவது அவளுக்கு விவாகரத்துச் செய்வது சாதாரணமென்று கூறுகிறது கதை. அதற்கு ஜோசப் "அவர்கள் உன்னை மாதிரியானவர்கள் இல்லை. புருஷன் எலும்பே ஆனாலும் அவனைக் கூடை மேல வச்சி, தல மேல தூக்கி தெருத் தெருவாகப் போவார்கள். எங்கள் சீப் (அதிகாரி) ஒரு கதை சொன்னார். நளாயினி என்ற பெண் தன் புருஷனுக்காக சன் ரைசையே ஸ்டாப் பண்ணுச்சாம். ஆனால், நீ ஸ்விட்ச் போட்டால் கூட லைட் எரியறதில்ல" என்கிறான். ஏறக்குறைய இந்தியப் பெண்கள் பெருமையானவர்கள் என்பதை ஆங்கிலப் பண்பாட்டுக்கு எடுத்துரைக்கும் பகுதியாக இந்த உரையாடல் அமைக்கப்பட்டிருக்கிறது. கற்பு, கணவனைச் சார்ந்திருத்தல் என்பவற்றை

இந்தியப் பண்பாகக் கூறுகிறார்கள். அதோடு நில்லாமல் இவையெல்லாம் இல்லாத பெண்களாக ஆங்கிலோ இந்தியப் பெண்களை நுட்பமாகச் சுட்டிச் செல்கிறது இவ்வுரையாடல். இந்த விதத்தில் ஆங்கிலோ இந்தியர்களின் கலாச்சாரம் X இந்தியப் பெண்களின் கலாச்சாரம் என்கிற எதிர்மறை முன்வைக்கப்பட்டு, அதில் இந்தியப் பெண்களின் கலாச்சாரமே உயர்ந்தது என்று கூறப்படுகிறது. இந்த உரையாடல்களெல்லாம் முடிந்ததும் மேரி ஜோசப்பிடம் பையைக் கொடுத்துக் கடைக்குப் போய் "ஒரு வீசை ஆட்டுக்கறி வாங்கிட்டு வா" என்கிறாள். இங்கு மாட்டுக் கறிக்குப் பதிலாக ஆட்டுக்கறி சொல்லப்பட்டுள்ளது என்றும் வைத்துக்கொள்ளலாம். எப்படியிருப்பினும் அக்கால படமொன்றில் அசைவ விரும்பியாக ஒரு பாத்திரத்தை / பெண்ணைக் கூற முடியுமென்றால் அது ஆங்கிலோ - இந்தியப் பெண்ணாகத்தான் இருக்க முடியும் என்ற நிலை இருந்தது. ஆங்கிலோ - இந்தியர்களின் ஆங்கிலம் கலந்த பேச்சு நடை, மேக்கப், விக் போன்றவை அவர்கள் மீதான நகைச்சுவைக்கு ஏதுவாக இருந்தன.

'அதே கண்கள்' படத்தில் நாயகன், வாடகை வீடு தேடும்போது வீட்டு உரிமையாளர்களான ஆங்கிலோ இந்திய தம்பதியினர் திருமணமானவருக்குத்தான் வீடு தருவோம் என்கின்றனர். திருமணமாகாதவனான நாயகனின் நண்பர் மனைவியாக (நாகேஷ்) வேஷம் இடுகிறார். அது ஆங்கிலோ இந்திய மனைவி வேடம். வீட்டு உரிமையாளர்களான தம்பதியரில் கணவன் மட்டும் உள்ளூர்க்காரர், மனைவி ஆங்கிலோ இந்தியர். அவள் கணவனைப் பெயர் சொல்லி அழைக்கிறாள். தன் வயது, அழகு பற்றிப் பீற்றிக்கொள்கிறார். இப்படத்தில் நேரடியாகப் பண்பாட்டு ஒவ்வாமை காட்டப்படவில்லை. மாறாக, அவர்களின் நடை, உடை, பாவனைகளை நகைச்சுவைக்கான கச்சாப் பொருட்களாக்க முடியும் என்கிறது படம். அந்தவகையில் நாகேஷின் ஆங்கிலோ இந்தியப் பெண் வேடம் நகைச்சுவைக்காகப் படைக்கப்பட்டிருக்கிறது.

நூற்றுக்கு நூறு :

*1971*ஆம் ஆண்டு கே.பாலச்சந்தர் இயக்கத்தில் 'நூற்றுக்கு நூறு' படம் வெளியானது. கல்லூரியில் கணிதப் பேராசிரியராகப் பணியாற்றும் பிரகாஷ் (ஜெய்சங்கர்) மீது ஒரே நேரத்தில் சிறிதும் பெரிதுமான பாலியல் குற்றச்சாட்டுகள் எழுகின்றன. அவற்றிலிருந்து மீள்வதைச் சுவாரஸ்யமான திரைக்கதையாகச் சொல்ல முயன்றிருக்கிறது படம். பேராசிரியர் மீது

வரும் பாலியல் குற்றச்சாட்டுகளில் பிரதானமானது அவர் வாடகைக்குக் குடியிருக்கும் வீட்டுக்காரரின் மகள் ஸ்டெல்லா சொல்வதுதான். அதில் மாட்ட வைக்கப்படுவதும், மீள்வதும்தான் படத்தின் மையமான கதை.

வீட்டு உரிமையாளர் குவாரி ஒன்றின் முதலாளியாக இருக்கிறார். அங்கு பணியாற்றும் தொழிலாளி ஒருவருக்கும், அவளின் மகளுக்கும் காதல் ஏற்பட்டு அவள் கர்ப்பமாகிவிடுகிறாள். அதற்குள் அத்தொழிலாளி வேலை காரணமாகத் திடீரெனச் சிங்கப்பூருக்கு அனுப்பிவைக்கப்படுகிறார். பெண்ணுக்கு என்ன செய்வதென்றே தெரியவில்லை. அப்பெண்ணின் தந்தையோ கண்டிப்பானவர். அதற்குப் பயந்து தன் கர்ப்பத்திற்கு வீட்டில் குடியிருக்கும் பேராசிரியர்தான் காரணமென்று சொல்லிவிடுகிறார். இதுவே எல்லாப் பிரச்சினைக்கும் காரணமாகிவிடுகிறது. பேராசிரியர் சிறை செல்கிறார்; அவருக்கு நடக்கவிருந்த திருமணமும் தடைபடுகிறது. ஆனால், மாணவர்கள் அவருக்கு ஆதரவாகப் போராடுகிறார்கள். திருமணம் செய்துகொள்ளவிருந்த பெண்ணும் அவரை நம்புகிறார். அப்பெண்ணின் துணையோடு பேராசிரியர் தன்னை நிரூபிப்பதாகப் படம் முடிகிறது. அளவுக்கு மிஞ்சிய கண்டிப்பு எதிர்மறை விளைவை உண்டுபண்ணும் என்னும் கருத்தை விளக்குவதற்கான கதையாக இப்படம் அமைந்துள்ளது.

கதையின் மையவிசையாக அமையும் வீட்டு உரிமையாளர் தரப்பு, ஆங்கிலோ இந்தியக் குடும்பமாகக் காட்டப்பட்டுள்ளது என்பது இங்கே குறிப்பிடத்தக்கது. அதன்படி பேராசிரியர் மீது பாலியல் குற்றச்சாட்டு வைக்கும் பெண் ஆங்கிலோ இந்தியர் ஆகிறார்.

இந்தச் சித்திரம் கதையின் போக்கில் அமைக்கப்பட்டிருக்கிறது. கதையாடலில் அவர்களைத் ‘தனித்து’ ஒவ்வாமையானவர்களாகக் காட்டவில்லை என்றாலும் இந்தியச் சமூகமும் அதுவரையிலான திரைப்படங்களும் காட்டிவந்த அவர்கள் பற்றிய பொதுப் புத்தியை இப்படம் தன் கதையாடலுக்காகப் பயன்படுத்திக்கொண்டது என்பதைப் பார்க்க முடிகிறது.

அறிமுகமில்லாத ஒருவரோடு காரில் வந்து இறங்குவதோடுதான் ஸ்டெல்லா பற்றிய அறிமுகம் அமைகிறது. நடை, உடை ஆகியவை ஆங்கிலோ - இந்தியர் வழக்கத்தோடு காட்டப்பட்டிருக்கிறது. சைக்கிள் ஓட்டும் பெண்ணாக இருக்கிறாள்; பார்ட்டி நடத்துபவர்கள் என்பதற்கேற்ப ஆங்கிலப் புத்தாண்டு நாளன்று இரவு விருந்து நடத்துகிறார்கள்.

ஆட்டம் பாட்டம் எனக் கொண்டாட்டத்தின் இரவில் ஸ்டெல்லா தன் காதலனோடு மறைவிடம் போகிறாள். திருமணத்திற்கு முந்தைய உறவு பற்றி இந்தியப் பண்பாடு கொண்டிருக்கும் மதிப்பீடுகளுக்கு மாறானவர்கள் என்கிற மனநிலையின் கற்பிதமே இங்கு செயல்படுகிறது. அதனால்தான் திருமணத்திற்கு முன்பே கர்ப்பமாகிவிடுவதைக் கதையாடல் இயல்பாக முன்வைத்திருக்கிறது.

வீட்டு உரிமையாளரின் மனைவி பெயர் ரோசி, மகள் ஸ்டெல்லா. தாங்கள் ஆங்கிலோ இந்தியக் குடும்பம் என்பதை அவரே சொல்லிக்கொள்ளவும் செய்கிறார். வாடகைக்குக் குடியிருக்கும் பேராசிரியர் பிரகாஷ் மீது மிகுந்த அன்பு வைத்திருப்பவராகவும், பிரகாஷின் காப்பாளர் (Guardian) போலவும் காட்டப்பட்டிருக்கிறார். ஆனால், அவர் தன்னுடைய மகள் மீது மிதமிஞ்சிய கண்டிப்போடு இருக்கிறார். இந்த ஒற்றை விஷயத்தையே கதையின் சிக்கலுக்கான காரணமாக எடுத்துக்கொண்டிருக்கிறது படம். ஆங்கிலோ இந்தியர் வாழ்க்கையில் ஐரோப்பிய ஒழுங்குமுறை செல்வாக்கு செலுத்தும். இவரிடம் செயல்படும் கண்டிப்பை அவ்வாறு புரிந்துகொள்ளலாம். நேரம் தவறாமை, சுகாதாரம், ஒழுக்கம் போன்றவை இராணுவ ஒழுங்கில் சேரும். இவற்றையும் தாண்டித் 'தாங்கள் ஆங்கில இந்தியன்ஸ்' உள்ளூரில் எவ்வாறு பார்க்கப்படுவோம் என்கிற விழிப்புணர்வும் அவருக்கு இருக்கிறது. எனவே இந்தியச் சமூகம் பார்க்கிற ஏளன பார்வைக்கு விலக்காக இருக்க விரும்புகிறார். முன்பின் தெரியாத ஒருவரின் காரில் வந்திருக்கும் மகளைக் கண்டிக்கிறார். அதற்காகக் கையில் கிடைப்பதை வைத்துத் தாக்குகிறார். இதை நேரில் பார்த்துவிடும் நாயகனிடம், "நாங்கள் ஆங்கிலோ இந்தியன்ஸ்தான். எங்களுக்கும் குடும்பம், குடும்பக் கவுரவம் மரபு எல்லாம் இருக்கிறது" என்கிறார். பெண்களை வளர்ப்பதில் கவனமாக இருக்க வேண்டும். இந்தக் கால இளைஞர்கள் காதல் என்னும் பெயரில் நிறையத் தவறுகள் செய்கிறார்கள் என்று கருதும் அளவிற்குக் கவனமானவராகவும் கண்டிப்பானவராகவும் இருக்கிறார். அதேவேளையில், இதில் அவரிடம் போலித்தனமோ பொய்யோ இருப்பதில்லை. நாயகன் மீது பொய்க் குற்றச்சாட்டுச் சொல்லும்போதும் வேறு வழியின்றிச் சொல்பவளாகவே ஸ்டெல்லா இருக்கிறாள். அதாவது, தன் அப்பாவின் கண்டிப்புக்குப் பயந்து காதலனும் காணாமல் போனதால் வேறு வழியின்றித்தான் நாயகன் மீது பழி சொல்லிவிடுகிறாள். எனவே கதையின்படி எதிர்மறையான குடும்பம் அல்ல அது.

சரியாகச் சொல்வதானால் ஆங்கிலோ இந்தியக் குடும்பங்கள் இந்தியாவில் சந்தித்துவந்த பிரச்சினை ஒன்றை இக்கதையாடல் எடுத்துக்கொண்டிருக்கிறது. ஆனால், கதையாடலின் மையம் அதுவல்ல என்பதால் அந்த விஷயத்தைக் கதையின் துக்கடாவாக வைத்துக்கொண்டது. ஆங்கிலோ இந்தியப் பெண்களின் இயல்பான போக்கைப் பாலியல் இச்சைக்கான அழைப்பு என்று கொள்ளும் இந்திய மனம் அவர்களைக் குடும்பச் சட்டகத்திற்கு வெளியே வைத்து மட்டும் இரசிக்க விரும்புகிறது. இதற்கும் பண்பாட்டு ஒவ்வாமையே காரணம். எனவே, உள்ளூர்க்காரரர்களாலே அவர்கள் அதிகம் ஏமாற்றப்பட்டிருக்க வேண்டும். இந்தக் கதையிலும் அதையே காட்டியிருக்க வேண்டும். ஆனால், கதைகளின் மையம் அதுவல்ல என்பதால் அப்பிரச்சினையைத் தனக்கடங்கிய வடிவில் முடித்துக்கொண்டிருக்கிறது படம். ஸ்டெல்லாவைக் காதலித்துத் தலைமறைவாகிப் போனவனின் பெயர் ராபர்ட் என்று சூட்டியிருப்பதன் மூலம் கதை அதிலிருந்தும் விலகியிருக்கிறது. ஆனால், தன்னைக் காப்பாற்றிக்கொள்ள பொய்க் குற்றச்சாட்டுச் சொல்லும் பெண் ஆங்கிலோ இந்தியராகத்தான் இருந்திருக்க வேண்டும் என்பதில்லை. உள்ளூர் அளவில் யாரையும் காட்டி இந்தக் கதையை உருவாக்கியிருக்க முடியும். ஆனால், ஆங்கிலோ இந்தியர்கள் பற்றி இந்திய உளவியல் கருதும் பண்புகளே இப்பாத்திரத்திற்குப் பொருத்தமாக இருக்க முடியும் என்பதால் அவ்வாறு தேர்ந்தெடுக்கப்பட்டுள்ளது. ஆங்கிலோ இந்தியர்களைப் பெரிய அளவில் எதிர்மறையாகக் காட்டாத இப்படம் அதன் சித்திரிப்பில் தன்னை அறிந்தோ அறியாமலோ எதிர் மரபு பண்பு கொண்டதாக மாற்றிவிடுகிறது.

ஓ மானே மானே:

இந்தப் பின்னணியில் முழுக்க ஆங்கிலோ - இந்தியப் பாத்திரங்களைக் கொண்டு வெளியான படம், ஏ.ஜெகநாதன் இயக்கத்தில் வெளியான 'ஓ மானே மானே' (1984). இது தமிழில் வெளியானாலும் கூட இந்திய அளவிலான படம் என்று கூறிவிடலாம். ஏனெனில், ஆங்கிலோ இந்தியர்கள் இந்தியா முழுவதும் ஒரே மாதிரியே வாழ்ந்தார்கள், ஒரே மாதிரியே எதிர்கொள்ளப்பட்டார்கள். 1974ஆம் ஆண்டு மலையாளத்தில் சேது மாதவன் இயக்கத்தில் வெளியான 'சட்டைக்காரி' என்ற படம் அடுத்த ஆண்டு 'ஜூலி' என்ற தலைப்பில் இந்தியில் எடுக்கப்பட்டது. அது ஒருபுறம் இருந்தாலும், மலையாளத்தில் வெற்றி பெற்றதையொட்டி இக்கதை தெலுங்கு, கன்னடம் மொழிகளில் படமாக்கப்பட்டது. அதன்

தொடர்ச்சியில்தான் தமிழிலும் 'ஓ மானே மானே' என்ற தலைப்பில் படமானது. மலையாளத்தில் பம்மன் என்பவரால் எழுதப்பட்ட 'சட்டைக்காரி' நாவலே இக்கதைகளின் மூலம். 'ஓ மானே மானே' படத்தில் 'மூலக்கதை - பம்மன்' என்று குறிப்பிடப்பட்டிருக்கும்.

ஜார்ஜ் - விக்டோரியா தம்பதியினருக்கு நான்கு குழந்தைகள். மூத்த மகன் வெளிநாட்டில் இருக்கிறான். இண்டாவது, மகள் ஸ்டெல்லா. மூன்றாவதாகவும் நான்காவதாகவும் ஒரு பெண், பையன் இருக்கிறார்கள். ஆங்கிலோ - இந்தியக் குடும்பம். ஸ்டெல்லாதான் கதையின் நாயகி. தந்தை ஜார்ஜ் இரயில் நிலையத்தில் பணியாற்றுகிறார். ஆங்கிலோ - இந்தியர்களின் பெரும்பான்மை பணி இங்கு தேர்ந்துகொள்ளப்பட்டுள்ளது. கதாநாயகன் பெயர் மகேஷ், பிராமணக் குடும்பம். அவன் தந்தை, கதாநாயகியின் தந்தை ஜார்ஜ் பணியாற்றும் இரயில் நிலையத்தில் மேலதிகாரி. இந்நிலையில் படித்துவிட்டு வேலைக்குக் காத்துக்கொண்டிருக்கும் மகேஷுக்கும் ஸ்டெல்லாவுக்கும் காதல். விளைவாக, திருமணத்திற்கு முன்பே ஸ்டெல்லா கர்ப்பமாகிவிடுகிறாள். இதற்கிடையில் வேலை கிடைத்துச் சென்னை சென்ற மகேஷுக்கு இதனை அவளால் தெரியப்படுத்த முடியவில்லை. கர்ப்பம் பற்றித் தெரிந்துகொண்ட தாய் விக்டோரியா, குடும்பத்தினரிடம் வேறு காரணம் சொல்லிவிட்டு வெளியூரில் ஆங்கிலோ இந்தியப் பெண் நடத்தும் காப்பகத்தில் ஸ்டெல்லாவை சேர்த்துவிடுகிறார். பிறகு, பிறந்த குழந்தையைக் காப்பகத்தில் விட்டுவிட்டு ஸ்டெல்லாவை மட்டும் அழைத்துக்கொள்கிறாள். இதற்கு ஸ்டெல்லா மறுத்தாலும் குழந்தையோடு வந்தால் ஊரில் எழும் ஏச்சு பேச்சுகள், தங்கையின் திருமண வாழ்விற்கு வரும் பாதிப்பு போன்ற எதார்த்தங்களைச் சொல்லி அவள் இணங்க வைக்கப்படுகிறாள். சென்னையிலிருந்து ஊருக்கு வரும் மகேஷ் நடந்தவற்றைத் தெரிந்துகொள்கிறான்; ஸ்டெல்லாவை மணப்பதற்குத் தன் குடும்பத்தின் அனுமதியை வேண்டுகிறான். சட்டைக்காரிகள் மீதான ஒவ்வாமை கருதி அவன் குடும்பம் மறுக்கிறது. ஆனால், தொடர்ந்து போராடிக் குடும்பத்தைச் சம்மதிக்க வைக்கிறான். இதற்கிடையில் நாயகி குடும்பத்தினரின் நீண்டகால திட்டப்படி அவர்கள் இலண்டனில் குடியமருவதற்கான நேரம் நெருங்கி வருகிறது. அவர்கள் இலண்டன் கிளம்புவதற்குள் குழந்தையோடு வரும் மகேஷ் குடும்பம், அவர்களைத் தடுத்து இருவரையும் சேர்த்து வைக்கிறார்கள்.

சட்டைக்காரிகள் பற்றி உள்ளூரிலும் கலை இலக்கியப் பகுதிகளிலும் அதுவரைக் காட்டப்பட்டுவந்த சித்திரிப்புக்கு மாறாக இந்தப் படத்தின் கதை அமைந்திருக்கிறது. அதாவது, உள்ளூர் அணுகுமுறைக்கும் ஐரோப்பிய அடையாள அணுகுமுறைக்கும் இடையே ஊடாடிய ஆங்கிலோ - இந்தியக் குடும்பங்கள், இங்கிருந்த பண்பாட்டுச் சூழலில் நடத்திவந்த இறுதிப் போராட்டத்தைச் சித்திரித்திருக்கிறது இப்படம். ஐரோப்பிய வாழ்க்கை முறையைக் கொண்டிருந்தாலும் இந்திய மனப்பான்மையைக் கொண்டவர்களாக இருக்கிறார்கள் என்று கூறி அவர்களுக்கு ஓர் 'உயர்வை' வழங்க விரும்புகிறது. அடையாளச் சிக்கலினால் ஐரோப்பிய நாடுகளுக்குச் செல்ல விரும்பும் குடும்பங்களுக்கு இந்திய மனப்பான்மை இருந்தது என்று கூறுவதன் மூலம் அவர்களை இங்கேயே இருத்த விரும்புகிறது. அதற்காகச் சட்டைக்காரிகள் மீதான உள்ளூரின் ஏளன பார்வையைப் படம் சொல்லவில்லை என்று அர்த்தமல்ல. மாறாக, அப்பார்வையைச் சொல்லியவாறே அவர்களின் மேன்மையைச் சொல்ல முற்பட்டிருக்கிறது.

பிராமணரான மகேஷ் வீட்டு வழிபாட்டில் ஓர் அழகு இருப்பதாகக் கூறுகிறாள் ஸ்டெல்லா. நாயகனின் தங்கையும் ஸ்டெல்லாவோடு களங்கமற்றுப் பழகுகிறாள். இருப்பினும், கடந்த தலைமுறையினரான இரு குடும்பத்தினரும் அடையாளம் சார்ந்து ஒவ்வாமை காட்டுகிறார்கள். ஸ்டெல்லாவின் தோற்றத்தைப் பார்க்கும் பிராமணப் பெண், "வெட்கமில்லாமல் துணிய மாட்டிகிட்டு, செருப்பை மாட்டிக்கிட்டு வந்துட்டாள்" என்கிறாள். இந்து மத கடவுளைப் போல இயேசுவை ஊதுபத்தி ஏற்றி ஸ்டெல்லா வணங்க முற்படும்போது அவளது தாய் கண்டிக்கிறாள்.

இந்நிலையில் மகேஷ் - ஸ்டெல்லா காதலிப்பது தெரியவரும்போது இரண்டு வீட்டிலும் எதிர்க்கிறார்கள். இதில் முதன்மையாக வெளிப்படுவது பண்பாட்டு ஒவ்வாமைதான். மதம், சாதி குறித்த நம்பிக்கைகளே இதன் அடித்தளம். குறிப்பாகச் சட்டைக்காரிகள் மீது உலவும் பாலியல் ஒழுக்க மதிப்பீடுகளே உயர் சாதி இந்துக்களை அசூயைக் கொள்ள வைக்கின்றன. அம்மதிப்பீடுகள் தங்கள் மீது வந்துவிடக்கூடாதென்றும், அது அடுத்தடுத்த தலைமுறை குழந்தைகளின் எதிர்காலத்தைப் பாதிக்கும் என்றும் பதற்றப்படுகிறாள் நாயகியின் தாய். இதனாலேயே ஓரிடத்தில் "கவுன் போட்டிருப்பவர்கள் என்றால் என்னவென்று (இளக்காரமாக) நினைத்துவிட்டார்கள்?" என்று கேட்கிறாள் ஸ்டெல்லா. அவர்களுக்கும் அழுத்தமான குடும்ப மதிப்பீடுகள் உண்டென்றும், அது இந்திய மரபினால் உருவானதென்றும் வாதிடுவதே இக்கதையின் நோக்கம்.

இரண்டு தாய்கள் :

இந்தவிதத்தில் மகேஷின் தாய் (இந்தியர் - பிராமணர்) ஸ்டெல்லாவின் தாய் (ஆங்கிலோ - இந்தியர்) என்ற இரண்டு பாத்திரங்களைத் தனித்துப் பார்க்க முடியும்.

1. ஸ்டெல்லாவின் தாய் விக்டோரியாவிடம் இருக்கும் எதிர்ப்புக்குக் காரணம் ஆச்சாரம் அல்ல. மாறாக, தங்கள் சமூகத்தை இங்கிருப்போர் எதிர்மறையாகப் பார்த்து அணுகுவது குறித்த ஓர்மை. அதனால்தான், அவள் மிதமிஞ்சிய எச்சரிக்கையோடு நடந்துகொள்கிறாள். அவளுக்கு இருப்பது இந்திய மனம் என்பதனால் மட்டுமல்ல இந்திய மனம் கொண்ட உள்ளூர்க்காரர்களிடையே தொடர்ந்து வாழ வேண்டும் என்பதாலும்தான் இந்த எச்சரிக்கை. தங்கள் சமூக நிலைக் குறித்து அவளுக்கு அச்சம் இருக்கிறது. ஆங்கிலோ - இந்தியர்களுக்கு இந்தியாவில் பொதுவாக இருந்துவந்த அச்ச உணர்வை ஒரு பெண் பாத்திரத்தின் மீது ஏற்றி அவர்கள் இந்திய மனம் கொண்டவர்களே என்று தன் 'விருப்ப கற்பிதத்தை' முன்வைத்திருக்கிறது படம். பிரிட்டிஷார் வெளியேறிய பின்னால் இந்திய அரசியல் சட்டத்தால் ஆங்கிலோ - இந்தியர்களுக்கான அரசியல் பாதுகாப்பு உறுதி செய்யப்பட்டிருப்பினும் மாறிவந்த தேர்தல்வழி அதிகார அரசியலால் இத்தகைய அச்சம் எழுவதற்கான சூழல் உண்டானது. படத்தில் ஒருமுறை விக்டோரியா தங்களைப் பற்றிச் சொல்லும்போது "அப்போ இருந்த நிலை இப்போ இல்லை" என்கிறார். இந்த ஒரு வரி எல்லா மாற்றங்களையும் விளக்கிவிடுகிறது. மென்மேலும் சிறுபான்மையாகிவந்த நிலையில் இந்த அச்சம் எழுந்திருப்பதற்கான நியாயம் இருக்கிறது.

2. நாயகனின் தாய்க்கு வேறு பிரச்சினை. குடும்ப மானம், அடுத்து மணம் புரியும் வயதிலிருக்கும் பெண்ணுக்கு மாப்பிள்ளைக் கிடைப்பது என்கிற சிக்கல்கள். விக்டோரியாவுக்கு இருக்கும் பிரச்சினைகள் இவருக்குக் கிடையாது. விக்டோரியாவுக்கு இருக்கும் அச்சம் பண்பாட்டுத் தூய்மை சார்ந்ததாக இருக்க முடியாது. ஆனால், இவருக்கு இருப்பதோ பண்பாடு தரும் அதிகாரம், அது குலைவது தொடர்பான அச்சம் போன்றவைதாம். தன் மகன் ஆங்கிலோ - இந்தியப் பெண்ணை மணக்க விருப்பம் தெரிவிக்கும்போது தன்னைத் தாயாக மட்டுமல்லாது பிராமணராகவும் கருதியே

மறுக்கிறாள். சாதிக் கெட்டவளை, சட்டைக்காரியை ஏற்கக் கூடாது என்கிறாள். ஸ்டெல்லாவைப் பார்த்து, 'தன் மகனை மறந்துவிட வேண்டு'மென்கிறாள். அவ்வாறு கூறும்போது, "நீ கெட்டுப்போனாலும் உன் தங்கையைச் சுயசாதியில் திருமணம் செய்துவைத்துவிடுவாள் உன் அம்மா. எனக்கிருப்பது ஒரு மகள். நான் அப்படிச் செய்ய முடியாது" என்கிறாள். இந்தக் கூற்றில் ஆங்கிலோ - இந்தியர் குறித்த இந்தியப் பார்வையைப் பார்க்கிறோம். ஆங்கிலோ - இந்தியர்கள் பாலியியல் ஒழுக்கத்தைக் கருதாதவர்கள் போலவும், இந்தியப் பெண்கள் கற்பொழுக்கமே முக்கியமென்று இருப்பவர்கள் போலவும் கூறப்படுகிறது. இது கிறித்துவம் x இந்து, அதிகார சாதி x பட்டியல் சாதி, வெளிநாடு x உள்ளூர் என்கிற எதிர்மறைகள் உருவாகவும் காரணமாகிறது. இத்தகைய 'எதார்த்தத்தின்' மேல்தான் ஆங்கிலோ - இந்தியர்கள் இந்திய மனப்பான்மை கொண்டவர்கள் என்ற கருத்தை இத்திரைப் பிரதி முன்வைக்க முயலுகிறது.

அவர்களுக்கு இந்த அங்கீகாரத்தைத் தருவதற்கு இக்கதையாடல் எதையெல்லாம் விலையாகக் கேட்கிறது என்பதை இனிப் பார்க்கலாம். முதலில் ஆங்கிலோ - இந்தியர்களும் இந்தியப் பண்பாட்டில் தங்களை நிறுத்திக்கொள்ள வேண்டும் என்ற அர்த்தத்தைச் சேர்த்தே வழங்குகிறது இக்கதையாடல். அவை வலியுறுத்தலாக இல்லாமல் கதைச் சட்டகத்தின் ஊடாக இயல்பாக இணைக்கப்பட்டிருக்கிறது. பொதுவாக, ஆங்கிலோ - இந்தியர்களுக்கிருந்த இருத்தல் பதற்றத்தை முன்வைத்த இப்படம், அதை விரிந்த பரப்பிற்குக் கொண்டு செல்லாமல் இந்தியப் பண்பாடு, இந்தியத் தேசம், இந்து மதம் என்கிற எல்லைக்குள் சுருக்கிவிடுகிறது. இந்தியப் பண்பாடாக அது கூறுவதெல்லாம் இங்கிருக்கும் அதிகார சாதிகளின் பண்பாடுகளேயாகும். ஆங்கிலோ - இந்தியர்களை இங்கேயே தக்க வைக்க அவர்கள் இந்தியப் பண்பாட்டில்தான் இருக்கிறார்கள் என்ற செய்தியை உள்ளூர்க்காரர்களுக்குச் சொல்லுகிறது. பொதுவாக, அவர்களுடைய சொந்த அடையாளங்களோடு இங்கிருப்பது பிரச்சினையாகப் பார்க்கப்படுகிறது. அவர்களுக்குப் பரிந்து பேசவரும் இத்திரைப் பிரதியும் அவற்றை மறுக்காமல் அவர்களை இந்தியப் பண்பாட்டிற்குள் இருத்தி அங்கீகாரம் தர விரும்புகிறது. அவர்கள் இந்தியப் பண்பாட்டில்தான் இருக்கிறார்கள் என்ற செய்தியை உள்ளூர்காரர்களுக்கு மட்டுமல்லாமல், அவ்வாறுதான் இருந்தாக வேண்டும் என்கிற செய்தியை ஆங்கிலோ இந்தியர்களுக்கும் சேர்த்தே இத்திரைப்பிரதி வழங்குகிறது. இது கண்ணுக்குப் புலப்படாத நிர்பந்தமாகும். இன்னும்

சொல்லப் போனால் ஆங்கிலோ - இந்தியர்களுக்கு மேன்மை தருவதே அவர்கள் இந்தியப் பண்பாட்டில் இருப்பதாகக் கூறுவதால்தான். அப்படி, இப்படி இருந்தாலும் சொந்தச் சாதியில் இருந்தே மருமகள் வர வேண்டும் என்கிற அளவிற்குத் துணிகிறாள் நாயகனின் தாய். அவர் விரும்பும் மதம், பண்பாடு போன்ற சொல்லாடல்களின் உள்மெய்யாய் நடைமுறையில் இருப்பது சாதியேயாகும்.

இந்தியப் பண்பாட்டுச் சொல்லாடல்களுக்கு உள்ளடக்கி சட்டைக் காரிகளின் உன்னதத்தைப் பேசும் இப்படம், அதற்காக இங்கிருந்தே ஓர் எதிர்மறை பாத்திரத்தை உருவாக்கி ஒப்பிட்டுக்கொள்கிறது. ஒன்றிற்கு உயர்வைத் தர வேண்டுமானால் மற்றொன்றோடு ஒப்பிடாமல் வழங்க முடிவதில்லை. இங்கிருக்கும் பண்பாட்டை நிறுவ ஓர் எதிர்மறை பாத்திரம் தேவைப்படுகிறது. சட்டைக்காரிகளைக் கதைப்படி எதிர்மறையாக ஆக்க முடியாதபோது, சட்டைக்காரிகளின் பண்போடு இங்கிருக்கும் பாத்திரமொன்று படைத்துக்கொள்ளப்பட்டிருக்கிறது.

அதாவது, நாயகன் மகேஷுக்குச் சென்னையில் அவன் பணியாற்றும் நிறுவனத்தின் முதலாளி மகளை மணந்துகொள்ளும் வாய்ப்பு வருகிறது. ஸ்டெல்லா மீது கொண்டிருந்த காதல் காரணமாக அந்த வாய்ப்பை மறுக்கிறான். முதலாளி மகளோ நகரத்துப் பெண்; படித்தவள்; நவ நாகரிகமானவள். அவள் உடனே மற்றோர் ஆணைத் தேர்வு செய்து "பழகிப் பார்த்துவிட்டுப் பிடித்திருந்தால் திருமணம் செய்துகொள்கிறேன்" என்கிறாள். இதை மகேஷின் ஆண் மனம் ஏற்றுக்கொள்ளவில்லை. எனவே, அவரின் இந்தத் தேர்வை பண்பாட்டுக் கெடுதியாகக் காட்டுகிறது படம். இந்த 'ஒழுக்கக் குறை'வைச் சுட்டிக்காட்டி, தான் முன்கூட்டியே தப்பித்துவிட்டதாகத் தன் தாயிடம் கூறுகிறான் நாயகன். இந்தச் சுய தேர்வை பண்பாட்டுப் பிழையாகப் பார்க்கிறது பிரதி. சமூகத்தில் ஆங்கிலோ - இந்தியர்கள் மீது என்னென்ன காரணங்களால் பண்பாட்டு ஒவ்வாமை கடைபிடிக்கப்படுகிறதோ, அதே ஒவ்வாமையைத் தான் உருவாக்கிய பாத்திரத்தின் மீது பிரயோகிக்கிறது இப்பிரதி. ஆங்கிலோ - இந்தியர் மீதான ஒவ்வாமையை அழிப்பது என்கிற அரசியல் சரித்தன்மைக்காக நேரடிப் பொருளில் அவர்களை மோசமாகச் சித்திரிக்காத இப்பிரதி, ஆங்கிலோ இந்தியர் மீதான உள்ளூர்க்காரர்களின் ஒவ்வாமையை வேறொரு பெயரில் பிரயோகிக்கிறது. ஸ்டெல்லா X முதலாளி மகள் என்கிற எதிர்மறை அதன்படியானதுதான். மொத்தத்தில் இந்தியப் பண்பாட்டில் வாழ்வதன் உன்னதம் சொல்லப்பட்டிருக்கிறது.

சட்டைக்காரிகள் மீதான அசூயையை எதிர்கொண்டிருப்பது, கதையாடல் ஏற்படுத்திக்கொண்ட ஓர் அரசியல் நிலைபாடு. ஆனால், இது அரசியல் ரீதியான ஓர்மை மட்டுமே. கதையின் மேலெழுந்த போக்காகவே இது இருக்கிறது. ஓர்மையில்லாத - இயல்பான தருணங்களே எதார்த்தமானவை. இக்கதையாடல் மையக்கதை என்பதில் ஓர்மையோடு செயல்பட்டாலும், அத்தகு ஓர்மையில்லாத தருணங்களிலும் சட்டைக்காரிகளை எவ்வாறு அணுகியிருக்கிறது என்று பார்ப்பது முக்கியம்.

கதையோடு தொடர்பில்லாத நகைச்சுவை தொடரொன்று படத்தில் இருக்கிறது. அது சட்டைக்காரிகள் தொடர்பானது. இரயில்வேயில் பணியாற்றும் சட்டைக்கார பெண் ஒருவரை உள்ளூர் மளிகை கடைக்காரர் காதலிப்பது போல் காட்டப்பட்டுள்ளது. கடையில் வேலை பார்க்கும் பையனும் அப்பெண் மீது ஏக்கம் கொண்டிருக்கிறான். இந்த மூவருக்குள்ளும் நடக்கும் உரையாடல்களே படத்தின் நகைச்சுவைக் காட்சிகள். இதில் சட்டைக்காரியின் பெயர் மன்றோ (மனோரமா). இப்பெயரைச் சூட்டியிருப்பது மூலம் தன்னை மர்லின் மன்றோவாகவே நினைத்துக்கொண்டு பகட்டுக் காட்டுகிறாள். இது அவர்கள் மீது உள்ளூருக்கு இருக்கும் அசூயையின் பிரதிபலிப்பு. கடை உரிமையாளருக்கு ஏற்கெனவே திருமணம் ஆகிவிட்டது. அதைப் பற்றிக் கவலையில்லாமல் மன்றோ அவரைக் காதலிக்கிறார். அதோடு அவரின் திருமண வாழ்வை முறித்துக்கொண்டு வந்து மணம் புரிவதற்காகக் காத்திருக்கிறாள். அதில் மன்றோவுக்கு எந்தச் சங்கடமும் இருப்பதில்லை. படத்தின் மையக் கதையோ அரசியல் ஓர்மையோடு தொடர்புடையது. ஆங்கிலோ இந்தியர்களை மதிப்பாகக் காட்ட வேண்டும் என்ற அரசியல் ஓர்மை அது. ஆனால், நகைச்சுவை பகுதி கதையின் மையம் அல்ல, நகைச்சுவைக்காகவே அமைக்கப்பட்டுள்ளன. ஓர்மையுடன் கூடிய மையக்கதை தரும் மதிப்பு, ஓர்மை இல்லாத துண்டு நகைச்சுவை காட்சிகளால் தலைகீழாக்கப்பட்டுள்ளன. இக்கதை படமாக்கப்பட்ட எல்லா மொழிகளிலும் இதேபோல வைக்கப்பட்டுள்ளனவா என்று தெரியவில்லை. ஆனால், தமிழில் இவ்வாறுதான் இருக்கிறது.[3] நாவல் காட்ட விரும்பிய கதையிலும் சிக்கல், திரைப்படம் காட்டிய துண்டுக்காட்சிகளிலும் சிக்கல்.

உள்ளம் கேட்குமே

2000த்திற்குப் பிறகு வெளியான தமிழ்ப் படங்கள் ஆங்கிலோ இந்தியக்

குடும்பங்களை முந்தைய கால படங்களின் சித்திரிப்புகளிலிருந்து மாற்றி ஓரளவு மதிப்போடு காட்டத் தொடங்கின. எனினும் இம்மாற்றம் படிப்படியாகவே நடந்தது. இதன் தொடக்கமாக ஜீவா இயக்கத்தில் 2005ஆம் ஆண்டு வெளியான 'உள்ளம் கேட்குமே' படத்தைக் கூறலாம். கல்லூரி நண்பர்களுக்கு இடையிலான கதை. ஷாம், பூஜா, பிரியா, ஐரின், இமான் உள்ளிட்டோர் ஒரே கல்லூரியில் பயில்கின்றனர். ஒவ்வொருவரும் மதம், சாதி, வர்க்கம் சார்ந்து வெவ்வேறு பின்னணியைச் சேர்ந்தவர்கள். இதில் ஓர் இணையின் கதையை முதலில் பார்க்கலாம். ஐரினை இமான் காதலிக்கிறான். அவளுக்கும் காதலிருக்கிறது. இருவருக்கும் பரஸ்பரம் காதல் தெரிந்திருந்தாலும் நண்பர்களாக இருப்பதால் வெளிப்படுத்திக்கொள்ளாமல் நட்பு பாராட்டிவருகிறார்கள். இமான் நடுத்தர இஸ்லாமியக் குடும்பத்தைச் சேர்ந்தவன். தந்தையை இழந்த அவனுடைய குடும்பம் எதிர்காலத்திலேயே தங்களுடைய நலன் அடங்கியிருப்பதாகக் காத்திருக்கிறது. அவன் கிரிக்கெட் வீரன். எனவே, அதில் பெரிய ஆளாக வேண்டுமென்று குடும்பம் காத்திருக்கிறது.

அவனோ கிரிக்கெட்டிற்கு இணையாக ஐரினையும் நேசிக்கிறான். ஐரின் ஆங்கிலோ இந்தியக் குடும்பத்தைச் சேர்ந்தவள். அவளுடைய தந்தை குடிப்பவராக இருப்பதால் தாய்க்கும் தந்தைக்கும் இடையே அடிக்கடி சண்டை வந்துகொண்டே இருக்கிறது. இது அவளுக்குச் சங்கடத்தைத் தருகிறது. ஆங்கிலோ இந்தியர் குறித்துத் தமிழ் சினிமா காட்டிவந்த வழக்கங்கள் இதிலும் உண்டு. ஐரின் நவநாகரிக உடையையே அணிகிறாள்; கார் ஓட்டுகிறாள்; வீட்டில் பார்ட்டி வைக்கிறாள்; பிறரோடு சேர்ந்து நடனமாடுகிறாள்; அவள் குடிக்கவில்லையே தவிர பார்ட்டியில் மது ஊற்றப்பட்ட தம்ளரைக் கையில் வைத்திருப்பவளாகக் காட்டப்படுகிறாள். ஓர் 'உள்ளூர்' பெண்ணைச் சித்திரிப்பதாக இருந்திருந்தால் இவ்வாறு காட்டியிருக்க வாய்ப்பில்லை. அதேவேளையில் இவையெல்லாம் ஆங்கிலோ - இந்தியர்களின் வாழ்க்கை பின்னணிக்காகக் காட்டப்பட்டிருந்தாலும், அவற்றை ஐரின் மீது ஏற்றி அவர்கள் மீது ஒரு மதிப்பீட்டைக் கட்டமைக்கவில்லை. மாறாக அவள் இயல்பானவளாகவும் பெருந்தன்மை கொண்டவளாகவும் காட்டப்பட்டிருக்கிறாள்.

ஐரின் மீது மையல் கொண்டிருக்கும் காலத்தில் அவள் போகும் இடமெல்லாம் உடன் செல்ல விரும்புகிறான் இமான். ஒருமுறை கிரிக்கெட் இறுதிப்போட்டிக்குச் செல்வதற்கான தேர்வு நடக்கவிருக்கிறது. அந்த

நேரத்தில் ஐரின் உள்ளிட்ட நண்பர்கள் கல்லூரிகளுக்கிடையிலான கலை நிகழ்ச்சி ஒன்றிற்காக வெளியூர் செல்கிறார்கள். இமான் கிரிக்கெட் தேர்வுக்குச் செல்லாமல் நண்பர்களோடு செல்கிறான். இது ஐரினுக்காகத்தான் என்பது அவள் உள்ளிட்ட நண்பர்கள் எல்லோருக்கும் தெரியும். இந்த நேரத்தில் முன்பிருந்தே இமான் மீது வன்மம் கொண்டிருந்த கிரிக்கெட் பயிற்சியாளர் இமானின் வருகையின்மையைப் பயன்படுத்தி, நீண்டநாள் கனவாகவிருந்த இறுதிப் போட்டிக்கான பட்டியலிலிருந்து அவன் பெயரை நீக்கிவிடுகிறான். இதனால் இமான் பயிற்சியாளரோடு சண்டையிடுகிறான்.

'தான் இமானைவிட்டு விலகுவதன் மூலமே அவன் குடும்பத்தின் கனவை நிறைவேற்றுவான்' என்று புரிந்துகொள்ளும் ஐரின், அவன் அவளிடம் காதலைத் தெரிவிக்கும்போது மறுத்துவிடுகிறாள். அதற்காகத் தன்னைக் கெட்டவளாக்கிக் கொள்கிறாள். அதாவது இமானிடம், "நீ பெரிய கிரிக்கெட் வீரனாவாய் என்பதால்தான் கல்யாணம் பண்ண விரும்பினேன். நீயோ கிரிக்கெட் போட்டிக்குத் தேர்வாகாமல் வருகிறாய்" என்று காரணம் கூறுகிறாள். இது அவளின் உள்மெய் அல்ல. அவனுக்குத் தன் மீது வெறுப்பு வர வேண்டும் என்பதற்காக அவளாகவே உருவாக்கிக்கொண்ட புறமெய். இந்தப் பதிலுக்குப் பின் மனமுடையும் இமான் தற்கொலை முயற்சியில் இறங்கிக் காப்பாற்றப்படுகிறான்; குடும்பம் தத்தளிக்கிறது; பிறகு அவன் மெல்ல மெல்ல மனம் மாறுகிறான்; கிரிக்கெட்டில் தீவிரமாக ஈடுபடுகிறான்; பெரிய வீரன் ஆகிறான். இவை எல்லாம் ஐரினின் புறக்கணிப்பிற்குப் பிறகு நடக்கும் மாற்றங்கள். பிறகு வீட்டில் பார்த்த பெண்ணை மணக்கிறான். அவன் கல்யாணத்திற்கு எல்லா நண்பர்களைப் போலவே வந்துசெல்கிறாள் ஐரின். இந்த அளவுக்கு இயல்பான பெண்ணாகக் காட்டப்பட்டிருக்கிறாள். இது அவளுடைய பின்புலம் தந்த, புனிதங்கள் ஏற்றப்படாத வாழ்க்கை முறையின் மதிப்பீடுகள் எனலாம். இந்த மதிப்பீட்டைக் கதையாடல் பயன்படுத்திக்கொண்டிருக்கிறது என்பது முக்கியமான விஷயம்.

ஆங்கிலோ - இந்தியரும் பிராமணரும்:

ஐரின் பின்னால் சுற்றிக்கொண்டிருந்த காலத்தில் பார்ட்டியில் ஐரின் தந்தையோடு சேர்ந்து இமான் குடித்து மகிழ்கிறான். அத்தகைய வாழ்க்கை முறையை அவன் விரும்புகிறான். அதனைத் தன் நண்பன் ஷாமிடம் புகழ்ந்தும் பேசுகிறான். ஆனால், அவன் பேசுவதைக் கேட்டுக்கொண்டே உடன்வரும் ஐரின் பதில் ஏதும் சொல்லாமல் மௌனமாக வருகிறாள். ஏனெனில், இந்த

வாழ்க்கைக்குள் அவள் இருக்கிறாள். இமான் வெளியிலிருந்து அதைப் பார்த்துவிட்டுப் புகழ்கிறான். இருவருடைய அனுபவமும் வேறு. குடியும் ஓயாத சண்டையும் நிரம்பிய அந்த வாழ்க்கை மீது அவளுக்கு ஒவ்வாமையே இருக்கிறது. ஆனால், அவள் அதை யாரிடமும் சொல்லிக்கொள்வதில்லை.

இந்த இடத்தில் அவள் கொள்ளும் மௌனம் மூலம் அந்த விஷயம் உணர்த்தப்படுகிறது. ஆங்கிலோ - இந்தியப் பெண்ணாக இருந்தாலும் ஆங்கிலோ இந்திய வாழ்க்கை முறையை வெறுப்பவளாகக் காட்டப்பட்டிருக்கிறாள். எதார்த்தத்தில் இவ்வாறு இருக்க முடியும் என்றாலும், வெறுக்கத்தக்கதாக ஆங்கிலோ இந்திய வாழ்க்கை முறை மட்டும் ஏன் இருக்க வேண்டும்? படத்தில் ஷாம் தவிர மற்றவர்களின் வாழ்க்கைப் பின்னணியும் இயல்பும் காட்டப்பட்டிருக்கின்றன. அவர்களில் யாருக்கும் தங்கள் வாழ்க்கை முறை மீது எந்த அதிருப்தியும் இருப்பதான யோசனைக்கே படம் செல்லவில்லை. ஆனால், ஆங்கிலோ - இந்திய வாழ்க்கை முறையை மட்டும் இந்த விதத்தில் காட்டியுள்ளது. ஆங்கிலோ இந்தியப் பின்புலம் பற்றி மற்ற விஷயத்தில் சாதகமான பதிவைச் செய்த படம், தெரிந்தோ தெரியாமலோ ஆங்கிலோ இந்திய வாழ்க்கை முறை பற்றி இந்திய மனம் கொண்டிருந்த பார்வையையே பிரதிபலித்துவிட்டது எனலாம். மையக் கதையாடலில் இடம்பெறும் ஆங்கிலோ இந்தியப் பாத்திரத்தை நேர்மறையானதாக்கிவிட்டு அவர்களின் வாழ்க்கைப் பின்புலத்தை மட்டும் 'வழக்கமாக' காட்டிவிட்டது படம். அதேவேளையில் தன் சொந்த வாழ்க்கை முறையை வெறுப்பதாலும்தான் ஐரினுக்கு நேர்மறையான பாத்திரம் என்கிற சலுகை வழங்கப்பட்டிருக்கிறது என்பதையும் கவனிக்க வேண்டும்.

இவ்வாறு ஐரின் - இமான் காதலைக் காட்டும் 'உள்ளம் கேட்குமே' படம், மற்ற நண்பர்களின் காதலையும் காட்டியுள்ளது. அதில் ஒன்று, பிரியா மீது ஷாம் கொள்ளும் காதல். ஷாம் காதலை வெளிப்படுத்தும்போது பிரியா மறுத்துவிடுகிறாள். பிறகு அவனும் தொடர்வதில்லை. அவளுக்கு வேறெந்தக் காதலும் இல்லை. வீட்டில் பார்த்த மாப்பிள்ளையை மணந்து செட்டிலாகிறாள்.

அதேவேளையில் கல்லூரி நட்புகளையும் தொடர்கிறாள். இதன் மூலம் பல வகையான காதலையும், அவற்றை இளைஞர்கள் எதிர்கொள்ளும் விதங்களையும் இப்படம் காட்ட முயற்சித்திருக்கிறது. அதேவேளையில்

எந்தப் பின்புலத்தில் இருப்பவர்களின் காதலை எப்படியெப்படிக் காட்டியிருக்கிறது என்பதையும் பார்க்க வேண்டியிருக்கிறது. இதன்படி ஐரின் ஒருவகை என்றால், பிரியா மற்றொரு வகை. காட்டப்பட்ட காதல்களுக்கு எத்தகைய பின்புலங்களை இப்படம் தேர்ந்தெடுத்துக்கொண்டது என்பதைப் பார்க்கும்போது சுவாரஸ்யமான ஒப்பீடு ஒன்று உருவாவதைத் தவிர்க்க முடியவில்லை. ஐரின் ஆங்கிலோ இந்தியர். எனவே, காதலுறவைக் கையாள்வதில் அவளுடைய பின்புலம் தந்த மதிப்பீடுகள் பெரிய தடையாக இருப்பதில்லை என்று படம் கூறுவதாக எடுத்துக்கொண்டோம். இந்த இடத்தில்தான் பிரியாவையும், அவள் ஷாமின் காதலை மறுப்பதையும் பொருத்திப் பார்க்கலாம்.

பிரியா தான் எடுத்துக்கொண்ட வேலையில் கண்ணும் கருத்துமாக இருக்கிறாள். அப்படித்தான் கல்லூரியையும் கருதுகிறாள். அதாவது, படிக்க வந்தோம்; படித்துவிட்டுப் போக வேண்டும் என்று நினைக்கிறாள். அப்படித்தான் கல்லூரிகளுக்கு இடையிலான போட்டிக்கு நண்பர்களோடு வெளியூர் செல்லும்போது அங்கு போய் எங்கும் சுற்றாமல் பயிற்சியிலேயே கவனமாக இருக்கிறாள். போட்டியில் நண்பர்களின் விளையாட்டுத்தனத்தால் பரிசு கிடைக்காமல் போய்விடுகிறது. அதைப் பொறுத்துக்கொள்ளாமல் நண்பர்களிடம் வெடிக்கிறாள் பிரியா. "எந்த வேலைக்கு வந்தோமோ அதைச் சரியாகச் செய்திருக்கணும், யாராவது சின்சியரா இருந்தீங்களா? பிக்னிக் வந்த மாதிரி நடந்துகொண்டீர்கள். அவங்கவங்க வேலையை அவங்கவங்க கரெக்டா செய்யணும். இல்லாட்டி எனக்குப் பிடிக்காது" என்று கடுமையாகச் சாடுகிறாள். கல்லூரி வயதில் வெற்றி தோல்வியை விட நண்பர்களாகச் சேர்ந்து சென்று வந்ததையே முக்கியமாகக் கருதும் அவளின் நண்பர்களுக்கு இது சங்கடமான மனநிலையை உண்டாக்கிவிடுகிறது.

பிரியா மீது காதல் கொண்டிருக்கும் ஷாம் அவளின் கோபத்தைக் கண்டு பயப்படுகிறான். அவனை ஆறுதல்படுத்தும் இமான், "அவள் மனதில் என்ன நினைப்பாளோ, அதை அப்படியே பேசிடுவாள். அவள் புத்தி என்ன சொல்லுகிறதோ அதையே கேட்பாள்" என்கிறான். மேலும் "கண் தெரியாத பிச்சைக்காரன் ஒருவன் பத்து ரூபாய் கேட்டால் நீ கொடுத்துவிடுவாய். ஆனால், அவள் அப்படிச் செய்ய மாட்டாள். அவனுக்கு உண்மையிலேயே கண் தெரியாதா, பணம் கொடுக்கலாமா என்று யோசித்துதான் கொடுப்பாள்" என்கிறான். இவ்வாறு அவளுடைய குணாம்சம் இமான் மூலம் சொல்லப்படுகிறது. இந்த வகையில், ஷாம்

தன் காதலை வெளிப்படுத்தும்போதும் மறுத்துவிடுகிறாள். கல்லூரிக் கால காதல் சிக்கல்களில் தன்னை இழந்துவிடாமல், நடைமுறையில் சாத்தியமாகிற வீட்டில் பார்க்கிற மாப்பிள்ளையை மணந்து கொள்கிறாள். அந்த மாப்பிள்ளை டாக்டர் என்பது குறிப்பிடத்தக்கது.

படம் பிரியாவின் இப்பண்புகளைப் பார்வையாளர்களிடம் எதிர்மறையாகக் கடத்தவில்லை. பல்வேறு வகை காதல்களுக்கான ஓர் உதாரணமாகவே காட்டுகிறது. எந்தக் காதலையும் ஒப்பிட்டுக் காட்டுவது படத்தின் நோக்கமில்லை. தனித்தனியேதான் காட்டப்பட்டிருக்கிறது. ஆனால், ஒரே பிரதிக்குள் - குறிப்பிட்ட வரிசைக்குள் இவற்றை நிறுத்திக் காட்டும்போது கதையாடல் விரும்பினாலும் விரும்பாவிட்டாலும் குறிப்பிட்ட அர்த்தம் உருவாவதைத் தவிர்க்க முடியவில்லை.

ஒருவகையில் பிரியா காரியவாதியாக இருக்கிறாள் என்று கூறிவிட முடியும். மற்றொரு வகையில் அவள் இயல்பாக அல்லது சரியாக இருக்கிறாள் என்றும் கூறலாம்; எதுவும் இருக்கலாம். படமும் அப்படித்தான் காட்டுகிறது. ஆனா, இத்தகைய குணாம்சங்கள் கொண்ட பிரியாவின் பின்புலத்தைப் பிராமணச் சமூகமாக இப்படம் தேர்ந்துகொண்டிருக்கிறது என்பது இங்கு கவனத்திற்குரியதாகிறது. இது படைப்பின் தேர்வுதான். அதில் நமக்குப் பிரச்சினையில்லை. ஆனால், இந்த இடத்தில்தான் படம் விரும்பியதோ இல்லையோ ஓர் அரசியல் பிரதியாக மாறிவிடுவதை அவதானிக்கலாம்.

நேரடி வாழ்க்கையில் ஐரின் போல பிரியாவும் இருக்கலாம்; பிரியாபோல ஐரினும் நடந்துகொள்ளலாம். இன்னார் இப்படித்தான் என்கிற எதிர்மறையை எதார்த்த வாழ்வு சர்வ சாதாரணமாகக் கடந்துவிடுகிறது. ஆனால், சரியாக இருப்பவருக்கான உதாரணமாகப் பிராமண பின்புலத்தையும், சரியிலிருந்து பிறழ்ந்த பின்புலத்திற்கான உதாரணமாக ஆங்கிலோ இந்தியக் குடும்பத்தையும் இப்படம் தேர்ந்துகொண்டிருக்கிறது. பிரியா, ஐரின் ஆகிய இருவரில் ஒருவரை நல்லவராகவும் மற்றொருவரைக் கெட்டவராகவும் காட்டுவது பிரதியின் நோக்கமல்ல. இருவர் பண்புகளையும் அவர்கள் இயல்பெனக் காட்டியிருக்கிறது.

ஆனால், பிரியாவைப் பிராமண பின்புலத்தைச் சேர்ந்தவராகக் காட்டியது மூலம் படம் அவர் பற்றி உருவாக்க விரும்பிய 'அவரின் இயல்பு' என்ற பிம்பத்தை நிறைவேற்றவில்லை. பிராமணர்கள் பற்றி இயக்குநருக்கு

எத்தகைய பார்வை இருந்தது என்று தெரியவில்லை. ஆனால், அவர்கள் பற்றி இப்படம் முன்வைக்கும் பார்வையும், தமிழ்நாட்டுப் பிராமணரல்லாதார் அரசியல் சூழல் உருவாக்கியிருக்கும் பார்வையும் முரண்பட்டதாயில்லை. இரண்டும் ஒன்று சேர்க்கிறது. இதில் 'இயல்பாக' செயல்பட்டாலும் பிரியாவின் செயல்பாடுகள் இயல்பாயில்லை என்பதே உண்மை. காதல் உறவைக் கைவிடுவதில் பதற்றம் இல்லாத ஒருவரை யோசிக்கும்போது அவர் ஆங்கிலோ இந்தியராகவும், காதலுறவை ஏற்காமல் 'முறையாக' கல்யாணம் செய்துகொண்டு கணவனுக்கு உண்மையானவராகச் சித்திரிக்கப்படுபவர் பிராமணராகவும் ஏன் இருக்க வேண்டும்?

'ஓ மானே மானே' படம் போல 'உள்ளம் கேட்குமே' படத்தில் பிராமண குடும்பத்திற்கும் ஆங்கிலோ இந்தியக் குடும்பத்திற்கும் இடையே நேரடி முரண் இருப்பதாகக் காட்டவில்லை. ஆனால், தனித்தனிக் கதையாக ஒரே பிரதிக்குள் இவ்விரு சமூகச் சித்திரிப்புகளும் வந்திருக்கின்றன. இதுவே ஓர் அர்த்தத்தை உருவாக்குகிறது. ஆங்கிலோ இந்தியரைக் காட்ட வேண்டிய கதையில் பிராமணரையும், பிராமணரைக் காட்ட வேண்டிய கதையில் ஆங்கிலோ இந்தியரையும் (நட்பாகவோ முரணாகவோ) ஏன் கொணர வேண்டும்?

சாதியச் சட்டகத்தில் ஆங்கிலோ - இந்தியர்கள்:

ஆங்கிலோ இந்தியர்களை இன்ன சாதி என்று சொல்ல முடியாது. எனவே, அவர்களை இப்பிரதிகள் சாதியத்தோடு இணைத்துப் பார்க்காததில் வியப்பில்லை. அதேவேளையில் சாதிய அணுகுமுறை நேரடியாக இல்லையே ஒழிய, வேறு வடிவில் செயல்பட்டிருக்கிறது என்பதையும் இவ்விடத்தில் பார்த்தாக வேண்டும். ஆங்கிலோ இந்தியர் மீதான பண்பாட்டு ஒவ்வாமையில் சாதியச் சட்டகம் மறைமுகமாக இணைந்து கிடக்கிறது. இந்த நாவலின் திரைப்படப் பிரதிகளிலும் அத்தகைய அம்சங்கள் மறைமுகமாக எஞ்சி நிற்கின்றன. குறிப்பாக, 'ஓ மானே மானே' படத்தில் ஆங்கிலோ இந்தியப் பெண்ணை உள்ளூர்ப் பெண், சாதி கெட்டவள் என்று சாடுவதைப் பார்க்கலாம். அவர்கள் கலப்பினமாக இருப்பதே பண்பாட்டு ஒவ்வாமைக்கான வேராகிவிடுகிறது. மாட்டிறைச்சி உணவு, 'ஒழுங்கிற்குட்படாத' வாழ்க்கை நடைமுறைகள், ஒப்பீட்டளவில் சுதந்திரமான வாழ்வு ஆகியவற்றை ஒடுக்கப்பட்ட சாதிகள் கொண்டிருந்தனர். உள்ளூரானது அவர்கள் மீது வெளிப்படுத்திவந்த 'விலக்கத்தை' ஆங்கிலோ

இந்தியர்கள் மீதும் நீட்டித்துக்கொண்டது. இதனையே மறைமுகமான சாதியச் சட்டகம் என்கிறோம். ஆங்கிலோ இந்தியர்கள் இந்தியச் சமூகத்தில் தனிமைப்படுத்தப்பட்டமைக்கு இச்சட்டகம் முக்கியமான காரணம். உடலாலும் உள்ளத்தாலும் தலித்துகளாக இல்லாவிட்டாலும் இந்தியச் சமூகம் அவர்களைத் தலித்துகளின் நிலையை நோக்கித் தள்ளியது. அவற்றிலிருந்து தப்பவே வெளிநாடுகளுக்கு ஏகினர் எனலாம். பிறப்பினாலும், திணிக்கப்பட்ட பண்பாட்டு அடையாளங்களாலும் தலித்துகள் தீண்டப்படாதவர்களாகத் தீர்மானிக்கப்படுகின்றனர். இவை இரண்டும் ஆங்கிலோ இந்தியர்களுக்கு இல்லை. எனினும், நடைமுறையில் பின்பற்றப்பட்ட பண்பாட்டுப் பழக்கவழக்கங்களை வைத்து அவர்கள் மீது சாதியச் சட்டகத்தைக் கையாண்டது உள்ளூர்.

அடிக்குறிப்புகள் :

1. ஐரோப்பிய இந்தியர்கள் ஒரே வகையானவர்கள் அல்லர். குறிப்பாக மூன்று பிரிவினரைக் குறிப்பிட முடியும். ஐரோப்பியர்களில் முதலில் வந்தவர்கள் போர்த்துகீசியர்கள். அவர்களுக்கும் இங்கிருப்பவர்களுக்கும் திருமணம் நடந்தது. இன்றைக்கும் கோவா பகுதியில் அந்த வம்சாவளியினர் உண்டு. அவர்கள் போர்ச்சுகலையும் இந்தியாவில் எங்கு வாழ்ந்தார்களோ அந்தப் பகுதியின் மொழியையும் பேசினர். பிரிட்டிஷ் ஆதிக்கத்திற்குப் பின்னால் போர்ச்சுகலும் ஆங்கிலமும் பேசினர். மற்றொரு பிரிவினர் ஆங்கிலோ - இந்தியர்கள். பிரிட்டிஷாருக்கும் இந்தியருக்கும் இடையேயான இணைப்பில் பிறந்த இவர்களே பெரும்பான்மையினர். இன்றைக்கு இந்தியாவில் இருப்பவர்களில் பெரும்பான்மையினர் இவர்களே. சட்டைக்காரர்கள் பற்றிய இந்தியர்களின் பிம்பம் இவர்கள் வழி உருவாக்கிக்கொள்ளப்பட்டவையே. இவ்விரு வகையினரில் போர்ச்சு - இந்தியர்கள் பிரிட்டிஷ் இந்தியர்களைவிட தங்களை ஒருபடி மேலாகக் கருதிக்கொள்வதுண்டு. இந்தியாவிற்கு முதலில் வந்தவர்கள் என்பதாலும், பிரிட்டிஷ் இந்தியர் குறித்த உள்ளூரின் ஒவ்வாமையிலிருந்து விலகிக்கொள்ளவும் இவ்வாறு செய்தனர். மூன்றாவதாகப் பிரெஞ்சு இந்தியர்கள். பிரெஞ்சுக்காரர்களைத் திருமணம் செய்துகொண்டவர்களை இப்பெயர் குறிக்கும். இந்தியாவிலிருந்து வெளியேறும்போது பிரெஞ்சு இந்தியாவுக்கும், தங்களுக்கும் இடையே தக்க வைத்துக்கொண்ட பரிவர்த்தனை

காரணமாகப் பிரஞ்சு இந்தியத் தொடர்பு ஆங்கிலோ - இந்தியர்களை விட சுமுகமாகத் தொடர்கிறது.

2. ஆங்கிலோ - இந்தியர்களுக்குப் பல பெயர்கள் உண்டு. அப்பெயர்கள் பெயர்களாக மட்டுமில்லாமல் 'வெளியிருக்கும்' பண்பாட்டை உள்ளூர் எவ்வாறு புரிந்துகொண்டது என்பதற்கான சான்றுகளாகவும் விளங்குகின்றன. மேலும், இங்கு நடந்த மாற்றங்களைக் குறிப்பிடும் சொற்களாகவும் இருக்கின்றன.
மிஸ்ஸியம்மா என்பதிலுள்ள மிஸ் என்பது ஆசிரியையையும், நர்ஸம்மா என்பதிலுள்ள நர்ஸ் செவிலியரையும் குறிக்கும். ஆங்கிலோ இந்தியர்களைக் குறிக்க இந்தியர்கள் வழங்கும் பெயர்களில் மதிப்பானவை இவை. உள்ளூரில் வழங்கப்படும் அம்மா என்னும் மதிப்புமிகு விளியைப் பின்னொட்டாகச் சேர்த்து இப்பெயர்களை வழங்கியிருக்கின்றனர். இன்றைக்கும் ஆசிரியைகளாக, நர்ஸ்களாக இருக்கும் யாரையும் குறிக்கும் பொதுப் பெயர்கள் இவை. நம் சமூகத்தில் ஆரம்பக் காலத்தில் ஆங்கிலோ இந்தியர்களே இப்பணிகளில் இருந்தனர். அவர்களைக் குறிப்பிடுவதற்காக வழங்கப்பட்டுப் பின்னர் அவர்களுக்கான பெயர்களாகவே நிலைத்துவிட்டன.

இதேபோல்தான் சட்டைக்காரிகள் என்ற பெயரும். சட்டை என்ற ஆடையை முதலில் அணிந்தவர்கள் இப்பெயரால் அழைக்கப்பட்டிருக்க வேண்டும். அதிலும் பெண்கள் சட்டை அணிந்தது புதுமையாகவும் ஒவ்வாமையாகவும் பார்க்கப்பட்டிருக்க வேண்டும். அதேபோல இங்கிருப்பதற்கு மாறாக, கவுன் அணிந்தவர்கள் என்பதனால் கவுன் என்று அழைக்கப்பட்டனர். பொதுவாக 'அளவுக்கு மிஞ்சி' அலங்காரம் செய்வதை எதிர்மறையாக, குறிப்பாகக் குடும்ப பெண்களுக்கு எதிரானதாகப் பார்ப்பது இங்கிருக்கும் பார்வை. இதனால்தான் ஆங்கிலோ இந்திய ஆண்களைவிட பெண்களை நோக்கி இப்பெயர்கள் அதிகம் சூட்டப்பட்டிருக்கின்றன. ஆடை, அலங்காரம் சார்ந்து அதிக பெயர்கள் குறிப்பாகப் பெண்களை நோக்கி இருப்பதைக் கவனிக்கலாம். விக், லிப்ஸ்டிக் போன்ற பெயர்களால் அழைக்கப்பட்டமை இவ்வாறுதான். அவர்களளவில் இயல்பான அலங்கரிப்பாகக் கருதப்பட்டவை இங்கிருப்போரால் பகட்டாகப் புரிந்துகொள்ளப்பட்டதால் உருவான பெயர்கள் இவை எனலாம்.

இதேபோல 'ஆப்பக்காரங்க' என்கிற பெயராலும் குறிப்பிடுவர். இச்சொல்லின் வேர்ச்சொல் ஆங்கிலம். *Half* என்கிற ஆங்கிலச் சொல்லே வழங்கும் போக்கில் நீண்டு ஆப்பக்காரங்க என்ற உள்ளூர்ச் சொல்லாகியிருக்கிறது. ஆங்கிலோ இந்தியர்களின் பிறப்பு, ஆங்கிலேயர்கள் பாதி இந்தியர்கள் பாதி என்றமைந்தது. இவ்வாறு பாதியைக் குறிப்பதற்காக வழங்கத் தொடங்கி, பிறகு ஆப்பக்காரர்கள் என்று மாறியிருக்கிறது. இச்சொல் கலப்பினத்தைத் தனித்து வழங்குவதற்கு நம் சமூகம் கண்டுகொண்டது எனலாம்.

3. அனுதீப் இயக்கத்தில் அண்மையில் வெளியாகியிருக்கும் படம் 'பிரின்ஸ்' (2022). தமிழ்ப் பகுதியில் வாழும் பிரிட்டிஷ் குடும்பத்திற்கும், தமிழ்க் குடும்பத்திற்குமான உறவும் முரண்தான் இப்படத்தின் கதை. நாயகி ஆங்கிலேய குடும்பம். இலண்டனிலிருந்து வந்து இங்கு குடியேறிய குடும்பம். எனவே, அதனை ஆங்கிலோ இந்தியக் குடும்பம் என்று சொல்ல முடியாது என்பதாலும், ஆங்கிலோ - இந்தியக் குடும்பத்தின் சட்டகத்தை இப்படம் பிரதிபலிக்கவில்லை என்பதாலும் இக்கட்டுரையின் எல்லைக்குள் கொணரப்படவில்லை.

தி இந்தியன் எக்ஸ்பிரஸ் தமிழ், 13 நவம்பர் 2022
(ஏட்டில் வெளியான வடிவத்திலிருந்து விரிவாக்கி எழுதப்பட்டிருக்கிறது.)

அன்றாடத்தின் கற்பிதம்: தமிழ்த் திரைப்படங்களில் உள்ளூர் நாயகர்கள்

1980களில் பல்வேறு உள்ளூர் அம்சங்கள் திரைப்படச் சட்டகத்திற்குட்பட்டுத் தமிழ்த் திரை வெளிக்குள் வந்தன. உள்ளூர் நினைவுகளில் நிலைத்துவிட்ட நாட்டார் நாயகர்கள் பற்றிய கதைகளை மையமாக்கி வெளியான படங்கள் அவ்வகையில் முக்கியமானவை. அவற்றுள் இரண்டு போக்குகள் உண்டு. மக்களிடையே வாழ்ந்து வாய்வழிக் கதைகளாக உள்ளவர்களின் வரலாறை வெகுஜனக் கதையாடலுக்கேற்ப மாற்றி வெளியிட்ட முதல்வகை படங்கள். 'கரிமேடு கருவாயன்', 'மலையூர் மம்பட்டியான்', 'சீவலப்பேரி பாண்டி' போன்ற படங்களை இந்த வகையில் கூறலாம். இவர்கள் பெரும்பாலும் உள்ளூரில் நிலவிய ஏதோவோர் அதிகாரத்தால் பாதிக்கப்பட்டு அதற்கெதிராகப் பழிதீர்க்கப் புறப்பட்டவர்கள். அதனால் நவீன அதிகாரம் தொடர்புடைய காவல்துறையால் தேடப்படுகிறவர்கள். சட்டத்திற்குப் புறம்பான முறையில் பணக்காரர்களை வேட்டையாடினாலும் அவற்றில் கிடைப்பதை மக்களுக்கும் பங்கு வைப்போராகக் காட்டப்பட்டதால் தமிழுக்கான ராபின்ஹுட் வகை கதைகளாக இவை சொல்லிக் கொள்ளப்பட்டன.

கற்பித உள்ளூர் வீரர்கள்:

இதன் தொடர்ச்சியில்தான் இரண்டாவது போக்கு வருகிறது. இவை முதல் வகையிலிருந்து சற்று மாறுபட்டவை. மக்களின் நினைவுகளில் இருப்போரை நேரடியாக எடுத்துக்கொள்ளாமல் அவ்வகை பாத்திரங்களை வகைமாதிரியாக்கிக் கொண்ட கற்பிதப் பாத்திரங்கள் இவை. கற்பிதப் பாத்திரங்கள் என்பதன்

பொருள் அவை முழுக்கக் கற்பனை என்பதல்ல. மாறாக, ஏற்கெனவே காட்டிவந்த உள்ளூர் வீரர்களின் குணாம்சம் இவ்வகை பாத்திரங்கள் மீது ஏற்றப்பட்டிருக்கும். இப்பாத்திரங்களும் பிறர் தேவைகளுக்காகப் போராடின. இறுதியில் எதிரிகளாலோ அரசு எந்திரங்களாலோ கொல்லப்பட்டன. இவ்வகை பாத்திரங்களைப் பற்றியே இக்கட்டுரையில் பார்க்க இருக்கிறோம்.

தமிழ்த் திரைப்படக் கதையாடலுக்கான இன்றியமையாத கச்சாப் பொருளாக எப்போதும் காதல் இருந்துவருகிறது. அதேவேளையில் காதலைச் சித்திரிப்பதில் காலத்திற்கேற்றப் புதிய போக்குகளைச் சேர்த்தும் வந்துள்ளனர். இதன்படி 1980களில் காதலைச் சித்திரிப்பதில் சில குறிப்பிடத்தக்க போக்குகள் தென்பட்டன. அவற்றில் ஒன்றே இந்தக் கற்பித உள்ளூர் வீரர்கள் பாத்திரங்களாகும். 1980 திரைப்படங்களில் காதலிக்கும் நாயகன் - நாயகி இருவரும் பெரும்பாலும் இருவேறு சமூகப் பின்புலத்தைச் சேர்ந்தவர்களாகக் காட்டப்பட்டனர். காதலுக்கான தடை அவற்றினால் உருவாவதாக இருக்கும். ஆனால், இறுதியில் அதிலிருந்து மீறி காதலர்கள் ஒன்றுசேர வேண்டியிருக்கும். அதற்காக நடக்கும் மோதலாகவே இக்கதைகள் அமையும். அது காதலுக்கான மோதலாக இருந்தாலும் சமூகத்தில் நிலவும் அரசியல் முரண்பாட்டுக்கான அர்த்தமாகவும் விரிந்தது. வர்க்கம், சாதி, மதம், ஊர் சார்ந்த முரண்களாக அவை இருந்தன. 1980களில் இடதுசாரி அரசியலைப் பேசிய சாகசப் படங்கள் வெளியாயின. எனினும், நேரடி அரசியல் அடையாளம் சூடிய படங்களைவிட இத்தகைய காதல் கதைகளில்தான் இம்முரண்பாடுகள் அதிகம் பின்புலமாகக் கொள்ளப்பட்டன, விமர்சிக்கப்பட்டன. ஒருவகையில் அரசியல் படமென்று சொல்லிக்கொள்ளாமல் வெளியானதுகூட வசதியாக இருந்தது. அதேவேளையில் அக்காலத்தில் இடதுசாரி அரசியலின் தாக்கம் இருந்தமையும் இத்தகைய படங்கள் வந்ததற்குக் காரணமாயின.

புதிய எதார்த்தம்:

கல்வி, வேலைவாய்ப்பு உள்ளிட்ட சமூக மாற்றங்கள் சார்ந்து உள்ளூரில் அடக்கப்பட்டிருந்த சாதியினர் அல்லது வர்க்கத்தினர் தங்களுக்கு விதிக்கப்பட்ட வரையறைகளிலிருந்து விடுபடுவதற்கான வெளிகள் உருவாகின. அவற்றை ஒட்டி உருவான மோதல்கள் காதல் படங்களில் பிரதிபலித்தன. காதலிக்கும் இருவரில் ஒருவர் தரப்பு வலுவாகவும்

மற்றொருவர் தரப்பு ஒடுங்கியும் இருக்கும் நிலையில், ஒடுங்கிய தரப்புக்கு ஆதரவு தேவைப்படுகிறது. காதலிக்கும் ஆண் சூப்பர் ஹீரோவாக இருந்து சண்டையிட்டு ஜெயிக்க வேண்டும். வெகுஜன சினிமாவின் அம்சமும் அதுதான். ஆனால், எழுபதுகளின் மத்தியிலிருந்து தமிழ் சினிமாவில் புதிய எதார்த்தம் உருவாகி நிலைபெற்றிருந்தது. அதாவது, சூப்பர் ஹீரோவாக இல்லாமல் கிராமப்புற அன்றாடத்திலிருந்து உருவான நாயகர்கள் மையமாகியிருந்தனர். 'பதினாறு வயதினிலே' சப்பாணி போன்றோர் இதற்கான உதாரணங்கள். 1980களில் வெளிவந்த படங்களில் இத்தகைய கிராமங்கள் பதிவாகின. இவ்வாறு கூறுவதன் பொருள் வெகுஜன அம்சங்களோ, நாயக மையமோ இல்லாமல் போய்விட்டன என்பதல்ல. மாறாக, உருவாகியிருந்த கிராமவெளி, அதன் அன்றாடங்கள் ஆகியவற்றின் தாக்கத்திற்கு உட்பட்டே இப்படங்கள் வந்தன என்பதுதான். இந்த வகையில்தான் 1980களில் காட்டப்பட்ட கிராமங்கள் முக்கியமானவை ஆகின்றன.

நைந்த நாயகனும் வீர நாயகனும்:

1980களின் காதல் படங்களில் 'அலைகள் ஓய்வதில்லை' படம் ஒரு பாணியைக் கட்டமைத்தது. காதலிக்கும் இருவரில் நாயகியின் குடும்பமே வலுவானது. காதலித்ததற்காக நாயகியின் அண்ணன் நாயகனை நையப் புடைக்கிறான். நைந்த நாயகன் அன்றாடத்திலிருந்து உருவானவன் என்பதால் எதுவும் செய்ய முடிவதில்லை. ஒருகட்டத்தில் காதலர்கள் இருவரும் பெரும் கலாச்சார மாறுதலைக் கையெடுத்துத் தங்களைத் தாங்களே காத்துக்கொள்கின்றனர். எனினும் இந்த ஒற்றைப் போக்கு மட்டுமே வெகுஜன அம்சமாக இருக்க முடியாது. சாகச நாயகர்களும் தேவைப்பட்டனர். அதேவேளையில் செல்வாக்கு பெற்றிருக்கும் அன்றாடத்தின் எதார்த்தத்தையும் சேர்த்துக்கொள்ள வேண்டியிருந்தது. இதன்படிதான் 80களின் கிராமியக் கதைக்களத்தில் சாகச நாயகன் தேவைப்பட்டபோது மக்கள் நினைவுகளிலிருந்த உள்ளூர் நாட்டார் நாயகப் பாத்திரங்கள் கதையாக்கப்பட்டன. ஒருகட்டத்தில் நாட்டார் நாயகன் போன்று கற்பித்துக்கொள்ளும் நிலை உருவானது. அவர்களேயே இக்கட்டுரை கற்பித உள்ளூர் வீரர்கள் என்று குறிப்பிடுகிறது.

கிராமமானது அன்றாடத்திலிருந்து எதார்த்தப் பாத்திரங்களையும் பிரச்சினையை வெல்வதற்கான சாகசப் பாத்திரத்தையும் ஒரே பிரதிக்குள்

கொணர்ந்தது. இதன் மூலம் வெகுஜனப் பிரதியில் எதார்த்தக் களமும் இயற்கையைத் தாண்டிய போக்கும் ஒருங்கிணைந்தன. அன்றாடத்தின் மனிதர் சூப்பர் ஹீரோவாக மாற வாய்ப்பிருக்காது என்றாலும் ஊரில் வெவ்வேறு குணாம்சங்கள் கொண்ட மனிதர்கள் இருப்பார்கள் என்ற முறையில் இரண்டு பாத்திரங்களும் ஒரே பிரதிக்குள் கொணரப்பட்டன. நாட்டார் நாயகர்களின் குணாதிசயங்கள் இந்தக் கற்பித உள்ளூர்ப் பாத்திரங்கள் மீது ஏற்றப்பட்டன. அன்றாடக் களத்தின் அதிமனிதர்களாக இப்பாத்திரங்கள் அமைந்தன. நாட்டார் நாயகர்கள் மேற்கொண்ட சமூக மேலாதிக்க எதிர்ப்புகளை இவர்களும் எதிர்கொண்டனர்.

கடவுளாகும் வீரன்:

'வைதேகி காத்திருந்தாள்' (1984) படத்தை முதலில் எடுத்துக்கொள்ளலாம். கற்பித உள்ளூர் நாயகச் சித்திரம் அழுத்தம் பெறும் இப்படத்தில் இரண்டு கதைகள் பிணைந்திருக்கின்றன. விளையாட்டுத்தனத்தால் தான் நேசித்த முறைப்பெண்ணை இழக்கிறான் வெள்ளைச்சாமி. இழப்பையும் குற்றவுணர்ச்சியையும் ஒருசேர அடையும் அவன், ஊரைவிட்டு வெளியேறி ஊரூராகச் சுற்றிவிட்டுக் கடைசியில் ஓர் ஊரில் தங்குகிறான். தன்னைப் பற்றி எதுவும் சொல்லிக்கொள்ளாதவன் அவ்வூராருக்கு வேண்டிய உதவிகள் செய்துதந்து வாழ்கிறான். இதற்கிடையே திருமணத்தன்றே கணவனை இழந்த வைதேகியைச் சந்திக்கிறான். இருவரும் தங்கள் கடந்தகால இழப்புகளைப் பரிமாறிக்கொள்கிறார்கள். இவ்வாறாக, ஒரு கதை நகர்ந்து செல்லும்போது இணைக்கதையாக மற்றொரு காதல் ஜோடியின் கதையும் சேர்கிறது. அந்த ஊரில் பெரிய ரவுடியாக அதிகாரம் செய்பவனின் தங்கையை (செங்கமலம்) ஊர் ரேசன் கடையில் விற்பனையாளராக வேலை பார்க்கும் ஆதரவற்றவன் (நடராஜன்) காதலிக்கிறான்.

இவ்வாறு முற்றிலும் தொடர்பற்றவர்களிடையே தொடர்பு உருவாகி அவர்கள் இணைவதுதான் கதை. ஒருவருக்கொருவர் சொந்தமோ, வேறு விதமான உறவோ இல்லை. நடராஜனும் செங்கமலமும் காதலிக்கிறார்கள் என்ற விஷயம் மட்டுமே வெள்ளைச்சாமி இதில் தலையிடுவதற்குப் போதுமான காரணமாக இருக்கிறது. தனக்குத் தாலி கட்டாவிட்டால் இறந்துபோவேன் என்று ஒருமுறை நடராஜனிடம் செங்கமலம் சொல்வதைக் கேட்கிறான் வெள்ளைச்சாமி. முன்பு அதே மாதிரி சொல்லிக்கொண்டிருந்த தன் முறைப்பெண், தான் தாலி கட்டமாட்டேன் என்ற தவறான நினைப்பாலே

இறந்துபோனதை நினைத்துப் பார்க்கிறான். செங்கமலமும் அதுமாதிரி ஆகிவிடக் கூடாதென்று கருதி வைதேகியின் உதவியோடு அவர்களுக்குத் திருமணம் செய்துவைக்க முயல்கிறான் வெள்ளைச்சாமி. செங்கமலத்தின் அண்ணன் அடியாள் படையோடு தடுக்கிறான். அதற்காக நடக்கும் சண்டையில் வெள்ளைச்சாமி இறந்துபோகிறான். ஆனால், திருமணம் முடியும் வரையில் தடுப்பவர்களை மறிக்கும் வகையில் ஊர் அய்யனார் கோயிலில் கையில் அரிவாளோடு நிற்கிறான். அதற்குள் திருமணமும் நடக்கிறது. பிறகுதான் அவன் முன்பே இறந்துபோயிருந்தாலும் திருமணம் முடிய வேண்டுமென்பதற்காகச் சாமியைப் போல் அய்யனார் கோயிலில் நிற்கவைக்கப்பட்டிருக்கிறான் என்பதை ஊரார் புரிந்துகொள்கின்றனர். வெள்ளைச்சாமி தெய்வமாவதோடு படம் முடிகிறது.

வெள்ளைச்சாமி நாட்டார் வீரர்களைப் போல மக்களின் நினைவுகளில் இருந்தவனல்ல. அதேவேளையில் வெள்ளைச்சாமி போன்ற மனிதர்கள் ஊர்களில் இருந்திருக்க மாட்டார்கள் என்றும் சொல்ல முடியாது. இருந்திருக்கலாம், அது அருவமானது. ஆனால், ஊருக்காகவோ வேறெந்த நல்ல விசயத்திற்காகவோ இறந்து போனவர்களை வணங்கும் மரபு இங்கிருக்கிறது. நாட்டார் கதை நாயகர்களைப் போல உருவமாக அறியப்படாவிட்டாலும் உள்ளூரில் தனித் தெய்வமாகவோ, ஏற்கெனவே இருந்த தெய்வங்களில் கலந்ததாகவோ வெள்ளைச்சாமி போன்றோர் இருப்பதுண்டு. அந்த வகையில்தான் 'வைதேகி காத்திருந்தாள்' படத்தின் வெள்ளைச்சாமியைக் கற்பித உள்ளூர் நாயகன் என்கிறோம். நாட்டார் கதைப் பாடல்களின் நாயகர்கள் இறந்துபோன பின்பு கோயில்களில் வைத்து வணங்கப்படுவோராகவும், ஊரைக் காப்போராகவும் கருதப்படுகின்றனர். இப்படத்திலும் காதலர்களைக் காப்பதற்காகக் கையில் அரிவாளோடு அய்யனார் போலவே வெள்ளைச்சாமி நிற்கிறான். நாட்டார் வீரர்கள் உள்ளூர்களில் பெற்றுள்ள இடத்தினை இத்திரைப்படக் கதையாடல் வெள்ளைச்சாமியோடு சமப்படுத்துகிறது. அதாவது, அவனும் தெய்வமாகிறான்; மனிதன் மீவியல் பண்பு கொண்டவனாகிறான். படத்தின் இறுதி வசனமும் "நம்மள மனுசனாக்கிட்டு வெள்ளைச்சாமி தெய்வமாகிட்டான்" என்றமைகிறது.

இவ்விடத்தில் இன்னொரு படத்தையும் பார்க்கலாம். அது பாரதிராஜா இயக்கிய 'முதல் மரியாதை' (1985). வேறொருவரைக் காதலித்துக் கருவுற்ற மாமன் மகளை வாக்கு தந்துவிட்டதற்காக மணந்து வாழும்

சம்சாரி சின்னய்யா. இல்லறத்தில் மகிழ்ச்சி இல்லாவிட்டாலும் அதனை வெளிக்காட்டிக்கொள்ளாத அவர், ஊருக்குப் பரிசல் ஓட்ட வரும் குயிலு என்ற பெண்ணோடு பழகுகிறார். வயது கடந்த இந்த நட்பு, காதல் என்று அறுதியிட முடியாத - அதேவேளையில் பூடகமான உறவாகவும் இருக்கிறது. இக்கதைக்கு இணையாக இன்னொரு காதல் ஜோடியின் கதையும் (செல்லப்பாண்டி - செவுளி) படத்தில் வருகிறது. சின்னய்யா அதிமனிதர் அல்ல. படத்தில் எல்லாப் பாத்திரங்களும் அன்றாடத்தின் மனிதர்களே. அதில் செல்லப்பாண்டி, சின்னய்யா வீட்டில் வேலை பார்க்கும் நைந்த பாத்திரம். காதலி செவுளி மாற்றுச் சாதியைச் சேர்ந்தவள். இதனால் காதலுக்கு ஏற்படும் தடையை உடைக்கிறார் சின்னய்யா. உள்ளூரில் தனக்கிருக்கும் 'பெரிய மனிதர்' அதிகாரத்தைப் பயன்படுத்தி அக்காதலர்களுக்கு மணம் முடித்து வைக்கிறார்.

'வைதேகி காத்திருந்தாள்' வெள்ளைச்சாமி போல இல்லையென்றாலும், தான் நல்லபடியாக வாழாவிட்டாலும் சின்னஞ்சிறுசுகள் வாழட்டும் என்கிற எண்ணமே சின்னய்யாவை இதற்கு உந்துகிறது. எனினும் படத்தில் அக்காதலர்களின் சோகமோ, அவர்களால் சின்னய்யாவிற்கு ஏற்பட்ட இடரோ முக்கியமாக அமைவதில்லை. இக்காதலர்களுக்கு மணம் முடித்து வைத்தமையால் அவருக்குச் சாவோ, தெய்வ நிலையோ வருவதில்லை. ஆனால், அக்காதலர்களுக்குத் தெய்வநிலை வருகிறது. அதாவது, மணம் முடித்து வைக்கப்பட்ட பெண் கள்வன் ஒருவனால் கொல்லப்படுகிறாள். கர்ப்பிணியாக இருக்கும்போது இறந்துபோனதால் அவள் நினைவாக ஊரில் சுமைதாங்கிக் கல் நாட்டப்படுகிறது. அவள் நினைவால் மனநிலை பாதிக்கப்படும் காதலனும் பிறகொரு கட்டத்தில் இறந்துபோகிறான்.

பூந்தோட்ட காவல்காரன் (1988):

செந்தில்நாதன் இயக்கத்தில் வெளியான படம் 'பூந்தோட்ட காவல்காரன்'. பணக்காரனான ராம்குமாரின் தங்கை வித்யா தத்தெடுத்து வளர்க்கப்பட்ட ஆனந்தைக் காதலிக்கிறாள். அந்தஸ்தைக் காரணம் காட்டி காதலை ஏற்க மறுக்கிறான் ராம்குமார். வீட்டைவிட்டு வெளியேறும் காதலர்கள் எதிர்பாராத விதமாக அந்தோணி - சிவகாமி தம்பதியினரிடம் அடைக்கலமாகிறார்கள். சாராயம் காய்ச்சுபவனாக இருந்தாலும் மக்களுக்கு உதவக்கூடிய நல்லவன் அந்தோணி. காதலர்களுக்காக ராம்குமாரிடம் நியாயம் பேசச் சென்று வஞ்சிக்கப்படும் அந்தோணி, அடுத்த முறை

சுதாரித்துக்கொண்டு இருவருக்கும் திருமணத்தை முடித்து வைத்துவிட்டு இறந்து போகிறான். பணக்காரனை எதிர்கொள்ள முடியாமல் தவிக்கும் அன்றாடத்தின் பாத்திரமாக ஆனந்த் இருக்க, கற்பித உள்ளூர் வீரனாக அந்தோணி வருகிறான். அதாவது, எதார்த்தக் களமும் (ஆனந்த்) சாகசமும் (அந்தோணி) இணைகிறது. அன்றாடத்தின் பிரச்சினையைச் சொல்லும் பிரதி அவற்றை வெல்வதற்கான மிகையையும் காட்டுகிறது என்று கூறலாம்.

இத்தகைய கதையாடலுக்குள் கொணரப்படும் மீவியல் பண்பு சுவராஸ்யமானது. இது நாட்டார் கதையாடலின் குணாம்சம். நாட்டார் மரபில் வணங்கப்படும் தெய்வங்கள் பெரும்பாலும் பிறப்பிலேயே தெய்வங்கள் அல்ல. மாறாக, மனிதர்களாக இருந்து தெய்வங்களாக உயர்த்தப்பட்டவர்கள்; காதலித்ததால் கொல்லப்பட்டுப் பிறகு தெய்வமாக்கப்பட்டவர்கள். அப்படித் தெய்வமான பின்பு பிறர் வந்து குறைதீர்க்கச் சொல்லி வணங்குகிறார்கள். எனவே, கொல்லப்பட்டுத் தெய்வமாக்கப்பட்டவர்கள் பற்றிய கதையிலேயே அவர்கள் மனிதராக வாழ்ந்திருந்த எதார்த்தமும், தெய்வமாக்கப்பட்டதற்குப் பிந்தைய மீவியல் பண்பும் கொணரப்படுகின்றன. 'வைதேகி காத்திருந்தாள்' வெள்ளைச்சாமியும், 'பூந்தோட்ட காவல்காரன்' அந்தோணியும் காதலுக்கு உதவக்கூடிய சாகசம் கொண்டவர்களாக இருப்பது நாட்டார் வீரத்தெய்வங்களின் மீவியல் பண்புக்கு ஒப்பானதாக இருக்கிறது. அதேவேளையில் இவர்கள் அன்றாடத்தின் நாயகர்களாக இருந்தே உதவக்கூடிய (அருளக்கூடிய) நிலைக்கு வந்திருக்கிறார்கள் என்பதையும் இக்கதைகள் கூறுகின்றன. அதாவது, அன்றாடத்தின் பாத்திரங்களாக இருந்து மீவியல் பண்புகொண்ட நாயகர்களாக மாறியதை இக்கதைகள் சொல்கின்றன.

'பூந்தோட்ட காவல்கார'னில் இரண்டு கதைகள் இருக்கின்றன. அந்தோணி தம்பதியினர் காதலர்களுக்கு உதவுவதற்கு மூன்று காரணங்கள் இருக்கின்றன. ஒன்று, அந்தோணியைப் போலவே காதலன் ஆனந்தும் ஆதரவற்றவன். இரண்டு, இத்தம்பதியினரும் காதலித்து மணந்தவர்கள். அதில் ஏற்பட்ட தாக்குதலில் குழந்தைப் பேறை இழந்தவர்கள். காதலியாக வரும் வித்யாவைத் தங்கள் மகளைப் போல இத்தம்பதியினர் கருதுவது மூன்றாவது காரணம். இந்த மூன்று விஷயங்களும் திருப்புக் காட்சியில் (Flash Back) சொல்லப்படுகின்றன. தேவாலயத்தில் விட்டுச் செல்லப்பட்ட ஆண் குழந்தையை அங்கு பணிபுரிபவர் அந்தோணி என்று பெயர்சூட்டி வளர்க்கிறார். அந்தோணி சிறுவனாக இருந்தபோதே

வளர்த்தவர் இறந்துபோகிறார். பசி தீர்க்கச் சாராயக் கடத்தல், சிறை என்று செல்லும் அந்தோணி, வளர்ந்த பிறகு அரசியல்வாதி ஒருவரின் விசுவாசமான வேலைக்காரன் ஆகிறான். அவரது மகள் சிவகாமியின் காதலுக்கு இணங்கி எதிர்ப்பினூடே திருமணம் செய்துகொண்டு தனியாகச் சென்று நல்லபடியாக வாழ்கிறார்கள். அரசியல்வாதியோ சரியான தருணம் பார்த்துக் காத்திருக்கிறான். ஒருமுறை அந்தோணியை ஆள் வைத்துத் தாக்கும்போது குறுக்கே வரும் சிவகாமி மீண்டும் குழந்தைபேறு அடைய முடியாத அளவுக்கு அடிபடுகிறாள். அதற்குப் பிறகுதான் அந்தோணி இன்றைய நிலையை அடைகிறான்.

தங்களைப் போலவே அந்தஸ்தைக் காரணம் காட்டித் துரத்தப்படும் காதலர்களுக்கு அந்தோணி தம்பதியினர் உதவுகின்றனர் என்பதே கதை. இரத்தப் பந்தமாகவே இருந்தாலும் கொல்வதற்கு விரட்டுகிறான் காதலியின் அண்ணன் ராம்குமார். இரத்த உறவே இல்லாவிட்டாலும் உயிரைக் கொடுத்துச் சேர்த்துவைக்கிறான் அந்தோணி. இந்த மானிட நேயத்தை உருவாக்குவதுதான் காதல். காதலிப்பதற்கு மட்டுமல்ல, காதலைச் சேர்த்து வைப்போருக்கும் சாதி பேதம் இருக்க முடியாது என்பதுதான் விசயம்.

செந்தூரப்பூவே - (1988)

1988இல் வெளியான மற்றொரு படம் 'செந்தூரப்பூவே'. ஆபாவாணனின் கதை, திரைக்கதையை P.R.தேவராஜ் இயக்கியிருந்தார். இதிலும் விஜயகாந்த் தான் நாயகன். நீலாம்பூர் ஜமீனைப் பொன்னம்மா தலைமையேற்று நடத்திவருகிறாள். கணவனின் முதல் மனைவியை இரண்டாம் பட்சமாக்கிவிட்டுத் தானே மனைவியாகி அதிகாரத்தை எடுத்துக்கொண்டவள். ஒரு பெண் குழந்தையைப் பெற்றெடுத்துவிட்டு முதல் மனைவி இறந்து போகிறாள். கணவனும் பொன்னம்மாவுக்கு அடங்கிப் போகிறார். இதைப் பார்த்த மாமனார், ஜமீன் சொத்துகள் முதல் மருமகளின் மகள் பொன்னிக்கே என்று உயில் எழுதி வைத்துவிட்டு இறந்து போகிறார். வேறு வழியில்லாமல் பொன்னியைச் சகித்துக்கொள்ளும் பொன்னம்மா, அவளைக் கொடுமைப்படுத்துகிறாள். தனக்குப் பிறந்த மகன் சௌந்தருக்கே சொத்துகள் சேர வேண்டுமென்று பொன்னிக்கு நான்கு வயதிலேயே திருமணம் முடித்துவைத்து விதவையாக்குகிறாள். இந்தக் கொடுமைகளைப் பொறுத்துக்கொள்ளாத மகன் சௌந்தர், அம்மாவை எதிர்த்து ஜமீனிலிருந்து வெளியேறி எங்கோ சென்றுவிடுகிறான். இதுதான் கதையின் பின்புலம். இதையடுத்து ஊருக்கு அதிகாரியாக வரும் அசோக்கிற்கும் பொன்னிக்கும்

காதல் உண்டாகிறது. பொன்னம்மா எதிர்க்கிறாள். அசோக் மீது தாக்குதல் நடத்துகிறாள். இதற்கிடையில் சிறையிலிருந்து தப்பிவரும் முன்னாள் இராணுவ அதிகாரி சௌந்தர்பாண்டியன் காதலர்களைச் சேர்த்து வைத்துவிட்டு இறந்து போகிறார். இதன்படி இப்படத்திலும் இரண்டு கதைகள் இருக்கின்றன.

சௌந்தர்பாண்டியன் பற்றிய கடந்தகால கதையில் அவன் மனைவி, ஊரில் எல்லோரும் பார்த்துப் பயப்படும் ரவுடியைப் போலீஸிடம் காட்டித்தருகிறாள். சிறையிலிருந்து வெளியே வரும் அவன், சௌந்தர்பாண்டியன் மனைவியையும் குழந்தையையும் கொல்கிறான். இராணுவத்திலிருந்து வரும் சௌந்தர்பாண்டியன் ரவுடியைக் கொல்கிறான். அதற்காகச் சிறை செல்லும் அவன், அங்கிருந்து தப்பி வந்து நீலாம்பூரில் காதலர்களைச் சேர்த்து வைத்துவிட்டு இறந்து போகிறார். ஆனால், மற்ற படங்களைப் போல இக்கதையில் சௌந்தர்பாண்டியனின் இழப்புகள் காதலுக்காக நடக்கவில்லை. அவருடைய மனைவி, மகன் கொல்லப்பட்டதற்கும் பொன்னம்மாவிற்கும் நேரடித் தொடர்பில்லை. ஆனால், பொன்னம்மாவின் எதேச்சதிகாரத்தை எதிர்த்து வீட்டைவிட்டு வெளியேறிச் சென்ற மகன் சௌந்தர், சௌந்தர்பாண்டியனின் பணியாளாக இருக்கிறான். சௌந்தர்பாண்டியனின் மனைவி மகனைக் காப்பாற்றும் போராட்டத்தில் அவனும் இறந்து போகிறான். சாகும்போது தன் தங்கை பொன்னி சந்திக்கும் கொடுமைகளைச் சொல்லித் தன் அம்மாவிடமிருந்து அவளைக் காப்பாற்றுமாறு வேண்டிக்கொண்டு செத்துப் போகிறான். அதற்காகத்தான் நீலாம்பூர் வந்து பொன்னியின் காதலுக்கு உதவுகிறார் சௌந்தர்பாண்டியன். தனிப்பட்ட முறையில் காதலால் பாதிக்கப்படவில்லையெனினும் பொன்னி - அசோக் காதலை நிறைவேற்றுவதன் மூலம் பொன்னம்மாவின் ஜமீன் கொடுமைகளை முடிவுக்குக் கொணருகிறான். இவ்விடத்தில் காதலை நிறைவேற்றுவதே சௌந்தருக்குத் தந்த உறுதியைக் காப்பாற்றுவதாக முடிகிறது.

மருதுபாண்டி - (1990)

1990ஆம் ஆண்டு மனோஜ் குமார் இயக்கி வெளியான 'மருதுபாண்டி' படத்தையும் வரிசையில் குறிக்கலாம். முந்தைய படங்களின் வரிசையில் அமையவில்லையெனினும் அப்படங்களின் கதையாடல் இதில் பிரதிபலிக்கிறது. அம்மாப்பட்டி கிராமத்தில் பரிசல் ஓட்டுபவனாகவும் ஊர்க் காவலனாகவும் இருப்பவன் மருதுபாண்டி. ஊரார் அவனுக்கென

இலவசமாக வழங்கும் உணவில் ஒரு பகுதியைக் கோயிலிலுள்ள மனநிலை பிறழ்ந்த பெண்ணுக்குத் தருபவன். இதேவேளையில் பக்கத்து ஊரில் சிலரைப் பழிவாங்கும் இரகசியத் திட்டத்தோடும் இருக்கிறான். மற்ற படங்கள் போல் இப்படத்தில் மற்றுமொரு காதல் ஜோடியோ, அவர்களின் கதையோ இணைப் பிரதியாகப் படைக்கப்படவில்லை. அதேவேளை ஒருவாறான சிறிய பாத்திரங்களும் அவர்களின் கதையும் படத்தில் வந்துபோகிறது. அதாவது, பக்கத்து ஊர் ஆணும் அம்மாப்பட்டி பெண்ணும் காதலிக்கிறார்கள். காதலிக்குத் திருமண ஏற்பாடு செய்துவிடுவதால் அவர்களிருவரும் ஊரைவிட்டு ஓடிப்போகிறார்கள். அவர்களை மீட்டுவந்து ஊராரிடம் ஒப்படைக்கிறான் மருதுபாண்டி. இது அவனுடைய காவல் எல்லை சார்ந்த பிரச்சினை என்ற முறையில் செய்கிறானே தவிர, காதலை மறுப்பதற்காக அல்ல. ஒப்படைத்துவிட்ட பின்பு ஊராரிடம் வாதாடி அவர்களிருவருக்கும் திருமணம் முடித்து வைக்கிறான். அது கதையின் பிரதான அம்சம் அல்ல என்றாலும் காதலர்களைச் சேர்த்துவைத்தல் என்ற முறையில் இது குறிப்பிடத்தக்கதாகும்.

படத்தில் இரண்டு கதை இல்லை. ஆனால், ஒருவருடைய கதையே இரண்டாகப் பிரிக்கப்பட்டிருக்கிறது. ஒருபகுதி திருப்புக் காட்சியாகச் சொல்லப்படுகிறது. மருதுபாண்டியின் கடந்தகால கதை, காதல் தொடர்புடையதாகும். கடந்தகாலத்தில் நடந்தவற்றின் விளைவை நிகழ்காலத்தில் எதிர்கொள்கிறான். மற்ற படங்களைப் போல் கடந்த காலத்தில் நாயகனின் காதல், நிகழ்காலத்தில் பிறரின் காதலுக்கான தியாகம் என்று அமையவில்லை. கடந்தகாலத்தில் அவன் பெயர் மாணிக்கம். தறி நெய்யும் தொழில் செய்து தங்கையோடு வாழ்ந்துவருகிறான். அவனுக்கும் ஜமீன்தார் ஜெகன்னாத உடையார் மகள் கவிதாவுக்கும் காதல். காதலை எதிர்க்கும் உடையார் மகளுக்குத் தன் சாதிக்குள் மணம் முடிக்க விரும்புகிறார். ஆனால், கவிதாவோ திருமண நாளில் விஷம் உண்டு சாகிறாள். அங்கு செல்லும் மாணிக்கமும் தாக்கப்படுகிறான். அவன் தங்கை, கவிதாவைத் திருமணம் செய்துகொள்ளவிருந்த மாப்பிள்ளையால் பாலியல் வல்லுறவு செய்யப்படுகிறாள். அவளுக்கு மனநிலைப் பிறழ்வு ஏற்பட்டுவிடுகிறது. கோபப்படும் மாணிக்கம் அங்கேயே ஒருவரைக் கொலை செய்துவிட்டு, தங்கையோடு தப்பிவந்து அம்மாப்பட்டியில் மருதுபாண்டியாக வாழ்கிறான். இவ்வாறு நடந்த கொலைக்காக அவனைக் காவல்துறை தேடுவதும், மிச்சமிருப்போரை அவன் பழிவாங்குவதும்தான் நிகழ்காலம். அதில்

அவனுடைய பிரச்சினை காதல் அல்ல. எனினும் அவனுடைய சாகசம் காதலி இழப்புக்குப் பிறகே தொடங்குகிறது. அதாவது, மருதுபாண்டி கடந்த காலத்தில் அன்றாடங்களின் நாயகன். நிகழ்காலத்தில் அவனே ஊரைக் காவல் காக்கும் மீவியல் நாயகனாகிறான்.

ஊர்க்காவலன் - (1987)

ஒருவருக்கொருவர் தெரியாதவர்களாக இருந்தாலும், காதலிப்பவர்களுக்கு உதவுவது என்று சிற்சில மாறுதல்களுடன் கூடிய படங்கள் நிறைய வெளியாயின. இரத்த உறவுடையோரின் காதலுக்காகப் போராடும் கதைகளும் வெளியாயின. அதில் மனோபாலா இயக்கிய இராமம. வீரப்பனின் கதையான 'ஊர்க்காவலன்' படத்தைக் கூறலாம். கன்னடப் படமொன்றின் தமிழ்த் தழுவல் இது. இரும்பு உலை நடத்தும் ஏழையான காங்கேயன் தன் தம்பியை மேல்படிப்புப் படிக்க வைக்கிறான். தம்பியும் பண்ணையார் மகள் மல்லிகாவும் காதலிக்கிறார்கள். தம்பியின் ஆசையை நிறைவேற்ற பெண் கேட்டுச் செல்கிறான் காங்கேயன். சாதி, அந்தஸ்து, பணம் என்பவற்றைக் கூறி மறுக்கிறார் பண்ணையார். அதோடு மகளைப் பக்கத்து ஊர் பண்ணையாருக்கு மணம் முடிக்க ஏற்பாடு செய்கிறார். காங்கேயன் மல்லிகாவைத் தன் தம்பிக்கு மணம் முடித்து வைக்கிறான். ஆனால், சாமி வந்து ஆடும்போது கோயில் பூசாரியால் அவன் தம்பி கொல்லப்படுகிறான். தொடர்ந்து பண்ணையார் தன் மகளை விதவையாகத் தக்கவைக்க முற்படுகிறார். ஆனால், காங்கேயன் அவளுக்கு அவனைப் போன்ற ஏழையான கண்ணனை மணம் முடித்து வைக்கிறான். கோயில் பூசாரி மீண்டும் சாமி ஆடியபடி கண்ணனைக் கொல்ல முனையும்போது காங்கேயன் தடுக்கிறான். பிறகுதான் மக்களின் நம்பிக்கையைப் பயன்படுத்தி பூசாரி மூலம் நடத்தப்பட்ட ஆணவக்கொலைதான் தன் தம்பி கொல்லப்பட்டதும் என்பதைக் கண்டுபிடிக்கிறான். ஆனால், இந்தப் போராட்டத்தில் தனக்கு உறுதுணையாக இருந்த காதலியை இழக்கிறான்.

படத்தில் அந்தஸ்து உள்ளிட்ட காரணங்களால் காதல் எதிர்க்கப்படுகிறது. மக்களிடையே புழங்கிவரும் மரபான நம்பிக்கைகள் அதற்காகப் பயன்படுத்திக்கொள்ளப்படுகின்றன. இவற்றை முறியடிப்பதுதான் படத்தின் கதை. மற்ற படங்களைப் போல் காதலோடு நின்றுவிடாமல் மக்களிடம் நிலவும் நம்பிக்கைகளைச் சொந்த நலனுக்குப் பயன்படுத்துதல், விதவை மறுமணம் போன்ற நவீன அரசியல் சீர்திருத்தங்கள் கதையோடு

இணைத்துக்கொள்ளப்பட்டுள்ளன. மற்றபடி இது காதலர்களைச் சேர்த்துவைக்கும் படம்தான். படத்தில் இரண்டு காதல் இணையர்கள் உண்டு. ஆனால், இரண்டு தரப்பும் வேறு வேறல்ல. ஒன்று நாயகனின் காதல். மற்றொன்று நாயகனின் தம்பி காதல். தம்பியின் காதலையொட்டி நடக்கும் பிரச்சினைதான் கதை. அண்ணனான காங்கேயன் அதற்காகத் தன்னை அர்ப்பணித்துக்கொள்கிறான்; தன் காதலியையே இழக்கிறான். பிறகு அவள் நினைவிலேயே வாழ்ந்துவருகிறான். படத்திற்குள் திருப்புக் காட்சி இல்லை. முழுக் கதையுமே காங்கேயனின் திருப்புக் காட்சிதான். கைகூடாது போன காதலியின் நினைவுதான் அவனுக்கு வழிகாட்டுகிறது; அவனை உயிர்த்திருக்க வைத்திருக்கிறது; அவள் நினைவுதான் அவனுக்குத் தொன்மம்.

மூன்றெழுத்தில் என் மூச்சிருக்கும் (1991)

இந்த வரிசையில் மனோபாலா இயக்கிய 'மூன்றெழுத்தில் என் மூச்சிருக்கும்' படத்தையும் கூறலாம். 'பூந்தோட்ட காவல்காரன்' கதையையும் 'ஊர்க்காவலன்' கதையையும் கலந்தால் அதுதான் இப்படம். வளர்ப்புத் தாயின் சொந்த மகனைத் தன் தம்பியாகக் கருதி வாழ்கிறான் ராபர்ட். சவப்பெட்டி செய்யும் தொழில் அவனுடையது. தம்பி பீட்டரும் ஊர்ப் பணக்காரனான மோசஸின் தங்கை ஸ்டெல்லாவும் காதலிக்கிறார்கள். ஒரே மதமானாலும் அந்தஸ்தைக் காரணம் காட்டி காதலை மறுக்கிறான் மோசஸ். தன் தம்பியின் காதலைப் போராடிச் சேர்த்து வைக்கிறான் ராபர்ட். தம்பி மீதான பாசம் என்று இருந்தாலும் காதல் பற்றி ராபர்ட்டுக்கு இருக்கும் மதிப்பே இதைச் செய்ய வைக்கிறது.

இந்த இடத்தில் ராபர்ட்டுக்கான திருப்புக் காட்சி வருகிறது. கடந்தகாலத்தில் ராபர்ட் ஆசாரத்தை நம்பும் நம்பூதிரியின் மகள் பார்வதியைக் காதலித்தான். "எருக்கம்பூ, பூஜையறைக்கு வர ஆசைப்படக்கூடாது" என்று கூறி காதலுக்குத் தடையாக நிற்கிறார் நம்பூதிரி. "கீழ் சாதிக்கார நாய் என் வீட்டுத் தட்டில் சோறு தின்ன அனுமதிக்க மாட்டேன்" என்கிறார். "சாதி, மதம் கடவுள் படைத்ததல்ல. மனிதன்தான் படைத்தான்" என்று கூறி ராபர்ட் அவற்றை மீறுகிறான். நம்பூதிரி அவனை நோக்கிச் சுடும்போது குறுக்கே வரும் நாயகி மீது குண்டுபட்டு அவள் இறந்து போகிறாள். அவ்வாறு கடந்தகாலத்தில் காதலின் இழப்பைச் சந்தித்த ராபர்ட், இப்போது சாகசத்தால் காதலர்களைச் சேர்த்து வைக்கிறான்.

அம்மா என்கிற மூன்றெழுத்தின் மீது மூச்சை வைத்திருப்பதாக ராபர்ட் கூறுகிறான். வசனத்தில் அவ்வாறு சொல்லப்பட்டாலும் கதையில் அவன் மூச்சைக் கொண்டிருப்பது காதலெனும் மூன்றெழுத்தின் மீதுதான். இடையில் அந்தஸ்தைத் தாண்டிய காதலர்களைச் சேர்த்து வைக்கும் கதைகள் வந்தாலும் ('முதல் வசந்தம்', 'முதல் சீதனம்', 'சிறையில் பூத்த சின்னமலர்') 1990களில் வந்த இரண்டு படங்கள் குறிப்பிடத்தக்கவை.

என் ராசாவின் மனசிலே - (1991)

1991ஆம் ஆண்டு கஸ்தூரிராஜா இயக்கத்தில் அடுத்தடுத்து இரண்டு படங்கள் வெளியாயின. ஒன்று 'என் ராசாவின் மனசிலே', மற்றொன்று 'ஆத்தா உன் கோயிலிலே'. உள்ளூர் கதையாடலின் அடுத்தகட்டப் போக்கை இப்படங்கள் உருவாக்கின. நாட்டார் வீர வழிபாட்டுக் கதைகள் முடிவுக்கு வந்துகொண்டிருந்த காலத்தில் கஸ்தூரி ராஜா போன்றோரின் வருகை நடந்தது. வீர வழிபாட்டுக் கதைகளில் ஆண் மையப்படுத்தப்பட்டிருந்தான். அவன் காட்டிய வீரம், அவனுடைய கருணை, அவனுடைய சோகம் சார்ந்தே பெண் பாத்திரங்கள் அமைந்திருந்தன. இப்போதோ அதுபோன்ற கதைகள் அல்லாமல் பகுதியளவில் வழிபடப்படும் பெண் தெய்வங்களின் கதைகள் படமாயின. வீரர்களின் வரலாறு கதைப்பாடலாக ஆனது போல், பெண்களின் கதைகள் சடங்குகளாக - நம்பிக்கைகளாக இருக்கின்றன. அவற்றையே இப்படங்கள் சினிமா சட்டகத்திற்குள் சேர்த்தன. இக்கதைகளில் ஒப்பீட்டளவில் பெண் மையமானாள். இதன் பொருள் ஆண் மையம் இல்லாமல் போனது என்பதல்ல. அக்கதைகள் சினிமா சட்டகத்திற்குள் வரும்போது நாயக அம்சத்தை எடுத்துக்கொண்டன. ஒப்பீட்டளவிலான மாற்றத்தையே இங்கே குறிப்பிடுகிறோம். 'ஆத்தா உன் கோயிலி'லே படத்தில் இடம்பெற்ற 'பொம்பளைய மதிக்க வேணும் முறைப்படி...' பாடலை இம்மாற்றத்திற்கான சான்றாகக் கூறலாம்.

'என் ராசாவின் மனசிலே' படத்தின் நாயகன் மாயாண்டி. முரடன், ஆனால், அன்பானவன். அன்பை எப்படி வெளிப்படுத்த வேண்டுமெனத் தெரியாத அளவிற்குக் கரடுமுரடானவன். தன் முறைப்பெண் சோலையம்மா மீது பிரியம் கொண்டிருக்கிறான். அவளுக்கோ அவன் முரட்டுத்தனத்தின் மீது அச்சம். திருமணம் முடிந்தும் அவளுக்கு அச்சம் நீங்குவதில்லை. குழந்தையைப் பெற்றுத் தன் தங்கை கஸ்தூரியிடம் கொடுத்துவிட்டு இறந்துபோகிறாள்.

குழந்தையை வளர்ப்பதற்காக கஸ்தூரியை மணந்துகொள்ள முற்படுகிறான் மாயாண்டி. ஆனால், அவள் ஏற்கெனவே காதல் வயப்பட்டிருக்கிறாள் என்பதை அறிகிறான். பண்ணையார் மகன் முருகேசனே அவள் காதலன். ஆனால், அந்தஸ்தைக் காரணம் காட்டி காதலை மறுக்கிறார் பண்ணையார். அதற்கான போராட்டத்தில் காதலர்களைச் சேர்த்து வைத்துவிட்டு இறந்து போகிறான் மாயாண்டி. உயிரோடிருந்தபோது மனைவியின் மனதைப் புரிந்துகொள்ளாமல் போய்விட்ட மாயாண்டி, மனைவியின் தங்கை மனதைப் புரிந்துகொண்டு அதற்காகச் செத்தும் போகிறான். இக்கதை 1980கள் படங்களைப் போல வெளியிலிருந்து வந்து காதலைச் சேர்த்துவைப்பதாக இல்லை. மாறாக, தான் சேர்த்து வைக்கும் காதலர்களோடு நேரடித் தொடர்புடையவனாக இருக்கிறான். அதேவேளையில் முந்தைய கற்பித நாட்டார் வீரனின் தொடர்ச்சியாகவும் இருக்கிறான். கடைசியில் காதலைச் சேர்த்து வைத்துவிட்டு வணங்கத்தக்கவனாக மாறிவிடுகிறான்.

ஆத்தா உன் கோயிலிலே - *(1991)*

'ஆத்தா உன் கோயிலிலே' படத்தில் பண்ணையார் வீட்டில் வேலை செய்கிறான் நாயகனான மருத (மதுரைவீரன்). ஒடுக்கப்பட்ட வகுப்பைச் சேர்ந்தவன். அவனுடைய கபடமற்ற அன்பைப் புரிந்துகொள்ளும் பண்ணையார் மகள் கஸ்தூரி அவனைக் காதலிக்கிறாள். கெட்டவனான முறைமாமனை ஏற்க மறுப்பவள், மருதயை மணம் முடிக்கிறாள். ஊர்த்தலைவரும் ஊராரும் கஸ்தூரி குடும்பத்திற்குத் தரும் நெருக்கடியால் கஸ்தூரி விஷம் கொடுத்துக் கொல்லப்படுகிறாள். அந்தப் பாவத்திலிருந்து விலக அவளைத் தெய்வமாக மாற்றுகிறார்கள். அவள் காதலர்களுக்கு அருள்பாலிப்பவளாக இருக்கிறாள். அவள் உயிரோடு இருந்தவரையில் அன்றாடத்தின் நாயகனாக இருந்த மருத, அவள் இறந்த பின்பு சாகச நாயகனாக மாறுகிறான். இந்த வகையில் காதலர்கள் இருவருமே மீவியல் பண்பு கொண்டவர்களாக மாறுகிறார்கள். இப்படத்தில் இரண்டு கதைகள் வந்து ஒன்றாகின்றன. கஸ்தூரி - மருத கதை கடந்தகாலத்தில் நடந்தது. அது திருப்புக் காட்சியில் சொல்லப்படுகிறது. மற்றொரு கதை நிகழ்காலத்தில் நடக்கிறது. பண்ணையார் மகனும் செருப்புத் தைப்பவரின் மகளும் காதலிக்கிறார்கள். பண்ணையார் காதலை ஏற்க மறுக்கிறார். அவர்களிருவருக்கும் திருமணம் முடித்து பண்ணையார் ஆட்களோடு சண்டையிட்டுச் சாகிறான் மருத (வீரன்). பண்ணையார் மகன் அன்றாடத்தின் நாயகன். அவனை மீவியல் பண்புக்கு உயர்ந்துவிட்ட மருத (வீரன்)

காக்கிறான். ஏனெனில், கஸ்தூரியும் மருதயும் காதலின் தெய்வங்கள்.

'என் ராசாவின் மனசிலே', 'ஆத்தா உன் கோயிலிலே' ஆகிய இரண்டு படங்களின் கதைகளும் உண்மைக்கதை என்று சொல்லப்படுவதோடு அப்பாத்திரங்கள் இன்றைக்குத் தெய்வமாகவோ - கதையாகவோ வழங்கப்படுவதாகக் கூறப்படுகின்றன. மதுரை மாவட்டம் பண்ணைபுரத்திற்கு அருகிலுள்ள சிறு கிராமத்தில் நடந்த உண்மை நிகழ்ச்சியை அடிப்படையாகக் கொண்டு எடுக்கப்பட்ட படம் என்று 'என் ராசாவின் மனசிலே' படத்திலும், மதுரை மாவட்டத்தில் மல்லிங்காபுரம் என்னும் சிறிய கிராமத்தில் உள்ள ஒரு பெண் தெய்வத்தின் உண்மைக் கதை என்று 'ஆத்தா உன் கோயிலிலே' படத்திலும் சொல்லப்படுகிறது. படத்தில் மட்டுமல்ல, அந்தப் பாத்திரங்கள் உண்மையிலேயே தெய்வங்களாக இருக்கின்றனர். மனிதர்களாக இருந்து தெய்வங்களாக ஆனவர்கள். எனவே, இப்படக் கதைகளில் மனிதர்களாக இருக்கும் அன்றாடமும் சாகசங்களை நிகழ்த்தும் மீவியல் பண்பும் கலந்திருந்தன. இவ்வாறாக 1980களில் தொடங்கிய நாட்டார் நாயகப் பாத்திரங்கள் பல்வேறு போக்குகளோடு 1990களில் விரிந்தன.

◻

இந்தக் கதையாடல்களில் சில பொதுவான அம்சங்கள் உள்ளன. நாட்டார் வீரர்கள் பற்றிய கதைகள் முதலில் சமூகத்திற்குள் உலவின. பிறகு, அவை திரைப்படங்களில் எடுத்தாளப்பட்டன. மக்களிடையே புழங்கும் கதையாடல் சட்டகமும் திரைப்படச் சட்டகமும் வடிவ ரீதியாக வெவ்வேறானவை. ஒவ்வொரு வடிவமும் தனக்குரிய சட்டகத்திற்கு ஏற்றவாறு இக்கதைகளைக் கையாண்டுள்ளன. எனவே இவற்றில் அசல், நகல் என்று பிரிப்பதில் அதிக பயனிருக்கப் போவதில்லை. உள்ளூரில் உருவாகும் அசலைப் பின்னர் உள்ளூர் வடிவங்கள் அப்படியே பிரதிபலிப்பதில்லை. கதைப் பாடல்களாக மாறிய கதைகளில் அந்த வீரர்களின் பிறப்பு, வளர்ப்பு போன்றவை ஏற்கெனவே தெய்வ அம்சத்தைக் கொண்டிருந்தவையாக மாற்றப்பட்டன என்பது குறிப்பிடத்தக்கது. கதைப்பாடலாக மாறாமல் மக்களிடம் வெறுமனே கதையாக உலவியவற்றில் குறிப்பிட்ட பாத்திரத்தின் வீரதீர சாகசங்கள் பற்றிய புனைவுகள் சேர்ந்திருக்கும். எனவே மக்களிடம் உலவிய கதை என்பதே ஏற்கெனவே நிகழ்ந்து, கேள்விப்பட்டு வந்தவற்றின் மறுசொல்லல்தான். இவ்வாறான கதைகளைத்தான் திரைப்படங்கள் தங்கள் மொழியில் எடுத்தாண்டன. அதாவது, நிலவிய கதைகளைத் திரைப்படம்

தன்னுடைய கதையாடல் மொழிக்கேற்ப எடுத்தாண்டது. கதைசொல்லலில் சில உத்திகளையும் வகைமாதிரிகளையும் கையாண்டன.

திருப்புக் காட்சிகள்:

அவற்றில் ஒன்றுதான் இப்படங்களில் இடம்பெற்ற திருப்புக் காட்சிகள். இக்காட்சிகள் நிகழ்காலம், கடந்தகாலம் என்று இரண்டு காலங்களைக் காட்டுகின்றன. கதை நிகழ்காலத்திலேயே மையம் கொண்டிருக்கிறது. நிகழ்காலத்தின் பிரச்சினையைத் தீர்த்து வைப்பவர், நிகழ்காலத்திலிருப்பதினால் மட்டும் அதைச் செய்வதில்லை. கடந்தகால விளைவினால் உருவானவர் என்பதால் அதைச் செய்கிறார். இது நாட்டார் கதையாடலின் அம்சம்தான். கடந்தகாலத்தில் தனக்கு மறுக்கப்பட்டதை - தான் இழந்ததை - தான் பாதிக்கப்பட்டதை இப்போது அதே நிலையிலிருப்போரும் அடையக்கூடாது என்று கருதி அவற்றை நிவர்த்திசெய்கிறார். இதைத் தியாகம் என்னும் சொல்லால் புரிந்துகொள்ள முயலலாம். ஆனால், நாட்டார் கதையாடலில் இது கதையின் பகுதி. நாட்டார் கதையில் வீரனானவன் முதலில் அன்றாடத்தின் பாத்திரமாக இருக்கிறான். பிறகே தெய்வமாகிறான். மக்கள் வணங்குகிறார்கள்.

கருப்பு சால்வை, கைத்தடி, முறுக்கு மீசை உள்ளிட்ட அடையாளங்களோடு இப்படங்களிலும் காதலைச் சேர்த்துவைத்து இறந்து போகிறவர் தெய்வமாக - வழிகாட்டியாக ஏற்கப்படுகிறார். சில படங்களில் தெய்வமாக மாற்றப்படாவிட்டாலும் மக்களிடமிருந்து சற்று மேலோங்கிய அடையாளங்களுடனாவது காட்டப்படுகின்றனர். தாடி வைத்திருக்கிறார்கள், ஊருக்கு வெளியே இருக்கிறார்கள், பேசாதவர்களாக இருக்கிறார்கள், அன்றாடங்களின் நிகழ்வுகளோடு இணையாதவர்களாக இருக்கிறார்கள், மக்களால் இயல்பாகத் தொட்டுப் பேச முடியாதவர்களாக இருக்கிறார்கள். இத்தகைய அடையாளங்கள் மூலமே அவர்களின் மேலோங்கிய அம்சங்கள் கட்டமைக்கப்படுகின்றன. அவர்கள் பற்றிய பூடகத்தன்மை தக்கவைக்கப்படுகிறது. நாட்டார் கதைப்பாடல்களில் வீரர்களின் வரலாற்றில் தெய்வாம்சத்திற்காகச் சேர்க்கப்படும் கூடுதலான கதைகள், தோற்றம் போன்றவற்றிற்கு இவை ஒப்பானவையாகும். நவீன காலத்தில் நாட்டார் பண்பை முழுக்கத் தழுவ முடியாத நிலையில் திரைப்படங்களில் தெய்வாம்சத்திற்கு மாற்றாக இவற்றைக் கையாண்டிருக்கின்றனர். இறந்து தெய்வமானவர்களை வணங்கினால் காரியம் கைகூட அருளுவார்கள் என்பது

நம்பிக்கை. அதிலும் அவர் தெய்வமானதற்கான காரணமும் வேண்டிச் செல்லும் காரணமும் ஒன்றாக இருக்கும்போது நிச்சயம் உதவுவார்கள் என்பது கூடுதல் நம்பிக்கை. இப்படங்களில் காதலர்கள் உதவி தேடி வருகிறார்கள். அந்த வேண்டுதலை நிறைவேற்றும் தெய்வத்தைப் போல கற்பித நாயகர்கள் வருகிறார்கள். 'ஆத்தா உன் கோயிலிலே' படத்தில் சாதி மீறி காதலித்து ஊரைவிட்டு ஓடிப்போனவர்கள் பிறந்த குழந்தையோடு வந்து காதலால் கொல்லப்பட்டுத் தெய்வமாக்கப்பட்ட கஸ்தூரியை வணங்குகிறார்கள் என்கிற காட்சியிலிருந்தே படம் ஆரம்பிக்கிறது.

இந்தப் படங்கள் அனைத்திலும் நாயகன் - நாயகி இருவரில் ஒருவர் ஆதரவற்றவராக இருக்கிறார். பெரும்பாலும் நாயகன். இந்தக் கதைகள் காதல் கதைகளாக இருப்பினும் முரணுக்கான காரணமாகச் சமூகத் தளத்தில் நிலவும் மேல் - கீழ் உறவுதான் இருக்கிறது. அத்தகைய உறவைக் காதல் குலைக்கிறது. அவ்விடத்தில் மேல் கீழ் உறவால் பயன்பெற்ற அதிகாரத் தரப்புக் காதலை எதிர்க்கிறது; காதலர்களைக் கொலை செய்கிறது. ஏற்கெனவே இழப்பைச் சந்தித்தவர்கள் இக்காதலர்களுக்கு உதவுவதன் மூலம் அதிகார அமைப்பைத் தாக்குகிறார்கள். அமானுஷ்யமான - மீவியல்பான - சாகசமான சக்தியாக மாறுவதன் மூலம் அதில் வெற்றியும் பெறுகிறார்கள். இப்பண்பினால் சமூக எதார்த்தம் மாறுகிறதா என்ற கேள்வி எழுவது ஒருபுறமிருந்தாலும், குறிப்பிட்ட காரணத்திற்காக இறந்துபோனோர் மூலம் அதே காரணத்தை நிறைவுசெய்ய முடியும் என்ற மரபான நம்பிக்கை இங்கு செயல்படுவதைப் புரிந்துகொள்ள இவை உதவுகின்றன. இதன் மூலம் அதிகார அமைப்பை மறுக்கும் கதைகளை இப்படங்கள் - கதையாடல்கள் உருவாக்குகின்றன. இந்த விதத்தில்தான் வெகுஜனக் கதைகளாக இருப்பினும் இப்படங்களும் இக்கதைகளும் முக்கியத்துவம் பெறுகின்றன.

மேல் - கீழ் உறவுகள்:

அதேவேளையில் இந்த வணிகத் திரைப்படங்களில் மேல் - கீழ் உறவையும், அதைத் தகர்க்கும் அடையாளங்களையும் சமரசங்களின்றி அப்படியே சொல்ல முடிவதில்லை. அதாவது, அடையாளங்களைத் துல்லியப்படுத்துவதிலிருந்து மாறி பொதுமைப்படுத்துதல்; சவாலான அடையாளங்களை வணிகத்திற்குச் சவாலற்ற அடையாளமாக மாற்றிக்காட்டுதல்; இரண்டில் ஒன்றைச் சொல்லி மற்றொன்றைச் சொல்லாதிருத்தல் போன்ற அம்சங்களைக் கையாண்டிருக்கின்றன.

புலப்படும்படியாக உள்ள இந்தச் சமரசங்களைத் தாண்டி மொத்தக் கதையாடல்களையும் தொகுத்துப் பார்க்கும்போது மேல் - கீழ் உறவுகளும் அதன் தகர்ப்பும் புலப்பட்டும் புலப்படாமலும் இருப்பதைப் பார்க்க முடிகிறது.

இந்த உறவில் அதிகாரத் தரப்புப் பெரும்பாலும் பண்ணையார் - பணக்காரன் என்றமைவர். அநேகப் படங்கள் இவற்றை வர்க்கப் பாகுபாடு போன்று காட்டுவதோடு நிறுத்திக்கொள்கின்றன. இதுவும் ஒரு வணிகரீதியான சமரசம்தான். உள்ளூர் ஏற்றத்தாழ்விற்கு வர்க்க வேறுபாடு மட்டும் காரணமாக இருப்பதில்லை. உள்ளூர்ச் சமூக அமைப்பில் ஒருவரின் வர்க்க மேம்பாடு என்பது சாதியமைப்போடும் தொடர்புடையது. எனவே, அவற்றைத் தவிர்த்துவிட்டு இப்பிரச்சினையை அணுக முடியாது. அதேவேளை, இப்படங்கள் பெரும்பாலானவற்றில் சாதி வேறுபாட்டை உள்ளீடாகக் கொண்ட குறியீடுகள் மறைமுகமாகப் பயிலுவதையும் இங்கு சொல்ல வேண்டும். அந்தஸ்து, கௌரவம் போன்ற சொற்களே அதிகம் கையாளப்படுகின்றன. ஆனால், மொத்தக் கதையாடலையும் பார்க்கும்போது சாதி, வர்க்கம் போன்ற யாவற்றையும் குறிப்பதாகவே அந்த அடையாளங்கள் குறிப்பிடப்படுவதைப் புரிந்துகொள்ள முடிகிறது. சாதியைக் குறிப்பதைவிட வர்க்கத்தைக் குறிப்பிட்டுக்கொள்வது வணிக ரீதியாக வசதியானதுதானே! ஆனால், கதையாடலில் புழங்கும் குறியீடுகள் பலவற்றை உள்மெய்யாகக் காட்டிவிடுகின்றன.

மேல் - கீழ் உறவில் மேலேயிருந்து வருபவர் பெரும்பாலும் நாயகியாக இருக்கிறார். சமூக மீறல் அவர் வழியாகவே நிகழ்கிறது. தனக்கு விதிக்கப்பட்ட எல்லையை அவர் காதல் வழியாகத் தாண்டுகிறார். கீழிருந்து எழும் நாயகனோடு இணைகிறார். பின்னர் மேலிருக்கும் அதிகார அமைப்போடு முரண் ஏற்படுகிறது. இதன்படி இக்கதையாடல்களில் சமூக முரண்பாடும், இரண்டு தரப்புக்கும் நிகழும் முரணும் இணக்கமும் காதல் வழியே சொல்லப்பட்டுள்ளன. முந்தைய கதைப்பாடல்களும் அவ்வாறுதான்.

அனாதை என்னும் சொல்லாடல்:

திரைப்படம் அளவுக்கு வணிகத்தோடு தொடர்புகொண்டிராத நாட்டார் கதைப் பாடல்களில் இம்முரண்பாடுகள் இன்னும் நெருக்கமாகச் சாதியாகவே சொல்லப்பட்டுள்ளன. எனவே, சாதியமைப்பிற்கு எதிரான

சொல்லாடலைத் திரைப்படக் கதையாடல்கள் வேறு பெயர்களில் சொல்லியுள்ளன / தக்கவைத்துள்ளன எனலாம். அதிலும் கடந்தகாலத்தில் முரண்பாட்டின் எதார்த்தத்தை ஏற்றிருந்தாலும் நிகழ்காலத்தில் அதனைச் சண்டையிட்டு வெல்லும் புனைவை இக்கதைகள் வழங்கியிருக்கின்றன என்பது கவனிக்கத்தக்கதாகும். இவ்விடத்தில் நவீன மாற்றங்கள் தந்த மதிப்பீடுகளின் தாக்கமும் இருக்கின்றன என்பதையும் நினைவில்கொள்ள வேண்டும்.

குறிப்பான முரண்பாடுகளைச் சொல்ல முடியாத சூழ்நிலையில் நடக்கும் அடையாளமழிப்புதான் அனாதை என்ற சொல்லாடல். 'பூந்தோட்ட காவல்காரன்', 'மூன்றெழுத்தில் என் மூச்சிருக்கும்', 'மருதுபாண்டி' போன்ற படங்களிலும் நாயகன் அனாதைதான் அல்லது வளர்ப்பவரின் அடையாளமாக அறியப்படுகிறார். எனினும் தேடிப் போனால் அவருக்குக் குறிப்பான அடையாளம் இருப்பதில்லை என்பது இங்கு குறிப்பிடத்தக்கது. 'மூன்றெழுத்தில் என் மூச்சிருக்கும்' படத்தில் ஒரே மதத்தைச் சேர்ந்தவர்களுக்குள்தான் பிரச்சினை. ஆனால், வர்க்கமோ, சாதியோ அல்லது இரண்டும் கலந்தோ முரண்பாட்டிற்கான காரணம் ஆகின்றன. சவப்பெட்டி செய்பவன் என்கிற வசவு நாயகன் மீது தொடர்ந்து கூறப்படுகிறது. சாதி முரண்பாட்டைச் சாதியாகக் காட்டுவதைவிட, மதமாகவும் மதத்திற்குள்ளான முரணாகவும் காட்டிவிடுவது எளிது. சில கதைகளில் கற்பித நாட்டார் நாயகன் மேலிருந்து வருபவன் போலிருந்தாலும் காதலால் - காதலுக்காக அவற்றிலிருந்து விலகியிருப்பவனாகக் காட்டப்படுகிறான். 'வைதேகி காத்திருந்தாள்' படத்தில் அரிசி ஆலை வைத்திருக்கும் உடைமை நிலையிலுள்ள நாயகனும், 'செந்தூரப்பூவே' படத்தில் இராணுவ அதிகாரியாக உள்ள நாயகனும் இதற்கான உதாரணங்கள்.

இதே வகை மாதிரியில் பின்னர் படங்கள் ('செந்தூரபாண்டி') வந்தாலும் 1990களில் இந்தக் கதையாடலில் குறிப்பிடும்படியான மாற்றங்கள் வந்தன. 1990களின் வெவ்வேறு காலகட்டங்களில் வெளியான மூன்று படங்களை இவ்வகையில் குறிப்பிட முடியும்: ஆர்.கே.செல்வமணி இயக்கிய 'செம்பருத்தி' (1982), சேரன் இயக்கிய 'பாரதி கண்ணம்மா' (1997), பாசில் இயக்கிய 'காதலுக்கு மரியாதை' (1997). மூன்றுமே வெற்றிப்படங்கள். மூன்று வகை மாதிரியைக் கொண்டிருக்கும் படங்களாகும்.

செம்பருத்தி - (1982)

'செம்பருத்தி' படத்தில் பணக்காரத் தொழிலதிபரின் பேரனும் மீனவக் குப்பத்தைச் சேர்ந்த பெண்ணும் காதலிக்கிறார்கள். பேரனுக்குச் சம அந்தஸ்து உள்ள இடத்தில் மணம் முடிக்க முயலுகிறார்கள். இதில் நியாயம் கேட்க வரும் காதலியின் அண்ணன் அவமானப்படுத்தப்படுகிறான். பிறகு, அவனும் மணம் முடித்துத் தராமல் முரண்டு பிடிக்கிறான். அதன்படி கதையில் இரண்டு தரப்பிலும் எதிர்ப்பு எழுவதாகக் கூறப்படுகிறது. மீனவப் பெண்ணுக்கு மீனவ இளைஞன் ஒருவனையே நிச்சயம் செய்கிறார்கள். நிச்சயம் செய்யப்படும் காரணத்தாலேயே அந்த மீனவ இளைஞன் கதையில் எதிர்மறை நாயகனாக்கப்படுகிறான். கடைசியில் அவனைக் கொன்று பணக்கார நாயகனும் மீனவப் பெண்ணும் சேர்கிறார்கள். இந்தக் கதையாடல் சற்றே புதுமையானது. இதில் காதலுக்குப் பணக்காரன் உண்மையானவனாகவும் ஏழை எதிரானவனாகவும் காட்டப்பட்டனர். அதாவது காதலைச் சித்திரிக்கும் போக்கில் இருந்துவந்த மேல் - கீழ் முரண்பாடு மாறி இக்கதையில் காதல் மட்டும் தக்கவைக்கப்பட்டு அதன் பெயரிலான மேல் - கீழ் முரண்பாடு கைவிடப்பட்டது அல்லது தலைகீழாக்கப்பட்டது.

பாரதி கண்ணம்மா (1997)

இப்படம் சாதி கடந்த காதலை ஏற்றுக்கொள்வதிலுள்ள பிரச்சினைகளை முன்வைத்தது. ஆதிக்கச் சாதியினரிடையேயான மனமாற்றத்தையும் வலியுறுத்தியது. ஒடுக்கப்பட்டோரின் கீழ்ப்படிதலிலுள்ள ஒழுங்கைக் காட்டிய இப்படம், அவற்றைச் சொல்வதற்காக ஒடுக்கப்பட்டோரிலும் சில எதிர்மறைப் பாத்திரங்களை உருவகித்துக் காட்டியது. படத்தில் மாயன் என்கிற பாத்திரம் ஊரிலுள்ள ஆண்ட சாதியினருக்கு எதிராகப் பேசுகிறான், தாக்கத் திட்டமிடுகிறான், போலீஸால் தேடப்படுகிறான். கடந்தகாலப் படங்களில் இத்தகைய பாத்திரங்கள்தாம் நாயகன் அல்லது நேர்மறை பாத்திரம். ஆனால், இப்படத்தில் மாயனைக் கதையாடல் எதிர்மறையாகக் காட்டுகிறது. மாயன் ஏன் இவ்வாறு 'எதிர்மறை'யானான் என்பதுதான் இதிலிருக்கும் சுவாரஸ்யம். ஆதிக்கச் சாதியைச் சேர்ந்த பெண்ணைக் காதலித்துத் திருமணம் செய்ததால் ஊரைவிட்டு விரட்டப்பட்டதன் விளைவாக, ஊரிலுள்ள பண்ணையார்கள் மீது கோபப்படுகிறான். அதனால் எதிர்மறை பாத்திரமாக்கப்பட்டிருக்கிறான். இதன்படி ஊரை - அமைப்பை மீறிய காதலை இப்படம் எதிராகக் கூறியது.

காதலுக்கு மரியாதை - (1997)

சம அந்தஸ்திலுள்ள குடும்பங்களைச் சேர்ந்த நாயகனும் நாயகியும் காதல்கொள்கிறார்கள். கிறித்தவ ஒழுக்க மதிப்பீடுகளைக் கொண்ட குடும்பத்தைச் சேர்ந்த நாயகியின் குடும்பம் இதை எதிர்க்கிறது. ஒருகட்டத்தில் நாயகனும் நாயகியும் வெளியூருக்கு ஓடிப்போகிறார்கள். அங்கு அவர்களுக்கு நடக்க வேண்டியது திருமணம் மட்டும்தான். ஆனால், திடீரென இருவரும் மனம் மாறி, குடும்ப உறவுகளின் அன்பைப் புரிந்துகொண்டு திருமணம் செய்துகொள்ளாமல் தத்தம் வீடுகளுக்குத் திரும்பிவிடுகின்றனர். தங்களுக்காகக் காதலைக் கைவிடுகிறார்கள் என்கிற தியாகத்தைப் புரிந்துகொண்ட இரண்டு குடும்பத்தினரும் அவர்களைச் சேர்த்துவைக்கின்றனர். குடும்ப அமைப்பை எதிர்த்துப் போராடுவதுதான் காதலின் வெற்றி என்று அதுவரையிலான படங்களில் சொல்லப்பட்டு வந்ததற்கு மாறாகக் குடும்பங்களின் ஏற்பில்தான் காதல் வாழும் என்கிறது இப்படம். வேறுபாடுகளுக்கு எதிரான இடத்திலிருந்த காதல், முரண்பாடுகளற்ற இடத்தை நோக்கி நகர்ந்தது என்பதற்கு இப்படம் உதாரணம்.

இதுபோன்ற காலகட்டத்தில்தான் கற்பித நாட்டார் நாயகனும் மெல்ல மெல்ல விடைபெற்றவனாகிப் போனான். 'காதலுக்கு மரியாதை' படத்தில் வீட்டைவிட்டு வெளியேறும் நாயகனும் நாயகியும் உடன்பயிலும் நண்பனின் ஊருக்குச் சென்று அடைக்கலமாகிறார்கள். அது மீனவக் கிராமம். நண்பனின் தந்தை மீனவக் குப்பத்தின் தலைவன். நாடிவந்த காதலர்களுக்குப் பாதுகாப்புத் தருவதாக உறுதியளிக்கிறார். 1980கள் படங்களின் கற்பித நாட்டார் நாயகன்தான் இவர். ஆனால், இப்படமும் மாறிவந்த காலகட்டமும் அவருக்கு அந்த வாய்ப்பை வழங்கவில்லை. சண்டையிட்டுக் காப்பாற்றும் அவரின் வழிமுறையைத் தவிர்த்துவிட்டுக் காதலர்கள் இருவரும் தத்தம் வீடுகளுக்குச் செல்கின்றனர். அவ்விடத்தில் அவரின் மீவியல் பண்புக்கும் சாகசத்திற்கும் மட்டுமல்ல, மேல் - கீழ் ஏற்றத்தாழ்வைச் சிதைக்கிற பணிக்கும் இடமில்லாமல் போகிறது. பிறகு, அவர் தமிழ்ப் படங்களில் உருவாகவேயில்லை. இந்தத் திசையில் அடுத்து 'காதல்' (2004) என்ற படம் வரும்வரையிலும் பெரிய மாற்றம் ஏதுமில்லை.

தமிழினி, ஜூலை 2021.

தமிழ்த் திரைப்படங்களில் காவல் உரிமையும் வாக்கைக் காத்தலும்: பாலுத்தேவரும் சேனாதிபதியும்

வேத நூல்களைக் குழிதோண்டிப் புதைத்துவிட்டுப் புயலாகிப் புறப்படும் 'புதுமைப் பெண்'ணைக் (1984) காட்டிய பாரதிராஜா மூன்றாண்டுகள் கழித்து வேதங்களைப் புதிதாக்க வேண்டும் என்ற திட்டத்தோடு ('வேதம் புதிது') படமெடுத்தார். இரண்டிலும் வேதம் பழைமையின் குறியீடாகச் சொல்லப்பட்டு, மாற்றத்திற்கான அடையாளமாகப் புதுமை / புதிது எனும் சொற்கள் வைக்கப்பட்டன. 'புதுமைப் பெண்'ணில் பெண்ணடிமைத்தனம், 'வேதம் புதி'தில் சாதி. இரண்டு படங்களிலும் பாகுபாடுகளுக்கான ஆதாரமாக வேதங்கள் புரிந்துகொள்ளப்பட்டிருந்தன. இப்பாகுபாடுகளின் அழிவு வேதம் அழிவது அல்லது மாறுவது என்பவற்றோடு தொடர்புகொண்டிருந்தது. வேதங்கள் பிராமணர்கள் தொடர்பில் அறியப்படுகிறது. அதேவேளை இவ்விரண்டு படங்களும் பெண்ணடிமைத்தனத்தையும் சாதியையும் பிராமணர்களோடு மட்டும் சாராம்சப்படுத்தவில்லை. வேதங்களிலிருந்து விடுபட்டு வெளியேறும் 'புதுமைப் பெண்' பிராமணப் பெண்ணாகவே இருக்கிறாள். அதேபோல 'வேதம் புதிது' படம் சாதி வெறியைப் பிராமணர்களுக்கு மட்டுமல்லாது எல்லோருக்கும் இருப்பதாகச் சொன்னது.

'வேதம் புதிது' படம் பிராமணர், தேவர் என்கிற எதிர்மறையில் பிறந்து சீர்திருத்தம் கோரும் தேவர் சாதி ஆண், ஊரிலுள்ள பிராமணர் - பிறசாதிகள் என்கிற முரணில் முடிகிறது. தாமிரபரணி கரையோரக் கிராமத்தின் பெரிய மனிதர் பாலுத்தேவர். அந்தந்தச் சாதிகளுக்கென்று ஒதுக்கப்பட்ட சேவைத் தொழில்கள், குடியிருப்புகள் என்று ஊர் அமைந்திருக்கிறது. பிராமணர் உள்ளிட்ட எந்தச் சாதியினர் வீட்டிலிருந்து பெண்கள் மணமாகிச் சென்றாலும் பாலுத்தேவர் சீதனம் கொடுப்பார். அதேவேளையில் அவர் நாத்திகர். தன் மகன் சங்கரபாண்டியனைப் பட்டணம் அனுப்பி படிக்க வைக்கிறார். படித்துவிட்டுத் திரும்பிவரும் மகனும் ஊரில் வேதபாடசாலை நடத்தும் அய்யரின் மகள் வைதேகியும் காதலிக்கிறார்கள். அது அய்யருக்குத் தெரியவரும்போது மோதி ஜெயிக்க வாய்ப்பில்லாததால் தேவரிடம் சென்று இறைஞ்சுகிறார். தன் மகளைத் திரும்பத் தருவதே நீங்கள் என் குடும்பத்திற்குத் தரப்போகிற சீதனம் என்கிறார். தான் பின்பற்றிவரும் மரபை (சீதனம் தருவது) அவர் கேட்பதால் தேவரும் தட்டாமல் அவ்வாறே செய்வேன் என்று வாக்கு தருகிறார். இதற்கிடையில் வைதேகியை வேறொருவருக்குத் திருமணம் செய்துதர அழைத்துச் செல்கிறார் அய்யர். அவளோ வழியில் தப்பிவிடுகிறாள். எனவே அவள் இறந்துபோனதாகக் கருதிக்கொள்கிறார்கள். பிறகு அய்யரும் சங்கரபாண்டியும் ஆற்றில் தவறி விழுந்து ஒன்றாக இறந்துபோகின்றனர். இந்நிலையில், சிறுவனாக இருக்கும் அய்யரின் மகன் சங்கரன் அனாதையாகிறான். பாலுத்தேவரோ அவனை வீட்டுக்கு அழைத்து வந்துவிடுகிறார். அவன் விருப்பத்திற்கு மதிப்பளிப்பதற்காக வீடு பிராமணமயமாகிறது. அவன் எழுப்பும் கேள்விகளால் மனம் மாறி உறுத்தல் இல்லாமல் பின்பற்றிவந்த சாதியப் பழக்கங்களையும் ஆயுதங்களையும் கைவிடுகிறார் பாலுத்தேவர். இந்தச் 'சாதிய மாறுதலை' பிற சாதியினர் விரும்பவில்லை. இதற்கிடையில் இறந்ததாகக் கருதப்பட்ட வைதேகியும் திரும்பிவருகிறாள். அவளையும் மகளாகச் சேர்த்துக்கொள்கிறார் தேவர். இதையெல்லாம் ஊரைச் சூழும் தோஷமாகக் கருதும் ஊரார் தேவரைச் சூழ்கிறார்கள். அவர்களின் ஆயுதங்களால் காயம்பட்டு தேவர் இறந்துபோகிறார்.

தமிழ்த் திரைப்பட வரலாற்றிலும் சாதி எதிர்ப்புக் கதையாடலிலும் இப்படம் முக்கியமானது. பின்னர் பாரதிராஜாவைப் பின்பற்றி இயக்குநர்கள் வந்ததோடு அவர் பாணியைப் பின்பற்றிய படங்களும் வெளியாயின. அவற்றுள் ஒரு படத்தை இங்கு பார்க்கலாம். பாரதிராஜா முகாமிலிருந்து

வந்த இயக்குநர் ரத்னகுமார் இயக்கிய படம் 'சேனாதிபதி' (1996). சாமி படத்தின்முன் இயக்குநருக்கு பாரதிராஜா திலகமிடும் காட்சியைக் காட்டுவதிலிருந்து படம் தொடங்குகிறது. 'வேதம் புதிது' பட நாயகனான சத்யராஜ்தான் இப்படத்தின் நாயகன். 'வேதம் புதிது' படத்தின் கதைத் தொடர்ச்சியை இப்படம் கொண்டிருந்தது. சாமியையும் சாதியையும் ஒருசேர மறுக்கும் மையக் கதாபாத்திரத்தைக் கொண்ட இவ்விரண்டு படங்களிலும் சாதி எவ்வாறு புரிந்துகொள்ளப்பட்டுள்ளது என்பதுதான் இக்கட்டுரையில் அலசப்படுகிறது. 'வேதம் புதிது' படத்தில் தேவர் - அய்யர் என்கிற முரணும் உறவும் காட்டப்பட்டுள்ளதைப் போல 'சேனாதிபதி' படத்தில் தேவர் - நாயக்கர் என்கிற உறவுமுரண் எடுத்துக்கொள்ளப்பட்டுள்ளது.

தேனி வட்டாரக் கிராமமொன்றில் கதை நடக்கிறது. சேனாதிபதி ஊர்க் காவல்காரர். காவல் பணியில் அவர் எத்தகையவர் என்பதை இப்பெயரைச் சூட்டியிருப்பதிலிருந்தே தெரிந்துகொள்ளலாம். அவரைப் பொருத்தவரையில் காவல் பணி என்பது புறநிலையான அர்த்தம் மட்டுமல்ல. ஊரின் அகவொழுங்கையும் காப்பதாகிறது. 'வாக்கு' அளிப்பதும் காப்பதும் அதன் உள்ளர்த்தம். இதைக் காப்பேன் என்று வாக்களித்துவிட்டால் உயிர்போனாலும் காத்தே தீருவார். அத்தகைய சேனாதிபதிக்கு ஊரில் பண்ணையார் அளவிலிருக்கும் லிங்கப்ப நாயக்கரோடு நட்பு இருக்கிறது. மாமா, மாப்பிள்ளை என்று அழைத்துக்கொள்பவர்கள். நட்பில் பங்கம் வைத்துக்கொள்ளாத நாயக்கர், நட்பு வேறு உறவு வேறு என்றும் கருதுபவர். குருதி வழி உறவுகளோடு உறவாடலாம் அல்லது முரண்படலாம். ஆனால், இரத்த பந்தம் என்பது ஒரே சாதியினரோடுதான் என்று நினைப்பவர். அதற்காக சாமியையும் சாஸ்திர விதிகளையும் ஆதாரம் காட்டுபவர். சேனாதிபதியோ சாதி மீதும் சாமி மீதும் நம்பிக்கை இல்லாதவர். எனினும் இந்த எல்லைகளை மீறாத காரணத்தால் இருவரின் நட்பும் நீடிக்கிறது. இதற்கிடையில் லிங்கப்ப நாயக்கருக்கும் பக்கத்து ஊர் நாகப்ப நாயக்கருக்கும் இடையே நீண்ட நாட்களாகப் பகை இருந்துவருகிறது. ஒரு பிரச்சினையில் நாகப்ப நாயக்கர் மகன், சேனாதிபதியால் பங்கப்படுத்தப்படுகிறான். எனவே, நாகப்பனின் பகையுணர்ச்சி நண்பர்கள் இருவர்மீதும் இருக்கிறது. பழி தீர்க்க அவன் தருணம் பார்த்திருக்கிறான். சேனாதிபதியால் காவல் உரிமை இழந்திருக்கும் சொந்தச் சாதி பகையாளிகளும் நாகப்பனைப் போலவே பகைகொண்டு காத்திருக்கிறார்கள்.

இதற்கிடையில் சேனாதிபதியின் தம்பி சேதுவும் லிங்கப்ப நாயக்கரின் மகள் ஐஸ்வர்யாவும் காதலிக்கிறார்கள். இது சேனாதிபதிக்குத் தெரியும் முன்பே லிங்கப்பனுக்குத் தெரிந்துவிடுகிறது. அவரொரு தந்திரம் செய்கிறார். சேனாதிபதியிடம், "திருமணம் முடியும் வரையிலும் என் மகள் உன் வீட்டிலேயே காவல் பொருளாக இருக்கட்டும்" என்று தந்து செல்கிறார். எனவே, அவளைக் காப்பாற்றி லிங்கப்பனிடமே திரும்பக் கையளிக்க வேண்டியது சேனாதிபதியின் கடமையாகிறது. அதற்குப் பிறகுதான் இருவரிடையேயான காதல் சேனாதிபதிக்குத் தெரிகிறது. இருந்தாலும் 'வாக்கு' அளித்தபடி அவளைப் பாதுகாத்துத் தரும் 'காவலாளி' என்னும் மரபுரிமையே அவனுக்கு முக்கியமாகிறது.

முறைப்படி கேட்டால் நட்பு கருதி தன் தம்பிக்கு நாகப்பன் தன் மகளைத் தருவான் எனப் பெண் கேட்டுச் செல்லும் சேனாதிபதி அவமானப்பட்டுத் திரும்புகிறார். இதனால் சேனாதிபதி மீது லிங்கப்பனுக்கு மனதளவில் கசப்புணர்வு உருவாகிவிடுகிறது. இந்த இடைவெளியைப் பயன்படுத்தி நாகப்ப நாயக்கர் லிங்கப்பனோடு உறவு பாராட்டுகிறான். நட்பைவிட சாதி மேலானது என்று கருதும் லிங்கப்பன், சேனாதிபதியால் அவமானப்படுத்தப்பட்ட நாகப்பனின் மகனுக்குத் தன் மகளைக் கட்டிவைக்கச் சம்பந்தம் செய்கிறார். இந்த இக்கட்டான நிலையைப் பயன்படுத்தி லிங்கப்பனின் சொத்துகளை எழுதி வாங்குவதோடு சேனாதிபதியையும் கொன்றுவிட வேண்டும் என்று நிபந்தனை விதிக்கிறான் நாகப்பன். இறுதியில் சேனாதிபதியின் சத்தியம் தவறாத தன்மையைக் கூறி லிங்கப்பனின் மனதைத் திருப்புகிறாள் அவர் மனைவி. தன் மகளோடு சேனாதிபதி வீட்டுக்குப் புறப்படுகிறார் லிங்கப்பன். அதற்குள் தாக்கப்பட்டுச் சாகும் தறுவாயில் இருக்கிறார் சேனாதிபதி. அவரிடம் லிங்கப்பன் தன் மகளைத் தருகிறார். அதாவது, நட்பு சாதியை வெல்கிறது. லிங்கப்பனின் மகளையும் காவல் உரிமைக்கான வேல் கம்பையும் தன் தம்பி சேதுவிடம் ஒப்படைத்துவிட்டு இறக்கிறார் சேனாதிபதி.

II

இரண்டு படங்களையும் பார்க்கும்போது 'வேதம் புதிது' படம் வெகுசில மாறுதல்களோடு 'சேனாதிபதி'யாக எடுக்கப்பட்டிருக்கிறது என்பதைப் புரிந்துகொள்ளலாம். இரண்டுமே தென்தமிழக களம்; இரண்டிலுமே ஒரே நாயகன்; பாரதிராஜாவோடு பணியாற்றிய ரத்னகுமார்தான் இரண்டாவது

படத்தின் இயக்குநர்; இரண்டிலுமே இரண்டு சாதிகளுக்கிடையிலான உறவும் முரணும் பேசப்பட்டுள்ளன; இரண்டு படங்களிலும் நாயகர்கள் நாத்திகம் பேசுவோராக இருந்தாலும் பிறரின் நம்பிக்கைகளுக்கு இடமளிக்கிறார்கள். நாத்திகம் பேசும் பாத்திரங்களைக் கொண்ட பிற படங்களைப் போலல்லாமல், சாமி மறுப்போடு சேர்த்துச் சாதி மறுப்பை அர்த்தப்படுத்தும் தனித்துவமும் இவ்விரண்டு படங்களிலும் இருக்கின்றன. சாதி பற்றிய விமர்சனத்தை உள்ளூர் அளவில் நிலவும் சாதிகளுக்கிடையிலான உறவுமுரண் என்கிற களத்திலிருந்து இப்படங்கள் அணுகியிருப்பதும் முக்கியமானது. கிராம அமைப்பின் அதிகார அடுக்கை இந்தப் படங்கள் பின்புலமாகக் கொண்டுள்ளன.

கிராம அமைப்பில் சாதிகளுக்கென்று குடியிருப்புகளும் தொழிற் பிரிவுகளும் 'தகுதிக்கேற்ப' ஒதுக்கப்பட்டிருக்கும். அதன்படி படத்தில் குறிப்பிடப்படும் எல்லாச் சாதிகளும் செய்யும் தொழிலோடு சேர்த்தே குறிப்பிடப்படுகிறார்கள். 'வேதம் புதிது' படத்தில் பஞ்சாயத்து ஒன்றில் ஊரிலுள்ள எல்லாச் சாதியினரும் பேசும் காட்சி மூலம் கிராமத்திலுள்ள சாதிகளை வரிசைப்படுத்திக் காட்டியுள்ளனர். இதேபோல, 'சேனாதிபதி' படத்தின் கிராம அமைப்பும் காட்டப்பட்டுள்ளது. ஊரில் ஒவ்வொரு தொழில் செய்வோரும் சேனாதிபதி புகழைப் பேசும் காட்சிகள் வருகின்றன. அவற்றில் ஓர் அடுக்குமுறை பின்பற்றப்பட்டுள்ளது. பூசாரியில் தொடங்கி அடுத்தடுத்த தொழில்முறையினர் வருகின்றனர்.

ஆனால், இரண்டு படங்களும் கிராமப்புற சாதிகளில் தேவர் சாதியை மையமாகத் தேர்ந்துள்ளன. அதாவது, இரண்டு படங்களிலும் நாயகர்கள் தேவர் வகுப்பினர். தமிழ்ச் சூழலில் இவர்கள் பிராமணரல்லாதோர், இடைநிலை வகுப்பினர். 'வேதம் புதிது' படத்தில் தேவர்களுக்கு மேலிருக்கும் பிராமண சாதியோடும், 'சேனாதிபதி' படத்தில் தேவர்களுக்குச் சற்று மேலாகவோ இணையாகவோ உள்ள நாயக்கர் சாதியோடும் நடக்கும் உறவும் முரணும் கதையாக்கப்பட்டுள்ளன.

இதன்படி இவ்விரண்டு படங்களின் நாயகர்களும் கிராம அமைப்பின் எந்த இடத்தில் இருப்பவர்களாகச் சித்திரிக்கப்பட்டிருக்கிறார்கள் என்பதை முதலில் பார்ப்போம். 'வேதம் புதிது' படத்தில் பாலுத்தேவர் ஊர் பெரிய மனிதர்; நிலபுலம் கொண்டவர்; கைகட்டிப் பதில் சொல்லும் வேலையாட்களைக் கொண்டிருப்பவர்; ஊரின் நல்லது கெட்டதைத்

தீர்த்துச் சொல்லும் பஞ்சாயத்துக்காரர்; ஆபத்துகளை நீக்குபவர்; அதாவது ஊரைக் காப்பவர். 'சேனாதிபதி' ஊரைக் கள்வர்களிடமிருந்து காக்கும் வேல்கம்பு தாங்கிய நேரடிக் காவலாளி. எனவே, இரண்டு படங்களிலும் நாயகனின் உள்ளூர் அடையாளம் ஏறக்குறைய ஒன்றே. 'வேதம் புதிது' படத்தில் மங்கலாகத் தெரிந்த அடையாளம் 'சேனாதிபதி' படத்தில் துலக்கமாகச் சொல்லப்பட்டுள்ளது. இரண்டு படங்களும் ஒரே மாதிரி அமைந்துள்ளன என்பது மட்டும் இங்கு செய்தியல்ல. மாறாக ஒரு கிராமத்தையும், அதில் குறிப்பிட்ட சாதியையும் சித்திரிக்கும்போது கிராமப்புறக் களத்தில் அச்சாதி எவ்வாறு இருக்கிறது என்பதைச் சொல்ல முயற்சிக்கப்பட்டுள்ளது. கிராமத்தின் அதிகார அடுக்கை சித்திரித்தல் என்ற முறையில் தேவர் சாதியினர் காவல் பணிக்கு ஆளாக்கப்பட்டிருந்தனர் என்ற பாரம்பரிய மரபுரிமையை இப்படங்கள் எடுத்துக்கொண்டுள்ளன. இதை வைத்துதான் மேலான அல்லது சமமான சாதியோடு கூடிய தொடர்பு இக்கதையாடல்களில் காட்டப்பட்டுள்ளன.

சாதியென்பது மரபுவழி தொழில் வரிசையிலான அதிகார அடுக்கு சார்ந்தது. அதன்படி, கிராம அமைப்பில் மரபுவழியாகத் தரப்பட்டிருக்கும் காவலாளி பாத்திரத்தை இந்தப் படங்கள் விவரித்திருக்கும் விதத்திலிருந்தும் பார்க்கலாம். காவலாளி என்பது உடல்ரீதியான வலிமையால் நிகழ்வதாக மட்டும் இப்படங்கள் கூறவில்லை. வாக்கு கொடுத்துவிட்டால் அதை உயிர் போனாலும் காத்துத் தருபவன் என்பதோடும் இணைக்கப்பட்டிருக்கிறது. 'வேதம் புதிது' படத்தில் பெரிய மனுஷன் என்று இருப்பதே அந்த ஊரைக் காப்பவன், பிரச்சினை என்றால் பஞ்சாயத்துப் பண்ணி அமைதி ஏற்படுத்துபவன், ஊரிலுள்ளோர் வீடுகளில் திருமணம் நடந்தால் சீதனம் கொடுத்து மணவாழ்வைக் காப்பவன் என்பவற்றால்தான். இவ்விடத்தில் காவல் உரிமை கொண்டோர் என்ற முறையில் தேவர் சாதி மீதான பெருமித அடையாளம் உருவாக்கப்படுகிறது. காவல், உடல் வலிமை, வீரம் என்கிற இணைப்புகள் உருவாகின்றன. எனவே, இக்காவலாளிகளின் வன்முறையும் ஆயுதமும் ஊரைக் காப்பதற்கானது. இந்தத் தொடர்ச்சியில்தான் அவர்கள் அளிக்கும் 'வாக்கு' என்ற நிலைபாடு முக்கியத்துவம் பெறுகிறது. காவலில் உண்மையாய் இருப்பதென்பது கொடுத்த வாக்கைக் காப்பதிலும் உண்மையாய் இருப்பது என்ற அர்த்தத்தோடு சேர்கிறது. மேலும், இவற்றையெல்லாம் சாதியோடு சேர்த்துச் சாராம்சப்படுத்தும்போது அவை சாதியின் அடையாளமாக மாறிப்போவது தவிர்க்க இயலாததாகிறது.

வாக்கைக் காப்பாற்றுவது அவனுடைய மானம் சம்பந்தப்பட்ட பிரச்சினையாகவும் மாறுகிறது. அது முடியாமல் போனால், ஊர் தந்த மரபுரிமையைக் காப்பாற்ற முடியாமலாகிவிடும். இவற்றை வேறுவகையில் கூறலாம். பிரதிகளில் சாதி வர்ணமாக இருக்கிறது, உள்ளூர் நடைமுறையில் வாக்கைக் காப்பது போன்ற அம்சங்களாகவெல்லாம் பொருள் பெறுகிறது.

'வேதம் புதிது' படத்தில் தன் மகள் மீதான காதலை பாலுத்தேவரின் மகன் விட்டுவிட வேண்டுமென்று கேட்க வரும் அய்யர், அதைத் தன் மகளுக்குத் தர வேண்டிய சீதனம் என்றுதான் கேட்கிறார். ஏனெனில், ஊரில் அது பாலுத்தேவரின் வழக்கம். அது வெறும் பொருள் அல்ல, மரபுரிமையின் அடையாளம். எனவேதான் அய்யர் அதை வாக்காகக் கேட்கிறார். தேவருக்கு மனமில்லாவிட்டாலும் மரபு காரணமாக வாக்கு (சீதனம்) கொடுக்கிறார். அதாவது, சாதி மீறிய காதல் நிறைவேறக் கூடாதென்று கேட்கப்படுகிறது. சாதி பாகுபாட்டைக் கருதாத பாலுத்தேவர் இதை அனுமதித்திருக்கக் கூடாது. ஆனால், அவருக்குப் பாரம்பரிய மரபுரிமை முக்கியம். அவ்வாறு கேட்டதைக் கொடுக்காமல் போவது மானத்திற்கும் இழுக்கு, வாக்கிற்கும் இழுக்கு. மேலும் பாலுத்தேவர், "அய்யர் தன்னிடம் சண்டையிட்டிருந்தால் சண்டை இட்டிருக்கலாம். ஆனால், அவனோ கையேந்தினான்" என்கிறார். எனவே கையேந்தியவனுக்குக் கொடுப்பதுதான் 'பண்பு'. அதேபோல ஊருக்குப் பல்லக்கில் வரும் சங்கராச்சாரியாருக்கு எதேச்சையாக ஏற்படும் ஆபத்திலிருந்து அவரைக் காப்பாற்றிப் பல்லக்கைத் தோள்மீது தூக்கிவரும் போதும் பாலுத்தேவர் "எங்கள் மண்ணில் காலடி எடுத்து வைத்தவருக்கு (எதிரியே ஆயினும்) ஆபத்து என்றால் காப்பாற்ற வேண்டியது எங்களோட கடமை" என்கிறார். இது அந்தணர், சத்திரியர் என்ற பிரதியின் வரிசையையும் உள்ளூர் காவலாளி பாத்திரத்தையும் ஒருசேர நினைவுபடுத்துகிறது.

'சேனாதிபதி' படத்தில் லிங்கப்ப நாயக்கர் சேனாதிபதியின் வாக்கு சுத்தத்தைக் குறிப்பிட்டு, "எனக்கு அப்பன் சேர்த்துவைத்த சொத்துகளால் மரியாதை கிடைக்கிறது. ஆனால், தேவருக்கோ (சேனாதிபதி) வாக்கு சுத்தத்திற்காகக் கிடைக்கிறது" என்று வெளிப்படையாகப் புகழ்கிறான். இவ்வாறு புகழப்படுவதால் கிடைக்கும் பெருமிதமும் சேனாதிபதியைக் கட்டுப்படுத்துகிறது. சாதியைக் கருதாத அவர், இப்பெருமிதம் சாதி அடுக்கில் தரப்பட்ட கிராம மரபுரிமையால் உருவாகித் தொடரக்கூடியது என்பதை உணருவதில்லை. லிங்கப்ப நாயக்கர் புறமணத்திற்கு எதிராகத்

தன் மகளைக் காவல் பொருளாகத் தந்தபோதும், அவ்வாறு பாதுகாத்துத் திருப்பி அளிப்பேன் என்று கூறுவதும் கூட இந்தப் புரிதலின்மையால்தான் நடக்கிறது. எது தவறு (சாதி) என்று நம்புகிறாரோ அதையே நடைமுறையில் காப்பவராக மாறிப்போகிறார். இது இயக்குநர்களால் திட்டமிட்டுச் செய்யப்பட்டவையல்ல. மாறாக, நவீன இந்தியாவில் சாதி மறுப்பு என்பது எவ்வளவு எளிமையாகப் புரிந்துகொள்ளப்பட்டிருந்தது என்பதோடு தொடர்புடையது. அதன் தாக்கமே இந்த இயக்குநர்களின் கருத்தியலிலும் பிரதிபலிக்கிறது.

இவர்களைப் பொருத்தவரைச் சாதியை மறுதலித்தல் என்பது ஓர் அரசியல் நிலைப்பாடு. அத்தகைய நிலைப்பாடு கொண்டிருப்பதே சாதியை எதிர்ப்பதாகிவிடும் என்று நம்பினார்கள். அதனால்தான் சாதியமைப்பின் வெவ்வேறு கண்ணிகளைக் காணத் தவறியிருக்கிறார்கள். புறமெய்யாகக் கருதும் சாதி மறுப்பை வாக்கைக் காப்பாற்றுதல் போன்ற உள்ளூரின் உள்மெய் நிலைபாடுகள் அரித்துவிடுகின்றன.

சாதியை விமர்சித்து வசனங்கள் வைத்துவிடுவதால் அது சாதிய விமர்சனப் படம் என்று கருதப்பட்டுவிடுகிறது. அதனால்தான் சாதி அடையாளம் என்பது உரையாடலைத் தவிர்த்துக் கதையாடலில், பாத்திர வார்ப்புகளில், தோற்றங்களில் பிரதிபலிப்பதைக் காணத் தவறியிருக்கிறார்கள்.

‘வேதம் புதிது’ படத்தில் மீசை, வெள்ளை வேட்டி சட்டை, நிலபுலம் என்று தேவர் பட்டத்தோடுதான் பாலுத்தேவர் வருகிறார். கடவுள் மறுப்பை மட்டுமல்லாமல் மூடநம்பிக்கைகளையும் சாடுகிறார். இந்தப் பாரம்பரியச் சுமைகளை நீக்கும் வண்ணம் அவர் மகனை நவீனக் கல்விப் பயில நகரம் அனுப்பி வைத்திருக்கிறார். அவருடைய பெயரின் பின்னொட்டாக உள்ள சாதிப் பெயருக்கு மாற்றாக முன்மொழியப்படும் “தேவர் என்பது படித்து வாங்கிய பட்டமா?” என்ற கேள்வியே கூட சாதிப் பட்டம் என்ற மரபுக்கு எதிராக முன்வைக்கப்படும் ‘நவீனத்தின் குறியீடு’தான். படத்தில் பல சாதிகளின் சாதியபிமானம் சொல்லப்பட்டாலும் பாலுத்தேவர் நாத்திகத்தையும் மூடநம்பிக்கைச் சாடலையும் அய்யரிடமே பேசுகிறார். இவ்வாறு சாதியபிமானம் கொண்ட உள்ளூர்ச் சாதிகளிடையே இயங்கும் அவர், சாதியின் மையம் என்று வரும்போது பிராமணரிடமே கேள்வி கேட்கிறார். சாதியமைப்பின் கர்த்தாக்கள் அவர்களே என்ற புரிதல் இருப்பதால் இவ்வாறு வைக்கப்பட்டிருக்கிறது என்பதைப் புரிந்துகொள்ள முடிகிறது.

‘சேனாதிபதி’ படத்தில் சேனாதிபதி எப்படிப்பட்டவர் என்பதைப் பிற பாத்திரங்களின் கூற்றுவழியாக அறிமுகப்படுத்துகிறார்கள். அவற்றில் அவரின் கம்பீரம், வாக்கு, வீரம், நேர்மை தொடர்பான குறிப்புகள் இருக்கின்றன. “தென்பாண்டிச் சிங்கம். இந்தச் சேனாதிபதிக்கு எல்லாமே வெற்றிதான்” என்று நிலப்பரப்புச் சார்ந்தும் “அவர் தேவரய்யா, அவரை ஜெயிக்க யாரால முடியும்” என்று வீரம் சார்ந்தும் உரையாடல்கள் வருகின்றன. அவர் தன் பெயருக்குப் பின்னால் சாதியைச் சேர்த்துச் சொல்லுவதில்லையே தவிர எல்லாப் பாத்திரங்களும் அவரைச் சாதிப் பட்டத்தோடுதான் அழைக்கின்றன என்பதோடு சாதிக்குரிய பிற புலப்படாத அடையாளங்களோடும்தான் அவர் வலம்வருகிறார். ஆனால், அவர் சாதியை விமர்சிக்கும்போது நால்வர்ணம் என்ற மனுநூல், இரண்டாயிரம் வருடத்திற்கு முன்பு வந்த ஆரியன் என்று சாதியை முற்றிலும் வெளியார் வினையாக மட்டுமே கருதுகிறார்.

இப்படங்களில் சாதிய உறவும் முரணும் இவ்வாறு உள்ளூர் நடைமுறைகள் சார்ந்து பொருள் பட்டிருப்பினும் சாதி மீதான விமர்சனத்தைக் கதாபாத்திரங்கள் குறிப்பிட வரும்போது உள்ளூர் களத்திலிருந்து நகர்ந்து இந்திய அளவிலான வர்ண அமைப்பில் குடிகொண்டிருப்பதாக விமர்சிக்கின்றன. உள்ளூரில் சாதி தாண்டிக் காதலிக்கும் எதார்த்த நிலையோடு எதிர்நிற்கப் போராடும் பாலுத்தேவரும் சேனாதிபதியும், சாதியென்பது எங்கோ ஒரு புத்தகத்தில் எழுதப்பட்டுவிட்டதால் இயங்கிவருகிறது என்று பேசிக்கொண்டிருக்கிறார்கள். இத்தகைய போதாமைகள் இப்படங்களை விரிந்த அளவில் சாதி மறுப்புப் பிரதிகளாக்குவதற்கு மாறாகத் தமிழ்நாட்டில் செல்வாக்கு பெற்ற பிராமணரல்லாதோர் அரசியல் கருத்துகளின் தாக்கம் பெற்ற பிரதிகளாகச் சுருங்கிவிடுகின்றன. ‘வேதம் புதிது’ படத்தில் பாலுத்தேவருக்கு மேலே இருக்கும் சாதியும் ‘சேனாதிபதி’ படத்தில் சமமாக அல்லது சற்று மேலேயிருக்கும் சாதியும் காட்டப்பட்டுள்ளது. இது கதை மையமாக்கியிருக்கும் சாதியைப் (தேவர்) பாதிக்கப்பட்டவராகவோ, கீழானவராகவோ காட்டி அந்த நிலைப்பாட்டிலிருந்து சாதியமைப்பை விமர்சிக்க வகை செய்து தருகிறது. அதாவது எல்லாவற்றையும் கணக்கில்கொண்ட விரிவான பின்புலத்திலிருந்து விமர்சனம் செய்யாமல், ஒரு வசதியான களத்தை / சாதிகளைத் தயார்செய்துகொண்டு சாதி மீதான தங்கள் விமர்சனத்தை இப்படங்கள் நிகழ்த்துகின்றன.

‘சேனாதிபதி’ படம் தேவர் x நாயக்கர் என்கிற இடைநிலைச் சாதிகளுக்கிடையிலான உறவையும் முரணையும் பேசுகிறது. இது ஏன்

தேவைப்படுகிறது? சமூகத் தளத்தில் நடைபெறும் மாற்றமே இதைப் பேச வேண்டிய தேவையை உருவாக்குகிறது எனலாம். தமிழ்ப் பகுதியில் விஜயநகர - நாயக்கர் அரசு காலத்திலிருந்து உடைமையோடு தொடர்புகொண்டோர் நாயக்கர். அத்தகைய கிராம அமைப்புகளில் காவல் பணி என்னும் சேவை சாதியாய்த் தேவர் வகுப்பினர் உள்ளிட்டோர் இருந்தனர். இருபதாம் நூற்றாண்டின் நடுப்பகுதிக்குப் பின்னால் எண்ணிக்கை, உடல் மூலதனம் மூலம் அரசியல் அதிகாரச் சாதிகளாய் மாறியுள்ள தேவர் சாதியினர், கிராம அமைப்பில் ஏற்கெனவே அதிகாரத் தொடர்பில் இருந்த நாயக்கர்களை எதிர்கொள்ள வேண்டியிருக்கிறது. அம்மாற்றத்திற்காக எழும் உறவும் முரணும்தான் இப்படம். அதன்படி இப்படம் சாதி விமர்சனப் படமாக ஆவதைவிட அதிகார மாற்றத்தைப் பிரதிபலிக்கும் படமாகிறது.

III

இப்பின்னணியில்தான் 'சேனாதிபதி' படத்தில் வெளிப்படும் கிராம அமைப்பின் சாதி அதிகார அடுக்கைப் பார்க்க வேண்டியிருக்கிறது. பிரதி கதைப்போக்கில் ஒரு தரப்பைச் சாதியைப் பின்பற்றுகிறவர்களாகவும் மறுதரப்பை அவற்றிலிருந்து விலக்கியும் காட்டியிருக்கிறது. இது சமூக இயல்பாகவோ, கதை போக்கினதாகவோ அமையவில்லை. இருவேறு சாதிகளை முரணாக மட்டும் காட்டக்கூடாது என்கிற வணிகச் சரித்தன்மைக்காக அந்தந்தச் சாதிக்குள்ளே இருக்கும் முரண்கள் எடுத்துக்கொள்ளப்பட்டுள்ளன. ஆனால், தான் கட்டமைக்கும் இரண்டு சாதி முரணின் எல்லைக்குக் கட்டுப்பட்டவையாக அவற்றை அடுக்கிக்கொள்கிறது பிரதி. இந்த ஊர் நாயக்கரோடு முரண்படுகிறவராகப் பக்கத்து ஊரைச் சேர்ந்த நாயக்கரே இருக்கிறார். அதேவேளையில், அவை உடைமை, சமூக அதிகாரம் சார்ந்தெழும் முரண்கள் மட்டுமே. அதேபோல, காவல் உரிமை கிடைக்கப் பெறாமையால் ஒரே சாதிக்குள் சேனாதிபதிக்கும் எதிரிகள் இருக்கிறார்கள்.

குறிப்பிட்ட அடையாளங்களைப் பற்றிப் பேசினாலும் எல்லாத் தரப்புப் பார்வையாளர்களையும் சென்றடைய வேண்டும் என்பது வணிக நிர்பந்தம். அதிலும் சாதிகள், மதங்கள் அவற்றினிடையே உள்ள உறவு, முரண் ஆகியவற்றைப் பின்புலமாகக் கொள்ளும்போது அவை பார்வையாளர் விரோதமாக மாறிவிடக்கூடாது என்பதில் கவனம் கொள்வர். அதனை ஈடுகட்டும் விதமாகச் சமூகக் குழுக்களின் உறவையும்

முரணையும் நபர்களுக்கிடையிலான விரோதமாக மாற்றுவர். அடுத்து ஒரே சாதிக்குள்ளேயே எதிரியை உருவகிப்பர். எதிரெதிர் சாதிகளிலிருந்து நட்பாக்குவர். ஒரே சாதிக்குள்ளிருந்து துரோகிகளைக் கட்டமைத்துக் காட்டுவார்கள். இவ்வாறெல்லாம் சமூகத் தளத்தில் இருக்கின்றன என்றாலும் கதையாடல் களம், வணிக நிர்பந்தம் காரணமாகப் பலவேளைகளில் இத்தகைய எளிமைப்படுத்தல்களை வலிந்து உருவாக்கிக்கொண்டு கதையை நகர்த்துவர். இந்திய / தமிழ் வணிகத் திரைப்படங்களை மதிப்பிடும்போது இவற்றை மனதில் வைத்தே அணுக வேண்டும். 'வேதம் புதிது' படத்தில் பாலுத்தேவரின் சாதிய மறுதலிப்பை எல்லாச் சாதிகளும் எதிர்க்கின்றன என்று காட்டுவது இதனால்தான். ஒரு கிராம அமைப்பில் அவரின் சாதிய மறுதலிப்பை எல்லாச் சாதிகளும் ஏன் எதிராகப் பார்க்க வேண்டும்? 'சேனாதிபதி' படத்தில் சேனாதிபதியின் ஆகிருதியைக் காக்கும் முனைப்பில் அவை சாதியாகப் பார்க்கப்பட்டுவிடக் கூடாது என்பதற்காக உடனிருந்த காவல் பணியாளர்களே காசு வாங்கிக்கொண்டு துரோகம் செய்வதாகக் காட்டுவதும் இவ்வாறான வலிந்த முயற்சியே.

கதையில் முரணை நபர்களுக்கிடையேயானதாகக் காட்டுகிறார்களே ஒழிய சமூகக் குழுக்களுக்கிடையேயானதாகக் காட்டவில்லை. ஆனால், இதில் உடைமை வர்க்க நாயக்கர்கள் சூழ்ச்சி மிக்கவர்களாக, சாதிப் பற்றாளர்களாக வருகிறார்கள். கெட்டவர்களாகவோ அடியாட்களாகவோ வந்தாலும் தேவர்கள் அறியாமல் செய்பவர்களாக, வீம்புக்காகச் சண்டைப் போடுபவர்களாகக் காட்டப்படுகிறார்கள். லிங்கப்ப நாயக்கர் தன்னுடைய சாதியாக இருந்தும் சேனாதிபதிக்கு (தேவர்) முக்கியத்துவம் கொடுக்கிறான் என நாகப்ப நாயக்கருக்குக் கோபம் இருக்கிறது. சேனாதிபதி எவ்வளவுதான் நட்புக்கு உண்மையாக இருப்பினும் லிங்கப்பன் சாதியையே மேலானதாக நினைக்கிறார். மேலும், தன் மகன் லிங்கப்பன் மகளைத் திருமணம் செய்துகொள்ள வேண்டுமானால் பழிதீர்க்கும் பொருட்டு சேனாதிபதியின் தலை வேண்டுமென்கிறார் நாகப்ப நாயக்கர். தன் சாதித் தூய்மையைக் காப்பாற்ற நாகப்பனோடு சம்பந்தம் பேசிவிட்ட லிங்கப்பன் அந்த நிபந்தனைக்குச் சம்மதிக்கிறான்.

நாயக்கர்களின் சாதி நலனுக்காக 'வெள்ளந்தி'களான தேவர்களின் தலைகள் பலி கேட்கப்படுகின்றன. உயிர் போகும் தறுவாயிலும் கொடுத்த வாக்கைக் காப்பாற்றிவிட்டே செத்துப்போகிறார் சேனாதிபதி. லிங்கப்பன் சேனாதிபதியின் நேர்மையைக் கருதி நட்பைத் திரும்ப நினைவுகூர்கிறான்.

இவ்வாறு இறுதியில் நட்பு காரணமாகச் சாதி மறுதலிக்கப்படுகிறது. ஆனால், இங்கு நட்பு காப்பாற்றப்பட்டது என்பதைவிட கட்டமைக்கப்பட்ட சாதியின் குணாம்சம் காப்பாற்றப்பட்டிருக்கிறது என்பதுதான் உண்மை. எனவே, 'சேனாதிபதி' படப்பிரதி கோரிக்கொள்கிற சாதி மறுப்பு என்கிற நிலைப்பாடு புறமெய். பிரதியின் இடுக்குகளில் சாதியச் சொல்லாடல்கள் வழிவதே உள்மெய். 'வேதம் புதிது' படத்திலும் ஏறக்குறைய இதுவே நடக்கிறது. தன் மகளைத் திருப்பித்தர வேண்டுமென்பதையே அய்யர் சீதனமாகக் என்கிறார். பாலுத்தேவர் அந்தத் 'தந்திரத்திற்கு' கட்டுப்பட்டுப் போகிறார். அதைச் செய்வதே ஊரில் வழிவழியாகக் காத்துவந்த மரியாதையைக் (மானம்) காக்கும் செயல் என்று நம்புகிறார்.

IV

ஊர்க்காவல் / ஊர்க்காவலாளி பற்றிக் கூறும்போது இரண்டு படங்களைச் சொல்ல வேண்டும்: 'ஒரு கை ஓசை' (1980), 'எங்க ஊரு காவல்காரன்' (1988). கே.பாக்யராஜ் இயக்கிய 'ஒரு கை ஓசை'யில் மையப் பாத்திரமாக இல்லாவிட்டாலும் சங்கிலி என்ற காவலாளி பாத்திரம் பிரதானமாக இருக்கிறது. ஆனால், இந்தக் காவலாளி தலித். சமூக வரலாற்றில் காவலாளி என்ற சேவையைப் பல்வேறு சாதிகளும் வகித்துள்ளனர். பகுதிக்கேற்ப, காலத்திற்கேற்ப, ஆளுவோருக்கேற்ப இது மாறிவந்திருக்கிறது. தென்தமிழகக் கதைகள் மட்டும் இவற்றைக் குறிப்பிட்ட சாதியோடு தொடர்புபடுத்தி வந்திருக்கின்றன. அதன்படி காவலாளி காட்டும் வீரமும் மானமும் அக்குறிப்பிட்ட சமூகத்தினருக்குரிய அடையாளமாக மட்டும் பொருந்திவிட்டன. 'வேதம் புதிது' படமும் 'சேனாதிபதி' படமும் அவ்வாறு அமைந்தவையே. ஆனால், இப்போக்கிலிருந்து விதிவிலக்காக அமைந்தது 'ஒரு கை ஓசை'. இதற்குப் பல காரணங்கள் உண்டு.

பின்னால் வந்த படங்களைப் போல தென்தமிழகத்தைக் களமாகக் கொண்ட படமல்ல இது. மேற்கு வட்டாரத்தைக் களமாகக் கொண்டது. சாதி அடையாளங்களும் சாதிமுரண்களும் கூர்மை பெறாத காலத்திற்கு முந்தி வந்த படமென்பது முக்கியமான காரணம். அதேபோல சொந்தச் சாதி ஓர்மையை வலியுறுத்தும் பிரதிகளை உருவாக்குவதில் முனைப்புக் காட்ட வேண்டிய அவசியம் இல்லாததால் தலித் பாத்திரம் ஒன்றைக் காட்டுவதில் பாக்யராஜுக்குத் தயக்கம் இருந்திருக்கவில்லை. அதேவேளையில் தலித் காவலாளி பாத்திரத்தை மரபின் சாதியச் சட்டகத்திற்குள்தான் இப்படமும் எடுத்தாண்டது.

சங்கிலி முரடன். குறிப்பிட்ட நாளில் ஒவ்வொரு வீட்டுக்கு முன்னாலும் வந்துநிற்பார். எதுவும் பேசாமல் இரண்டு ரூபாய் தருவார்கள். அடுத்த வீடு செல்வார். இது ஊரார் தரும் காவல் கூலி. சங்கிலியின் முரட்டுத்தனமும் கூலியும் ஊரைக் காப்பதற்கானது. எனவே ஊர் அவற்றை மௌனமாக அனுமதிக்கிறது. ஏனெனில், சங்கிலியின் முரட்டுத்தனமும் அச்சமூட்டலும் ஊருக்கானது. ஊருக்குள் மருத்துவச்சியாக (நவீனம்) வரும் நாயகி, சங்கிலிக்குப் (மரபு) பணம் கொடுக்க மறுக்கிறாள். தனக்குப் பாதுகாப்புத் தர காவல் நிலையம் இருக்கிறது என்று அவரைப் புறக்கணிக்கிறாள். ஆனால், அவள் தனியே செல்லும்போது ஊரின் மைனரால் வன்முறைக்கு ஆளாக்கப்படும்போது வீரங்காட்டிக் காப்பாற்றுகிறான் சங்கிலி. "மானம் போன பின்னால்தான் நீ நம்பும் போலீஸ் (நவீனம்) வரும். ஆனால், இந்த ஊர்க்காவல்காரன் (மரபு) அப்படியில்லை" என்று கூறி அவளின் முந்தைய எள்ளலைச் சுட்டிக்காட்டுகிறான். பிறகு அவளும் அவற்றை உணர்வதாகக் காட்டப்படுகிறது. எனவே, காவல் என்பது இங்கும் மானம் (கற்பு) காத்தல் என்பதோடு இணைத்துத்தான் உள்ளூரால் புரிந்துகொள்ளப்பட்டிருக்கிறது.

ஊரில் பண்ணையார்களும் மைனர்களும் ஒரே வர்க்க - சாதி நிலையில் இருக்கின்றனர். ஊரின் அதிகார அடுக்கு என்ற முறையில் மரபுரிமையான காவல் சங்கிலியிடம் இருக்கிறது. பண்ணையை நல்லவராகக் காட்டும் திரைப்பிரதி அவருக்குச் சம தகுதியிலுள்ள மைனரையே கெட்டவராகக் காட்டுகிறது. மற்றெந்த முரண்களும் இருப்பதாகத் திரைப்பிரதி காட்டவில்லை. காவல் மரபுரிமையைக் கொண்டிருக்கும் சங்கிலி ஊருக்காக மைனரிடம்தான் சண்டையிடுகிறார். மைனரால் ஊர்ப் பொதுக் கிணறில் விஷம் கலக்கப்படுகிறது. அதில் சண்டையிட்டு சங்கிலி சாகிறார். "நீ எங்கள் ஊரைக் காத்த தெய்வம்" என்ற குறியீட்டு மதிப்பைத் தருகிறார் பண்ணையார். ஆனால், அவனோ "என் சாதி மக்கள் ஊரின் டீக்கடையில் எல்லாச் சாதியாருடனும் அமர்ந்து பொதுக்குவளையில் டீ குடிக்க வேண்டும். அதுவே என் வேண்டுகோள்" என்று கூறிவிட்டுச் செத்துப் போகிறார். நன்றியறிதலுக்காகக் கடவுளாக்க வேண்டும். அதற்கு மாறாக சங்கிலியின் இந்த வேண்டுகோளை ஊரார் ஏற்கிறார்கள். மறுவகையில் ஊரார் சங்கிலிக்குத் தரும் காவல் கூலியாகவும் இது அமையும். இதுவொரு புதிய முடிவு. மரபின் அடையாளங்களுக்குள் நவீனத்தின் கண்ணோட்டத்தை இணைக்கும் எண்ணப்போக்கு இதிலிருக்கிறது. இவ்வாறு சாதியச் சட்டகத்திலிருந்து இயங்கும் படமானாலும்

வலிந்ததாக இருப்பினும் முடிவில் 'நவீன' நோக்கில் சாதகமான தீர்வைச் சொல்லுகிறது படம். சிறுவயதில் தான் பார்த்த பாத்திரமொன்றையே படத்தில் சங்கிலியாக வளர்த்தெடுத்தேன் என கே.பாக்யராஜ் கூறியிருந்தார் என்பது குறிப்பிடத்தக்கது. இதே போக்கில் பின்னால் வந்த படங்களில் முன்னோக்கிய மாற்றங்கள் பேசப்பட்டிருக்க வேண்டும். ஏழாண்டுகள் கழித்துவந்த 'வேதம் புதிது' படம் காவல் தொழிலை நேரடியாகக் கொண்டிராவிட்டாலும் அதையொத்த அம்சத்தைக் காட்டியது. ஆனால், இப்படம் கிராமத்தின் சமூக அதிகார இடைநிலைச் சாதிக்கு நகர்ந்திருந்தது. இந்நிலையில்தான் அதற்கடுத்த ஆண்டு 'எங்க ஊரு காவல்காரன்' படம் வெளியானது. தென்மாவட்டக் கதைக்களத்தைக் கொண்ட இப்படம் தேவர் சாதியைக் காவலாளி பாத்திரத்தில் காட்டியதோடு அச்சாதிக்குரிய பெருமிதங்களையும் இணைத்து வெளிப்படையாக முன்வைத்தது. 'ஒரு கை ஓசை' படத்தில் சங்கிலி என்ற தலித் பாத்திரத்தில் நடித்து அதையே தன் பெயர் ஒட்டாகக் கொண்ட சங்கிலிமுருகனின் கதை மற்றும் தயாரிப்பில் இப்படம் உருவானது.

காவலாளி பாத்திரம், பாரம்பரிய சாதியமைப்பின் சேவைப் பணி என்ற முறையில் 'எங்க ஊரு காவல்காரன்' படத்தில் கிராமத்தின் தொடர்புடைய கண்ணிகள் சொல்லப்பட்டிருந்தன. அதாவது சேவை, குடியிருப்பு, சமூக மதிப்பு என்பவற்றின் அதிகார அடுக்கைக் கொண்டிருக்கிறது. படத்தில் நாயகன் பெயர் சங்கையா. கள்வர்களைச் சண்டையிட்டு அடக்கிப் பிடித்த பின்புலத்தில் ஊரின் காவல் பொறுப்பை ஏற்கிறான். படத்தில் காவல் பணியானது வீரம், மானம், பாரம்பரியம் ஆகியவற்றோடு சேர்த்து அர்த்தப்படுத்தப்படுகிறது. காவல் என்பது ஊரின் அமைப்பொழுங்கை (சாதிய அடுக்கை) காப்பதாகவும் இருக்க வேண்டும் என்று எதிர்பார்க்கப்படுகிறது. ஆனால், காவலாளி சங்கையா ஊரிலுள்ள வள்ளுவன் மகளைக் காதலிக்கிறான். ஒடுக்கப்பட்ட வகுப்பினர்களாக இருப்பினும் பூசக தொழில் செய்வதால் அவர்களிலும் சற்று மேலே இருப்பவர்களாகக் காட்டிக்கொள்ளும் வாய்ப்பு வள்ளுவர்களுக்கு இருக்கிறது. படத்தில் அந்த அடையாளம் துலக்கப்படுத்தப்படவில்லை. எனவே, ஒடுக்கப்பட்ட பின்னணியிலும் மங்கிய அடையாளத்தையே சாதி தாண்டிய காதலுக்குத் தேர்ந்துள்ளனர். மேலும் கதையாடலில் காதல் மேலேயிருக்கும் நாயகனின் தேர்வாகத்தான் உள்ளது. அதனாலேயே அது அவனுடைய பெருந்தன்மையாகவும் மாறிப்போய்விடுகிறது. நாயகனின் வீட்டில்

இக்காதலுக்கு எதிர்ப்புக் கிளம்புவதுபோல் காட்டினாலும் பின்னால் நாயகி சாதியைச் சேர்ந்த முறைமாமனின் எதிர்ப்பாகச் சுருக்கப்பட்டுவிடுகிறது.

முதலில் வள்ளுவன் மகள் ஒருவனால் வல்லுறவுக்கு ஆளாக்கப்படும்போது சங்கையா சண்டையிட்டுக் காப்பாற்றுகிறான். வள்ளுவர்கள் ஊரிலுள்ளோருக்கு நல்லது / கெட்டதைக் கணித்துச் சொல்லும் மரபினர். எனவே, அவர்தம் குடும்பப் பெண்களின் மானத்தைக் காப்பாற்றுவதும் காவல் பணிதான். இவ்வாறு வீரம் காட்டிக் காப்பாற்றியதைப் பார்க்கும் சங்கையாவின் தந்தை கருப்புசாமி தேவர் பூரிக்கிறார். தன் தாத்தா வீரத்தேவன், தந்தை பாண்டி முனித்தேவன் ஆகியோரின் காவல் திறத்தை மகனுக்குப் பெருமையாக எடுத்துச் சொல்கிறான். அந்தப் பரம்பரையை நிரூபித்து விட்டதாக மகனைப் பாராட்டுகிறான். தன் முன்னோர்களின் நீதி, நேர்மை, தர்மம் போன்ற அத்தனையும் சங்கையாவிடம் இருப்பதாகக் கூறுவதன் மூலம் இந்த அம்சங்கள் காவல் சேவையின் அங்கங்கள் என்று மாற்றிக் காட்டியுள்ளனர். மற்றுமோர் இடத்தில் காவல் பணி பாரம்பரிய உரிமை என்பதை நினைவுபடுத்தி, "நமக்குக் கொடுத்திருக்கிற காவல்காரன் என்கிற மரியாதைப் பல்கலைக்கழகத்தில் படித்து வாங்கிய பட்டமல்ல (அதற்கும் மேலானது). மாறாக, நமது பாட்டன் பூட்டன் காலத்திலிருந்து இரத்தம் சிந்தி பாதுகாத்துவந்த உரிமை" என்று சூளுரைக்கிறான் சங்கையா. பல்கலைக்கழகப் பட்டம் என்ற நவீன மதிப்பைவிட பாரம்பரிய உரிமையை மதிப்பானதாகக் கூறுகிறது இந்த உரையாடல். 'ஒரு கை ஓசை' படத்தில் டீக்கடையில் சமத்துவம், 'வேதம் புதிது' படத்தில் பெயருக்குப் பின்னாலுள்ள சாதிப் பட்டத்தைவிட படித்து வாங்கும் பட்டத்தை மதிப்பாகக் கூறும் பார்வை என்கிற இரண்டு நிலைப்பாட்டையும் தலைகீழாக்கியிருக்கிறது இப்பட வசனம். இதன் முடிவு சுவாரஸ்யமான போக்கைக் கொண்டது. சாதி தாண்டிய காதலுக்கு எதிர்ப்பு எழுவதுபோல் தெரிந்தாலும் ஒருகட்டத்தில் கதையின் பிரதான போக்காக அது இல்லை. ஆனால், காதலர்களைச் சேர்ப்பதுதான் கதையின் மையநோக்கம் என்பதாகப் படம் முடிக்கப்பட்டிருக்கிறது. சுபமான முடிவிற்காகச் செய்யப்பட்ட வலிந்த முயற்சி என்றுதான் இதைக் கூற வேண்டும். அதாவது, பாரம்பரியம் வழங்கிய சாதி உரிமையைப் பெருமையாகப் பேசும் இப்படம் காதலர்கள் சேர்வதுபோல் "ஒன்றுபட்ட இளம் உள்ளங்களுக்கு சாதி, மதம், நிறம் ஏதுமில்லை" என்ற வாசகங்களைக் காட்டி நிறைவுபெறுகிறது. இவ்வாறு இப்படம் சாதிய அணுகுமுறையில் உள்மெய் நோக்கில் ஒருமாதிரி செயல்பட்டு, புறமெய்யாக வேறுமுடிவைக் காட்டி முடிகிறது.

V

மீண்டும் 'வேதம் புதிது' படத்திற்கும் 'சேனாதிபதி' படத்திற்கும் திரும்பலாம். பாலுத்தேவரும் சேனாதிபதியும் சாதியை மறுதலிக்கும் எண்ணம் கொண்டிருக்கிறார்கள். ஆனால், அவர்களைவிட இரண்டு உப பாத்திரங்கள் சாதியத் தடையை இயல்பாக மீறுகின்றனர். 'சேனாதிபதி' படத்தில் தம்பி சேது மையப் பாத்திரம் அல்ல. சேட்டைகள் செய்வது, காதலிப்பதுதான் அவன் வேலை. சேனாதிபதியைப் போல சாதி - சாமி மறுப்புப் போன்ற இலட்சியவாதங்கள் அவனுக்கிருப்பதாகத் தெரியவில்லை. ஒரு கட்டத்தில் அண்ணன் சேனாதிபதிக்குத் தெரியாமல் சாதி தாண்டிய கல்யாணத்தை விளையாட்டுத்தனமான தம்பி சேதுதான் செய்ய முற்படுகிறான். ஆனால், அளித்த வாக்கைக் காப்பாற்ற வேண்டிய பாரம்பரிய உரிமையைக் கொண்ட சேனாதிபதிதான் அதைத் தடுக்கிறார், சேதுவைப் பலி கொடுத்தேனும் காவல் பொருளான பெண்ணை மீட்கத் தயாராகிறார். முடிவில் அவர்களைச் சேர்த்துவைக்கிறார் என்றாலும் அது லிங்கப்ப நாயக்கன் மனமுவந்து பெண்ணைக் கொடுத்த பிறகே அதனைச் செய்கிறார். அதாவது, மரபுரிமை காப்பதில் சேனாதிபதி காட்டிய விசுவாசத்தைக் கண்டு அவர்களாகத் தரும் சலுகையாகவே இந்தச் சாதி தாண்டிய திருமண வாய்ப்பு அமைகிறது.

இதேபோன்றுதான் பாலுத்தேவர் மகன் சங்கரபாண்டிக்கும் சமூகநீதி கருத்துகள் இருப்பதாகப் படத்தில் எந்தக் குறிப்பும் இல்லை. அவன்தான் சாதித் தாண்டி பிராமணப் பெண்மீது காதல் கொள்கிறான். ஆனால், அந்தத் திருமணம் நடப்பதில் பாலுத்தேவரின் வாக்கு தடையாகிறது. தன் வாக்கைக் காப்பாற்றுவதில் மகனுக்கும் பொறுப்பு இருக்கிறது என்று எதிர்பார்க்கிறார் பாலுத்தேவர். தலைமுறைகள் வழியாகக் காத்துவரும் மானம், குலம், மரபுரிமை போன்ற புனைவுகள் வழியாக இயல்பான காதலுணர்வுகளைத் தடுக்கிறார்கள் பெரியவர்கள். இந்தத் தலைமுறையினருக்கு அந்தச் சுமையின் அழுத்தம் குறைந்துவிட்டிருப்பதால் அந்தப் புனைவுகளைச் சட்டை செய்யாமல் கடக்கிறார்கள். அதாவது, இலட்சியவாதம் பேசியவர்களைவிட அத்தகைய உரிமை கோரல்கள் இல்லாதவர்கள் இயல்பாக இலட்சியவாதங்களுக்கு இணையான சாத்தியத்தைத் தொட்டுவிடுகிறார்கள்.

அதேவேளையில் இப்பிரச்சினையை இவ்வளவு எளிதாகச் சுருக்கி விடவும் முடியாது. ஓர் அடையாளத்தில் இருப்பவர்கள் மாற்றத்திற்குத் தயாராகிறபோது ஏற்கெனவே பழகிவிட்ட பிடியிலிருந்து விடுபடுவது உடனே சாத்தியமாகாது. அதற்குப் பெரும் போராட்டம் தேவை. அவ்வாறு அவர்கள் போராடி உருவாக்கிய பாதையில்தான் அடுத்த தலைமுறையினர் சற்றே எளிதாக நுழைய முடியும். எனவே, பிரச்சினையை முதன்முறையாகச் சந்திப்பவர்களின் ஊடாட்டங்களும் மாற்றங்களும் கடினமானவை. பாலுத்தேவர், சேனாதிபதி போன்றோர் மரபிலிருந்துகொண்டு விடுபட விரும்பும் முதல் தலைமுறையினர் ஆவர். அதில் அவர்களிடையே சறுக்கல்களும் குழப்பங்களும் நேர்கின்றன. அவர்களின் அடுத்த தலை முறையினருக்கு அதே அளவு குழப்பங்களோ சமரசங்களோ தேவைப்படாது. கடந்த தலைமுறையினரின் அனுபவங்களும் போராட்டங்களும் வழியை எளிமையாக்கியிருக்கும். இந்த இரண்டு படங்களிலும் நடப்பது இதுதான். பெரியவர்கள் பாரம்பரியத்தைவிட்டு உடனே வெளியேற முடியாமல் அதனுள் சிக்கிக்கொண்டே தீர்வை எட்ட விரும்புகிறார்கள். அந்தக் குழப்பங்களையே திரைக்கதைகளில் பார்க்கிறோம். இந்த ஊடாட்டம் மிக முக்கியமானது. இவற்றை இப்படங்கள் விவாதித்திருந்தால் முக்கியமான பிரதிகளாக மாறியிருக்கும். ஆனால், இந்த ஊடாட்டங்கள் தெரிந்தும் அவற்றை விவாதிக்காமல் வழக்கமான சினிமா, செண்டிமெண்ட், விசாலமாக அணுகப்படாத சாதி மறுப்புக் கருத்துகள் ஆகியவற்றை வரையறுத்துக்கொண்டுவிட்டன. மேலேயிருப்பவர், சமமான நிலையிருப்போர் ஆகியோரிடம் விவாதிக்க முனைந்துவிட்டுப் பிற தளங்களை நோக்கி சாதி பற்றிய விமர்சனங்களைப் படரவிடாமல் பார்த்துக்கொள்கின்றன. இதனை இப்படங்களின் தலித் பற்றிய சித்திரிப்பின் வழியே பார்த்தால் புரிந்துகொள்ள முடியும்.

VI

எல்லாச் சாதிகள் பற்றிய குறிப்பும் ஏதாவதொரு வகையில் இவ்விரண்டு படங்களிலும் இடம்பெற்றுவிடுகின்றன. அதன்படி தலித், பிராமணர் என்ற இரண்டு சாதிகள் பற்றிய குறிப்புகளை மட்டும் இங்கு பார்க்கலாம். ஏனெனில், இப்படங்கள் இடைநிலைச் சாதிகளை மையமாகக் கொண்டிருக்கும் நிலையில் தங்களுக்கு மேலேயும் கீழேயும் இருக்கும் சாதிகளோடு எத்தகைய உறவைக் கொள்கின்றன என்பதை அறிவது முக்கியம்.

'வேதம் புதிது' படத்தில் கிராமத்திலுள்ள எல்லாச் சாதிகளும் சொல்லப் பட்டுள்ளன என்றாலும் அவை ஒவ்வொன்றும் தங்கள் சாதியடையாளத்தை விட்டுத்தர விரும்பாதவை. பட இறுதியில் பாலுத்தேவருக்கு எதிராக ஊரே திரளும்போது அதில் எல்லாச் சாதியினரும் இருக்கிறார்கள். ஆனால், எல்லாவற்றிற்கும் தலைமை தாங்குபவர்களாக ஏதாவதொரு பிராமணக் குடும்பமே இருக்கிறது. ஆனாலும், ஊர்ப் பாரம்பரியம் என்ற முறையில் அவர்களுக்கிருக்கும் புனிதத் தகுதியைக் காப்பதே தன் கடமை என்றே கருதுகிறார் நாத்திகரான பாலுத்தேவர். எனவே, படத்தில் பிராமணர்களின் சாதி விமர்சிக்கப்பட்டாலும் சாதி அடுக்கு முறையில் அவர்களுக்குரிய இடத்தை யாரும் மறுப்பதில்லை. சாதி - சாமி மறுப்பாளரான பாலுத்தேவர் அனாதையாகிவிட்ட அய்யரின் மகனை வளர்த்து, அவன் விருப்பத்திற்காகத் தன் அடையாளங்களைக் கைவிடும் அளவுக்குப் போகிறார். இவ்விடத்தில் சாதி தாண்டிய உறவு என்பது பாலுத்தேவர் என்ற மையப் பாத்திரத்தின் மனித நேயமாகச் சிறுத்துப்போகிறது. தன் சாதி அடையாளங்களை விடுத்துப் பிராமண அடையாளங்களை ஏற்பது பாத்திரத்தின் பிரச்சினையல்ல. மாறாக, தேவர் வீட்டில் பிராமணப் பையன் என்ற சாதி தாண்டிய நடைமுறையைக் காட்ட வேண்டுமென்ற அரசியல் சரித்தன்மைக்காக இயக்குநர் மற்றொரு தளத்தில் செய்யும் சமரசம் இது. ஒரு சாதகத்திற்காக மற்றொரு சாதகத்தை மறுதலிப்பது இது. இதன் தொடர்ச்சியாகவே ஊரார் அனைவரும் சேர்ந்து சாதி தாண்டிவிட்ட பாலுத்தேவரை எதிர்க்கிறார்கள்; அதாவது, பிராமணரை மட்டும் சாடிவிடக் கூடாதென்பதற்காக ஊரில் உள்ள எல்லாச் சாதியினரையும் சாதிப் பிடிப்புள்ளவர்களாகக் காட்டியிருக்கிறார்கள். இது, ஊரிலுள்ள எல்லாச் சாதியினரும் எந்தத் தொந்தரவுமில்லாமல் சாதிய ஒழுங்கை ஏற்றியங்குகிறார்கள் என்பதாகவும் அதற்குப் பங்கம் வரும்போது முரண்பாடில்லாமல் கூடி எதிர்க்கிறார்கள் என்பதாகவும் பொருள் தருகின்றன. மேலும், பிராமணச் சிறுவன் கேட்கும் கேள்விகள் மூலமாகவே பாலுத்தேவருக்குச் சாதியக் குற்றவுணர்ச்சி ஏற்படுகிறது. இதைப் பிராமண சாதி பற்றிய விமர்சனத்தை ஈடுகட்டும் வலிந்த முயற்சி என்றும் கூறலாம். சாதி மறுப்பு கீழிருக்கும் சாதியிடம்தான் உருவாகும், மேலிருப்பவரிடம் உருவாகாது என்ற வழமையான சாராம்சவாதத்தை உடைத்து, அது உரையாடல் மூலமும் உணரப்படலாம் என்று கருத இடம் தருகிறது. என்றாலும், இந்தக் கேள்வியை எழுப்பப் படத்தில் யாருக்கு உரிமை தரப்பட்டிருக்கிறது என்பதுதான் முக்கியமான கேள்வி.

இடைநிலைச் சாதி மீதான சாதிய விமர்சனம் அதற்கு மேலிருக்கும் பிராமணச் சாதியால் எழுப்பப்பட்டு பாலுத்தேவரால் ஏற்கப்படுகிறது. பிராமணச் சிறுவன் அவர் தோளில் அமர்ந்துகொண்டு இதைச் சுட்டுகிறான் என்பது ஒரு குறியீடு. இவ்விடத்தில்தான் இப்பிரதியில் தலித் பற்றிய இடம் என்ன என்பதை உணர வேண்டியிருக்கிறது. பாலுத்தேவரின் சாதி அடையாளம் பற்றிக் கேள்வி எழுப்பும் அந்தச் சிறுவனே சாதியின் அடையாளமாகத் திகழும் பூணூலை அணிந்திருக்கிறான். அவன் நுழைந்த பின்னால் அச்சிறுவனின் சைவ உணவு உள்ளிட்ட அடையாளங்களுக்கேற்ப பாலுத்தேவர் குடும்பம் மாறுகிறது. இங்குதான் பிரதி வசதியான இடத்தில் நின்றுகொண்டு சாதி பற்றிய விமர்சனத்தை நிகழ்த்துகிறது என்கிறோம். இந்தக் கேள்விகளும் மாற்றங்களும் மேலிருப்பவரின் விளைவு. இதே கேள்விகளையும் மாற்றங்களையும் தங்களுக்குக் கீழிருக்கும் தலித் மூலம் இக்குடும்பம் சந்தித்திருக்குமா? அவ்வாறு சித்திரிக்க முடிந்திருந்தால்தானே அது சரியானது. ஆனால், அதைத் தவிர்த்துவிட்டு யாரை விமர்சிக்கிறதோ அவர்மூலமே தன்னையும் சீர்படுத்திக்கொள்ள இப்பிரதி விரும்பியிருக்கிறது. உள்ளூர் எதார்த்தத்தில் தலித் - இடைநிலைச் சாதி முரண்களே அழுத்தம் பெற்றிருக்கும் நிலையில், அழுத்தம் குறைந்த சாதியோடு உரையாடல் நடத்திக்கொள்கிறது. இழப்பதற்குப் பூணூல் இருப்பவன் எழுப்பும் கேள்வியைவிட இழப்பதற்குச் சாதிப் பெருமைகூட இல்லாத தலித் ஒருவனின் கேள்வியை இங்கு ஏன் அனுமதிக்க முடியவில்லை? இவ்விடத்தில்தான் இப்பிரதி இடைநிலைச் சாதி பிரதியாகத் தேங்கிப்போகிறது. குறிப்பிட்ட அளவில் அதிகார வரிசையில் மேலெழுந்துவரும் ஒரு சாதி, தனக்கு மேலேயிருக்கும் சாதியோடு முரண், அதனூடான இணக்கம் என்று சமூக அளவில் நிகழ்த்தும் மாற்றத்தின் திரைப் பிரதிபலிப்பாகிறது.

இதற்கேற்ப இந்தப் படத்தில் தலித் பாத்திரம் கொணரப்படவில்லை அல்லது கொணரப்பட்டாலும் புலப்படும்படியாகக் காட்டப்படவில்லை. யாருடன் உரையாட முடியும் என்பதற்கேற்ப பாத்திரங்கள் தேர்வு செய்யப்பட்டுள்ளன. படத்தில் பாலுத்தேவரின் உள்ளூர் ஆளுமையை விவரிக்கும் போக்கில் ஒரு தலித் பாத்திரம் வந்து செல்கிறது. எனினும் அதை அப்பாத்திரத்திற்கான ஓர்மையோடு சித்திரித்ததாகக் கொள்ளமுடியவில்லை. பாலுத்தேவர் எல்லா வீட்டிற்கும் சீதனம் கொடுக்கும் அளவிற்கு நிலபுலங்களைக் கொண்டவர். வெள்ளை வேட்டி சட்டையோடு முறுக்கிய மீசையோடு வயல் வழியாக வரும்போது பின்னால் சட்டையில்லாமல்

கக்கத்தில் துணியை வைத்தவாறு ஒரு பண்ணையாள் வருகிறார். பாலுத்தேவர் "ஏண்டா சங்கா" (சங்கன்) என்று பெயரிட்டு விளித்துப் பேசிவருகிறார். அவர் தனக்கு இப்படியாக அதிகாரம் இருப்பதை மறுத்துக்கொண்டது போல திரைக்கதை யோசிக்கவில்லை. கிராமப் பாரம்பரியம் காரணமாக தலித் ஒருவருக்கு மேலானவராக அவர் இருக்கிறார். பிராமணச் சிறுவன் கேள்வி கேட்டதால் உறுத்தலடைந்த அவருக்கு இந்த நிலை உறுத்தலாக இல்லை. இதுதான் திரைக்கதையின் வசதியான தேர்வுக்களம்.

'வேதம் புதிது' படத்தில் உள்ளூர்ச் சாதிகளுக்கிடையே உள்ள இந்த அளவிலான ஊடாட்டம் கூட 'சேனாதிபதி' படத்தில் இல்லை. நாயக்கர் - தேவர் நட்பைக் காட்டுவதற்காகத் திட்டமிட்டுப் பிற சாதியினரின் ஊடாட்டத்தைத் தவிர்த்திருக்கிறது திரைப்பிரதி. 'வேதம் புதிது' வெளியானதற்குப் பின்னால் சமூகத்தில் நடந்திருந்த மாற்றங்களுக்கேற்பச் சாதிய சொல்லாடலில் நடந்த மாற்றங்களை 'சேனாதிபதி' ஏற்றிருக்க வேண்டும். குறிப்பாக **1996** வாக்கில் தென்தமிழகம் என்னும் களத்தில் தலித் x தேவர் முரண் கூர்மை பெற்றிருந்தது. அவர்களுக்கிடையிலான விவாதங்களைத் தவிர்த்துவிட்டுத் தங்களுக்குச் சமமாக உள்ள சாதியோடு முரண்படும் / உரையாடும் வசதியான வாய்ப்பை ஏற்படுத்திக்கொண்டுள்ளது படம். ஆனால், விதிவிலக்காக தலித் தொடர்பை இப்படம் வேறொரு தளத்தில் கையாண்டிருக்கிறது. அதாவது, சேனாதிபதியின் மனைவி மீனாட்சி, அவர் வீட்டில் பண்ணைக்கு இருந்தவரின் மகள். அதன்படி சேனாதிபதி சாதியைக் கடந்தவர். தலித்தை மணந்தவர் என்று கூற முற்பட்டுள்ளனர். ஆனால், இது கதையின் மையமான சிக்கலாகக் கொணரப்படவில்லை. அவர் சாதி கடந்தவர் என்ற பிம்பத்தைத் தருவதற்காகக் கதாசிரிய தலையீட்டால் வலிந்து நிகழ்த்தப்பட்டிருக்கிறது.

சேனாதிபதி வீட்டில் வேலைபார்த்த பண்ணையாள் தன் மகள் மீனாட்சியை "நீங்கள்தான் யாருக்காவது மணம் செய்து தர வேண்டு"மென்று வேண்டுகோள் விடுத்துச் சாகிறார். சேனாதிபதியைப் பொறுத்தவரையில் அவர் பெறுபவர் (பண்ணையாள்). இவரோ தருபவர் (பண்ணையார்). அதன்படி அவருக்கு வாக்கு தந்துவிட்டு நிறைவேற்ற முற்படுகிறார். இந்த யோசனை என்பதே சாதிய சட்டகத்திற்குள்தான் இருக்கிறது. ஆனால், பண்ணையாள் மகளை சேனாதிபதியே மணம் செய்துகொள்ளும் நிலை ஏற்படுகிறது. சேனாதிபதி அவளைச் சாதி கடந்து காதலித்து

மணம் புரிந்திருந்ததாகக் காட்டியிருக்கலாம். ஆனால், கதை அதற்கு வாய்ப்பளிக்கவில்லை. 'தற்செயல்' காரணத்தால்தான் அவளை மணம் புரிந்துகொள்கிறான். நம்பி கையளிக்கப்பட்ட பெண்ணை அவரே காதலிப்பது காவல்காரரே பயிரை மேய்ந்தது போலாகிவிடாதா? பாரம்பரியம் காரணமாகத் தொடர்ந்துவரும் மரபுரிமையை மீறாமலிருப்பதுதான் அவர் காக்க விரும்பும் ஊரின் ஒழுங்காக இருக்க முடியும் அல்லவா? எனவே, காதலிப்பதிலிருந்து அவரைத் திரைக்கதை விலக்கிவிடுகிறது. எனவே, அவர் பெருமையைக் காக்க வேண்டுமென்பதற்காக வலிந்த காரணத்தையும் திரைக்கதைப் புனைந்து காட்டுகிறது. ஒருநாள் தண்ணீர் எடுத்துச்செல்லும் மீனாட்சி தவறி விழுகிறாள். அப்போது அவளைத் தடுத்துத் தூக்குகிறான் சேனாதிபதி. அதைப் பார்த்துவிடும் அவளின் மாப்பிள்ளை இருவரையும் தவறாக நினைத்து மணமேடையில் வைத்துத் தாலிகட்ட மறுத்துவிடுகிறான். இந்த இடத்தில்தான் செத்துப்போன பண்ணையாளிடம் தந்த வாக்கைக் காப்பதற்காக அவளை மணம்புரிகிறான் சேனாதிபதி. இவ்வாறு சாதி கடந்த மணம் என்பதுகூட சேனாதிபதியின் காவல் பெருமைக்காகவே சித்திரிக்கப்பட்டிருக்கிறது. இதில் இன்னொன்றையும் கவனிக்க வேண்டும். சேனாதிபதி அந்தப் பெண்ணை மனதில் கள்ளமில்லாமல்தான் தூக்கிவிட்டார். ஆனால், மாப்பிள்ளைதான் அவர்களைத் தவறாகப் புரிந்துகொள்கிறான். அதாவது சேனாதிபதியின் ஆகிருதியைக் கூட்ட ஒடுக்கப்பட்ட தன்னிலையைப் பலியெடுக்கிறது பிரதி. இங்கு சாதி மறுப்பைக் கதையும் கதாசிரியரும் அரசியல் நிலைப்பாடாக மட்டும் கருதுகிறார்கள். அதனால்தான் இப்பிரதிகள் சாதியை மறுப்பதாகக் கூறிக்கொண்டே சாதியைப் புலப்படாத விதத்தில் மறு உற்பத்திச் செய்திருக்கின்றன. உள்ளூர்க் களத்தில் சாதியை மறுத்துத் திட்டவட்டமாகச் செயல்படுவது சவாலானது. அதுவோர் இலட்சியவாதம் மட்டுமே. ஆனால், அதற்கான முயற்சிகளும் அதையொட்டி ஏற்படும் ஊடாட்டங்களும் மாற்றங்களும் முக்கியமானவை. அந்த வகையில் 'வேதம் புதிது' படத்தில் உள்ள நெகிழ்வு 'சேனாதிபதி' படத்தில் தட்டையாக்கப்பட்டிருக்கிறது. முன்னதில் இருக்கும் சுயவிமர்சனம்கூட பின்னதில் இல்லை. தேவர்களின் வீரம் ஊரைக் காப்பதற்கானது என்று சொல்வதன் மூலம் சமகாலச் சாதிய கள எதார்த்தத்தில் அவர்களின் வன்முறை முகம் மறைந்து போகிறது அல்லது பின்தள்ளப்படுகிறது.

பாரதிராஜா உருவாக்கிய பாலுத்தேவரிலிருந்து பின்னால் வந்த இயக்குநர்கள், தேவர் என்ற வெளிப்படையான சாதிப்பெயரை மட்டும் உதிர்த்துவிட்டுச் சாதிப் பெருமையைத் தக்கவைத்துக்கொண்டார்கள். தலித் ஒருவரை வைத்து உரையாட முடியாத பாரதிராஜாவிலிருந்து வளராமல் அவரையே பின்பற்றினார்கள் என்பதற்கு 'சேனாதிபதி' ஓர் உதாரணம்.

தமிழினி, செப்டம்பர் 2020

1990களுக்குப் பிந்தைய படங்களில் 'நட்பு' என்னும் சொல்லாடல்: சாதிய மாற்றங்களில் காட்டியதும் காட்டப்படாததும்

*த*மிழில் நட்பை / நண்பர்களை மையமாக வைத்துப் பல படங்கள் வந்துள்ளன. புனிதமானது, எல்லா அடையாளங்களையும் தாண்டியது, சாதி மதம் பார்க்காதது என்ற வழமையான அர்த்தங்களைத் தமிழ் சினிமா நட்புக்கு வழங்கியிருக்கிறது. இதனால் சாதிமத அடையாளக் குறிப்புகள் இல்லாத பொதுவான நட்பு படங்களே அதிகம் வெளிவந்திருக்கிறது. ஒருவேளை சாதியைக் குறிப்பிடும்படியான நட்பு படங்கள் வந்திருக்குமானால், அது சாதியை மீறி நட்பு அமைய முடியும் என்பதைச் சொல்லுவதற்கான படங்களாகவே இருக்கும். அவ்வகைப் படங்களில் சாதி தாண்டி அமையும் 'மீறல்கள்' எத்தகையவை என்பதையே இக்கட்டுரையில் பார்க்கப் போகிறோம். குறிப்பாக, *1990களின் படங்கள் எடுத்துக்கொள்ளப்படுகின்றன.*

பெரிய மருது:

1994ஆம் ஆண்டு 'பெரிய மருது' படம் வெளியானது. தென்தமிழகத்தின் குறிப்பிட்ட சாதி அடையாளத்தை தமிழ் சினிமாவில் ஒரு பிராண்டாக மாற்றியவர்களுள் ஒருவரான சங்கிலிமுருகன் தயாரித்து என்.கே.விஸ்வநாதன் இயக்கிய படம் இது. நாயகனின் பெயர்தான் படத் தலைப்பு. நாயகன் பெரிய மருது ஊரின் பணக்காரனான சிவசங்கரனின் அடியாள். தமிழ் சினிமா அகராதிப்படி நாயகன் அடியாளாக இருந்தாலும் நல்லவன். நண்பன் சிவசங்கரனுக்கு ஒரு பிரச்சினை என்றால் எத்தகைய மோதலிலும் கண்மூடித்தனமாக இறங்கக்கூடியவன். ஊரார், உறவினர் வருத்தப்பட்டாலும் கவலைப்பட மாட்டான். அதேவேளையில் அந்த முரட்டுத்தனம் அவன் நலனுக்கானது அல்ல, சிவசங்கரனின் நட்புக்கானது. இவ்வாறு அவனுடைய வன்முறைக்கொரு விதிவிலக்கைத் தருகிறது திரைப்பிரதி. பால்ய வயதில் தாய் தந்தையை இழந்து நின்ற பெரிய மருதுவின் வீரத்தைப் பார்த்துப் பணக்காரச் சிறுவனான சிவசங்கரன் அரவணைக்கிறான். அவனுடைய அரவணைப்புக்காக வாழ்நாள் முழுக்க விசுவாசமாக இருக்கிறான் பெரிய மருது. ஆனால், ஜமீன்தாரான சிவசங்கரன் மக்களைச் சுரண்டுகிறவன். அதற்காகப் பெரிய மருதுவின் வீரத்தைப் பயன்படுத்திக்கொள்கிறான். இந்தத் தந்திரத்தைப் புரிந்துகொள்ளாமல்தான் அவனுக்கு விசுவாசம் காட்டி வருகிறான் பெரிய மருது என்கிறது படம்.

படத்தில் பெரிய மருதுவின் சாதி அடையாளம் வெளிப்படையானது. அவன் தந்தையின் பெயர் கண்ணுத்தேவர். "மருது என்றால் வீரம் என்று பொருளாகும்" என்கிறது ஒரு பாத்திரம். இவ்விடத்தில் சாதி அடையாளமும் வீரமும் இணைக்கப்படுகிறது. வெள்ளையர்களை எதிர்த்த மருது சகோதரர்களின் வீரத்தையும் இங்கு நினைவுபடுத்திக் கொள்ளலாம். தேசம் காக்கப் போராடிய அந்த வீரர்களின் பெயரைச் சூட்டிக்கொண்டிருக்கும் இன்றைய பெரிய மருதுவின் வீரம் யாருக்குப் பயன்படுகிறது? அவனுக்காகவோ ஊராருக்காகவோ பயன்படுத்தப்படவில்லை. அந்த வீரத்தைப் பிறர் பயன்படுத்திக்கொள்கிறார்கள். அதை அறியாமல் வீரம் காட்டுகிறான். அதாவது, அந்த வீரத்திற்குச் சுயநலமில்லை. இந்த வகுப்பினர் வீரமானவர்களேயானாலும் திட்டமிட்டு வன்முறையில் ஈடுபடுவதில்லை. அவர்களுக்கிருப்பது முன்கோபம் அல்லது முரட்டுத்தனம். அந்த முன்கோபம் இயல்பாக வெளிப்படக்கூடியது. பெரிய மருதுவின் வீரத்தை இந்த அர்த்தத்தில் அர்த்தப்படுத்தும்போது அது அச்சாதியின்

குணாம்சமாகவும் அமைந்து விடுகிறது. இன்னும் சொல்லப்போனால் அதுவோர் அப்பாவித்தனம். இங்கு பெரியமருது வீரமானவனே என்றாலும், அதைத் தந்திரமாக மற்றொருவன் பயன்படுத்துகிறான். இதன்படி அச்சாதியின் வீரத்தினால் விளையும் தீமைக்கு அவர்கள் பொறுப்பல்ல என்ற அர்த்தப்பாடு உருவாகிறது.

படத்தில் பெரியமருதுவின் சாதி அடையாளம் துல்லியப்படுத்தப்பட்ட அளவிற்கு அவனைப் பயன்படுத்திக்கொள்ளும் சிவசங்கரனின் அடையாளம் துல்லியப்படுத்தப்படவில்லை. அதேவேளையில் இருவரும் ஒரே வகுப்பினர் என்பது போலவும் காட்டப்படவில்லை. மாறாக அவன், சமூகப் படிநிலையில் பெரிய மருதுவுக்கும் மேலே உள்ள உடைமை சாதியாக இருக்கிறான். அந்தவகையில் வேளாளர் அல்லது நாயக்கர் சாதி என்று பொருள் கொள்ளலாம். இதனூடாகச் சமூக வரைவு ஒன்றைத் திரைப்பிரதி முன்வைக்கிறது. மேலே உள்ளோரை உடைமைச் சாதியாகவும் தேவர் வகுப்பினரை உடலுழைப்புச் சாதியாகவும் குறிப்பிடுகிறது. அப்பாவிகளான இவர்களின் உடல்பலத்தை உடைமைச் சாதியினர் பயன்படுத்திக் கொள்கின்றனர். இவ்வாறு படத்தில் உடைமையைத் தந்திரத்தோடும் உடல்பலத்தை உடைமையற்ற அப்பாவித்தனத்தோடும் இணைத்திருக்கிறார்கள். அதேபோல சிவசங்கரனைப் பற்றி "எங்கிருந்தோ வந்து பதினெட்டுப் பட்டியையும் தனதாக்கிக் கூறுபோட்டு விட்டவன்" என்று பாத்திரமொன்று குறிப்பிடுகிறது. பெரிய மருதுவோ "நான் இந்த ஊர்க்காரன்" என்கிறார். இரண்டையும் இணைக்கும்போது, சிவசங்கரன் - பெரியமருது ஆகியோரின் உறவில் ஒருவித உள்ளே - வெளியே சட்டகம் முன்வைக்கப்படுவது தெளிவாகிறது. இது உள்ளூர் தேவர்களின் சூதுவாதற்ற வீரத்தை வெளியிலிருந்து வந்தவர்கள் பயன்படுத்தி ஏற்றம் கொண்டுவிட்டார்கள் என்ற அர்த்தத்தைக் கட்டமைக்கிறது. இன்றைய மொழி அடிப்படைவாத அரசியலுக்கு நெருக்கமாகிற அதேவேளையில் கிராம அமைப்பின் வரைபடம் போலவும் இப்படம் அமைந்திருக்கிறது. இதன்படி இப்படம் அரசியல் பிரதியாகிறது.

படம் இத்தோடு முடிந்துவிடுவதில்லை. பெரியமருதுவின் அப்பாவித் தனத்திலிருந்து இலட்சியமொன்றைக் கட்டமைப்பதற்கான கதையாக மாறுகிறது. மேலிருப்போரின் தந்திரத்தைப் புரிந்துகொண்டு அதிலிருந்து விடுபட்டு வீரத்தை ஆக்கபூர்வமாக மாற்ற வேண்டுமென்பதே அந்த இலட்சியவாதம். இதற்காக வேறெங்கும் போகத் தேவையில்லை, தங்களின்

கடந்த காலத்தை அறிந்து அவற்றை மீட்டுக்கொண்டால் போதும் என்கிறது பிரதி. காலங்காலமாக அவர்களின் வீரம் அப்படியேதான் இருக்கிறது. இடையில்தான் அதற்கான நோக்கம் மறக்கடிக்கப்பட்டு, திசைமாற்றப்பட்டிருக்கிறது. எல்லாக் கதையாடல்களைப் போலவே இப்பிரதியும் கடந்தகாலம் எனும் கற்பிதத்தை முன்வைக்கிறது. அதற்கேற்பக் கதையில் பெரிய மருதுவின் முறைப்பெண் வந்து அவனுக்கு மீட்பை உணர்த்துகிறாள். அதற்காக அவள் தன்னைப் பலிகொடுக்கிறாள். அவனுடைய வீரத்தை நற்காரியத்திற்குத் திருப்புவதற்கான படையல் போல அப்பலி அமைகிறது. மறக்கடிக்கப்பட்ட அவனது வீரத்தின் நோக்கத்தை நினைவுபடுத்துவது வெளியிலிருந்து வந்த யாருமல்ல. மாறாக, அவன் சார்ந்த மரபின், உறவின் நினைவுகளே உணர்த்துகிறது.

அந்தக் கடந்தகாலம் என்பதுதான் என்ன என்று கேட்டால், சாதிய அடையாளமாகச் சிலவற்றைக் காட்டுகிறது திரைப்பிரதி. அதாவது பெரிய மருதுவுக்கு வீரம் இயல்பாகவே இருக்கிறது. அது வழிவழியாக வருவது என்ற குறிப்புணர்த்தல் பல இடங்களில் வருகிறது. அந்த வீரம் தன்னலத்திற்கானதாக அமையாமல் முற்காலத்தில் பொது நலத்திற்கானதாக இருந்தது. அதாவது, காவல் தொழிலை மேற்கொண்டு வீரத்தால் ஊரைக் காத்து வந்தவர்கள் என்ற மரபை நினைவுபடுத்துகிறது படம். அத்தகைய வீரத்தைத்தான் சிவசங்கரன் தனக்காகப் பயன்படுத்தி வந்தான். கடந்தகாலம் புதுப்பிக்கப்பட்ட பிறகு மண்ணையும் பொண்ணையும் காக்க உறுதிகொள்கிறான் பெரிய மருது. சாராயம் காய்ச்சுவதை நிறுத்திப் பெண்களின் தாலியைக் காக்கிறான், நிலப்பறிப்பைத் தடுக்கிறான், அரிவாள் தூக்கி, வீரம் காட்டி நல்லது செய்யும் காவலன் ஆகிறான். இவ்வாறு மரபான வீரம் ஊரைக் காக்கிறது. காவல் தெய்வத்திற்குப் படையல் போல, அவனுடைய முறைப்பெண் ஒருத்தி அவனை வாழ்த்துவதோடு (வணங்குதல்) படம் முடிகிறது.

சேனாதிபதி

1996ஆம் ஆண்டு 'சேனாதிபதி' படம் வெளியானது. தென்தமிழக தேனி வட்டாரத்தில் கதை நடக்கிறது. பண்ணையார் நிலையிலுள்ள லிங்கப்பன் ஊர் பெரிய மனிதர், நாயக்கர் சாதியைச் சேர்ந்தவர். சேனாதிபதியும் ஏறக்குறைய பெரிய மனிதர்தான். மரபு வழியாக வரும் ஊர்க்காவல் பணியை மேற்கொள்பவர். இருவரும் சாதியைக் கடந்த நண்பர்கள்.

மாமன் மச்சான் என்று அழைத்துக்கொள்ளும் அளவிற்கு சகஜம். 'தந்த வாக்கைக் காப்பாற்றியே தீருவான் சேனாதிபதி' என்பது காவல் பணியின் அங்கமாக குறிக்கப்படுகிறது. அவனின் வாக்குச் சுத்தம், காவல் நேர்மை ஆகியவற்றைச் சிலாகித்து வெள்ளி தம்ளரில் பால் கொடுத்துவருகிறான் லிங்கப்பன். எவ்வளவுதான் நட்பு பாராட்டினாலும் சாதிய உறவிலோ, அமைப்பிலோ மாற்றம் நிகழக்கூடாது என்று நம்புகிறவன் அவன். அந்த எல்லை மீறப்படாத காரணத்தாலேயே இருவரின் நட்பும் நீடிக்கிறது. கிராம சாதியமைப்பின் படிநிலைப்படி காவல்பணி செய்ய வேண்டியவன் அதைச் செய்ய வேண்டும், படியளக்க வேண்டியவன் படியளக்க வேண்டும். சேனாதிபதிக்கு லிங்கப்பன் தந்துவரும் மரியாதைகூட அவன் காவலாளி (ஊரின் சாதிய ஒழுங்குக்கும் காவலாளி) பணியில் நேர்மையாக இருப்பதால்தான்.

ஆனால், சேனாதிபதியோ சாதியையும் மூடநம்பிக்கைகளையும் சாடுபவன். அவர்கள் இதனை விவாதித்துக்கொண்டாலும் அது மோதலாக மாறாமலிருப்பதற்கு, பேச்சைத் தாண்டி இந்த அமைப்பில் எவ்வித மீறலும் நிகழாததே காரணம். ஒருகட்டத்தில் சேனாதிபதியின் தம்பி சேதுவும் லிங்கப்பனின் மகள் ஐஸ்வர்யாவும் காதலிக்கத் தொடங்குகிறார்கள். இது சேனாதிபதிக்குத் தெரியும் முன்பே லிங்கப்பனுக்குத் தெரியவருகிறது. உடனே அவனொரு தந்திரம் செய்கிறான். தன் மகளை அழைத்துச்சென்று சேனாதிபதியிடமே காவல் பொருளாகத் தந்துவிட்டுத் திரும்புகிறான். பாரம்பரியக் காவல்பணியின் சத்தியப்பண்பு காரணமாகத் தன் மகளைக் காவல் பொருளாகக் கருதி பாதுகாத்துத் தருவான் சேனாதிபதி என்று இதைச் செய்கிறான். பிறகே, சேனாதிபதிக்குக் காதல் உறவு தெரியவருகிறது. தன் நண்பன் என்று கருதி லிங்கப்பனிடம் பெண் கேட்டுச் செல்கிறான். தான் இதுவரை உனக்குத் தந்து வந்த மரியாதை, சாதியையும் காத்து (காவலாளி) வந்ததற்குத்தான் என்று கூறி லிங்கப்பன் திருப்பியனுப்புகிறான். எனவே, இவ்விடத்தில் நட்பைவிட சாதியே முக்கியமாகிறது. இருப்பினும் சேனாதிபதி நட்பில் உண்மையாக இருக்கிறான்.

பின்னர் தன் அந்தஸ்துக்கு இணையான பக்கத்து ஊர் நாயக்கர் வீட்டில் சம்பந்தம் பேசுகிறான் லிங்கப்பன். சேனாதிபதியுடனான பழைய பகையொன்றைத் தீர்த்துக்கொள்ளும் பொருட்டு அவனின் தலை வேண்டும் என்பதைச் சம்பந்தி லிங்கப்பனிடம் திருமண ஒப்பந்தமாகக் கேட்கிறான். நட்பைவிட சாதித் தூய்மையைக் காக்க விரும்பும் லிங்கப்பன் இதற்குச்

சம்மதிக்கிறான். இறுதியில் காவல் பொருளான லிங்கப்பன் மகளை ஒப்படைத்துவிட்டு வீடு திரும்பும்போது சேனாதிபதி தாக்கப்படுகிறான். இதை அறிந்த லிங்கப்பன் மனைவி லிங்கப்பன் செய்துவரும் தவறை உணர்த்துகிறாள். மனம் திருந்தி சேனாதிபதியைக் காப்பாற்றச் செல்கிறான் லிங்கப்பன். சாகக்கிடக்கும் அவனிடம் தன் மகளை ஒப்படைக்கிறான். சேனாதிபதியோ தன் தம்பியிடம் வேல் கம்பையும் (மரபான தலைமுறை காவல்பணி) லிங்கப்பன் மகளையும் (சாதி மீறல்) கொடுத்துவிட்டுச் சாகிறான். லிங்கப்பனின் சாதியுணர்வை சேனாதிபதியின் கபடமற்ற நட்பு வெல்கிறது.

இங்கு சேனாதிபதியின் வீரம் ஊரைக் காப்பதற்கானதாகிறது. வாக்கைக் காப்பதிலும், காவல் காப்பதிலும் அவன் ஒன்றேபோல்தான். தன் தம்பியின் காதலியேயானாலும் சுயநலமாக யோசிக்காமல் ஊர் காவலாளியாக அளித்த வாக்கைக் காப்பதற்காக லிங்கப்பன் மகளை அவனிடமே ஒப்படைக்கிறான். இந்த நேர்மை லிங்கப்பனிடம் இருப்பதில்லை, அவன் தந்திரமானவனாக இருக்கிறான். இவ்வாறு சேனாதிபதியின் நட்பு / நேர்மை / சத்தியக்காப்பு ஆகியவற்றை இணைத்து அவனை நல்லவனாக முன்வைக்கிறது திரைப்பிரதி.

ஓர் இடைநிலைச் சாதிக்கும், அதற்கு இணையாகவோ, மேலாகவோ உள்ள சாதிக்குமான உறவு முரண் இப்படத்தில் கதையாக்கப்பட்டுள்ளது. 'பெரிய மருது' படத்தின் நாயகப் பாத்திரத்தோடு சேனாதிபதியின் பாத்திரம் ஒத்துப்போவதைப் பார்க்கிறோம். 'பெரியமருது' வில்லன் பாத்திரத்தில் புலப்படாத சாதி அடையாளம், இப்படத்தில் புலப்படும்படியாக உள்ளது. ஆனால், இரண்டிலும் தேவர் சாதிப் பற்றிய குறிப்பான அடையாளங்கள் மேலானவையாகக் கட்டமைக்கப்பட்டிருக்கிறது.

அய்யா

அதுவரையிலான நட்பு கதைகளிலிருந்து சற்றே வேறானது ஹரி இயக்கிய 'அய்யா' படம் (2005). தென்தமிழக தென்காசி வட்டாரம் கதைக்களம். இரு நபர்களுக்கிடையேயான உறவும் முரணும்தான் கதை என்றாலும் உண்மையில் படம் சாதிப் பற்றியது. இரண்டு நபர்களும் இருவேறு சாதிகள். இருவரும் தென்தமிழகத்தில் வாழும் இரண்டு இடைநிலைச் சாதிகளைப் பிரதிபலிக்கிறார்கள். 1971ஆம் ஆண்டு பெரும்பஞ்சம். அய்யா (துரை) ஏழை மக்களுக்கு உணவுப்பொருட்களைப் பகிர்வதாகக் காட்டுவதிலிருந்து படம் தொடங்குகிறது. அய்யாவின் நண்பன் மாடசாமியின் உறவினர்தான்

(சாதிக்காரன்) எம்எல்ஏ. பஞ்சம் போக்க மக்கள் அவனிடம் உதவி கேட்கிறார்கள். அதை மறுக்கும் எம்எல்ஏ தன்னிடமுள்ள அரிசி மூட்டைகளை யாருக்கும் தெரியாமல் வெளியூருக்கு அனுப்பி வைக்கிறான். மக்கள் அதைத் தடுத்து தங்களுக்கான அரிசியை எடுத்துக்கொள்கிறார்கள். கோபப்படும் எம்எல்ஏ அவர்களைச் சுட முயல்கிறான். மக்களைப் பாதுகாக்க அய்யாத்துரை அவனோடு போராடும்போது எம்எல்ஏ இறந்துபோகிறான். அதாவது, அநியாயத்திற்காகச் சண்டை போட்டபோது இறந்துபோனான். நண்பனான மாடசாமி, நியாயத்திற்காகச் சாதி தாண்டி அய்யாவோடு நிற்கிறான். அய்யா சரணடைய முயன்றாலும் மக்கள் சாட்சி சொல்ல முன்வராததால் சிறை செல்லவில்லை.

எனினும் வாழ்நாள் முழுக்க அந்தக் குற்றவுணர்வோடே இருக்கிறான். எம்எல்ஏவாகி மக்கள் பணி ஆற்றுகிறான். இந்நிலையில் கொல்லப்பட்ட எம்எல்ஏவின் மகன் கருப்பசாமி பெரியவனாகி அய்யாவை பழிதீர்க்க தருணம் பார்த்திருக்கிறான். அதற்காக அவன் அடிக்கடி மாடசாமியிடம் வந்து சொந்தச் சாதித் தொடர்பைக் காட்டி வலை வீசுகிறான். மாடசாமியோ தனக்கும் அய்யாவுக்கும் உள்ள நட்பால் அதைப் பொருட்படுத்துவதில்லை. இதற்கிடையில் மாடசாமி மகள் அய்யாத்துரையின் மகனை விரும்புகிறாள். சாதியைக் கருதாமல் அய்யா பெண் கேட்டுச் செல்கிறான், மாடசாமியும் சம்மதிக்கிறான். இதுவரையிலான கதையில் நட்பு சாதியை வென்றுவருகிறது.

ஆனால், இதற்குப் பிறகு சாதி தலையெடுக்கிறது. கருப்பசாமியின் சூழ்ச்சியால் திருமணம் நிற்கிறது. அய்யாத்துரை சற்று நெகிழ்வு காட்டியிருந்தால் திருமணம் முடிந்திருக்கும் என்ற வருத்தம் மாடசாமிக்கு இருக்கிறது. இந்தச் சிறு இடைவெளியைப் பயன்படுத்தி உள்நுழையும் கருப்பசாமி வருத்தத்தை முரணாக மாற்றுகிறான். மெல்லமெல்ல மாடசாமி அய்யாவை எதிரியாகக் கருதத் தொடங்கி, சொந்தச் சாதியடையாளத்திற்குத் திரும்புகிறான். ஆனால், அய்யாவோ முரணைக் களைய முற்படுகிறான். அதன் தொடர்ச்சியாக கருப்பசாமியின் நீண்டநாள் கனவான எம்எல்ஏ பதவியை அவனுக்காக விட்டுத்தந்து பகையை முடிவுக்குக் கொணர விரும்புகிறான். இறுதியில் கருப்பசாமியும் மாடசாமியும் சேர்ந்து மனம் திருந்துகிறார்கள். பழைய கொலைக்குப் பொறுப்பேற்று அய்யா சிறை செல்வதோடு படம் முடிகிறது. படத்தில் சாதியைத் தாண்டி நட்பு வெல்கிறது.

இரண்டு நண்பர்களும் இருவேறு சாதியினர் என்று சொல்லப்பட்டாலும் இன்னின்ன சாதியினர் என்று வெளிப்படையாகச் சொல்லப்படவில்லை. ஆனால், கதைக்களம், பாத்திர வார்ப்புகள் போன்றவற்றைக் கவனிக்கும்போது இருவேறு வகுப்பினர் தென்தமிழகத்தில் வாழும் நாடார், தேவர் பாத்திரங்கள் என்று சொல்லிவிடலாம். நாயகனான அய்யா நாடார் குறியீடு என்றும் மாடசாமியைத் தேவர் குறியீடு என்றும் எடுத்துக்கொள்ள முடியும். படத்தில் இருவருக்குமான முரணும் உறவும் எழத்தொடங்குவதை இரண்டு சாதிகளுக்குமிடையிலான உறவு முரண் என்று பார்க்கலாம். இதன்படி படம் இரண்டு பாத்திர குணாம்சங்களைக் கட்டமைப்பதன் மூலம் அவற்றை இச்சாதிகளின் குணாம்சமாகவும் நீட்டித்திருக்கிறது என்றே கொள்ளவேண்டும்.

இருவேறு சாதிப் பாத்திரங்கள் என்றாலும் இரண்டும் சமமாகக் காட்டப்படவில்லை. அய்யாத் துரைதான் நாயகன் எனும்போதே படம் ஒரு தரப்பினதாக மாறிவிடுகிறது. நாயகனான அய்யாத்துரை பாத்திரத்தில் சரத்குமார் நடித்துள்ளார். அவரொரு நடிகராக மட்டுமல்லாமல் தென்தமிழக வட்டாரத்தில் ஒரு குறிப்பிட்ட சாதியின் பிம்பமாக நினைவுகொள்ளப் படுகிறார். படத்திலும் அச்சாதியைப் பிரதிபலிக்கும் பாத்திரத்திலேயே நடித்துள்ளார். அதாவது, நிலவும் சமூக உளவியலைத் திரைப்பிரதி பிம்பமாக்கிக்கொண்டுள்ளது. வணிகத்தின் இடத்தில் சாதியையும் (சமூக உளவியலையும்) சாதியின் இடத்தில் வணிகத்தையும் பரிமாற்றிக் கொண்டிருக்கிறார்கள். தென்தமிழகத்தில் சாதியின் குறியீடாக மாற்றப்பட்டிருக்கும் காமராஜரின் பிம்பத்தைப் பிரதிபலிப்பது போலவே நாயகனின் சித்திரிப்பு அமைக்கப்பட்டிருப்பதைப் பார்க்கலாம். இதன்படி அய்யாவை மக்கள் சேவை புரிபவனாகவும்; மக்கள் நலனுக்காகக் கொலை புரிபவனாகவும்; செய்த பிழைக்காகக் குற்றவுணர்வு கொள்பவனாகவும்; உளப்பூர்வமாகச் சாதியைத் தாண்டி சிந்திக்கக்கூடியவனாகவும்; மோதலைத் தவிர்க்க விரும்புகிறவனாகவும்; பதவி ஆசை இல்லாமல் விட்டுத்தரக்கூடியவனாகவும் சித்திரித்துள்ளனர். அதாவது. எல்லா விதத்திலும் நேர்மறையாகவும் தவறுக்கு அப்பாற்பட்டவனாகவும் காட்டப்படுகிறான். அதேவேளையில், தமிழ் சினிமாவின் நாயக அம்சங்கள் இவை.

படத்தின் தொடக்கத்தில் சாதிச் சிக்கல் இருப்பதில்லை. சாதி தாண்டி இயங்கும் நண்பர்களுக்குள் இடையில் முரண்பாடு எழுகிறது.

நாயக அம்சங்களின்படி இம்முரண்பாடுகளுக்கு அய்யா காரணமாக இருப்பதில்லை. முரண்பாடுக்கான காரணத்தை ஒரு தரப்பிலானதாகவே படம் காட்டுகிறது, அது மாடசாமி தரப்பு. அதேவேளையில் அய்யாவுக்கு எதிராக மாறிவிட்டாலும் மாடசாமி நல்லவர்தாம். தவறான தகவல்களுக்குப் பலியாகக் கூடியவராக அவர் இருக்கிறார். முன்கோபியான மாடசாமியை இடையில் வந்தவனே (கருப்பசாமி) தூண்டிவிட்டு எதிரியாக்கிவிடுகிறான்.

எல்லாக் கதைகளிலும் இடம்பெறும் பழங்காலம், இடைக்காலம், சமீபகாலம் என்கிற கதையாடல் இப்படத்திலும் இடம்பெறுகிறது. தொடக்கக் காலத்தில் சிறப்பாக இருந்த சூழல், சூழ்ச்சி, சதி காரணமாக இடையில் வீழும். அதைச் சமகாலத்தில் சரிபடுத்துவது என்று இக்கதையாடல்கள் அமையும். இப்படத்தின் சட்டகமும் அதுவே. ஒவ்வொரு காலகட்டத்திலும் அவரவர் சார்புக்கேற்பக் கதையாடல் மாற்றிமாற்றி எடுத்தாளப்பட்டுவருகிறது. இப்படம், தான் வரித்துக்கொண்ட சார்புக்கேற்ப இத்தகைய கதையாடலை எடுத்துக்கொண்டுள்ளது. அதனால் ஒரு பக்கம் மட்டுமே தவறு நடப்பதாகவும், மறுபக்கம் தவறற்றதாகவும் காட்டப்படுகிறது. மாடசாமி சுயநலத்திற்காக முரண்பாடு கொள்ளவில்லை என்றாலும் பலியாகிறவனாக - புரிந்துகொள்ள முடியாதவனாக - நிதானமற்றவனாகக் காட்டப்படுகிறான். இந்தப் பண்பு அய்யாவுக்கு இல்லை. அவர் நிதானம் காட்டுகிறார். மாடசாமியும் அவனைத் திசைதிருப்புகிற கருப்பசாமியும் ஒரே சாதியைச் சேர்ந்தவர்கள். எனவே, இருவேறு சாதிகளுக்கிடையிலான நட்பைப் பேசினாலும், படம் ஒரு சார்பில் தீர்க்கமாக நிற்பதைப் பார்க்கிறோம்.

மற்ற படங்களைப் போலவே தேவர் சாதி பாத்திரங்கள் முன்கோபம், வைராக்கியம், பழி தீர்த்தல் என்கிற பண்புகளோடு இப்படத்திலும் காட்டப்பட்டிருக்கின்றன. அந்தச் சாதியினர் மீது தமிழ் சினிமாக்கள் சித்திரித்துவந்த பண்புகளையே இப்படமும் பிரதிபலித்துள்ளது. ஆனால், அப்படங்களில் அவர்களின் முகம் உள்நோக்கமற்றதாக, அப்பாவித்தனமாக, நட்புக்காக உயிர்கொடுக்கக்கூடியவர்களாகக் காட்டப்பட்டன. கடந்த காலத்தில் ஊரைக் காப்பதற்கான வீரமாக இருந்த வன்முறை, இடையில் திசைமாற்றப்பட்டிருந்தாலும் அவற்றை மீட்கமுடியும் என்று சொல்லப்பட்டது. அதேவேளையில் அந்தப் படங்களில் அவர்கள் நாயகப் பாத்திரங்கள் என்பதையும் நினைவில்கொள்ள வேண்டும். 'அய்யா' படத்திலும் அப்பண்புகள் அவர்களுக்கு வழங்கப்பட்டாலும்

அவற்றிலிருந்து மீட்கக்கூடிய பொறுமை, விட்டுக்கொடுத்தல் போன்றவற்றை எதிர் தரப்பிலிருக்கும் சாதிக்கு வழங்கியுள்ளனர். இந்தப் படத்தை உருவாக்கியவர்கள் தேவர் சாதியினர் அல்ல என்பதையும், மீட்பதாகக் காட்டப்படும் சாதியினர் என்பதையும் மனதில் கொண்டு பார்க்கலாம்.

II

1990 தொடங்கி 2005 வரை பதினைந்து ஆண்டுகாலத்தில் இம்மூன்று படங்களும் சிற்சில மாற்றங்களோடு ஒரே மாதிரியான கதையம்சத்தோடு வந்துள்ளன. மூன்றில் இரண்டு படங்களில் தேவர் சாதியை நாயக அம்சமாக்கியுள்ளனர். ஒரேயொரு படத்தில் (அய்யா) நாடார் நாயக மையம். மூன்றும் முரண்கொண்டு இணக்கம் கொள்ளும் கதைகள். தேவர் சாதியை நாயக அம்சமாகக் கொண்ட இரண்டு படங்களில் நாயக்கர் சாதியை எதிர்நிலையில் வைத்து இணக்கத்தைச் சித்திரித்துள்ளனர். மூன்றாவது படத்தில் நாடார் சாதியை நாயக அம்சமாகக் கொண்டு தேவர் சாதியை எதிர்நிலையில் வைத்து இணக்கம் காட்டுகின்றனர்.

மூன்றுமே கிராமப்படங்கள் தென்தமிழகத்தைக் களமாகக் கொண்டவை. தேவர், நாயக்கர், நாடார் என்கிற மூன்று சாதிகளும் தங்களை இடைநிலை வகுப்பாகத் தக்கவைத்து வருகின்றனர். (இதில் நாயக்கர் சாதியை மையமாகக் கொண்ட 'திருநெல்வேலி' படமும், கமலஹாசனால் எடுக்கப்பட்ட 'விருமாண்டி' படமும் தனியே விவாதிக்க வேண்டியவை) தங்களுக்கு மேலே புலப்படும் விதத்தில் எந்தச் சாதியும் இல்லை என்று கருதிக்கொண்டு கீழே மட்டும் ஒடுக்கப்படும் சாதிகள் இருக்கின்றன என்று தங்களை மேல் சாதியாகக் கருதி வருபவை இவை. இதனாலேயே இச்சாதிகள் தங்களை ஆண்டபரம்பரை மரபினராகச் சொல்லிக்கொள்கின்றனர். ஒருவேளை பிராமண வருண வரிசை நினைவுபடுத்தப்படுமானால், ஆண்டபரம்பரை என்ற உரிமைகோரல் சத்திரிய அம்சமாக மாறிக்கொள்கிறது. இவ்வாறு இடைநிலை அல்லது மேல்நிலை என்பதில் இச்சாதிகள் கவனம் கொண்டிருக்கின்றன. தங்களுக்குச் சமமானவர்களாக தலித் பிரிவினரை ஏற்க இவர்கள் விரும்புவதில்லை, தங்களுக்குப் போட்டியாக அவர்கள் வருவதையும் வன்முறையாகத் தடுக்கின்றனர். எனவே, போட்டி என்பதைச் சமதகுதியுடைய சாதிகளுக்கிடையே தக்கவைத்துக்கொள்ள விரும்புகின்றனர். அதுவே இந்தப் படங்களிலும் நடக்கின்றன.

மேற்குறிப்பிட்ட தேவர் மையப்படங்களில் எதிர்நிலையில் நாயக்கர்களையும், நாடார் மையப்படத்தில் எதிர்நிலையில் தேவர் சாதியையும் எடுத்துக்கொண்டிருப்பது ஏன்? அல்லது அவர்களிலிருந்து நண்பர்களைக் காட்ட வேண்டிய அவசியம் என்ன? இவர்களிடையே மட்டும் முரணையும் இணக்கத்தையும் சொல்வதை எவ்வாறு புரிந்துகொள்வது? அடிப்படையில் இது புதிய சக்திகளுக்கும் பழைய சக்திகளுக்குமிடையேயான மோதல். வெகுஜன கலை படைப்புகள் அதுகுறித்த ஓர்மையில்லாமலோ ஓர்மையுடனோ இவற்றை வெளிப்படுத்தி இருக்கின்றன. நாயக்கர்கள் உள்ளூர் அளவிலான உடைமைச் சாதியினர். கிராமங்களில் பண்ணையார்களாகவும் ஜமீன்தார்களாகவும் இருந்தனர். கிராமங்கள் அவர்கள் கட்டுப்பாட்டிலும் இருந்தன. பல உள்ளூர் சாதியினர் அவர்களின் பணியாளர்களாக இருந்தனர். வெவ்வேறு சேவைத் தொழில்களை ஏற்றிருந்தனர். இவற்றில் கிராமப்புறக் காவல் பணியை ஏற்றிருந்தவர்களாக தேவர்கள் உள்ளிட்ட பிரிவினரும் இருந்தனர்.

இருபதாம் நூற்றாண்டின் நிர்வாக அமைப்பு, கல்வி, வேலை, இடஒதுக்கீட்டுப் பிரதிநிதித்துவம், தேர்தல் முறை ஆகியவற்றின் காரணமாகச் சாதியமைப்பில் குறிப்பிடத்தக்க மாற்றங்கள் நடந்துள்ளன. அதில் சில சாதிகள் முன்னுக்கு வந்துள்ளன. சில சாதிகளின் இருப்பு வேறொன்றாக மாறியுள்ளன. அவற்றுள் முக்கியமானவை எண்ணிக்கை பெரும்பான்மை கொண்ட சாதிகள் பலவும் அதிகாரத்திற்கு வந்திருக்கின்றன. இன்றைய 'சாதி தகுதி'க்கேற்ப புதிய அந்தஸ்தை உருவாக்கிக் கொண்டுள்ளன. இந்த அந்தஸ்து, கதையாடல்கள் வழியே மீளவும் கட்டமைக்கப்படுகின்றன. தீண்டாமைக்கு ஆட்படாதவகையில் சற்றே மேலேயிருந்த சாதிகள் இவை. புதிதாக மேலுக்கு வரும்போது தங்களுடைய பழைய அடையாளங்களில் சிலவற்றைக் கைவிடுகின்றன, சிலவற்றை இன்றைய அதிகாரத்திற்குத் தேவை என்ற முறையில் வளர்த்தெடுத்துக்கொள்கின்றன. கடந்த காலத்தின் பாரம்பரிய அமைப்பில் கைக்கொண்டிருந்த காவல் பணியையும் உடலுழைப்பு பணிகளையும் விடுத்து நவீன அரசியல் அதிகாரம் மூலம் முன்னுக்கு வந்திருக்கிறார்கள். அவர்கள் முன்னேறி வரும்போது ஏற்கெனவே மேலே இருந்தவர்களை எதிர்கொள்ள வேண்டியிருக்கிறது. ஒன்று அவர்களோடு முரண்பட வேண்டும் அல்லது இணக்கம் காண வேண்டும். ஏற்கெனவே இருந்தவர்களை நகர்த்திவிட வாய்ப்பிருக்கும்போது முரணாகவும், வாய்ப்பில்லாதபோது அதிகாரத்தைப் பகிர்ந்துகொள்வதான

இணக்கமாகவும் மாற்றம் பெறுகின்றன. அதற்கான சொல்லாடலையே முதலிரண்டு படங்களும் முன்வைக்கின்றன. 'பெரியமருது' முரணைக் கையாண்டு தங்களுடைய இருப்பை நிறுவுகிறது. நாயக்கர் உள்ளிட்ட சாதியினரின் காவலுக்கும் பணிகளுக்கும் பயன்படுத்தப்பட்ட உடல்பலத்தை 'அப்பாவித்தனத்தால்' நடந்ததாகக் கூறி மீட்டெடுத்து, தேவர் சாதியினரின் இருப்பை நிறுவ விரும்புகிறது. இதில் கடந்த காலத்திலிருந்த உடல்பலம் அதிகாரத் தேவைக்காகத் தற்காலத்திலும் தொடர்ந்து தேவைப்படுவதால் தக்கவைக்கப்படுகிறது. அது மற்றவர்களுக்காகப் பயன்படுத்தப்பட்டபோது அறியாமல் நிகழ்த்தப்பட்ட வன்முறையாகவும், அவர்களுக்கென்று நிகழ்த்தப்படும்போது வீரமாகவும் உருவகிக்கப்பட்டது.

'பெரியமருது' படத்திலிருந்து மாறி நவீன சீர்திருத்த சொல்லாடல்களைச் சேர்த்துக் கொண்டு தேவருக்கும் நாயக்கருக்குமான திருமணத்தைக் காட்டுகிறது 'சேனாதிபதி' படம். இங்கும் தேவர்களின் உடல்பலம் பொதுநலத்திற்கானதே. ஆனால், ஏற்கெனவே இருந்துவரும் குழுவுடனான மோதலாக இல்லாமல் இணக்கத்தையே பேசுகிறது. இதன்மூலம் ஏற்கெனவே இருந்தவர்களையும் அப்புறப்படுத்தாமல் தன்னுடைய புதிய எழுச்சிக்கேற்ப இணைந்து வாழும் நிலைப்பாட்டை எடுத்துவைக்கிறது. 'அய்யா' படம் இரண்டு படங்களிலிருந்தும் மாறுபட்டது. நாடார்கள், நாயக்கர்கள் போல கடந்த காலத்தில் பெரும் உடைமைச் சாதியாக இருந்துவந்தவர்கள்போல் தெரியவில்லை. அது முழுக்க முழுக்க இருபதாம் நூற்றாண்டில் மேம்பாடு அடைந்த சாதி. வணிகத்தின் மூலம் தென்மாவட்டத்தின் குறிப்பிட்ட வட்டாரங்களில் சமூக அதிகார சாதியாகத்தான் விளங்குகிறது. அத்தரப்பைப் பிரதிபலிக்கும் படம் தன்னை நாயக மையமாக வைத்துக்கொண்டு, தேவர் சாதியை எதிர்நிலையில் வைத்திருக்கிறது. தேவர்கள் தங்களைப் பற்றி எடுத்த படம்போல அவர்களின் வன்முறையை அப்பாவித்தனமாகவோ, தன்னலமற்றதாகவோ இப்படம் முன்வைக்கவில்லை. மாறாக, அவற்றை வீம்பாகவும் பிரச்சினைக்குரியதாகவும் காட்டுகிறது. அவற்றை வன்முறையில்லாமல் இணக்கப்படுத்தும் முயற்சியை அய்யா பாத்திரம் செய்கிறது. அதாவது, வணிகச் சாதிக்கு மோதலின்மையும் இணக்கமும் தேவைப்படுகிறது. அதற்காகக் காவல்பணி எனும் மரபிலிருந்தே உடல்பலத்தோடு தொடர்புடைய தேவர் சாதியின் சமகால அதிகார அரசியலை முடிவுக்குக் கொண்டுவருவது தேவைப்படுகிறது. இந்த இடத்தில் இரண்டு வகுப்பினருக்கு இடையிலான மோதலைக்காட்டி,

பிறகு இணக்கத்தை வலியுறுத்திப் படம் முடிகிறது. எனவே, இப்படங்கள் நட்பைப் பற்றிய கதைகள் மட்டுமல்ல. நட்பின்பேரில் அமைந்த சாதி பற்றிய கதைகள்.

அடுத்து இந்தப் படங்களில் எந்தெந்தச் சாதிகளுக்கிடையிலான நட்பு காட்டப்பட்டிருக்கின்றன என்பதைப் பார்ப்பது அவசியம். முன்னரே சொன்னதைப் போல இடைநிலைச் சாதிகளுக்கிடையிலான நட்பு காட்டப்பட்டுள்ளது. எது காட்டப்பட்டுள்ளது என்பதைப்போல எது காட்டப்படவில்லை அல்லது காட்டமுடியவில்லை என்பதும் இங்கு அவசியம். சமூகத்தில் இடைநிலைச் சாதிகளுக்கிடையே நட்பும் முரணும் தான் நிலவியதா என்னும் கேள்வியை இங்கு எழுப்ப வேண்டும்.

இப்படங்கள் வெளியான காலகட்டத்தையும் கணக்கிலெடுத்துப் பார்க்க வேண்டும். 1990கள் எனும் அக்காலகட்டத்தில் புதியவகை தலித் இயக்கங்களின் எழுச்சி உருவாகியிருந்தது. அவற்றைப் பொதுச் சமூகமும் சாதி கட்சிகளும் எதிர்கொள்ள வேண்டியிருந்தன. இப்படங்களின் களமான தென்மாவட்டங்களில் சாதி மோதல்கள் உச்சம் பெற்றிருந்தன. 'பெரிய மருது' படம் வெளிவருவதற்கு முந்தைய வருடம் கொடியங்குளம் கலவரம் எழுந்திருந்தது. மோதல்கள் அதிகரித்து வந்த காலத்தில்தான் 1996ஆம் ஆண்டு 'சேனாதிபதி' படம் வெளியானது. இக்கலவரங்களில் தலித் தரப்பின் எழுச்சிக்கு எதிரான வன்முறைகளும் இருந்தன. ஆனால், இந்த எதார்த்தங்களுக்கு மத்தியில் வந்த இப்படங்களில் தேவர் சாதியினரின் வீரம் வெள்ளந்தியானதாகக் காட்டப்பட்டன. மேலும், பிற ஆதிக்கப் பிரிவினரிடமிருந்து அதிகாரம் பெற வேண்டியவர்களாகவும் சித்திரிக்கப்பட்டனர். இந்தவகையில் இப்படங்கள் சமூக எதார்த்தத்திற்குப் புறம்பான புனைவுகளாக இருந்தன அல்லது எதார்த்தத்தைக் காட்டும் துணிச்சலைப் பெற்றிருப்பவையாக இல்லை என்று குறிப்பிடலாம்.

இவற்றைத் 'தலித் நீங்கிய நட்பு படங்கள்' என்று இப்படங்களைச் சுட்டிக்காட்டலாம். தலித்துகளுக்கும் பிற பெரும்பான்மைச் சாதிகளுக்குமான மோதலை சொல்லியே அவற்றுக்கிடையிலான இணக்கத்தைப் பேசியிருக்க வேண்டும். ஆனால், இப்படங்களில் தலித் பாத்திரங்கள்கூட இடம்பெறாமல் கவனமாகக் கையாளப்பட்டிருக்கின்றன. இவையெல்லாம் தலித் எழுச்சியைத் தமிழ்ச் சமூகம் எவ்வாறு எதிர்கொண்டது, குறிப்பாக அவற்றை வெகுஜன கலைப்பிரதியான சினிமா எவ்வாறு பிரதிபலித்தது

என்பதைப் புரிந்துகொள்ள உதவுகின்றன. மேலும் இடைநிலைச் சாதிகளின் அடையாள எழுச்சி, தன்னைக் கட்டமைத்துக்கொண்டு ஒடுக்கப்பட்ட சாதிகள் பற்றிய மௌனத்தைக் கடைபிடித்தன என்பதும் உண்மை.

நட்பு

இவ்விடத்தில் 1990கள் என்ற காலத்திற்கு முந்திவந்த ஒரு படத்தை நினைவுப்படுத்திப் பார்க்கலாம். 1986ஆம் ஆண்டு அமீர்ஜானின் திரைக்கதை இயக்கத்தில் வெளிவந்த 'நட்பு' என்ற படம் அது. வசனமும் பாடல்களும் வைரமுத்து. சுதந்திரத்தின் பலன்கள் சென்றடையாத ஒரு கிராமம். குறுக்கே ஆறு. பல ஆண்டுகளாகக் கோரிக்கை வைத்தும் பாலம் கட்டப்படவில்லை. எனவே, ஊரின் தேவைகளுக்காக 18 கிலோ மீட்டர் சுற்றிப்போக வேண்டும். ஊரில் உள்ள ஆலை முதலாளி சங்கரலிங்கம் என்பவரே எல்.எல்.ஏ.வாகவும் இருக்கிறார். பாலம் கட்டினால் மக்கள் எளிமையாக வெளியூர் வேலைகளுக்குப் போய்விடுவார்கள். பிறகு, குறைந்த கூலிக்கு ஆட்கள் கிடைக்கமாட்டார்கள் என்பதே பாலம் கட்டப்படாததற்கான காரணம். இவ்வாறு கதை வர்க்கத் தொனியில் அமைந்திருக்கிறது. சாதி வெளிப்படையாக இல்லை. ஆனால், உள்மெய்யாகச் சாதியே ஊடாடுகிறது.

கதையில் வரும் செங்கோடன் போராட்டக் குணமுடையவன், கோபக்காரன். தடை செய்யப்பட்ட செருப்பைக் காலிலும் துண்டைத் தோளிலும் அணிபவன். அவ்வாறே இருக்கவேண்டுமெனப் பிறரையும் வலியுறுத்துபவன். வெள்ளையரிடமிருந்து கிடைத்த சுதந்திரத்தைக் (உள்ளூர்) கொள்ளையரிடமிருந்து மீட்கவேண்டும், அதற்கு ஆயுதமே சரியானதென்று நம்புகிறவன். கம்யூனிஸ தன்மையில் இப்பாத்திரவார்ப்பு உள்ளது. தோழர் என்றே பிறரை அழைக்கிறான். வர்க்க அளவில் கீழே உள்ள அவனை சாதி அடிப்படையில் கூற வேண்டுமானால் 'தலித்' பாத்திரம் என்றே கூறமுடியும்.

இந்நிலையில் ஊரிலிருந்து நகரத்திற்குப் படிக்கப்போன சுதந்திரப் போராட்ட தியாகி சத்தியசீலனின் மகன் வாஞ்சிநாதன் ஊர் திரும்புகிறான். செங்கோடனும் வாஞ்சியும் நண்பர்கள். வாஞ்சிநாதன் தலித் அல்லாத ஊர்ப்பகுதி பாத்திரம் என்பதற்கான குறிப்புகள் கதையில் உள்ளன. ஊரில் நடந்து வரும் சுரண்டல்களைச் செங்கோடனும் வாஞ்சியும் எதிர்க்கிறார்கள். இங்கே நட்பு என்பது சுரண்டலுக்கு எதிரான போராட்டத்தில் இணைகிறது. இதற்கிடையில் சங்கரலிங்கம் மகளுக்கும்

வாஞ்சிக்கும் காதல் ஏற்படுகிறது. பணக்கார குடும்பத்துடனான உறவு என்பதால் அக்காதலை செங்கோடன் விரும்பவில்லை. ஆனால், காதலி உண்மையானவள். எனவே, காதலியைக் கைவிட முடியாவிட்டாலும் நண்பன் விரும்பவில்லை என்பதால் மறைமுகமாகக் காதலைப் பேணுகிறான் வாஞ்சி. ஒருகட்டத்தில் ஊராருக்குக் காதல் தெரிந்து ஊர்ப் பஞ்சாயத்தில் தாலிகட்ட வேண்டிய நிலை ஏற்படுகிறது. ஆனால், திருமணம் நடக்க வேண்டுமானால் செங்கோடனுடனான நட்பை விடவேண்டும் என்று வாஞ்சிக்கு நிபந்தனை விதிக்கிறான் சங்கரலிங்கம். காதலைவிட நட்பே முக்கியம் என்று கூறி திரும்பிவிடுகிறான் வாஞ்சி. நட்பு என்பது சமூகச் செயல்பாடு சார்ந்ததாக உள்ள நிலையில் வாஞ்சியின் காதலை மறுக்கும் இந்நிலைப்பாட்டை தனிப்பட்ட நலனைவிட சமூக நலனே முக்கியம் என்பதாக வாசிக்க வேண்டியிருக்கிறது. பிறகு தேர்தல் வருகிறது. வாஞ்சியை நிற்கவைத்து வெற்றி ஈட்டுகிறார்கள். ஆளும் தரப்பினருக்கான இந்தத் தோல்வி, சூழலை மோசமாக்குகிறது. ஆலையை மூடி, வேலையை மறுத்து, தொழிலாளிகளைப் பட்டினியாக்குகிறார்கள். நண்பர்களோ மக்களை இணைக்கிறார்கள். பலமுறை கோரிக்கை வைத்தும் கட்டப்படாத பாலத்தை மக்கள் நிதி திரட்டிக் கட்டுகின்றனர். எதிர் தரப்போ பாலத்தை வெடிவைத்துத் தகர்க்கிறார்கள். தகர்த்தவர்களை அழிக்கும் சண்டையில் ஈடுபட்டு செங்கோடன் சாகிறான். இறுதியில் மக்களே அவர்களை அழிக்கிறார்கள். படம் முடிகிறது.

*1980*கள் சினிமாக்களின் கொடுமைக்கெதிரான கோபம் - மக்கள் எழுச்சி - தியாகம் - மாற்றம் என்ற சட்டகத்தில் வெளியான மற்றுமொரு படம் இது. இடதுசாரி படம் இல்லையென்றாலும் அக்கண்ணோட்டம் படத்தில் பிரதிபலிப்பதைப் பார்க்க முடியும். ஏழைகளின் தரப்பில் நின்று பேசவேண்டுமென்ற நியதி செல்வாக்காக இருந்த காலம் அது. அதன்படி பண்ணையார்கள் - ஆலை முதலாளிகள் - அரசியல்வாதிகள் ஆகியோர் எதிர்மறையாகக் காட்டப்பட்டுள்ளனர். வர்க்கரீதியாக அவர்களை ஆளும் வர்க்கம் என்று கூறமுடியும். சமூகரீதியாக விவரிக்க வேண்டுமானால் ஊரின் உடைமைச் சாதியினர் என்று அர்த்தமாகும். எனவே வர்க்கம் - சாதி என்கிற இரண்டிற்கும் இவ்விடத்தில் அதிக வேறுபாடில்லை என்பதைப் புரிந்துகொள்ள முடியும். அதேவேளையில் சாதிவேறுபாடுகள் உள்ளிட்ட எவ்வித அடையாளங்களையும் துல்லியமாகக் காட்டமுடியாத புரிதலில் இக்காலகட்ட படங்கள் இருந்தன. எனினும் அவை ஒடுக்கப்பட்ட -

அடக்கப்பட்ட பாத்திரங்களையும், அவர்கள் போராடி வெற்றி பெறுவார்கள் என்ற செய்தியையும் சொல்லின. இதன்படி பார்த்தால் இப்படத்தில் செங்கோடன் - வாஞ்சி நட்பு சாதி கடந்த நட்பாகிறது. (அதில் ஒருவர் தலித் என்பது குறிப்பிடத்தக்கது) அமீர்ஜான் இயக்கிய 'துளசி' படத்தில் இரண்டு நண்பர்களைக் காட்டுகிறார். இருவருள் ஒருவரான நாயகன், செருப்புத் தைப்பவரின் மகன். அவனுடைய நண்பனாக ஊர்ப் பண்ணையாரின் மகன் இருப்பான். சாதியைக் குறிப்பிட்டு அதைத்தாண்டிய நட்பைப் பேசிய மற்றொரு படம் இது என்பதையும் இவ்விடத்தில் பார்க்க வேண்டியுள்ளது.

'நட்பு' படத்தின் சித்திரிப்பில் பிரச்சினை இல்லாமல் இல்லை. ஓரளவு அடையாளக் குறிப்போடு (தலித்) உள்ள செங்கோடன் முரடனாகவும் போராடுகிறவனாகவும் மட்டுமே இருக்கிறான். ஆனால், திரைப்பிரதி அடையாளக் குறிப்புகளற்ற வாஞ்சியைத்தான் முன்னிறுத்துகிறது. அவரையே எம்எல்ஏ ஆக்குகிறது. செங்கோடனை இறந்துபோகும் தியாகி ஆக்குகிறது. இது வழமையான கதையாடல். 'பெரிய மருது' படத்தில் முரடனான பெரிய மருது தன்னை மீட்டுக்கொள்கிறான், இங்கு செங்கோடன் தன்னைத் தியாகியாக்குகிறான். தியாகிகளுக்குக் கிடைப்பது தெய்வம் போன்ற குறியீட்டு ரீதியான அடையாளங்கள் மட்டுமே. இவ்வாறான குறைபாடுகள் இருந்தாலும் சாதி கடந்த நட்பும், கீழ் வர்க்கத்தினருக்கு நலன்கள் கிடைக்க அத்தகைய உறவே காரணமாகிறது என்பதும் குறிப்பிடத்தக்க விசயம்.

1990களின் கிராமப்படங்களில் சமூக அடையாளங்கள் துல்லியமாயின. பண்ணையார்கள் குறிப்பிட்ட சாதியினர்தான் என்று சொல்லப்பட்டனர். ஆனால், அடையாளமற்ற காலத்தில் (1980கள்) எதிர்மறை பாத்திரங்களாகக் காட்டப்பட்ட பண்ணையார்கள், அடையாளங்கள் துல்லியமாகிய காலகட்டத்தில் நல்லவர்கள் ஆக்கப்பட்டனர். அதாவது ஹீரோக்களாயினர். முன்பு காட்டப்பட்ட சுரண்டல் இப்போது அவர்களின் பெருந்தன்மை ஆக்கப்பட்டன. 1980களின் 'நட்பு' பட காலகட்டத்திலிருந்து முன்னேறி அடையாளங்கள் துல்லியமாக்கப்பட்ட 1990களின் படங்களில் இந்த வர்க்க, சாதி முரண்பாடு விரிந்து வளர்ந்திருக்க வேண்டும். அது நடக்கவில்லை. மாறாக, நிலைமை தலைகீழாக்கப்பட்டது. இவற்றை இடைநிலைச் சாதிகளின் கைவசம் வந்த அதிகார சாத்தியப்பாடுகள், தலித் எழுச்சியை எதிர்கொள்ள அவர்கள் கையெடுத்த வழிமுறைகள் என்பவற்றின் வழியே புரிந்துகொள்ள முடியும். தலித்துகளுடனான முரண்பாட்டையோ இணக்கத்தையோ சொல்வதற்கு மாறாக, தலித் நீங்கிய நட்பு படங்களே

சாத்தியமாயின. அதிகார வரிசையில் புதிதாக எழுந்துவந்த இடைநிலைச் சாதிகளிடையேயான முரணும் இணக்கமும்தான் பேசப்பட்டன. ஏனெனில், அவைதாம் இச்சாதிகளுக்குத் தேவைப்பட்டன.

நட்புக்காக

இதே பின்னணியில் மற்றுமொரு படத்தைப் பார்க்கலாம். கே.எஸ். ரவிக்குமார் இயக்கி 1998ஆம் ஆண்டு வெளியானது 'நட்புக்காக' படம். ஊர்ப் பண்ணையாரிடம் வேலையாளாக இருப்பவன் முத்தையா. விசுவாசத்திற்கும் பொறுமைக்கும் பேர்போன அவனோடு சிறுவயதிலிருந்தே பண்ணையாருக்கு நட்பு இருக்கிறது. அவன் தன் குடும்பத்தைவிட பண்ணையார் குடும்பத்தையே நேசிக்கிறான். பண்ணையாருக்கு ஒன்றென்றால் தாங்கிக்கொள்ள மாட்டான். பண்ணையாரின் மருமகன் செய்த கொலைப்பழியை ஏற்று 15 ஆண்டுகள் சிறைவாசம் செல்கிறான். அதேவேளையில் முத்தையா கொலைகாரனே என்று கருதும் சிறுவயது மகன் அவனை வெறுக்கிறான். சிறையிலிருந்து வெளியே வரும் முத்தையா, பண்ணையார் குடும்பத்தைக் காப்பாற்றும் சண்டையில் ஈடுபட்டு இறந்துபோகிறான். அதைக்கண்டு பண்ணையாரும் இறந்துபோகிறான், இதுவே நட்பு. இப்படம் இரண்டு சாதிகளுக்கிடையிலான மோதலாக இல்லை. முழுக்க முழுக்க இரண்டு நபர்கள் பற்றிய கதை. சாதி, கதையின் பிரதான பிரச்சினையாகவும் அமையவில்லை. ஆனால், படத்தில் சாதி உள்மெய்யாக இருக்கிறது. முத்தையா சுரண்டப்படும் வர்க்கத்தைச் சேர்ந்தவன் என்றாலும் சாதிய வடிவத்தின் ஒழுங்குகளால் இறுக்கப்பட்டிருப்பவனாகவே இருக்கிறான். சாதி என்பது பெயரில் வெளிப்பட வேண்டிய அவசியமில்லை. அதுவொரு சிந்தனை என்பதைப் புரிந்துகொண்டால் இதை விளங்கிக்கொள்ளலாம். ஒருமுறை திருமண வீட்டுப் பந்தி ஒன்றில் பண்ணையார், முத்தையாவுடன் ஒன்றாக அமருகிறான். அப்போது "என்னதான் வேலையாளாக இருந்தாலும் வேற சாதியைச் சேர்ந்த முத்தையாவைச் சமமாக அமர வைக்கலாமா?" என்று கேட்டு மற்றவர்கள் எழுந்துகொள்கிறார்கள். இதுதான் படத்தில் முத்தையாவின் சாதிப் பற்றிக் கிடைக்கும் ஒரே குறிப்பு. அங்கிருந்து வெளியேறுவதன் மூலம் தான், சாதிப் பார்ப்பதில்லை என்று கூறுகிறார் பண்ணையார்.

ஆனால், அவரும் அதே சட்டகத்தில்தான் இயங்குகிறார். நட்பு சமநிலையைப் பேணும்சொல். இருவரோ, மேற்பட்டவர்களோ எவ்வித

வேறுபாடுகளும் இல்லாமல் பழகுவதும் வெளிப்படைத்தன்மையும் நட்பின் அடிப்படை. இந்தச் சமநிலையை இந்தப் படம் குலைக்கிறது. சாதி நேரடிக் காரணம் இல்லையென்றாலும் இருவருக்குமிடையேயான உறவில் சாதியச் சட்டகமே இயங்குகிறது. உடலுழைப்பைத் தாண்டியும் பண்ணையாருக்குச் சாதிய அமைப்பில் நியாயப்படுத்தப்பட்ட பணிவிடைகளைச் செய்கிறான் முத்தையா. பண்ணையாரின் தோழமையோ தன்னுடைய மேல்நிலையிலிருந்து இறங்குவதில்லை. அவனுக்குச் சமமாகப் பண்ணையார் இருப்பதில்லை. இது தவறு என்று உணராமல் முத்தையாவும் விரும்பி ஏற்பதாகப் படம் காட்டியிருக்கிறது. மேலிருப்பவரின் நலன் பாதிக்கப்படாத வகையில் கீழிருப்பவருடனான உறவு காட்டப்படுகிறது. இதை நட்பு என்று நம்பக் கோருகிறது படம். சமூகத்தில் சாதி முரண்பாடுகள் கூர்மையடைந்து வந்திருந்த நிலையில் சிறிய நெகிழ்வு காட்டும் தோற்றத்தில் பழைய சூழ்நிலையைத் தக்கவைக்கும் கதையாடலாக இப்படம் விரிந்திருக்கிறது. அதற்காகத் தோழமை என்ற பொருளிலான நட்பு என்ற சொல்லை, விசுவாசம் என்ற புதிய சொல்லை உருவாக்கி தக்கவைத்திருக்கிறது.

அடிக்குறிப்புகள்

1. 1990களில் நட்பு தொடர்பாகப் பல படங்கள் வெளியாயின. இதில் கிராமப்படங்கள் மட்டுமே கட்டுரையில் எடுக்கப்பட்டுள்ளன. 'சின்னவர்', 'கடல் பூக்கள்' போன்றவை ஒரே சட்டத்திற்குள் முடிந்துபோவதான கதைகள். ஆனால், 1990களில் நட்பு கதையாடலை தொடக்கிவைத்ததாக மணிரத்தினம் இயக்கிய 'தளபதி' (1988) படத்தைக் கூறலாம். ஒரு நகரத்தில் இரண்டு தாதாக்களுக்கிடையே தொடர் மோதல்கள், சட்டவிரோத செயல்களில் போட்டி. இதில் தேவராஜ் என்ற தாதாவின் அடியாளாகச் சேரும் சூர்யா அவனுடைய விசுவாசமுடைய நண்பனாகிறான். இந்நிலையில் தாதாக்களிடையேயான மோதலை முடிவுக்குக் கொண்டுவர அரசு விரும்புகிறது. சூர்யா, தேவராஜ் மீது செலுத்தும் விசுவாசத்திற்கு வேறெந்த நோக்கமும் இருப்பதில்லை. குறிப்பாக, சாதி இல்லை. ஆனால், வேறொரு பெயரில் அது நுட்பமாக விரவிக்கிடக்கிறது. சூர்யா குப்பத்திலிருந்து உருவான அடியாள். எனவே அவனை அடிநிலைப் பாத்திரமாகக் கொள்ளலாம். அவனுடைய தாக்கத்தால் தேவராஜிடம் சாதகமான விளைவுகளே உண்டாகின்றன. ஒருகட்டத்தில் சரணடைந்து வன்முறையை முடிவுக்குக் கொணர

வேண்டுமென்று விரும்புகிறான் தேவராஜ். நண்பன் சூர்யாவுக்கு அம்மா கிடைத்ததாலும், கலெக்டரான அவன் தம்பி சட்ட ஒழுங்குக்குப் பொறுப்பேற்றிருப்பதாலும் இந்த முடிவெடுக்கிறான். அதாவது, சட்டத்திற்குள் அடங்காத செயற்பாட்டை சட்டத்திற்குள் அடக்க நட்பு காரணம் ஆக்கப்பட்டிருக்கின்றது. கிராமப்புற கதையாடல்கள் சாதியைத் தக்கவைப்பதற்கும் மீட்டெடுப்பதற்கும் நட்பைக் கையாண்டதென்றால் மணிரத்தினத்தின் படம் நவீன அரசின் பலத்தை அதிகரிக்க நட்பைப் பயன்படுத்தியிருக்கிறது.

சூர்யா ரவுடியாக இருந்தாலும் நம்பியவருக்கு உண்மையாக இருக்கிறான். அவன் குப்பத்தில் வளர்ந்தாலும் அங்கு பிறந்தவன் அல்ல. திருமணத்திற்கு முன்பு தெரியாமல் நடந்த உறவினால் பெண்ணொருத்திக்கு ஆண் குழந்தைப் பிறக்கிறது. வேறு வழியில்லாமல் அவள் இரயிலில் வைத்து அனுப்பிவிடும் குழந்தையைச் சேரிக்கிழவி ஒருத்தி கண்டெடுத்து வளர்க்கிறாள். அவனே சூர்யா. இது மகாபாரதக் கதையில் குந்தி தேவிக்குத் திருமணத்திற்கு முன்பு பிறந்த கர்ணன் பாத்திரத்தின் போலச்செய்தல் பாத்திரம். கதையில் கர்ணன் கெட்டவர்களான கௌரவர்கள் பக்கமே நிற்கிறான். எனினும் அவன் மனதளவில் நல்லவனே. சூர்யாவும்கூட வளர்ந்த சூழ்நிலையால்தான் ரவுடியே ஒழிய பிறப்பால் அல்ல. இது அடிநிலைப் பாத்திரம் ஒன்று பிரபலமாகும்போது அவனுடைய பிறப்பில் திரிபு செய்து மேல்சாதி தொடர்பைக் கட்டிவிடும் மரபான கதையைப் பிரதிபலிக்கிறது. இது மட்டுமல்லாமல் சூர்யாவின் பிறப்புக்கும் ஒரு பிராமணத் தொடர்பு கிடைக்கிறது. அவனுடைய அம்மா மேல்நிலைப் பாத்திரம். திருமணமாகி அவளுக்குப் பிறக்கும் குழந்தையை ஐஏஎஸ் படிக்கவைக்கிற பின்புலம் கொண்டவள். சூர்யா காதலிப்பதும் பிராமணப் பெண்ணைத்தான். ஆனால், சூர்யாவின் குப்பத்துப் பின்னணியைக் காட்டி அவளின் தந்தை மறுக்கிறான். பிறகு, சூர்யாவின் கலெக்டர் தம்பியையே அவள் மணக்கிறாள். இவ்வாறு அவன் குடும்பத் தொடர்பில் ஒரு பிராமண அடையாளம் இருப்பது குறிப்பிடத்தக்கது.

இதில் குறிப்பிட வேண்டிய மற்றொரு படம் 'ஆனஸ்ட்ராஜ்'. கே.எஸ்.ரவி இயக்கிய இப்படம் 1994ஆம் ஆண்டு வெளியானது. விஜயகாந்த் தொடர்ந்து நடித்துவந்த ஆக்சன் படங்களுள் இதுவும்

ஒன்று. சென்னையில் நேர்மையான போலீஸ் அதிகாரியாக இருப்பவன் ராஜ். அவனது பால்ய நண்பன் வரதன் கிராமத்தில் இருக்கிறான். கஷ்டப்படும் அவனுக்கு ராஜின் குடும்பமே உதவுகிறது. இந்நிலையில் அவன் தற்செயலாக கள்ளநோட்டு அடிக்கும் செயலில் ஈடுபட்டுத் திடீர் பணக்காரனாகிறான். இதையறியும் ராஜுக்கும் வரதனுக்கும் மோதல் உருவாகிறது. இம்மோதலில் ராஜுவின் குடும்பம் வரதனால் அழிக்கப்படுகிறது. பிறகு ராஜ் வரதனைப் பழிதீர்ப்பதே மீதி கதை. இந்தப் படத்திலும் சாதிக்கு இடமில்லை.

ராஜ் நகரத்தில் வாழ்ந்தாலும் கிராமத்திலிருந்து நகரம் சென்று குடியமர்ந்தவன். வரதன் மட்டும் ஊரில் இருக்கிறான். ஊருக்கு வரும்போதெல்லாம் அவன் கஷ்டப்படுவதைப் பார்த்து வருத்தப்படுவான் ராஜ். கஷ்டங்கள் தீர உதவவும் செய்வான். இதற்கெல்லாம் வரதனின் அப்பாதான் காரணம். அதாவது குடித்துவிட்டுக் கடன்வாங்கி வைத்திருக்கிறார். ஆனால், ராஜின் அப்பாவோ ஒருகாலத்தில் ஊரில் பெருந்தனக்காரராக வாழ்ந்தவர் என்ற குறிப்பு உரையாடலில் பகிரப்படுகிறது. ஒருமுறை ராஜும் வரதனும் அவனது கிராமத்து வீட்டு வாசற்படியில் அமர்ந்திருக்கிறார்கள். அப்போது சட்டை இல்லாத உடம்போடு குடித்துவிட்டு வருகிறார் வரதனின் அப்பா. ராஜைப் பார்த்ததும் துண்டைக் கக்கத்தில் வைத்துக் கொண்டும் தலையைச் சொறிந்து கொண்டும் (குடிக்க) தள்ளி நின்றவாறே காசு கேட்பார். ராஜ் அவருக்குக் காசு கொடுக்கும்போது வரதன் அருவருப்பு அடைவான். ராஜ் வரதனை சமாதானப்படுத்துவான். காசு வாங்கும்போது "உங்க அப்பா காலத்தில் கேட்டால் இப்படித்தான் கொடுப்பார்" என்கிறார் வரதனின் அப்பா. இவையெல்லாம் குறிப்புகளே. வரதனின் வாழ்வைக் கூறுவதற்காகப் போகிறபோக்கில் காட்டப்படும் காட்சிகளே. ஆனால், இக்குறிப்புகளைச் சேர்த்து வாசிக்கும்போது ஒரு சித்திரம் கிடைக்கிறது. அவரின் உடல்மொழி, வசனங்கள், சூழ்நிலை போன்றவை சிலவற்றை உணர்த்துகிறது. கிராமத்து வாழ்வில் அவர் கீழ்வர்க்கத்தினராகவோ கீழ்சாதியினராகவோ இருப்பதற்கான வாய்ப்பிருக்கிறது. இம்மங்கலான சித்திரத்தை விரிக்கும்போது அவை சாதியச் சட்டகத்தினுள் பொருந்துகிறது. இதன்படி பார்த்தால் இப்படத்தின் கதை தரும் அர்த்தமே

சிக்கலானதாக மாறுகிறது. இவ்வாறு தொடர்பேயில்லாத ஆக்சன் படம் கூட சமூகப் பொதுப்புத்தியைப் பிரதிபலித்துவிடமுடியும் என்பதைத் தெரிந்துகொள்கிறோம். இதன்படிப் பார்த்தால் ஊரில் பணக்காரராக வாழ்ந்தவரின் மகன் நேர்மையானவனாகவும் (போலீஸ்) கஷ்டப்பட்டவன் குற்றவாளியாகவும் மாறுகிறான்.

2. சாதி, சாதிக்கிடையிலான நட்பு, முரண் போன்றவற்றைக் காட்சிப் படுத்துவதில் உள்ள மற்ற விசயங்களும் இங்கு விவாதிக்கப்பட வேண்டியவை. சாதிகளைச் சித்திரிப்பதில் தவறு இருப்பதாக ஒரு சாதி கருதுமானால் படம் தடுக்கப்படுகிறது. இவை படத்திற்கான வணிக வாய்ப்பை முடக்குகிறது. இவ்வாறு எழும் எதிர்ப்பை யோசித்தும், வெவ்வேறு சாதிகளைப் பார்வையாளர்களாவதைக் கணித்தும் எழுதப்படும்போதே கதை எடிட் ஆகிறது. ஒரு சாதியை மட்டும் காட்டுகிறோம் என்றாகிவிடக்கூடாது என்பதற்காக வேறு சில சாதிப் பாத்திரங்களை வேண்டுமென்றே காட்டும் நிலையும் உருவாகிறது. அதேபோல வில்லனை ஒரு சாதி சார்ந்தவராகக் காட்டும்போது அதை ஈடுகட்டுவதற்காக அதே சாதியைச் சேர்ந்த நல்லவர் ஒருவரைக் காட்ட வேண்டியிருக்கிறது. மேலும், படத்தின் முடிவை ஒற்றுமை கொள்வதாகக் காட்ட வேண்டுமென்பதற்காகக் கதை சித்திரித்துவந்த வளர்ச்சிப் போக்கில் செல்வதற்கு மாறாகப் பின்தங்க வேண்டியிருக்கிறது. இவற்றில் பெரும்பாலான விசயங்கள் கதையில் வலிந்து சித்திரிக்கப்படுவதாகவே இருக்கின்றன. எனவே, சாதி அதன் எதார்த்த நிலைசார்ந்து சித்திரிக்கப்படுவது குறைந்துவிடுகிறது. இந்நிலையில்தான் தமிழ்த் திரைப்படங்களில் நிலவிவந்த ட்ரெண்ட் கருதி ஏதேனும் ஒரு சாதியைப் பற்றி மட்டும் சொல்லக்கூடிய கதையாக மாற்றி அதில் பிற சாதிப் பற்றிய பதிவு வராமலும், வந்தாலும் அவற்றை முரணாகக் காட்டாத விதத்திலும் காட்டுகிறார்கள்.

இவ்வாறு கதைக்குள் பல சாதிகளைக் காட்டும்போது நேரடி முரணில்லாத - சிறுபான்மை எண்ணிக்கை சாதி பாத்திரங்களை இணைத்து நடுநிலை பேணுவதாகக் காட்டி முடிக்கிறார்கள். 'பெரியமருது' படத்தில் மருதுவுக்கு உதவுபவர் ஒரு முஸ்லீம். 'சேனாதிபதி' படத்தில் நாயக்கருக்கு எதிரியாகப் பக்கத்து ஊர் நாயக்கர் இருக்கிறார். சேனாதிபதியைச் சொந்தச் சாதிக்காரர்களே குத்திக்கொல்கிறார்கள். இவ்வாறெல்லாம் நடக்காது என்பதல்ல. மாறாக,

இவை கதைப்போக்கில் அமைவதில்லை என்பதுதான் சிக்கல். பல வேளைகளில் அத்தகைய துணைப் பாத்திரங்கள் இல்லாமலிருந்தாலும் அந்தக் கதை பாதிக்கப்பட்டிருக்காது. இவற்றையெல்லாம் மனதில்வைத்தும் சாதி சார்ந்த படங்களின் இத்தகைய சித்திரிப்புகளைப் புரிந்துகொள்ள வேண்டும்.

தமிழில் அரசியல் சினிமா:
சாதி - வர்க்கம் - மொழி
(மணிவண்ணன் படங்களை முன்வைத்து)

வெகுஜன சினிமா சார்ந்த என்னுடைய அனுபவத்தில் மணிவண்ணன் இயக்கிய படங்களுக்கு முக்கிய இடம் இருந்திருக்கிறது. எங்கள் கிராமத்தை ஒட்டிய நகரமான செங்கத்தில் 1987ஆம் ஆண்டு கணேசர் என்ற பெயரில் புதிய திரையரங்கம் திறக்கப்பட்டது. அதில் திரையிட்ட முதல் படம் 'ஜல்லிக்கட்டு'. முதல்நாள் முதல் காட்சி இலவசம் என்பதால் பெருங்கூட்டத்திற்கு மத்தியில் இடமில்லாமல் நின்றுகொண்டே படத்தைப் பார்த்தோம். அதேபோல் நானறிந்து இரண்டுமுறை பார்த்த முதல் படம் 'பாலைவன ரோஜாக்கள்'. அப்போதிருந்த கலைஞர் கருணாநிதி அபிமானம் அதற்கொரு காரணம். மற்றொருமுறை நான் உடல்நலக் குறைவாக இருந்தபோது என் அண்ணனால் வம்பாகத் தியேட்டருக்கு இழுத்துச் செல்லப்பட்டேன். படம் ஓடத் தொடங்கியது. ஏனோ வயிறு கலக்க ஆரம்பித்துவிட்டது. அண்ணனிடம் சொல்லவோ பயம். யோசித்து முடிப்பதற்குள் அந்த விபத்து நடந்துவிட்டது. என்னை அங்கேயே விளாசியெடுத்த அண்ணன், தியேட்டரிலிருந்து வெளியே இழுத்து வந்துவிட்டார். மறக்கவே முடியாத சங்கடமான அனுபவம் அது. நாங்கள் பார்க்கச் சென்ற அப்படத்தின் பெயர் 'கனம் கோர்ட்டார் அவர்களே'. நடிகர்களைத் தவிர படத்தில் வேறெந்த விசயத்தையும் தெரிந்து வைத்துக்கொள்ளத் தெரியாத வயது அது. மூன்று படங்களிலும் நாயகன் சத்யராஜ். பின்னாட்களில் இயக்குநர்கள் பற்றிய தேடல் வந்தபோது யோசித்துப் பார்த்தால் இம்மூன்றும் மணிவண்ணன் இயக்கிய படங்களாக இருந்தன. இதனைத் தற்செயலான ஒற்றுமை என்று கூறலாம்.

‘அமைதிப்படை’ (1994 ஜனவரி) மூலமே மணிவண்ணனை இயக்குநராகத் துல்லியப்படுத்திக்கொள்ள முடிந்தது. அதற்குச் சில காரணங்கள் இருந்தன. பால்யத்தில் என் வயதிற்கு மூத்தவர்களோடு தொடர்பில் இருப்பேன். வைகோ திமுகவை விட்டு வெளியேற்றப்பட்ட பின்னால் (1993) ஊரிலிருந்த மதியழகன் என்ற அண்ணனோடு சேர்ந்து வைகோவின் தீவிர ஆதரவாளரானேன். அப்போது வெளியான ‘அமைதிப்படை’ படத்தில் அரசியல்வாதி சத்யராஜ் வேடம் கருணாநிதியைப் போலச் செய்ததாகவே பேசிக்கொள்வோம். அதேபோல படத்தில் சிறு பாத்திரம் ஒன்றின் பெயர் கோபால்சாமி. அரசியல்வாதி சத்யராஜுக்குச் சவால்விட்டுப் பாடும் இளம் சத்யராஜின் கழுத்தில் (வைகோ போல) கருப்புத் துண்டு இருக்கும். அரசியல் வசனங்களுக்காகவும், வைகோ ஆதரவு இயக்குநர் என்பதற்காகவும் ‘அமைதிப்படை’ படத்தைப் பத்துமுறைக்கு மேல் பார்த்தேன். நானும் என் அண்ணனும் சத்யராஜ், மணிவண்ணனுமாக மாறி டேப்ரிக்கார்டரில் வசனங்களைப் பேசி நாங்களே கேட்டுக்கொள்ளும் அளவுக்கு ‘அமைதிப்படை’ மீது வெறி வளர்ந்திருந்தது. இவ்வாறுதான் மணிவண்ணன் இயக்கிய படங்களைப் பார்ப்பதும் அவருடைய நடவடிக்கைகளைக் கவனிப்பதும் ஆர்வத்திற்குரியதாக மாறியது.

பிறகு, என் அண்ணன் பெங்களூர் வேலைக்குப் போய்விட்டிருந்தார். கோடை விடுமுறையின்போது அங்கு சென்றிருந்தேன். அவர் வேலைக்குச் சென்ற பின்னால் தனியாக இருக்கும்போது கடைவீதிக்குச் செல்வேன். கையிலிருக்கும் காசுக்குக் கடைகளில் தொங்கும் தமிழ்ப் பத்திரிகைகளை வாங்கிவந்து படிப்பதுண்டு. அப்போது எதேச்சையாகக் கிடைத்த பத்திரிகை ஒன்றின் பெயர் ‘நீதியின் போர்வாள்’. இதழில் மணிவண்ணன் பொறுப்பில் இருந்ததாக நினைவு. அவரின் எழுத்துகளும் இடம்பெற்றிருந்தன. அதில் வைகோ ஆதரவு மட்டுமல்லாமல் தமிழின அரசியல், சாதி, மதம் பற்றிய விமர்சனம் போன்றவையும் இருந்தன. பிறகு, மணிவண்ணன் தமிழ் சினிமாவில் பிஸியான நடிகராக மாறினார். என்னுடைய அரசியல் பார்வை மட்டுமல்ல, சினிமாவை அணுகும் பார்வையும் வெகுவாக மாறின. பார்க்க நேரும் படங்களில் நடிகராகக் கண்டதைத் தவிர வேறுவழிகளில் அவரைக் காண முடியவில்லை. பிறகு, வேறுவகையில் மணிவண்ணனோடு தொடர்பு ஏற்பட்டது. 2009ஆம் ஆண்டு ஈழ இறுதிப் போரின்போது நண்பர்களாகச் சேர்ந்து மதுரையில் ‘போர் எதிர்ப்பு இயக்கம்’ என்ற அமைப்பை ஏற்படுத்திக் கூட்டங்களை நடத்தினோம். ஐந்து நாள் தொடர் நிகழ்வுகளின் இறுதிநாளில்

நடத்திய பொதுக்கூட்டத்திற்கு மணிவண்ணனை அழைப்பது என்று முடிவெடுத்தோம். கருப்புச் சட்டையுடன் வந்து உரையாற்றிச் சென்றார். அவரிடம் என்னை அறிமுகப்படுத்திக்கொள்ளவில்லை. ஏனெனில், என்னை அவர் அறிந்திருந்தார் என்பதற்கு ஓர் உதாரணம் இருந்தது. அதாவது, என்னுடைய முதல் நூலான 'சனநாயகமற்ற சனநாயகம்' பற்றிய அறிமுகக் குறிப்பு தலித் முரசில் வந்தபோது பதிப்பக முகவரிக்குப் போன் போட்டுப் புத்தகத்தைப் பெற்றிருந்தார். என்னை ஒருகாலத்தில் ஈர்த்திருந்த அவரோடு உரையாடுவதற்கு இப்போது விசயங்கள் இல்லாமலிருந்தது என்பது வியப்பாகத்தானிருந்தது. இந்த அளவில் என் தொடர்பில் ஊடாடிய மணிவண்ணன், தமிழில் ஐம்பது படங்களை இயக்கிவிட்டு மறைந்தார்.

❏

1980ஆம் ஆண்டு 'கல்லுக்குள் ஈரம்' படத்தின் மூலம் பாரதிராஜாவிடம் உதவி இயக்குநராகச் சேர்ந்தார் மணிவண்ணன். அதே ஆண்டில் அவர் கதையெழுதிய 'நிழல்கள்' படம் பாரதிராஜாவிற்கு முதல் தோல்வியைக் கொடுத்தது. அதற்கடுத்த ஆண்டிலேயே இவரின் கதையில் அமைந்த 'அலைகள் ஓய்வதில்லை' பாரதிராஜாவுக்குப் பெரிய வெற்றியைக் கொடுத்தது. அதற்கடுத்த ஆண்டே தன் முதல் படமாக 'கோபுரங்கள் சாய்வதில்லை' (1982) படத்தை இயக்கி வெற்றிகரமான இயக்குநரானார். 'இளமைக் காலங்கள்' (1983) படம் பெரிய வெற்றியைக் கொடுத்தது. படத்தின் இடைவேளை பெரிதாகப் பேசப்பட்டது. அவருடைய நினைவாற்றலும் வேகமும் திட்டமிடலும் வெகுவாகச் சிலாகிக்கப்படுவதுண்டு. நாயகர்களாக நடித்தவர்களை வில்லன்களாக நடிக்க வைப்பது, வில்லன்களை நாயகர்களாக்குவது, நாயகத்தனமும் வில்லத்தனமும் கலந்தவர்களாகக் காட்டுவது, வில்லன்களுக்கான காட்சிகளை அதிகப்படுத்தி நாயகன் நிகழ்ச்சிகளைத் துண்டு பாத்திரங்கள்போல் காட்டுவது, நாயகர்களைவிட வில்லன்களுக்குக் கைத்தட்டல் பெறவைப்பது ஆகியவை தமிழ் சினிமாவின் வழமைகளை உடைக்கும் புதுமைகள். இதனை மணிவண்ணன் தொடர்ந்து செய்துவந்தார். இவ்வாறு வெற்றிப் படங்களைக் கொடுத்த அவர், வெவ்வேறு கதையம்சங்களைக் கொண்ட படங்களை இயக்கிப் பேர்பெற்றார். இக்காரணங்களால் அவர் படங்கள் பேசப்பட வேண்டும் என்பதல்ல. வேறொரு காரணத்திற்காக அவர் படங்களைக் கவனத்தில் கொள்ள வேண்டியிருந்தது.

அரசியல் தெரிந்த சினிமாக்காரர்களுள் ஒருவராக மணிவண்ணன் இருந்தார். அரசியல் தெரிந்தவராக மட்டுமல்லாமல் அதனைத் தொடர்ந்து பேசிவந்தவராகவும் இருந்தார். வெற்றிகரமான இயக்குநராக, நடிகராக இருந்த காலத்திலும் சினிமா மேடைகளிலும் பிற மேடைகளிலும் அரசியல் பேசுபவராகவும் தொடர்ந்து புதிய நூல்களைத் தேடிப் படிப்பவராகவும் இருந்தார். வெகுஜன சினிமாக்காரராக இருந்தபோதிலும், அரசியலில் புரட்சிகர இடதுசாரி அரசியலைப் பேசும் துணிச்சல் மிக்கவர். திரைப்படத் துறைக்கு வருவதற்கு முன்பிருந்தே தீவிர இடதுசாரி அரசியல் சார்பாளராக இருந்திருக்கிறார். படங்களிலும் மேடைகளிலும் தமிழின அரசியல், கடவுள் மறுப்புப் போன்றவற்றைப் பேசினாலும் இடதுசாரி சார்பே அடித்தளமாக இருந்தது. இவ்வாறிருந்த ஒருவர் எடுத்த படங்களை மதிப்பிடுவது அவசியம். குறிப்பாக, தமிழில் இடதுசாரி சினிமா என்னும் வகையினம் பற்றிப் பேசும்போது மணிவண்ணன் படங்களுக்கான இடம் மதிப்பிடப்பட வேண்டும். முழுப் படமாகவும், வசனங்கள் காட்சிகள் மூலமும் அவருடைய அரசியல் கருத்துகளும் பார்வைகளும் வெளிப்பட்டிருக்கின்றன. அந்தவகையில் அவருடைய படங்களில் 'பாலைவன ரோஜாக்கள்', 'புயல் பாடும் பாட்டு', 'ஜல்லிக்கட்டு', 'சின்னத்தம்பி பெரியதம்பி', 'முதல் வசந்தம்', 'இனி ஒரு சுதந்திரம்', 'புதுமனிதன்', 'அமைதிப்படை', 'தோழர் பாண்டியன்', 'வீரப்பதக்கம்', 'ஆண்டான் அடிமை' போன்ற படங்கள் மட்டுமே இங்கு எடுத்துக்கொள்ளப்பட்டிருக்கின்றன. சாதி, வர்க்கம், மொழி என்னும் மூன்று அம்சங்களில் இப்படங்களின் கருத்துகள் தொகுத்து அணுகப்படுகின்றன.

சாதி

மணிவண்ணன் இயக்கிய படங்களில் முழுக் கதையாகவோ, சில காட்சிகளாகவோ, துண்டுதுண்டான உரையாடல்களில் சாதி பற்றிய சித்திரிப்பு வெளிப்பட்டிருக்கிறது. அதன் மூலம் சாதியை அவர் எவ்வாறு புரிந்திருந்தார் என்பதைத் தெரிந்துகொள்ள முடிகிறது. திமுக சார்பு கொண்ட தந்தையால் வளர்க்கப்பட்ட அவர், இளைஞரானபோது இடதுசாரி கண்ணோட்டத்திற்கு மாறியதாகத் தெரிகிறது. அவர் திரைத்துறைக்கு வந்த புதிதில் தன்னுடைய கருத்தியலுக்கான பிரச்சாரமாகப் படங்களை மாற்றவில்லையெனினும் (இன்னும் சொல்லப்போனால் அவருடைய படங்களில் பல சித்திரிப்புகள் பொதுப் புத்திக்கு நெருக்கமானவையே) வெற்றிகரமான இயக்குநராக மாறிய பின்னரே இடதுசாரி கருத்தியலை

வெளிப்படுத்திய கதைகளும் பாத்திரங்களும் அவர் படங்களில் இடம்பெற்றன. சினிமாவிற்கு உள்ளேயும் வெளியேயும் தனது கருத்தியலின் மேல் நின்றுகொண்டு மற்ற விசயங்களைச் சேர்த்துப் பேசினாலும், இடதுசாரி அமைப்பு உள்ளிட்ட எந்தக் கட்சியின் உறுப்பினராகவும் அவர் இருந்ததில்லை. மதிமுக சந்தித்த முதல் தேர்தலில் (பெருந்துறை, மயிலாப்பூர் இடைத்தேர்தல்) பிரச்சாரம் செய்தபோது கூட அவர் அக்கட்சியின் உறுப்பினரானதில்லை. அவர் வெளிப்படுத்திய சமூக அக்கறைக்கு இடதுசாரி கருத்தியல் அடித்தளமாக இருந்தபோதும், சாதி பற்றிய புரிதல் மீது அதிகம் திராவிடர் கழகக் கருத்தியலே தாக்கம் செலுத்தியது. 'அமைதிப்படை' திரைப்படத்தில் அரசியல்வாதியான அமாவாசை என்ற நாகராஜ சோழனிடம் உதவியாளர் மணி (வண்ணன்) "அமெரிக்காவைக் கொலம்பஸ் கண்டுபிடித்ததாகச் சொன்னாய், இந்தச் சாதி 'கருமாந்திரத்தை' எவன் கண்டுபிடித்தான்" என்று கேட்பார். அதற்கு அரசியல்வாதியோ "மந்திரம் ஓதறவன் கண்டுபிடிச்சான். மந்திரிமாருங்க அதைக் கெட்டியாப் பிடிச்சுக்கிட்டாங்க" என்பார். இது கதாபாத்திரத்தின் மீதேற்றப்பட்ட மணிவண்ணனின் நிலைப்பாடு. அடுத்த காட்சியில், பிணம் தூக்கிச் செல்வது தொடர்பாகத் தலித்துகளுக்கும் குடியானவர்களுக்கும் இடையே மோதல் நடக்கிறது. அப்போது ஊரிலிருக்கும் சாதிகளைப் பிரதிநிதித்துவப்படுத்துவதாக வரும் நபர்களில் நடுநாயகமாகப் பூணூல் அணிந்த ஒருவர் இடம்பெற்றிருப்பார். மோதல் பெரிதாகும்போது ஆவேசம் கொள்ளும் தலித் பாத்திரம் பூணூல் அணிந்தவரை நோக்கி "நரம்பாட்டம் இருந்துகிட்டு நீ சாஸ்திரம் பேசிக்கிட்டு வர்றியா? உன் சாஸ்திரத்தைத் தூக்கிட்டு 'வந்த வழியே' ஓடிப்போயிடு" என்கிறார். அதாவது, பிரச்சினையைத் தூண்டுபவராக அப்பிராமணர் காட்டப்படுகிறார். இதன்மூலம் சாதியைப் பிராமணர்கள் தூண்டிவிடுகிறார்கள். அவர்கள் வெளியிலிருந்து வந்தவர்கள், சாஸ்திரங்களைக் கொண்டிருப்பவர்கள் என்று கூறியிருப்பதைப் பார்க்கிறோம். அதேபோல 'ஆண்டான் அடிமை' படத்தில் தலித்துகள் தங்கள் நிலையைச் சொல்லும்போது "இரண்டாயிரம் ஆண்டு சாதியடிமைத்தனம்" என்றே சொல்கின்றனர். தலித்துகள் மீதான சாதியடிமைத்தனத்தைச் சொல்வதற்காக இதனைச் சொன்னாலும் சாதியமைப்பின் காலகட்டத்தை அவர் பழைமையானதாகவே புரிந்திருக்கிறார் என்பதை அறிந்துகொள்ள முடிகிறது.

பிராமணர்களைச் சாதிக்கான காரணியாகக் கருதினாலும் இடைநிலை அதிகாரச் சாதிகளையோ, அவர்களின் பெருமிதத்தையோ மணிவண்ணன் படங்கள் தூக்கிப்பிடித்ததில்லை. சாதி பற்றிய பின்புலம் இடம்பெறாத படங்களிலும் சாதிப்பெயர், அவர்களின் வாழ்க்கை முறை ஆகியவற்றையும் உறுத்தல் இல்லாமல் இயல்பாகக் கையாண்டிருக்கும் குறைபாடு அவர் படங்களில் உண்டு. சாதியின் வகிபாகத்தைப் புறமெய்யாகப் புரிந்துகொண்டு அதனை எதிர்ப்பதை அரசியல் நிலைப்பாடாக மட்டும் கருதிக்கொண்டவர்களிடையே சாதியைச் சமூக நிலையில் தக்கவைக்கும் கலாச்சாரக் கட்டுமானம் பற்றிய பார்வை மணிவண்ணனுக்கு இருந்திருக்கவில்லை என்பதைப் படச் சித்திரிப்புகள் மூலம் அறிகிறோம். இந்தக் குறைபாடு அவரை இடைநிலை அதிகாரச் சாதிகளின் ஆதிக்கத்தைக் காப்பவராக மாற்றவில்லை. பிராமணர்கள் கற்பித்ததை ஏற்றவர்கள் என்கிற அளவிலேயே அவர்கள் மீதான சாடல் உண்டு. 'ஆண்டான் அடிமை' படத்தில் தலித்துகள் குடியிருப்புக்கு வரும் இடைநிலை குடியான சாதியைச் சேர்ந்தவர் தலித்துகளால் தரப்பட்ட சொம்பிலிருந்து நீரை அருந்தாமல் செல்வதன் மூலம் மறைமுகமாகத் தீட்டைப் பின்பற்றுவார். மற்றொரு காட்சியில் அந்தக் குடியானவர் தரும் சொம்பிலிருந்த நீரைப் பருகாமலேயே சென்றுவிடுவார் பிராமணர். இத்தகைய காட்சியை யோசித்ததன் மூலம் இடைநிலையிலிருப்பவர்கள் தலித்துகளிடம் தங்களை மேலானவராகக் காட்டிக்கொண்டாலும் பிராமணர்களால் அவர்களும் தீட்டாகத்தான் பார்க்கப்படுகிறார்கள் என்பதைக் கூறியிருக்கிறார். அதேபோல 'அமைதிப்படை' படத்தில் உரையாடலினூடாக இயல்பாக இடம்பெறும் 'மேல்சாதி நாய்ங்க' என்ற வார்த்தையை மற்றுமொரு முறை தனியே கூறுவதாகக் காட்டுவதன் மூலம் மேல்சாதியினர் என்போர் நாய்கள் என்று நேரடியாகவே சாடுகிறார்.

எனினும் சாதி முரண்பாடு பற்றிய படமென்றால் அதை விவாதிப்பதற்குத் தலித் பாத்திரத்தையும் பிராமணர் பாத்திரத்தையும் எடுத்துக்கொண்டிருக்கிறார். சாதியமைப்பின் முதலாமவர்களாகப் பிராமணர்களையும், கடைநிலையினராகத் தலித்துகளையும் பார்த்திருக்கிறார். அரசியல் நிலையில் பிராமண எதிர்ப்புக் கருத்துநிலை இருந்தாலும், வெகுஜன சினிமா என்ற முறையிலும் ஜனநாயகம் என்கிற அரசியல் சரிநிலை முறையிலும் பிராமணர்களைப் பாத்திரங்களாகக் காட்டும்போது, ஒருபுறத்தில் அவரே மறுக்கும் பண்புகளான நன்மனத்தையும் அப்பாவித்தனத்தையும்

அப்பாத்திரங்கள் மேலேற்றியும் பார்த்திருக்கிறார். இப்பண்புகள் பிராமணர்கள் மீது சமூகத்திற்கு இருக்கும் பொதுப் புத்தி. எனவே, மணிவண்ணனின் பேச்சுகளைத் திரைக்கு உள்ளேயும் வெளியேயும் பார்க்கும்போது சில அடிப்படையான பார்வைகளைத் தவிர்த்துப் பெரும்பான்மையான நிலைப்பாடுகளில் ஊசலாட்டமும் ஆவேசமும் இருப்பதைப் பார்க்கிறோம். பிரச்சாரப் படமோ, வணிகமயப் படமோ எவற்றை எடுப்பதும் அவர் விருப்பம். ஆனால், அந்த ஒவ்வொரு வடிவத்திலும் அவரிடம் காணப்படும் ஆழமின்மை அவரது அரசியல் பார்வையைக் கேள்விக்குள்ளாக்கிவிடுகிறது; மேலோட்டமாக்குகிறது. ஓரிடத்தில் வலியுறுத்தும் ஒன்றை மற்றோரிடத்தில் முற்றிலும் ஞாபகம் இல்லாதவர்போல அணுகியிருக்கிறார்.

தலித்

மணிவண்ணன் இயக்கிய படங்களில் தொடர்ந்து சிறிதாகவும் பெரிதாகவும் தலித் பாத்திரங்கள் இடம்பெற்றுவந்துள்ளன. 'கோபுரங்கள் சாய்வதில்லை' தொடங்கி அவர் படங்கள் வெளிவந்தாலும் 1986ஆம் ஆண்டில் மட்டும் அவர் இயக்கிய மூன்று படங்கள் வெளியாயின ('முதல் வசந்தம்', 'பாலைவன ரோஜாக்கள்', 'விடிஞ்சா கல்யாணம்'). பொதுவாக, குடும்பப் பின்புலம் கொண்ட கதைகளை அவர் இயக்கியபோது அவை கிராமப்புற நடுத்தர சாதிப் பின்னணிக் கொண்டவையாக அமைந்திருக்கின்றன. கதையின் மையமாக 'சாதி' இல்லாத படங்களில் சாதியின் இருப்பு மௌனமாகவே இருந்திருக்கிறது. நடுத்தர சாதிகளின் பெருமையை அவர் படங்கள் பேசியதில்லை. தவிர, கதையில் சாதிப்பெயர்கள், அவர்தம் குடும்பப் பின்னணி ஆகியவை இயல்பாகப் படர்ந்திருக்கின்றன. சமூகக் கதை என்று முடிவெடுத்த படங்களிலேயே சாதி உள்ளிட்ட மாற்று அம்சங்கள் குறித்த விழிப்புணர்வு இடம்பெற்றிருக்கின்றன. இந்த வகையில் 1986ஆம் ஆண்டு வெளியான மூன்று படங்களில் 'முதல் வசந்தம்', 'பாலைவன ரோஜாக்கள்' ஆகிய இரண்டு படங்களும் சமூகப் படங்களாக அமைந்திருந்தன. பத்திரிகையாளர்களின் வலிமையைப் பேசிய படம் 'பாலைவன ரோஜாக்கள்', 'முதல் வசந்தம்' காதல் கதை என்றாலும் அதில் தலித் பாத்திரங்கள் இடம்பெற்றிருந்தமை குறிப்பிடத்தக்கது. இதில் 'முதல் வசந்த'மே முதலில் வந்தது.

குங்குமப் பொட்டுக் கவுண்டர், வேட்டைக்கார கவுண்டர் ஆகிய இருவரும் அடுத்தடுத்த ஊர்களிலுள்ள பண்ணையார்கள். அதிகார மிதப்பில் ஆட்டம் போடும் இருவரும் கூட்டாளிகளாக இருந்தபோது பாலியல் இச்சைக்காக ஒரு பெண்ணைப் பகிர்ந்துகொள்வதில் நடந்த மோதலில் பகையாளியாகிவிடுகிறார்கள். தொடர்ந்து மோதிக்கொண்டே இருக்கிறார்கள். குங்குமப் பொட்டுக் கவுண்டர் திருமணமாகாதவர். வேட்டைக்கார கவுண்டருக்கோ திருமண வயதில் பெண் இருக்கிறார். படித்த அவள், பண்ணையில் வேலை பார்க்கும் பொன்னுச்சாமியைக் காதலிக்கிறாள். பொன்னுச்சாமி தலித் என்று நேரடியாகக் கூறப்படவில்லை. 1980களின் படங்களில் சாதியை நேரடியாகச் சொல்லாமல் பண்ணையார், ஏழை என்கிற பெயர்களில் சொல்லியதை வைத்துப் பார்க்கும்போது இப்படத்தில் பொன்னுச்சாமி தரப்பின் அடையாளங்கள், உரையாடல்களை வைத்து அவர் தலித் என்று கூறிவிடலாம். பண்ணையாரின் சாதியை வெளிப்படையாக வைத்துவிட்டு ஏழையின் சாதியைச் சொல்வதிலிருந்த தடைக்கு மணிவண்ணனும் கட்டுப்பட்டே இருந்தார்.

இந்தக் காதலுக்கு ஊரில் பரிசல் ஓட்டும் சிவன்காளை உதவியாக இருக்கிறார். வேட்டைக்காரக் கவுண்டரை அவமானப்படுத்துவதாகக் கருதி, அவர் மகளை வேலைக்காரன் காதலிப்பதைக் காட்டித் தருகிறார் குங்குமப் பொட்டுக் கவுண்டர். பொன்னுச்சாமி மீது பழி சுமத்தி சிறைக்கு அனுப்புகிறார் வேட்டைக்காரர். அப்பாவியாக இருந்த பொன்னுச்சாமியை இந்த அனுபவங்கள் புடம்போடுகின்றன. சிறையிலிருந்து வெளிவந்து பண்ணைக்காரர்களோடு போராடித் தன் காதலியை அடைகிறான். பண்ணையாரின் மகளை வேலைக்காரன் மணப்பது என்பது சாதி கடந்த மணம். இந்த வகைமையில் அக்காலத்தில் நிறையப் படங்கள் வெளியாயின என்றாலும், தன்னுடைய கருத்தியலுக்கு நெருக்கமாக மணிவண்ணன் எடுத்த படம் இது எனலாம். கதை மட்டுமல்லாது படத்தின் உரையாடல்களையும் இந்த விதத்தில் அமைத்திருப்பது குறிப்பிடத்தக்கதாகும். படத்தில் சிவன்காளை தங்கள் மீதான ஒடுக்குமுறை குறித்த விழிப்புணர்வு கொண்ட பாத்திரமாக இருக்கிறார். தங்களின் அடிமைநிலையை உணராத ஒடுக்கப்பட்ட மக்களிடம் அவற்றை உணரும்படி பேசிக்கொண்டேயிருக்கிறார். அரசியலமைப்பு என்ற அளவிற்குச் சொல்லாமல் வாழ்வனுபவத்திலிருந்து பேசுபவராக இருக்கிறார். "பணக்காரர்கள் தங்களுக்கிடையேயான பகையைத் தீர்த்துக்கொள்ள

ஏழைகளைப் பகடையாகப் பயன்படுத்திக்கொள்கிறார்கள்" என்கிறார். "காலணா கூலி அதிகமாகக் கேட்டதால் உங்களைக் கசக்கிப் பிழிந்த பரம்பரைடா" என்று பண்ணையார் தங்களைப் பற்றிக் கூறிக்கொள்கிறார். இதனை ஒருபுறம் வர்க்கமாகப் பார்க்க முடியும் என்றாலும் உழைக்கும் இம்மக்கள் ஒடுக்கப்பட்ட சாதியாகவும் இருக்கிறார்கள் என்பதை மறைமுகமாகப் புலப்படுத்தும் வசனங்கள் படத்தில் இருக்கின்றன. ஒருமுறை பொன்னுச்சாமி "வீதியில் போனாலே எங்கள திட்டுவாங்க" என்கிறார். வீதியில் நடப்பதைத் தடுப்பது சாதிய தீண்டாமையே ஆகும்.

'இனி ஒரு சுதந்திரம்' (1987) படம் வெள்ளைக்காரனோடு போராடிய தியாகி ஒருவர் சுதந்திர இந்தியாவில் படும்பாடுகளை மையமாகக் கொண்டது. இந்தப் படத்தில் சாதிப் பிரச்சினை நேரடியாகக் கையாளப்படவில்லை. மையக் கதையோடு தொடர்பில்லாவிட்டாலும் இரண்டு தலித் பாத்திரங்களைக் காட்டியிருக்கிறது படம். தன் நிலத்தை மீட்பதில் காலந்தாழ்த்தும் மாவட்ட நிர்வாகத்தைக் கண்டித்து மாவட்ட ஆட்சியர் வளாகத்தில் உண்ணாவிரதத்தைத் தொடங்குகிறார் தியாகி. அதை நிறுத்த முன்வரும் மாவட்டக் காவல் அதிகாரி உண்ணாவிரதப் பந்தலைப் பிய்த்தெடுக்க வருகிறார். அப்போது மனசாட்சியுள்ள போலீஸ் ஒருவர் தடுக்கிறார். அதையும் மீறி பிரிக்க முனையும்போது சண்டையிட்டுத் தன் போலீஸ் உடுப்புகளைக் கழற்றி எறிந்துவிட்டுச் சொல்கிறார், "சார் நான் ஒரு அரிஜன்; சொன்னா(ல்) கோபம் வரும். நீங்க ஒரு அரிஜன். இந்த மாதிரி தியாகிங்க சுதந்திரம் வாங்கித் தராவிட்டால் நானும் நீங்களும் ஏதாவது குப்பைமேட்டுப் பக்கத்தில கோவணத்தைக் கட்டிக்கிட்டு மாடு மேய்ச்சுக்கிட்டு இருந்திருப்போம்" என்கிறான். மேலும், "இவர்கள் என்னைப் படிக்கவைத்து ஆளாக்கிய மனித தெய்வம்" என்கிறான். இந்தக் காட்சியோ, காட்சியில் அப்பாத்திரம் தன்னை அரிஜன் என்று சொல்வதோ இல்லாமல் இருந்தால்கூட கதையில் எந்தப் பாதிப்பும் இருந்திருக்காது. எனினும் மனசாட்சியுள்ள பாத்திரமாக ஒரு தலித்தைக் காட்டியிருப்பது குறிப்பிடத்தக்கது. இந்த யோசனை மணிவண்ணனுக்குத் தொடர்ந்து இருந்திருக்கிறது.

'அமைதிப்படை' படத்தில் சாதிக் கலவரத்தைத் தூண்டிவிட்ட அரசியல்வாதியான நாகராஜ சோழனை வெட்ட வருகிறான் பாதிக்கப்பட்ட தலித் கோபால்சாமி. ஆனால், நாகராஜ சோழனின் சுயரூபம் தெரிந்திருந்தாலும் வெட்ட வருபவனிடமிருந்து அவனைக் காப்பாற்றுகிறான் காவல்

அதிகாரியான தங்கவேலு. பிறகு, தன்னைப் பார்க்க வரும் தங்கவேலுவிடம் கொந்தளிக்கிறான் கோபால்சாமி. "சாதிக் கலவரத்தில் இறந்துபோன தியாகி என்று நாகராஜ சோழனை எதிர்காலத் தலைமுறையினர் தவறாகக் கருதிவிடக் கூடாது என்பதற்காகத்தான் அங்கு அவனைக் காப்பாற்றினேன்" என்று கூறும் தங்கவேலு, கோபால்சாமியைக் கட்டிப்பிடித்து "தாழ்த்தப்பட்டவனென்று சாஸ்திரத்தால் சொல்லப்பட்டாலும் சத்தியத்தால் உயர்ந்து நிக்கிற உங்கள மாதிரி ஒருத்தர் ரெண்டுபேர் இருக்கிறதாலதான் தமிழன் இன்னும் தலநிமிர்ந்து நிற்கிறான். உங்கள வெளிய கொண்டு வருவதற்கான எல்லா முயற்சியும் எடுக்கிறேன். காலங்காலமா எல்லோரையும் நம்பி ஏமாந்ததினால் இப்போ யாரைப் பார்த்தாலும் உங்களுக்கெல்லாம் சந்தேகமா இருக்குதில்ல?" என்கிறான்.

இதற்கடுத்து வந்த 'தோழர் பாண்டியன்' (1994) படத்தில் நாயகன் ஓட்டும் ஆட்டோ நிலையத்தில் அம்பேத்கர் படம் வைக்கப்பட்டிருக்கிறது. காரில் வரும் வில்லனிடம் "இந்தியாவில் தனக்குத் தெரிந்த ஒரே கார் அம்பேத்கர்" என்கிறான் நாயகன். அம்பேத்கரின் பொன்மொழிகள், அம்பேத்கர் எழுதிய 'இந்தியாவில் சாதிகள்' போன்ற நூல்களை நாயகன் படித்துக்கொண்டிருப்பதாகக் காட்டப்படுகிறது. இவற்றிற்குக் கதைப்போக்கில் இடமில்லையென்றாலும், அடையாளங்களாகக் காட்டப்பட்டிருக்கின்றன. 'முதல் வசந்தம்' படம் வந்த காலத்தில் சாதியைக் குறிப்பான அடையாளத்தோடு இல்லாமல், வர்க்கத்தோடு இணைத்துக் காட்டிய மணிவண்ணனிடம் மெல்ல மெல்ல மாற்றம் நடந்துவந்துள்ளது. 1990களுக்குப் பிறகு வெளிப்படையாக அம்பேத்கர் பெயரைக் கையாளும் பாத்திரங்களைக் காட்டுபவராக மாறியிருந்தார். இதனைத் திரைக்கு உள்ளேயும் வெளியேயும் நடந்துவந்த மாற்றங்களோடு இணைத்துப் புரிந்துகொள்ள வேண்டும். அதன் தொடர்ச்சியில் 'அமைதிப்படை', 'தோழர் பாண்டியன்' படத்திற்குப் பிறகு, 1994ஆம் ஆண்டின் இறுதியில் 'வீரப்பதக்கம்' படம் வெளியானது. படத்தில் நாயகன் 'தலித்' என்பது குறிப்பிடத்தக்கது.

'வீரப்பதக்கம்' படத்தில் நாயகனின் பெயர் கலிவரதன். அவன் சிறுவனாக இருக்கும்போது, கோயில் விழாவுக்குப் பந்தல்போடப் போகாத காரணத்தினால் தன் தந்தை ஆதிக்கச் சாதியினரால் தாக்கப்படுவதைப் பார்க்கிறான். அதேநேரம் அவர்கள் அந்த விழாவுக்கு வரும் பெரும் போலீஸ்காரரை, தலித்தாக இருப்பினும் வணங்குகிறார்கள். இந்த

முரண் ஏன் என்ற கேள்வி கலிவரதனுக்கு எழுகிறது. ஒரு தலித் பெரிய பதவிக்குச் சென்றுவிட்டால் 'மேல்' சாதியினரும் வணங்குவார்கள், என்று புரிந்துகொண்டு தானும் இந்த அதிகார வர்க்கத்தில் ஒருவராகிவிட வேண்டுமென்று உறுதியேற்கிறான். வளர்ந்த பின்னால் அதை அடைய எதை வேண்டுமானாலும் செய்யலாம் என்று நினைத்துச் செயல்படுகிறான்.

அதேபோல போலீஸாகிற அவன் சிபாரிசு, இலஞ்சம், கூழைக் கும்பிடு என்றெல்லாம் கையாண்டு காவல் ஆய்வாளர், மாவட்டக் காவல் அதிகாரி, ஆணையர் என உயர் பதவிகளை அடைகிறான். சிபாரிசு செய்த உறவுக்கார ஏழைப் பெண் தங்கம்மாளை மறுத்துவிட்டு, பெண் அமைச்சரை மணந்துகொள்கிறான். தந்தையால் அரசியலுக்கு வலிய தள்ளப்பட்டவள் அவள். சூழலின் கைதியாக உள்ள அவளிடம் நற்பண்புகள் ஒட்டியிருக்கின்றன. கலிவரதனின் மட்டுமீறிய பதவி ஆசையைப் பார்த்துக் கோபம் கொள்கிற அவளிடம், தான் சிறுவயதிலிருந்து ஒடுக்கப்பட்டவனாகப் பெற்ற அனுபவங்களை எடுத்துக் கூறுகிறான். பிறகு, அவன் அதிகாரியாக இருந்தபோது அடக்கப்பட்ட தொழிலாளர் போராட்டத்தில் இறந்துபோன ஒருவரின் மகன் இவன் மீது கல்லெறிகிறான். அச்சிறுவனைத் தேடிச் செல்லும் கலிவரதன், தான் திருமணம் செய்துகொள்ளாமல் தவிர்த்த தங்கம்மாளை அங்கு பார்க்கிறான். இறந்து போனவன் அவள் கணவன் என்றும், கல்லெறிந்தவன் அவளின் மகன் என்றும் தெரிந்துகொள்கிறான். தங்கம்மாளிடம் மன்னிப்புக் கேட்கச் செல்லும்போது, "தனக்காக அனுதாபம் கொள்வதைத் தான் விரும்பவில்லை" என்றும் "ஏதாவது செய்வதாக இருந்தால் பாதிக்கப்பட்டோருக்குச் செய்யுங்கள்" என்றும் சொல்லிவிடுகிறாள். இதற்குப் பிறகு அவனுக்குள் மாற்றம் உருவாகிறது. போராடும் தொழிலாளர்களிடையே கலந்து போராட்டத்திற்குத் தலைமை தாங்குகிறான். அதன் விளைவாகத் தொழிற்சாலைகளை அரசுடைமையாக்குவதோடு படம் முடிகிறது.

1990களில் பரபரப்பான நடிகராக மாறிவிட்டிருந்த மணிவண்ணன், நீண்ட இடைவெளிக்குப் பின் 'ஆண்டான் அடிமை' (2001) படத்தை இயக்கினார். இப்படத்தின் கதை சாதியை மையமாகக் கொண்டிருந்தது. இதன்படி தலித் பாத்திரங்கள் விரவிக் கிடந்தன. செருப்புத் தைக்கும் தந்தையின் மகனான சிவராமன் டிரைவராகவும் இருக்கிறான். ஒருகட்டத்தில் தான் அருந்ததிய பெற்றோர்களுக்குப் பிறக்கவில்லை என்றும் அக்ரஹார சுப்பிரமணிய சாஸ்திரியின் மகன் என்றும் அவனுக்குத் தெரியவருகிறது.

அருந்ததிய பெற்றோர்களைத் தவிர்த்துவிடாத அதேவேளையில், தன்னைப் பெற்றவர்களோடும் சேர்ந்து வாழ நினைக்கிறான். "சிறுவயதில் காணாமல் போன உங்கள் மகன் சங்கரன் நான்தான்" என்று அங்குபோய் நிற்கிறான். ஒரு தரப்புக்குத் தெரியாமல் மறுதரப்பு என்று செயல்பட்டுவருகிறான். பிராமணப் பெற்றோர்களின் பறிபோன சொத்தை மீட்கிறான்; தங்கைகளுக்குக் கல்யாணம் செய்து வைக்கிறான். இறுதியில் இரண்டு தரப்பு பெற்றோர்களுக்கும் உண்மை தெரியவரும்போது, "இரண்டு தரப்பு பெற்றோரும் தனக்கு வேண்டும். இந்தச் சாதியில் பிறந்தவர், இங்குதான் இருக்க வேண்டும் என்பதை நான் தீர்மானிக்கவில்லை. மனிதர்களை நேசிப்பதைச் சாதி எப்படித் தடுக்க முடியும்?" என்று கேட்கிறார். சாதியைவிட மகன்தான் முக்கியம் என்று கருதும் பிராமணப் பெற்றோர்கள் அவனோடு சேரிக்குச் செல்வதோடு படம் முடிகிறது.

பிராமணர், தலித் என்கிற எதிர்மறையில் பிறப்பை ஓரிடத்திலும், வளர்ப்பை மற்றோரிடத்திலும் சொல்வது நம் மரபில் மதுரைவீரன் கதை உள்ளிட்டவற்றில் இருக்கிறது. தொன்மங்களை மீட்டெடுத்தல், கட்டுடைத்தல் என்பதான கதை முயற்சிகளில் இறங்கியிராத மணிவண்ணன், இப்படத்தில் கூறியிருப்பது ஒருவகையில் மதுரைவீரன் கதையைத்தான். அவருடைய படங்கள், கதைகள், அவை உருவான விதங்கள் பற்றி விரிவான கருத்துகள் எவையும் அவரிடமிருந்து வெளிப்பட்டதில்லை என்பதால் இதனை அவர் வெளிப்படையாகக் கூறியதில்லை. அதன்படி ஏற்கெனவே நிலவும் மதுரைவீரன் கதையில் சேர்க்கப்பட்ட பிறப்பு மாற்றத்தை இவருடைய பார்வையில் மாற்றிப் பார்த்திருக்கிறார் எனலாம். அக்கதையில் மதுரைவீரன் 'மேல்நிலையாக்கம்' பெற்றிருக்கிறார். ஆனால், படத்தில் சிவராமனோடு அவனின் பிராமணப் பெற்றோர்கள் சேரிக்குக் குடி வருவதோடு படம் முடிகிறது.

எங்கு பிறப்பது என்பதைச் சம்பந்தப்பட்டவர் முடிவெடுப்பதில்லை என்று கூறிய 'ஆண்டான் அடிமை' படம் பற்றிப் பேசும்போது இதற்கு முன்பே மணிவண்ணன் இயக்கிய 'புதுமனிதன்' (1991) படம் நினைவுக்கு வருவதைத் தவிர்க்க முடியவில்லை. கபாலி என்ற பெயரை நேர்மறையான பாத்திரத்திற்கு முதலில் சூட்டிய படம் 'புதுமனிதன்'தான். படத்தில் நாயகன் பெயர் கபாலி, மீனவர். 'ஆண்டான் அடிமை', 'புதுமனிதன்' இரண்டு படங்களிலும் குறிப்பிட்ட சாதிகளுக்கென்று விதிக்கப்பட்ட வழமையான பண்புகளிலிருந்து விலகி நாயகர்கள் நற்பண்புகளோடு படைக்கப்பட்டிருக்கிறார்கள் என்பது

குறிப்பிடத்தக்கது. 'புதுமனிதன்' படத்தில் குடிப்பழக்கம் கொண்டவனாக நாயகன் காட்டப்பட்டிருப்பது விதிவிலக்கு. இந்தப் படத்திலும் சாதி மாறுதல் நடக்கிறது. பண்பு நலன்களுக்கும் சாதிக்கும் தொடர்பு இல்லை என்பதைத்தான் படம் சொல்லியிருக்கிறது. மீனவர் - பிராமணர் தொடர்பு படத்தில் பேசப்பட்டிருக்கிறது. மீனவர் என்போர் மீன்களை வலைவீசி (கொன்று) பிடிப்போர்; 'பிராமணர் அப்படியல்ல'. இந்நிலையில் பெற்ற மகன்களால் கைவிடப்பட்ட பங்கஜம் என்ற பிராமணர் கடலில் தற்கொலை செய்துகொள்ள முயற்சிக்கிறார். அப்போது அவரைக் காப்பாற்றும் கபாலி, அவரைத் தாயாகத் தத்தெடுத்துத் தன்னுடனே வைத்துக்கொள்கிறான். ஆச்சாரமானவர்கள் என்று சொல்லப்படும் 'உயர் சாதி'யினரிடம் இல்லாத நற்பண்பு, ஆச்சாரமற்றவர்கள் என்று கூறப்படும் 'தாழ்த்தப்பட்ட' சாதியினரிடம் இருக்கிறது என்பதே இதன் அர்த்தம். ஆச்சாரம் என்பது புறநிலையில் இருப்பதல்ல. மாறாக 'உள்மெய்'யாக இருப்பது என்பதைக் கூறுவதன் மூலம் சாதிக்கென்று கட்டமைக்கப்பட்ட சட்டகம் இல்லாததாக்கப்படுகிறது.

இவ்வாறு குறிப்பிட்ட காலகட்டத்திலிருந்து மணிவண்ணன் தொடர்ந்து தலித் பாத்திரங்களைச் சித்திரித்துவந்திருக்கிறார். அதேவேளையில் தலித் பாத்திரங்களின் சித்திரிப்பு என்பவை அவற்றைக் காட்ட வேண்டுமென்ற அரசியல் நிலைப்பாட்டிலிருந்தே உருவாகியிருக்கின்றன. அதாவது, சாதியைப் பேச வேண்டுமென்று முடிவெடுத்து இயக்கிய படங்களிலேயே சாதி / தலித் பேசப்பட்டிருக்கின்றன. மற்ற படங்களில் அவை இல்லை. மாறாக, சாதிய அடையாளங்கள் இயல்பாகப் புழங்கியிருக்கின்றன. அதன் பொருள், மணிவண்ணன் சாதியை ஆதரித்தவர் அல்லது சாதி எதிர்ப்பில் போலித்தனமானவர் என்பதல்ல. சாதியை எதிர்க்க வேண்டும். தலித் உரிமை பெற வேண்டும் என்பதில் அவர் அக்கறையோடு இருந்தார் என்பதில் அய்யமில்லை. மாறாக, அவர் சாதியை, தலித் நிலையை எவ்வாறு புரிந்திருந்தார் என்பதைப் புரிந்துகொண்டால்தான் இந்தப் பிரச்சினையைப் புரிந்துகொள்ள முடியும். சாதியை அரசியல்ரீதியாகப் புரிந்திருந்தாரே ஒழிய, பண்பாட்டு நிலையில் அது எவ்வாறு நடைமுறைகளில் விரவிக் கிடக்கிறது என்பதைப் புரிந்துகொள்ளவில்லை. இதனால் அரசியல் நிலையில் தான் மறுக்கும் ஒரு விசயத்தை, மறுநிலையில் தானறியாமலே நியாயப்படுத்தும் சித்திரிப்புகளையும் தந்துவிடுகிறார். தலித் சித்திரிப்பில் உரையாடல், தோற்றம், இருப்பிடம், பெயர் ஆகியவற்றில் வழமையான பார்வையே

இருக்கிறது. பண்பாட்டு ரீதியான குறைபாடு மேலோங்கியிருக்கிறது. தலித்துகளின் உரிமையைப் பேச அவர்களின் நிலையைத் தாழ்வாகக் காட்ட வேண்டும் என்பது நவீன புரிதல். அவ்வாறு காட்டுவதாக நினைத்துக்கொண்டு இழிவாகக் காட்டப்பட்டுவிடுகிறது. அடையாள விசயங்களில் மணிவண்ணனின் ஓர்மையின்மைக்கான உதாரணமாக ஒன்றைக் கூறலாம். அரிஜன் என்ற வார்த்தை காந்தியம் தந்ததாகும். அதனைத் தலித்துகள் விரும்பியதில்லை. சட்டரீதியாகவும் அப்பெயர் புழக்கத்தில் இருக்கவில்லை. ஆதிதிராவிடர், ஷெட்யூல்டு வகுப்பினர் (3), தாழ்த்தப்பட்டோர், ஒடுக்கப்பட்டோர், தலித் போன்ற பெயர்கள் வழக்கில் வந்துவிட்டன. ஆனால், மணிவண்ணன் வசனம் எழுதிய 'அலைகள் ஓய்வதில்லை' (1981) தொடங்கி அவர் இயக்கிய 'ஆண்டான் அடிமை' (2001) வரை தலித்துகளைக் குறிப்பிட அரிஜன் என்ற சொல்லையே கையாண்டுவந்திருக்கிறார். இடதுசாரி அரசியல் விரும்பியின் சொல்லாடலில் காந்தியச் சொல்லாடலே தொடர்ந்து இடம்பெற்றுவந்தது.

மணிவண்ணன் போன்றோரிடம் உருவான தலித் பற்றிய அக்கறை தலித் மக்களின் அனுபவங்களிலிருந்து உருவான கருத்துகளை வாசித்து உருவானது அல்ல. மாறாக, முற்போக்கு அமைப்புகளின் தலித்துகள் குறித்த புரிதலிலிருந்து உருவானதாகும். அவை தலித் பிரச்சினைகளை அரசியல்ரீதியாகப் புரிந்துகொண்டு, அவ்வாறே தீர்த்துவிடமுடியும் என்று நம்பின. 'ஆண்டான் அடிமை' படத்தில் தலித்துகளின் இழிநிலையைச் சுட்டுவதாக நினைத்துக்கொண்டு, "இரண்டாயிரம் வருடமாக அடிமைப்பட்டுக் கிடக்கிறார்கள்" என்று இரண்டுமுறை உரையாடல் வருகிறது. இது சாதி பற்றியும், தலித் பற்றியும் வரலாற்றுரீதியான புரிதல் இல்லாமல் முற்போக்கு மரபினர் கொண்டிருந்த புரிதலாகும். இது அரசியல் ரீதியான புரிதல் மட்டுமே. பண்பாட்டு நிலையில் இழிவைக் கூறிவருவது சமூக உளவியலில் ஒடுக்கப்பட்ட மக்கள் குறித்து வழமையான அர்த்தமே உருவாகும் / கெட்டிபடும். இந்தப் புரிதல் இல்லாமல் கூறப்பட்ட கருத்துகளாகவே மணிவண்ணன் படங்கள் இருக்கின்றன.

மேலும், தலித் / சாதி பற்றிய கதையாடல்கள் நுட்பமாகவோ, ஆழமாகவோ அவர் படங்களில் மாறுவதில்லை. அதாவது, ஒரு பிரச்சினை அதற்குரிய தீவிரத்தோடு அமையாமல் வசனங்கள், கேலி, கிண்டல் என்றே பெரும்பாலும் அமைந்திருக்கின்றன. அப்பிரச்சினை பார்வையாளர்களிடம் கடத்தப்படுவதில்லை. ஒரு விசயத்தைக் கேலி செய்வது என்பது அவ்விசயம்

குறிக்கும் பிரச்சினையை எதிர்கொள்வதற்குரிய போர்முறையாகவே பார்க்கப்பட்டிருக்கிறது. ஆனால், இவர் படங்களில் புலப்படும் கேலி, அப்பிரச்சினையை நீர்த்துப்போக வைத்துவிடுகிறது. எல்லாவற்றையும் நையாண்டியாக்கிவிட முடியும் என்று நம்பப்பட்டிருக்கிறது. குறிப்பிட்ட தருணத்தை எவ்வாறு புரிந்துகொள்வது என்கிற அரசியல் ரீதியான கேள்வி எழ வேண்டிய அழுத்தமான காட்சிகள் மேலோட்டமான நகைச்சுவை காட்சிகளாகக் கீழிறக்கப்பட்டு விடுகின்றன.

'முதல் வசந்தம்' படம் ஒடுக்கப்பட்டோர் வாழ்வை அடிப்படையாகக் கொண்ட கதை. சிவன்காளை என்ற தலித் பாத்திரத்தின் இரண்டு கைகளும் வெட்டப்படுகின்றன. பிறகு அவர் கொல்லப்படுகிறார். மனைவி பாலியல் வல்லுறவுக்கு ஆளாக்கப்படுகிறாள். இந்த வன்முறைகளை வலி சார்ந்ததாக இல்லாமல் கதை என்கிற பெயரில் எந்த உறுத்தலும் இல்லாமல் வளர்த்தெடுத்துச் செல்கிறது படம். இது அப்படம் பேசும் அரசியலுக்குச் செய்யும் துரோகம் என்று கூறலாம். இது மணிவண்ணனுக்கு மட்டுமல்ல, அரசியல் படங்கள் என்று கூறப்படும் தமிழின் பெரும்பாலான படங்களுக்கும் பொருந்தும். ஒடுக்கப்பட்டவர்களை மையமாகக் கொண்ட 'முதல் வசந்தம்' படம் ஒடுக்கும் பண்ணையார்களின் லூட்டிகளையே அதிகம் காட்டியிருக்கிறது. இவ்வளவு கொடூர வன்முறையாளர்களின் செயற்பாடுகளை இந்த அளவிற்கு ரொமாண்டிஸைஸ் செய்திருக்கக் கூடாது. இந்த அணுகுமுறை மணிவண்ணனிடம் கடைசிவரை இருந்திருக்கிறது. பெரிதும் இரசிக்கப்பட்ட 'அமைதிப்படை' படத்தின் பல காட்சிகள் பெரும் துயரத்தின் சாயைகளைக் கொண்டவை. ஆனால், அவை வெளிக்கொணரப்படவில்லை. அத்தருணங்கள் சாதாரண நையாண்டிகளாகக் கீழிறங்கிவிடுகின்றன.

நையாண்டி கொண்டிராத தலித் பற்றிய படங்களில் வேறு பிரச்சினைகள் இருக்கின்றன. சாதி சார்ந்த முக்கியமான முரணியக்கத்தை எடுத்துக்கொள்கிறது 'வீரப்பதக்கம்' படம். அதாவது, ஏழை தலித் வகுப்பினன் மீது தீண்டாமையைப் பிரயோகிக்கும் ஆதிக்கச் சாதியினர், அதே தலித் அதிகாரியாக வரும்போது மரியாதை செலுத்துகிறார்கள். இந்த முரணை யோசிக்கும் ஒருவன் அதிகார வர்க்கமாக மாறுகிறான். இவ்வாறு தொடங்கும் கதை இந்தப் பிரச்சினையை ஒட்டி ஒரு விவாதத்தையோ, எதார்த்தத்தைச் சொல்லும் திசையிலோ சென்றிருக்க வேண்டும். ஆனால், அதிலிருந்து விலகி தன் செயலுக்குக் குற்றவுணர்வு கொண்டு போராளியாக

மாறிவிடுகிறார் நாயகன் கலிவரதன். ஆனால், அது கதைப்போக்கில் அமையவில்லை. அது இயக்குநரின் விருப்பம். ஏனெனில், அவனிடம் சாதி பற்றி சிறுவயதில் எழுந்த கேள்விக்கு இந்தப் போராளி என்ற நிலை எந்தவிதத்தில் பதிலாகிறது என்று படத்தில் சொல்லப்படவில்லை. சாதிப் பற்றிய கேள்விக்கு இந்த நிலை பதிலாகிறதா எனில், இல்லை. கதை ஒருமுனையில் தொடங்கி தொடர்பில்லாத வேறொரு முனையில் முடிகிறது.

அதேபோல மணிவண்ணனின் சாதிப் பற்றிய சுட்டல்களில் பிராமணர்கள் வருகிறார்கள். அதாவது பிராமணர் - தலித் என்னும் எதிர்மறை கையாளப்படுகிறது. இடைநிலை அதிகாரச் சாதிகளைப் பெருமிதப்படுத்துவதில்லை என்றாலும் தலித் பாத்திரங்களின் நண்பர்களாக / உதவுபவர்களாக அவர்கள் காட்டப்படுகிறார்கள் ('இனி ஒரு சுதந்திரம்', 'வீரப்பதக்கம்', 'ஆண்டான் அடிமை'). சாதி அமைப்புக்குப் பிராமணர்களே காரணம் என்பதில் அழுத்தம் காட்டும் கதையாடல்கள், அவர்கள் மீது மயக்கம் கொண்டிருப்பது மறைமுகமாகத் தொழிற்படுகிறது. 'ஆண்டான் அடிமை' படத்தில் பிராமணர்களை இறுதிக்காட்சியில் சேரிக்கு வரவழைக்கும் 'புதுமைக்காக' படம் முழுதும் அவர்களுக்கொரு சலுகை தரப்படுகிறது. அதாவது, தன் தாய் தந்தையர் பிராமணர்கள் என்பதைத் தெரிந்துகொள்ளும் நாயகன் அவர்களிடையே சென்று தங்கிவிடுகிறான். சாதிப் பற்றி நன்கு தெரிந்திருக்கும் அவன், எந்தவித விமர்சனமும் இல்லாமல் பாசத்தின் பெயரில் பிராமண அடையாளங்களை ஏற்று இயங்குகிறான். பூணூல் அணிகிறான்; வேதம் கற்றுக்கொள்கிறான்; பூஜை நடத்துகிறான். மேலும் பிராமண வீடு ஏழ்மையில் இருக்கிறது. அதேபோல 'புதுமனிதன்' படத்தில் பிராமணத் தாயின் உணர்வுகளை மதிப்பது என்ற பெயரில் பிராமண அடையாளங்களை அனுமதிக்கிறான் நாயகன். 'தெற்குத் தெரு மச்சான்' படத்தில் கதாநாயகியைப் பிள்ளையார் காப்பாற்றுகிறது. இரண்டு ஊர்களுக்கு இடையிலான நீர்ப் பிரச்சினையைத் தீர்த்துவைக்கும் நீதிபதியைக் காட்டும்போது அவர் பிராமணராக இருக்கிறார். நீதிபதியாக யாரையும் காட்ட முடியும் என்றாலும், நல்ல தீர்ப்பை வழங்குபவராகப் பிராமணரைக் காட்டுகிறது கதையாடல். இந்த மயக்கம் மணிவண்ணனிடம் தன்னியல்பாக இருக்கிறது. தலித் பிரச்சினையை அணுகுவதிலுள்ள பிரச்சினையே இதிலும். அரசியல்ரீதியாகத் தலித்துகளுக்கு ஆதரவாகவும் பிராமணர்களுக்கு எதிராகவும் யோசித்தாலும் பண்பாட்டு ரீதியில் தலித்துகளை இழிவாகவும் ('முதல் வசந்தம்' படத்தில் பேய் என்று

கருதி வேலைக்காரப் பெண்ணை வல்லுறவு செய்கிறார் பண்ணையார்) பிராமணர்களை மேலாகவும் பார்க்கும் பார்வையே செயற்பட்டிருக்கிறது.

வர்க்கம்

மணிவண்ணனின் அரசியல் அடிப்படை கம்யூனிஸ்ட் இயக்கம்தான். எனினும் முழுமையான அளவில் தொழிலாளர் பின்னணியைக் கொண்ட படங்கள் எதையும் அவர் எடுத்ததில்லை. சில படங்களில் தொழிலாளர் சார்பையும், முதலாளிகளின் வன்முறையையும் காட்சியாகவும் வசனங்களாகவும் காட்டியுள்ளார். அவர் படங்களின் அதன்வழி பார்க்கும்போது, அவருடைய கம்யூனிஸம் என்பது கட்சி அடையாளம் கொண்டதாகவே இருக்கிறது. குறிப்பாக, தொழிற்சங்க அரசியல். தொழிற்சாலைகள் கொண்ட கோவைப் பகுதியைச் சேர்ந்தவர் என்ற முறையில் தொழிற்சங்கத் தொடர்பில் கம்யூனிஸ்ட் அரசியலை அறிந்திருந்தார் என்பதும் தம் படங்களில் அதைக் காட்டினார் என்பதும் குறிப்பிடத்தக்கது. ‘சின்னத்தம்பி பெரியதம்பி’ படத்தில் நூற்பாலை முதலாளி பணத்தாசை கொண்டவனாக இருக்கிறான்; தொழிலாளிகளுக்குக் குறைந்த கூலியே தருகிறான்; சொத்து கிடைக்காது என்பதால் நிச்சயம் செய்த பெண்ணையே கைவிடுகிறான்; போலீஸையும் அரசியல்வாதியையும் கையில் போட்டுக்கொண்டு பிடிக்காதவர்களைப் பழிவாங்குகிறான். இப்படம் தொழிற்சங்கப் போராட்டத்தைக் காட்டவில்லை என்றாலும் ஒரு முதலாளியை எதிர்மறையானவனாகவே காட்டியது.

‘ஜல்லிக்கட்டு’ படத்தில் நாயகனின் சகோதரர், தொழிலாளர்களுக்குத் தரப்படாத போனஸைப் போலீஸ் போல நடித்து, முதலாளிகளிடமிருந்து பறித்துத் தொழிலாளர்களுக்கு வழங்குகிறான். இதனால் ஆத்திரமடைந்த மூன்று முதலாளிகள் நாயகனின் சகோதரர் வீட்டுக்கு வந்து அவரைக் கொன்றுவிட்டு மனைவியை வல்லுறவு செய்து கொன்றுவிடுகின்றனர். இவ்வாறு அண்ணன் குடும்பத்தை நாசம் செய்த முதலாளிகளை நாயகன் பழிவாங்குவதுதான் கதை. முதலாளிகள் குடும்பத்தை நாசம் செய்யும்போது வீட்டில் லெனின், ஸ்டாலின் படங்கள் தொங்குகின்றன. ‘இனி ஒரு சுதந்திரம்’ படத்தில் ஐ.ஏ.எஸ்ஸாக உயரும் நாயகனின் சகோதரரும் தந்தையும் தொழிற்சங்கப் போராளிகள். குறுக்கு வழியில் ஐ.ஏ.எஸ்ஸாக உயரும் நாயகன், இவ்விருவரையும் பார்த்துக் காலத்திற்கு ஒவ்வாதவர்கள் என்று கிண்டலடிக்கிறான். அதனை எதிர்த்துச் சகோதரனும் தந்தையும்

வீட்டைவிட்டு வெளியேறுகிறார்கள். கடைசிவரை தொழிலாளர் போராட்டங்களை நடத்திவருகிறார்கள். மேற்குறிப்பிட்ட எந்தப் படத்திலும் வர்க்கக் குறிப்பைத் தவிர சாதிப் போன்ற அடையாளங்கள் தரப்படவில்லை. ஆனால், 'வீரப்பதக்கம்' படத்தில் தலித்தாகக் காட்டப்படும் நாயகன் இறுதியில் லெனின், ஸ்டாலின் படங்களின் பின்னணியில் தொழிலாளர் போராட்டத் தலைவராகச் செயல்படுவதாகக் காட்டப்பட்டிருக்கிறது.

மணிவண்ணனிடம் இந்த அளவிற்குத்தான் 'வர்க்க' அரசியல் செயற்பட்டிருக்கிறது. முதலாளி வர்க்கத்தின் சுரண்டல் பற்றி ஆழமாகச் சொல்லாமல் அவர்களின் வன்முறை பக்கங்களைக் காட்டியிருக்கின்றன இப்படங்கள். அதாவது வெகுஜன சினிமா சட்டகத்தின் நாயகன் x வில்லன் என்னும் எதிர்மறை அளவிலேயே இந்த முதலாளி x தொழிலாளி எதிர்மறை அவர் படங்களில் கையாளப்பட்டிருக்கிறது. அவர்களின் கொடூரங்களைக் காட்ட பாலியல் வல்லுறவு, வன்முறை போன்றவற்றைப் பயன்படுத்தவும் அவர் படங்கள் தவறியதில்லை.

முதலாளிகளுக்கு இணையாகவோ, தனியாகவோ மணிவண்ணன் படங்களில் அரசியல்வாதிகள் காட்டப்பட்டிருக்கிறார்கள். அவர்கள் தங்கள் அதிகாரத் தேவைகளுக்காக ஊழல், ஏமாற்றுதல், சுரண்டுதல் போன்றவற்றில் ஈடுபடுபவர்களாகக் காட்டப்பட்டனர். கட்சி மாறுபவர்களாகவும், சாதி, மத வெறியைத் தூண்டுபவர்களாகவும் சொல்லப்பட்டுள்ளனர். அவர்களின் அதிகார வர்க்க உறவும் காட்டப்பட்டிருக்கின்றன. 'இனி ஒரு சுதந்திரம்' என்பதே இந்த அதிகார வலைப்பின்னலுக்கு எதிராக இன்னொரு போராட்டம் தேவை என்பதைக் குறிக்கும் தலைப்புதான். அப்படத்தில் கொடிகாத்த குமரனோடு சேர்ந்து அகிம்சை வழியில் போராடிய சுதந்திரப் போராட்டத் தியாகி, அதிகார வர்க்கத்தின் குறியீடான கலெக்டரை ஆயுதம் வழி அழிப்பதோடு முடிகிறது. இந்த அரசியல்வாதிகள் பாத்திரங்களும் வெகுஜன கதையாடல் சட்டகத்திற்கேற்ப நின்றுபோயின.

அரசியல்வாதிகளும் அதிகார வர்க்கமும் இவ்வாறு இருந்தார்கள் என்பதில் அய்யமில்லை. தேர்தல் அரசியல் இங்கு வேரூன்றிய பிறகு அதிகாரத் தளத்திற்குப் பலரும் வந்திருந்தனர். தமிழகத்தில் திராவிடக் கட்சியினர் ஆண்டுவந்தனர். மணிவண்ணன் படங்களில் ஒருவிசயம் தொடர்ந்து இடம்பெற்றுவந்தது. 'இனி ஒரு சுதந்திரம்' படத்தில் தொழிலாளர் குடும்பத்திலிருந்து வந்த ராஜா தன்னை உயர்த்திக்கொள்ள

எல்லாக் குறுக்கு வழிகளையும் கையாளுகிறான். இதே பாத்திரம் அரசியல்வாதியானால் எவ்வாறிருக்கும் என்பதற்கான உதாரணமே 'அமைதிப்படை' அமாவாசை. ஒடுக்கப்பட்ட வகுப்பிலிருந்து செல்லும் கலிவரதனும் இவ்வாறுதான் இருந்தார். கீழிருந்து மேலே வருபவர்களுக்கு எந்தச் சலுகையையும் மணிவண்ணன் தரவில்லை. தொழிலாளர்களிலும் ஒடுக்கப்பட்டோரிலும் நற்பண்புகள் கொண்டவர்களைக் காட்டினாலும் அவர்களும் அதிகாரத்திற்காக எதையும் செய்வார்கள் என்பதுபோல காட்டப்பட்டன. ஒருபுறம் 'முதல் வசந்தம்' படத்தில் கொடூரமான குங்குமப் பொட்டுக் கவுண்டர் எல்லாவற்றையும் செய்துவிட்டு நல்லவராகிச் சென்றார். மறுபுறம் கீழிருந்துவரும் அமாவாசை மோசமானவராகிச் சென்றார். இந்த விசயத்தில் மணிவண்ணனிடம் தெளிவிருந்திருக்கவில்லை. கதாபாத்திரமொன்றைப் பார்வையாளர்களின் கைத்தட்டலுக்கு உரியதாக ஆக்கும் வெகுஜன சினிமா கோணம் அவரிடம் செயற்பட்ட அளவிற்கு அவர் நம்பிய அரசியலான வர்க்க / சாதி பார்வை செயற்படவில்லை. எந்த நுட்பமும் இல்லாமல் இத்தகைய படங்கள் வெகுஜன சினிமாவாகவே மிஞ்சின.

'இனி ஒரு சுதந்திரம்' படத்தில் அதிகாரப் படிநிலையில் குறுக்குப்பாதை வழியாகக் கீழிருந்து மேலே செல்லும் ஐஏஎஸ் அதிகாரி ராஜாவிடம் தொழிற்சங்கத் தலைவரான அவனுடைய அண்ணன் "சாதி ஒழிந்துவிட்டது என்று நினைத்தேன். ஆனால், அது அந்தஸ்து என்கிற பெயரில் இன்னும் வாழுகிறது" என்று பேசுகிறார். இங்கு அந்தஸ்து என்பது வர்க்க நிலையில் உயர்வதையே குறிப்பிடுகிறது. வர்க்கத்திற்கும் சாதிக்குமான உறவு குறித்த மணிவண்ணனின் பார்வையாகவும் இதனைக் கொள்ளலாம். இவ்விரண்டின் முரணில் அவர் வர்க்க முதன்மையின் பக்கமே நிற்கிறார். வர்க்க நிலையில் உயர்வது சாதியை அழிக்கும் என்ற இந்திய இடதுசாரி பார்வையின் தாக்கம் இதிலிருக்கிறது.

சாதியை அணுகுவதில் அது சமூகத்தீமை என்ற அழுத்தமான பார்வை மணிவண்ணனிடம் இருந்திருக்கிறது. ஆனால், அதன் உருவாக்கம் குறித்தோ, அதன் அழிவு குறித்தோ தீர்க்கமான பார்வை அவர் படங்களில் வெளிப்படவில்லை. அதனைக் குலைப்பது குறித்துப் பலவாறாகப் பேசிப் பார்த்திருக்கிறார் எனலாம். அவருடைய தலித் ஆதரவு, தலித் மற்றும் திராவிட பின்புலத்திலிருந்து அல்லாமல் கட்சிசார் மார்க்சிய தாக்கத்திலிருந்து உருவாகி வணிக சினிமா எல்லைக்கேற்ப அமைந்தது என்று இதனைப் புரிந்துகொள்ள முடியும்.

மொழி

மணிவண்ணன் படங்களில் திராவிடக் கட்சிகளைத் தூக்கிப்பிடிக்கும் அம்சங்கள் இருந்ததில்லை. திமுக தலைவர் கருணாநிதி இவர் இயக்கத்தில் வந்த இரண்டு படங்களுக்கு வசனம் எழுதியிருந்தார். அவை அதிமுக ஆட்சிக்காலத்தில் வெளிவந்தன. பத்திரிகைச் சுதந்திரம், பெண்ணுரிமை என்று பொதுவான சமூகப் பிரச்சினைகள் பற்றியே அப்படங்கள் பேசியிருந்தன.

முந்தைய படங்களில் கதை எதைக் கேட்கிறதோ, அதை வழங்குவதில் மணிவண்ணன் தான் கொண்டிருக்கும் கருத்தியலைத் தடையாக்கிக் கொள்ளவில்லை. 1980களின் இறுதியிலிருந்து அவர் படங்களில் அரசியல் அடையாளங்களும் கருத்துகளும் இடம்பெற்றன.

சில படங்களில் சமகால அரசியலைக் கதைப் பின்னணியாக எடுத்துக்கொண்டார். உதாரணமாக, 'புதுமனிதன்' படத்தைக் கூறலாம். பிராமணத் தாய், மீனவர் மகன், நண்பன் செபாஸ்டின், காப்பாற்றும் பீவி என்று பல்சமய - பல்சாதி மனிதர்களுக்கிடையே இணக்கம் இருப்பதாகக் காட்டப்பட்டது. மேலும், இது தமிழ்ப் பகுதியின் தனித்தன்மை என்பதாகவும் அர்த்தம் தரப்பட்டது. பாபர் மசூதி பிரச்சினை பேசப்பட்டுக்கொண்டிருந்த காலம் அது. கவுண்டமணி பேசும் ஒரு வசனத்தோடு படம் முடிகிறது: "இங்க நாங்க(ள்) எல்லோரும் ஒண்ணாகத்தான் இருக்கிறோம். அங்கே யாரோ வடக்கே அடிச்சுக்கிறாங்க பாரு."

பெரியார் தாக்கத்தை மணிவண்ணனின் பிற்காலப் படங்களின் வசனங்களில் பார்க்கலாம். பிராமண எதிர்ப்புக் கருத்துகளையும் அவ்வாறே கூறலாம். 'அமைதிப்படை' படத்தின் வசனங்கள் இதற்கான உதாரணம். ஆனால், இந்தக் கருத்துகளைப் பேசுபவர்கள் எதிர்மறை பாத்திரங்களாகவே இருந்தனர் என்பது குறிப்பிடத்தக்கது. தமிழ் சினிமாவின் மரபு இது.

திரைப்படத்திற்கு வெளியே வர்க்கம், சாதி, பகுத்தறிவு கருத்துகளுக்கு இணையாகத் தமிழன் என்னும் அடையாளம் குறித்தும் மணிவண்ணன் பேசிவந்தார். திரைப்படங்களிலும் அது வெளிப்பட்டது. அதுவும் கதைப் போக்கில் இல்லாமல் வசனமாக - பாடல்களாக மட்டும் அமைந்திருந்தது. அவை இல்லாவிட்டாலும் கதைக்கு எந்தப் பாதகமும் இராது என்ற

அளவிற்கு இருந்தன. 'அமைதிப்படை' படத்தில் காவல் பணியாளராக நாயகன் மாறும் காட்சியின் பின்னணியில் 'வெற்றி வருது, வெற்றி வருது தமிழனே...' என்று ஒலிக்கிறது. இந்தப் பாடலுக்கும் கதைக்கும் தொடர்பிருப்பதில்லை. அடுத்த படமான 'தோழர் பாண்டிய'னில் நாயகனின் அறிமுகப் பாடல் 'தமிழ் மகனே, தமிழ் மகனே, ஏன் பிறந்தாய் மகனே...' என்றமைந்தது. இந்தப் படத்திலும் கதையோடு பாடலுக்குத் தொடர்பிருப்பதில்லை. 'தோழர் பாண்டியன்' பாடல் தமிழனின் 'வீழ்ச்சி' பற்றியது. 'அமைதிப்படை' பாடல் தமிழன் 'எழுச்சி' பெற வேண்டும் என்பதைக் குறித்தது. இவ்வாறு அடையாளப்படுத்தினாலும் காட்சிகளிலும் வசனங்களிலும் தமிழ்ப் பெருமிதங்கள் சொல்லப்படுவதில்லை. நவீனத்திற்கு மாற்றாகத் தமிழ்ப் பழைமையை வலியுறுத்துவதில்லை. மாறாக, பகுத்தறிவுமயமான தமிழனே அவருடைய திட்டமாக இருந்திருக்க முடியும் என்பதை அவர் பேசிவந்த அரசியலிலிருந்து புரிந்துகொள்ள முடிகிறது. ஆனால், 'தோழர் பாண்டிய'னின் 'தமிழ் மகனே...' பாடல் இதற்கு முரணாக இருக்கிறது. பாடலை மற்றொருவர் எழுதினாலும் இது முரணாக இருப்பதை இயக்குநரான மணிவண்ணன் யோசித்திருக்கவில்லை. அவரின் பல படங்களில் ஒன்றுக்கொன்று முரணாக அமையும் அரசியல்களில் இதுவும் ஒன்றெனக் கொள்ள வேண்டியதுதான். 'அமைதிப்படை' படத்தில் தலித் ஒருவரைத் தமிழன் அடையாளத்தில் அடக்குகிறார். தமிழன் அடையாளத்திற்குத் தன்மானம் பெற்றுத் தருபவராகத் தலித் ஒருவரைக் கூறியிருப்பது குறிப்பிடத்தக்கது. அதேவேளையில் தலித் அடையாளத்தைத் தனித்துவமாக விஸ்தரிப்பதில்லை. வர்க்கத்திற்குள்ளும் (வீரப்பதக்கம்) மொழி அடையாளத்திற்குள்ளும் (அமைதிப்படை) இணைத்தே அங்கீகரிக்கிறார்.

மணிவண்ணனின் அரசியல் கதையாடல்களின் அடித்தளமாக வாழ்க்கை இல்லாமல், கருத்துகளே இருந்திருக்கின்றன. அவற்றை வெளிப்படுத்துவதற்கான கதையாடலாகவே அவரின் அரசியல் படங்கள் யோசிக்கப்பட்டிருக்கின்றன. கதையில் வாழ்வின் முரணியக்கமோ, அதைச் சார்ந்த திருப்பங்களோ இருப்பதில்லை. மனித வாழ்வும் அதைச் சார்ந்த உறவு நுட்பங்களும் இல்லை. கீழிருந்து வருகின்ற மனிதர்கள், இலட்சியங்கள், எதார்த்தங்கள் ஆகியவற்றுக்கு இடையேயான முரண்பாடுகளைப் பேசிய அரசியல் தருணங்களைப் பார்க்க முடியவில்லை. எல்லாவற்றையும் வசனங்களாகவும் கேலிகளாகவும் மாற்றுவதில் பிரச்சாரப்

பண்பே மிகுந்திருக்கிறது. திராவிட இயக்கத்தைத் தாண்டிய புரிதலைப் பெறக்கூடிய இடதுசாரி அரசியலை அடித்தளமாகக் கொண்டிருப்பினும், வடிவ விசயத்தில் திராவிட அரசியலின் கலை மரபையே மணிவண்ணன் பிரதிபலித்திருக்கிறார்.

மணிவண்ணன் முழுநேர சினிமாக்காரர். கடைசிவரை வணிக சினிமாக்களையே இயக்கினார். தீவிரமான பிரச்சினைகளைக்கூட வெகுஜன சட்டகத்திற்குள்தான் எடுத்தார். ஆனால், ஓரளவு அரசியல் தெரிந்த / அரைகுறையாக அரசியல் தெரிந்தவர்கள் எடுத்த அரசியல் படங்கள் அளவிற்குக் கூட அரசியல் தெரிந்த / பேசிய மணிவண்ணனின் ஒரு படத்தையும் கூற முடியவில்லை.

- நீலம், மே *2023.*

வட்டார அரசியலைத் திரைப்பிரதி வழி புரிந்துகொள்ளல்: குடிகள்ளர் முறை

மேலவளவு படுகொலை (1997) நடந்த மேலூர் பகுதியின் சாதிய முறை நுட்பமானது; பிற பகுதிகளிலிருந்து வேறுபட்டது. இப்பகுதியின் சாதிய நுட்பங்கள் பற்றி விரிவான - ஆழமான ஆய்வுகள் ஏதும் நடக்கவில்லை. ஒன்றிரண்டு ஐரோப்பியர்கள் குறிப்பிட்டிருக்கிறார்கள். அவர்களும் எல்லாவற்றையும் கண்டதாகவோ, புரிந்துகொண்டதாகவோ தெரியவில்லை. இப்பகுதியில் நிலவும் நாடு என்னும் அமைப்புப் பற்றி மட்டும் ஓரளவு எழுதியிருக்கிறார்கள். இன்றைக்கு நாடு என்னும் அமைப்புப் பற்றி வெளியே பரவலாகத் தெரியவந்திருக்கிறது. இந்த முறை மேலூர் தொடங்கி சிவகங்கை, புதுக்கோட்டை, தஞ்சாவூர் வரை பரவியிருக்கிறது. நாடு அமைப்பிற்குள் பல்வேறு வடிவங்கள் இருக்கின்றன. அவற்றுள் குடிகள்ளர் முறை முக்கியமானது.

மேலூர் பகுதியின் சாதியமைப்பில் இந்த முறை முக்கியப் பங்கு வகிக்கிறது. அதாவது கள்ளர்களில் ஒவ்வொரு குடும்பமும் தங்களுக்கென ஒரு தலித் குடும்பத்தைக் கொண்டிருப்பர். கள்ளர்களின் வீடுகளிலும் வயல்களிலும் பணியாளர்களாக இந்தக் குடும்பத்தினர் இருப்பர். இதில் ஒரு வரிசைக் கிரமம் இருக்கும். தலைமுறை தலைமுறையாக இது நீடிக்கும். அதேவேளையில் இதனை நேரடிப் பொருளில் ஆண்டான் அடிமை முறை

என்றும் கூறிவிட முடியாது. ஒருவித உறவுமுறை போல் அமைந்திருக்கும். குடிபறையர் வீட்டு நல்லது - கெட்டதற்கு அவர்களுக்கான குடிகள்ளர் குடும்பத்தினர் பாத்தியப்பட்டிருப்பர். குடிகள்ளர் வீட்டுக்கெனக் குடிபறையரின் பொறுப்புகளும் இருக்கும். இந்த முறையில் இரண்டு தரப்புக்குமிடையே இணக்கமும் உரிமையும் பயின்றிருக்கும். ஆனால், இந்த உறவுமுறை நுட்பமான விதத்தில் ஒருவித வரையறையையும் தக்கவைத்திருக்கும். அந்த வரையறையைத் தாண்டாத விதத்தில், இரத்தக் கலப்பு வந்துவிடாத வகையில் குடிபறையருக்குக் குடிகள்ளர் பங்காளி உறவாகக் கருதப்படுவர். அதேவேளையில் இந்தப் பெயரிலான உடலுழைப்பைப் பண்பாட்டு நம்பிக்கையின் பேரில் தக்கவைக்கும் முறையாகவும் இது கட்டமைக்கப்பட்டிருக்கிறது. இப்பகுதியில் கள்ளர் சாதியை அடுத்த ஆதிக்க நிலையில் உள்ள யாதவர் உள்ளிட்ட சாதிகளும் தங்கள் ஊரில் உள்ள எண்ணிக்கைக்கேற்ப குடிகோனார் என்ற முறையைக் கடைப்பிடித்துவருகின்றனர்.

இதைப் பற்றி யாரும் தனியாக ஆராய்ந்து எழுதியதில்லை. சு.சமுத்திரம் 'எனது கதைகளின் கதைகள்' நூலில் இதுகுறித்துக் குறிப்பிட்டுள்ளார். ஆனால், அதில், முஸ்லிம் குடும்பத்திற்கு ஒரு குடிகள்ளர் இருப்பர் எனவும், முஸ்லிம் குடும்பத்தின் நல்லது கெட்டதை அக்கள்ளர் குடும்பம் கவனித்துக்கொள்ளும் என்றும் கூறியிருக்கிறார். தொடர்ந்து அம்முறை நல்லதென்ற தொனியில் குறிப்பிட்டிருக்கிறார். அவரின் இந்தச் சிறிய குறிப்பும் அம்முறையைப் புரிந்துகொள்ளாமல் எழுதப்பட்டதாகவே இருக்கிறது.

மேலவளவு சேறுசிறுகுடி நாடு அல்லது நடுநாடு என்றழைக்கப்படும் நாடு அமைப்பில் இருக்கிறது. அங்கும் குடிகள்ளர்முறை இருந்தது. இத்தகைய முறைகள் வலுவிழந்துவந்த நிலையில்தான் அது தலித்துகள் மீதான வன்முறைக்கும் காரணமாக அமைகிறது. மேலவளவு வன்முறை பற்றிப் பேசும்போது, பின்புலமாய் இருந்த இத்தகைய முறைகளையும் கணக்கிலெடுத்து விரிவாகப் பார்க்க வேண்டும். அந்த விதத்தில் குடிகள்ளர் முறை பற்றிய எதிர்பாராத பதிவொன்றைக் கவனப்படுத்துவதன் மூலம் அதுகுறித்த அறிமுகத்தை வழங்க இக்கட்டுரை முயற்சிக்கிறது.

இயக்குநர் சேரன் இயக்கிய முதல் படம் 'பாரதி கண்ணம்மா' (ஜனவரி 1997). இப்படம் வெளியானபோது பரவலான கவனத்தைப் பெற்றது.

இன்றுவரையிலும் தமிழின் குறிப்பிடத்தக்க படங்களில் ஒன்றாகவும் கருதப்படுகிறது. அதேவேளையில் வெளியான காலம் தொடங்கி இப்படம் மீது வெவ்வேறு விமர்சனப் பார்வைகளும் வெளிப்பட்டுக்கொண்டே இருக்கின்றன. இந்த வகையில் தமிழ்ச் சமூகத்தின் குறிப்பிட்ட வட்டாரத்தில் நிலவும் சாதி அமைப்பின் குறிப்பிட்ட அம்சம் ஒன்றைத் தன் கதையோட்டத்தினூடாக, நேரடியாகவும் மறைமுகமாகவும் பதிவு செய்திருக்கும் விதத்தில் இப்படத்தைச் சமூகவியல் ஆவணமாகவும் கொள்ள முடியும்.

மேல் - கீழ் சாதி வரிசை முறையைத் தமிழகத்தில் எங்கோ ஒரு கிராமத்தில் நிலவும் வழக்கமான பாகுபாடு என்று பார்க்காமல் இப்படம் காட்டும் களத்தின் குறிப்பான பின்புலத்தில் வைத்துப் புரிந்துகொள்ள வேண்டும். அதாவது, மேலூர் தொடங்கி தஞ்சை வட்டாரம் வரையிலும் பரவியிருக்கும் குடிகள்ளர் என்ற முறை இந்தப் படத்தில் அந்தப் பெயரில் இல்லாமல் வேறு வடிவில் பயின்றிருக்கிறது. படத்தின் களம் தென்தமிழகம் என்றாலும் குறிப்பாக, அது மேலூர் பகுதியாக இருக்கிறது. மேலூர் பகுதி என்பதற்கான குறிப்புகள் கதையில் கிடைக்கின்றன. தேவர் பாளையம் என்ற ஊரில் கதை நடக்கிறது. அந்த ஊரில் நிலவக்கூடிய செல்வாக்கு யாருடையதாக இருக்கும் என்பதை இப்பெயரே உணர்த்திவிடுகிறது. எதார்த்தத்தில் தேவர் பாளையம் என்ற ஊர் இல்லை என்றாலும் தன்னுடைய கதையாடலைக் கூறுவதற்கேற்ற ஒரு கற்பிதப் பெயரை உருவாக்கிக்கொண்டிருக்கிறது படம். பெயர்தான் கற்பிதமே தவிர, அப்படியொரு கிராமமே கற்பனை என்று கூறிவிட முடியாது. இந்தப் பெயரைத் தவிர இரண்டு ஊர்களைக் குறிக்கும் பெயர்கள் உரையாடலினூடே வெளிப்படுகின்றன. ஓரிடத்தில் "நான் வெள்ளலூர் பஞ்சாயத்துக்குப் போக வேண்டும்" என்று தன் மனைவியிடம் அம்பலக்காரரர் குறிப்பிடுகிறார். வெள்ளலூர் என்பது மேலூர் வட்டத்தில் உள்ள ஊர். அப்பகுதியில் இருக்கும் நாடு அமைப்பில் வெள்ளலூர் நாடு குறிப்பிடத்தக்க நாடாகும். படத்தில் அம்பலக்காரரர் பங்கேற்கும் பஞ்சாயத்து வடிவமே வெள்ளலூர் பகுதியின் பஞ்சாயத்து வடிவம்தான். மற்றோரிடத்தில் நாயகிக்குத் திருமண ஏற்பாட்டில் இறங்குகிறார் தந்தை அம்பலக்காரரர். அப்போது சமையல்காரரை அழைக்கச் சிவகங்கை போகச் சொல்கிறார். இவ்விரண்டு ஊர்களும் மேலூர் பகுதியை ஒட்டியிருக்கின்றன. இவை எல்லாவற்றையும்விட படத்தின் இயக்குநர் சேரனின் சொந்த ஊர் இந்தப் பகுதியிலிருக்கும் பழையூர்பட்டி என்பது குறிப்பிடத்தக்கதாகும்.

முதல் படத்திலேயே தன்னுடைய வட்டாரத்தைக் கதைக்களமாகக் கொண்டிருக்கிறார் இயக்குநர்.

இவ்வட்டாரத்திலுள்ள குடிகள்ளர் முறையைச் சித்திரிப்பது இப்படத்தின் திட்டமிட்ட நோக்கமல்ல. சேரன், நுட்பங்களைச் சித்திரிப்பதில் பெயர் பெற்ற இயக்குநரும் அல்ல. ஆனால், சாதிப் பின்னணியைக் கதைக்களமாகக் கொண்ட விதத்தில் முறையைக் காட்டும் பதிவுகள் படத்தில் இடம்பிடித்துள்ளன. பொதுவாக, மேலூர் வட்டாரம் தமிழ்ப் புனைகதைகளிலும் திரைப்படங்களிலும் குறிப்பிடும்படியாக இடம்பெற்றதில்லை. நிலைமை இவ்வாறிருக்க இவ்வட்டாரத்தின் சாதியமைப்பைக் காட்டும் பதிவுகளுக்கு வாய்ப்பிருக்கப் போவதில்லை. சாதி அமைப்புப் பற்றிய பதிவுகளே இல்லாதபோது அதன் கூறான குடிகள்ளர் முறை பற்றிய பதிவு இடம்பெறவும் வாய்ப்பிருந்திருக்காது. தமிழ்நாட்டுச் சாதியமைப்புப் பற்றி எழுதியவர், பேசியவர் யாருக்கும் இந்த அமைப்புப் பற்றித் தெரிந்திருக்கவில்லை. இந்நிலையில்தான் குடிகள்ளர் முறையைத் தன்னுடைய கதையாடல் எல்லைக்குட்பட்டுக் காட்டியிருக்கும் 'பாரதி கண்ணம்மா' படத்தை ஓர் ஆவணமாகக் கருத வேண்டியுள்ளது. அந்தவகையில் குடிகள்ளர் முறை பற்றிய முதல் பதிவு என்று கூட இப்படத்தைக் கூறலாம்.

படத்தின் நாயகன் பாரதி தலித் சமூகத்தைச் சேர்ந்தவர். அம்பலக்காரர் வீட்டில் பணியாளராக இருக்கிறார். எனினும் அது நேரடியாக அடிமை முறை போன்று தெரியாது. அது நச்சரிக்கும் கொடுமை முறையாக இருப்பதில்லை. பாரதி இந்த வேலைகளை விரும்பியே செய்கிறார். பாரதி மட்டுமல்ல அவர் குடும்பமும் அவ்வாறுதான் இருந்திருக்கிறது. அந்த ஊரிலிருக்கும் ஒவ்வொரு குடும்பமும் ஒவ்வொரு கள்ளர் குடும்பப் பணியாளர்களாக இருந்திருக்கிறார்கள். பணியைப் பெறுவதும் தருவதும் கொள்வினை கொடுப்பினை போல் இருக்கிறது. ஆனால், எல்லாவற்றிலும் வரையறையுடன் கூடிய உரிமையே நிலவுகிறது. இந்த வரையறை எதுவாக இருக்கிறது, எதுவரை இருக்கிறது என்பதில்தான் இந்த 'உரிமை'க்கான அர்த்தம் தங்கியிருக்கிறது.

இத்தகைய வரையறைக்குட்பட்ட 'உரிமை'க்குப் பெயர்தான் குடிகள்ளர் முறை. இதன் தனித்துவத்தைப் புரிந்துகொள்ளாமல் வழக்கமான ஆண்டான் அடிமை முறையாக இதனைக் கொண்டால் இப்பகுதி சாதியமைப்பின்

முழுச் சித்திரம் கிடைக்காது. அம்பலக்காரரர் அடையாளத்தையும் தலித் அடையாளங்களையும் திரைப்பிரதி துல்லியமாகப் பிரித்துக் காட்டுகிறது. அம்பலக்காரரர் சாதிப் பெருமையையும் சாதிய வரையறையையும் நினைவில் கொண்டவராகவே இருக்கிறார். பரம்பரை, மானம், மரியாதை, குடும்ப கௌரவம், தேவன் போன்ற சொற்களைக் கணந்தோறும் வெளிப்படுத்திக்கொண்டே இருக்கிறார். இவற்றுக்கு எந்தப் பங்கமும் வரக்கூடாது என்பதில் தெளிவாக இருக்கிறார். இந்த வரையறைகளின்படி இருக்கும் தலித்துகளையும் அவர் பரிவோடு நடத்துகிறார். சொந்தச் சாதியினரும் அதனை மீறக்கூடாது, மீறினால் தாங்க மாட்டார். ஏனெனில், இந்த வரையறைகளைக் கிராமத்தின் அமைப்பொழுங்கு என்று நம்புகிறார். கள்ளர் சாதியினர் ஒருவர் தலித் பெண்ணைச் சீண்டிய பிரச்சினைக்காகப் பஞ்சாயத்து கூடுகிறது. இந்தப் பஞ்சாயத்தில் தன் சொந்தச் சாதியினனை அம்பலக்காரரர் இவ்வாறு கண்டிக்கிறார்: "பரம்பரை பரம்பரையாகக் கொடுத்த மரியாதை மாறாமல் வந்து நின்று கைகட்டி நியாயம் கேட்கிறானே அதனை நாம் மதிக்க வேண்டும்."

இவ்விடத்தில் அம்பலக்காரரர் தலித்துகளுக்கு நியாயம் வழங்குவது நிலவிவரும் வரையறையை அவர்கள் மீறாததாலும், கள்ளர்களைக் கண்டிப்பது அதனை மீறுவதாலும்தான். எனவே, குடிகள்ளர் முறையில் இந்த வரையறை முக்கியமானதாகிறது. இரண்டு தரப்புக்கும் சமமாக இல்லாவிட்டாலும் இந்த வரையறையை ஏற்க வேண்டும் என்பதே இம்முறையின் அடிப்படை. இந்த முறை மரபாகத் தொடர்வது எவ்வாறெனில் இது பண்பாட்டு முறையியலாகக் கட்டமைக்கப்பட்டிருப்பதால்.

அம்பலக்காரரர் வேலைக்காரனை வாட விடுவதில்லை. அவனுக்கு உணவு அளிப்பார். ஆனால், அவனால் வீட்டுக்குள் வர முடியாது. பின்னால் வந்துதான் சோறு வாங்கிக்கொள்ள முடியும். பாத்தியப்பட்ட குடிகள்ளர் என்ற முறையில் அம்பலக்காரரர் வீட்டுக்கும் பாரதிக்கும் ஒருவித உரிமை நிலவுகிறது. அம்பலக்காரரின் வயதான அம்மா கூட ஒருமுறை பாரதி வேலைக்குத் தாமதமாக வருவதையொட்டி, "வேலைக்காரனை வேலைக்காரனாக வைத்திருந்தால் சொன்ன நேரத்துக்கு வருவான். இப்பப் பாரு வருவதில்லை" என்கிறாள். ஆனாலும் பாரதி மீது அவர்களுக்குக் கோபம் வருவதில்லை. ஏனெனில், இந்த முறைக்குள் ஒருவித 'ஒப்பந்தம்' இருக்கிறது. அதன்படி பாரதி முறைதவறி போகமாட்டான் என்ற நம்பிக்கை இருக்கிறது. கண்டித்தால் கூட அது ஒருவித செல்லங்

கொஞ்சலாகவே இருக்கிறது. இத்தகைய வரையறைதான் அம்பலக்காரரின் மகள் கண்ணம்மாவின் காதலை ஏற்பதில் பாரதிக்குத் தடையாகவும் இருக்கிறது. அதாவது குடிகள்ளர் முறையில் நிலவும் வரையறையே கதையின் மையமாக இருக்கிறது; ஒருவித பரஸ்பர நம்பிக்கையை வலியுறுத்துகிறது. அவர்கள் நம்மிடம் நடந்துகொள்வது போல, நாமும் நடந்துகொள்ள வேண்டும் என்கிற நம்பிக்கையே அது. நாயகன் பாரதியை அந்த வரையறையே படம் முழுவதும் வழிநடத்திச் செல்கிறது.

அம்பலக்காரரை எதிர்க்க முற்படும் தன் சொந்தச் சாதிக்காரனிடம் பாரதி பேசும்போது "ஒரு காலத்துல வயித்துப் பசியோட நின்ன நமக்கு இந்த வாழ்க்கையைக் கொடுத்தது இவங்கதான்... நமக்கு ரோசம் வரணும்னா ஒம் பாட்டனும் எம் பாட்டனும் சொத்துச் சேர்த்து வைத்திருக்கணும்" என்றெல்லாம் கூறி இந்த வரையறைகளுக்கான நியாயத்தைக் கட்டுகிறான். ஓர் ஊரின் உடைமை மரபினர், தன் உடைமையை அமைப்பாகத் தக்கவைக்க நிலம் இழந்தவர்களைச் சேவை சாதிகளாகக் கொணர்ந்து குடியேற்றுவர்; வீடு தந்து வேலையும் தருகின்றனர். இதனைப் பண்பாட்டு ஒழுங்காக ஏற்றிருக்கும் குடிபறையரின் குரல்தான் நாயகன் பாரதியின் வெளிப்பாடு. அதேபோல இறுதியில் அம்பலக்காரருக்கு எதிரான தலித் கலகக்காரனோடு பாரதியே மோதுகிறான். படத்தின் முடிவில் அம்பலக்காரரின் சாதி உணர்வை இல்லாமலாக்க விரும்புகிற திரைப்பிரதி, பாரதி தன் சொந்தக்காரனோடுதான் மோதுகிறோம் என்பது தெரியாமலேயே மோதுவதாக ஒரு 'சமாதான'த்தைக் காட்டுகிறது. ஆனால், குடிகள்ளர் முறையில் ஒரு தலித், தன் சாதிக்காரனாக இருந்தாலும் தன் குடிகள்ளருக்கு எதிரானவன் என்று தெரிந்தால் சண்டை போடுவான். குடிகள்ளர் முறையில் ஒருவன் இதையே யோசிக்க முடியும்.

படத்தில் குடிகள்ளர் முறையின் பண்பாட்டு அம்சங்கள் அழுத்தம் பெறவில்லை. எனினும் ஆங்காங்கே சில சிதறல்கள் இருக்கின்றன. அம்பலக்காரர் தன் மகளுக்கு மணம் முடிப்பது என்று முடிவெடுத்தவுடனே மாப்பிள்ளை வீட்டுக்குப் போய்ச் சொல்லிவிட்டு வர வேண்டிய ஆளாகப் பாரதியையே அழைக்கிறார். இன்னமும் கூட சில உறவு முறைகள் உண்டு. அவை படத்தில் வரவில்லை.

படத்தின் முடிவு இதுவரை பலவாறு விமர்சிக்கப்பட்டிருக்கிறது. முகவாண்மை இல்லாத தலித் பாத்திரம், ஓர்மையுடைய தலித் பாத்திரத்தை எதிர்மறையாக்குதல் போன்ற பிரச்சினைகள் இப்படத்தில் உண்டு. 'மேல்

சாதிக்காரர் மனம் மாறி மாற்றங்களைச் செய்ய வேண்டும் என்ற இறுதி முடிவைக் கட்டுவதற்காகப் படம் முழுவதும் எதிர்ப்பற்ற தலித் வாழ்வியலைக் காட்டியிருக்கிறது. அதேபோல குடிகள்ளர் முறையின் முழுமையைக் காட்டுவதும் படத்தின் நோக்கமல்ல. ஆனால், ஒரு குறிப்பிட்ட காலத்தின், குறிப்பிட்ட வட்டாரத்தின் களத்தையொட்டிக் கதையை நகர்த்திச் செல்லும் போக்கில் அப்பகுதியின் சமூக நடைமுறை தெரிந்தோ தெரியாமலோ இப்படத்தில் பதிவாகியுள்ளது. சமூக ஆவணமாகக் கருதி அவை மட்டும் இக்கட்டுரையில் தொகுத்துக் காட்டப்பட்டுள்ளன. அந்த முறைக்கும், அதைப் போன்ற சாதிய நடைமுறைகளின் சிதைவிற்கும் மேலவளவு வன்முறைக்கும் நுட்பமான தொடர்பிருக்கிறது. அதனைப் புரிந்துகொள்ளவே குடிகள்ளர் முறை குறித்த ஆவணம் ஒன்று இங்கு விவரிக்கப்பட்டது. கால மாற்றத்தின் காரணமாகத் தொண்ணூறுகளில் குடிகள்ளர் முறை சிதைவை நோக்கிச் சென்றது. 'பாரதி கண்ணம்மா' வெளியான அதே வருடத்தில்தான் (1997) மேலூர் வட்டாரத்தில் மேலவளவு கிராமத்தில் தேர்தலில் போட்டியிட்ட காரணத்திற்காக முருகேசன் உள்ளிட்ட 6 பேர் கொல்லப்பட்டனர். மேலவளவு முருகேசன் குடும்பம் முந்தைய தலைமுறையிலேயே ஊரிலிருந்த அம்முறையிலிருந்து விடுபட்டிருந்தது என்பது குறிப்பிடத்தக்கது.

- நீலம், ஜூன் 2022.

அரண்மனைக்குள் சென்ற சந்திரமுகி

சிறுவனாக இருந்தபோது எங்கள் வீடு கிராமத்திற்குள் இல்லாமல் வயற்காட்டில் இருந்தது. வீட்டிற்கும் கிராமத்திற்கும் நடுவில் வேலி மரங்கள் அடர்ந்த ஓடைக்கரை உண்டு. அங்கொரு பாழடைந்த கொட்டகை இருந்தது. மத்தியானம் உச்சி வெயில் நேரத்தில் மட்டும் அந்தக் கொட்டகை வழியே போகவோ நிற்கவோ கூடாது என்பார்கள். அந்தக் கொட்டகை உரிமையாளர் அங்கேயே தூக்கிட்டுச் செத்துப் போனாராம். அகாலத்தில் செத்துப் போனதால் அவர் பேயாக உலவுவதாகவும், உச்சி பொழுதில் அவர் அலைவார் என்றும் காரணம் சொல்வார்கள். உச்சிபொழுதில் யாராவது அவ்வழியே போனால் பேய் அடித்துவிடும் அல்லது பிடித்துக்கொள்ளுமாம். இதனால் சிறுவர்களாகிய நாங்கள் பயந்தபடியே அந்தக் கொட்டகையைக் கடப்போம். ஆனால், கடைசி வரைக்கும் எங்களைப் பேய் பிடித்ததுமில்லை; அதை நாங்கள் பார்த்ததும் இல்லை.

பேய் ஓட்டும் நிகழ்ச்சிகளை மட்டும் அவ்வப்போது பார்த்திருக்கிறோம். குறிப்பாக அது பெண்களையே பிடிக்குமாம். பிடித்த பின் அவர்கள் பேசாமல் ஆகிவிடுவார்கள்; திடீரென அழுவார்கள்; மொத்தத்தில் சராசரி தன்மையிலிருந்து விலகியிருப்பார்கள். இதனால் அவர்களை இறந்த யாரோ

ஒருவரின் ஆவி அடித்திருப்பதாகக் கூறுவார்கள். சிலசமயம் கோயிலில் சாமி வரும். பேசாமல் அமர்ந்திருந்தால் பேய் பிடித்திருக்கிறது என்றும் பேசினால் சாமி வந்திருக்கிறது என்றும் கூறுவார்கள். பேய் பிடித்தலைப் பாவமாகவும், அதிலிருந்து விமோசனம் பெறுவதற்குத் தெய்வ வழிபாட்டைக் கைக்கொள்வதும் வழமை. 'முறையான பூசாரி'யாக இல்லாவிட்டாலும், ஊரில் கோயில் விழாவின்போது மட்டும் பூஜை செய்யும் பெரியவர்கள் பேய் ஓட்டுவார்கள். அஞ்சி ஓடுவதும் கிட்ட வருவதும் என்று வேடிக்கையாக இருப்போம்.

பேய் பிடித்த பெண்ணின் தலைமுடியைப் பிடித்து இழுத்துவருவார்கள். எருக்கஞ்செடி கோலால் அடிப்பார்கள். உச்சந்தலைமுடியை மரத்தில் இழுத்து வைத்து ஆணியில் அறைவார்கள். ஓங்கி அடிக்கும்போது அந்த முடி பிய்த்துக்கொண்டு நிற்கும். அதோடு பேய் ஓடிவிட்டதாகச் சொல்வார்கள். புளிய மரங்களில் இவ்வாறு ஆணியால் அறையப்பட்ட முடிகளைத் தொட்டுத் தொட்டு விளையாடுவோம்.

ஆண்களையும் பேய் பிடித்திருப்பதாகச் சொற்பமாகச் சொல்லி இருக்கிறார்கள். அதனைக் காற்று சோகை அடித்துவிட்டது என்பார்கள். அதைக் கன்னிமார்கள் ஆவியாக வந்து பிடித்துக்கொண்டார்கள் என்றுதான் சொல்வார்கள். ஆனாலும், ஆண்களுக்குப் பேயோட்டி பார்த்ததில்லை. எங்கள் உறவுக்காரர் ஒருவர் அணைக்கட்டும் வேலைக்குச் சென்று திரும்பியிருந்தார். காட்டுப்பகுதி அது. அவர் திடீரென வெறிபிடித்தாற் போல ஓடத் தொடங்குவார். அவருக்குப் பேய் பிடித்திருப்பதாகக் கூறி பூஜை செய்து, பூஜை பொருட்களைப் புற்றில் போட்டுவிட்டுத் திரும்பிப் பார்க்காமல் வரச் சொன்னார்கள்.

ஆகமொத்தத்தில் அகாலத்தில் இறந்து போனவர்களே பேயாகிறார்கள். நிறைவேறாத ஆசை; நிறைவடையாத வாழ்வு. பெரும்பாலும் பேய் பெண்களைப் பிடிப்பதாகவே கூறப்படுகிறது. கன்னிப்பெண்கள், நிறைசூலிகள், ஏமாற்றத்தால் தற்கொலை செய்துகொண்டவர்கள் போன்றோரே பேயாக உலவுவதாக நம்பிக்கைகள் இருக்கின்றன.

இந்த நம்பிக்கைகளில் பேய் மட்டுமல்லாது கொல்லப்படும் இடமும், பேய் உலவும் இடமும் முக்கியமானதாகின்றன. பேய் தொடர்பாக மக்களிடையே நிறையக் கதைகள் இருக்கின்றன. அவற்றில் சில திரைப்படத்திற்கான கருப்பொருட்களாகவும் கொள்ளப்பட்டிருக்கின்றன. தமிழில் சுந்தர்.சி

இயக்கிய 'அரண்மனை' திரைப்படம் வெற்றி பெற்றதையடுத்து அதன் இரண்டாம் பாகத்தை அதே படக்குழு எடுத்தது. முதல் படத்தின் எதிர்பார்ப்பை மூலதனமாகக் கொண்டதால் இந்தப் படத்திற்காக அதிகம் மெனக்கிடவில்லை. ஆனால், இந்தப் படம் வேறு வகையில் முக்கியமானது. பேய்க்கதை என்றபோதிலும் சமகாலத்தோடு தொடர்புடையது.

கோவிலூரில் பெரிய குடும்பம். குடும்பப் பெரியவரே ஊர் பெரியவர். அவர் தலைமையில் அம்மன் கோயில் புதுப்பிக்கப்பட்டுக் குடமுழுக்கு நடக்கவிருக்கிறது. அதோடு புதிய அம்மன் சிலையையும் செய்து கண் திறக்க ஏற்பாடு செய்கிறார்கள். இதற்கிடையில் பெரியகுடும்பம் குடியிருக்கும் அரண்மனைக்குள் பேய் நுழைகிறது. வீட்டிலிருப்போரின் உடலில் நுழைந்து ஒவ்வொருவராகக் கொல்லத் தொடங்குகிறது. முதலில் குடும்பப் பெரியவரைப் படுத்த படுக்கையாக்கிக் கொல்லுகிறது. பிறகு பணியாளரைக் கொல்கிறது. தொடர்ந்து குழந்தையையும் கொல்ல முயற்சிக்கிறது. வீட்டின் மூத்த மகனைக் கொன்றுவிட்டு இளைய மகனைக் கொல்ல நெருங்குகிறது. இதற்கிடையில் இக்கொலைகளைத் துப்புத் துலக்க வரும் அதிகாரியும் குடும்பத்தின் இளையவனும் சேர்ந்துகொண்டு பேயை வெளியேற்ற முயற்சி செய்கிறார்கள்.

இந்த வீட்டுக்குள் பேய் ஏன் வர வேண்டும்? குடும்ப வம்சத்தையே ஏன் அழிக்க வேண்டும்? அதற்கொரு பின் கதை இருக்கிறது. குடும்பத்தில் மாயா மட்டுமே பெண். அப்பா, இரண்டு அண்ணன்களால் செல்லமாக வளர்க்கப்பட்டவள். அவளுக்குத் திருமணம் நிச்சயிக்கப் போகும் தருணத்தில், தான் காதலித்த ஆணோடு ஓடிப் போகிறாள். மூன்று வருடங்கள் கழித்து இருவரும் பெங்களூரில் கண்டுபிடிக்கப்படுகிறார்கள். குடும்பத்தினர் சென்று கர்ப்பிணியாக உள்ள மாயாவையும் அவள் கணவனையும் அழைத்து வருகிறார்கள். ஆனால், வரும் வழியிலேயே கணவனை அடித்துக் கொன்றுவிட்டு அவளுக்கும் விஷம் கொடுத்துக் கொல்கின்றனர். "நம்பி வந்தோம், இப்படிப் பண்ணிட்டீங்களே, உங்க வம்சத்தையே அழிக்காமல் விடமாட்டேன்" என்று சபித்துவிட்டு இறந்து போகிறாள் மாயா. அவளே இப்போது பேயாக மாறி அப்பா தொடங்கி வீட்டின் கடைக்குட்டி குழந்தை வரையிலும் கொல்ல முயற்சிக்கிறாள். கர்ப்பிணியாக இருந்து ஆவியானோருக்கு உக்கிரம் அதிகம். ஆவிக்குச் சொந்தப் பந்தம் தெரியாது.

சாகும்போது என்ன கோபம் இருந்ததோ, அதே கோபம் ஆவியான பின்பும் உக்கிரமாக இருக்கும் என்று நம்பப்படுகிறது. எனவே, பேயாக உலவும் மாயா கடும் உக்கிரதோடு இருக்கிறாள்.

அடிப்படையில் இது ஓர் ஆணவக்கொலை. அதனை இந்தக் கதையிலேயே அழுத்தம் திருத்தமாகச் சுட்டியிருக்கிறார்கள். வர்க்க நிலையிலும் சாதி நிலையிலும் மாயா 'மேல்' இருப்பவள். காதலனைப் 'பண்ணையாள்' என்று குறிப்பிடுவதன் மூலம் சாதியாகவும், வர்க்கமாகவும் 'கீழ்' இருப்பவன் என்று புரிந்துகொள்ள முடிகிறது. இந்தத் திருமணத்தால் தங்களின் அந்தஸ்து, கௌரவம், வம்சம், சாதி சார்ந்த பெருமைகள் போய்விட்டதாகக் குடும்பத்தினர் கருதுகிறார்கள். "உன் ரத்தம் எங்கள் வீட்டுப் பெண் வயிற்றில் கலந்துவிட்டதே" என்று கூறியே காதல் கணவனை அடிக்கிறார்கள். கடைசியாக மாயா, வயிற்றில் வளரும் குழந்தைக்காகவாது தன்னை விட்டுவிடுமாறு தந்தையிடம் கெஞ்சுகிறாள். தந்தையோ "அதனால்தான் உன்னைச் சாகடிக்கிறேன்" என்று கூறுகிறார். இது புதுமையான கதையல்ல. ஆனால், சமூகதளத்தில் ஆணவக்கொலைகளும் அதற்கான 'நியாயங்களும்' அழுத்தம் பெற்றுள்ள நிலையில் அத்தகைய கதை ஒன்றைப் படமாக்கியிருப்பது முக்கியமான விஷயம். மேலும், மொத்தப் படமும் ஆணவக்கொலைக்கு எதிராக அமைந்திருப்பதும் குறிப்பிடத்தக்கது.

அதேவேளையில் இப்பிரச்சினையை நடைமுறையில் வைத்துப் படம் அணுகவில்லை. மாறாக, மரபான புரிதலையே எடுத்துக்கொண்டிருக்கிறது. அதாவது, ஆணவக்கொலை தொடர்பான சமூக நம்பிக்கை ஒன்றை எடுத்துக்கொண்டிருக்கிறது. அதாவது, ஆணவக்கொலை தொடர்பாகச் சமூகத்தில் நிலவிவரும் வழமையான நம்பிக்கையையே கதையாக மாற்றிக்கொண்டுள்ளது. உள்ளூர் அளவில் இதுபோன்ற ஏராளமான கதைகள் உண்டு. வழிபாடாக - கதையாக - சடங்காக - ஊர்ப்பெயராக இத்தகைய கதைகள் விரவிக்கிடக்கின்றன.

மதுரை வீரன், முத்துப்பட்டன், காத்தவராயன் ஆகிய கதைப் பாடல்கள் இத்தகையதே. சாதி மாறி காதலித்ததால் / மணந்ததால் கொல்லப்பட்ட பெண்கள் பின்னர் அம்மன்களாக மாற்றப்பட்டுள்ளனர்.

கதைப் பாடல்களில் ஆண்கள் முக்கியத்துவம் பெற்றாலும் உள்ளூர் அளவிலான கதைகளில், வழிபாடுகளில் பெண்களே முக்கியத்துவம்

பெற்றுள்ளனர். இத்தகைய கோயில்களில் பெரும்பாலும் பெண்களே முதன்மை தெய்வங்களாகவும், அவர்களது காதலர் அல்லது கணவன் துணை தெய்வங்களாகவும் இருக்கின்றனர். இவ்வாறுதான் வழிபாட்டில் பெண் முதன்மை இடம்பெறுகிறாள். ஏனெனில், ஆணை விட அவளுக்கு இழைக்கப்படும் அநீதிதான் அதிக பிரச்சினையாகப் பார்க்கப்படுகிறது. அவள் இறந்து போகும்போது கன்னியாகவோ கர்ப்பிணியாகவோ இருப்பாள். சமயங்களில் நம்ப வைக்கப்பட்டுக் கொல்லப்படுகிறவளாக இருக்கிறாள். இவை பெரும் பாவமாகப் பார்க்கப்படுகின்றன. இத்தகைய உள்ளூர்க் கதைகளில் பெரும்பாலும் சமூக ரீதியாகப் பெண் 'மேல்' இருப்பவளாகவும், ஆண் 'கீழ்' இருப்பவனாகவும் இருப்பார்கள். இதில் பெரும்பாலும் பெண்ணே வழிபடப்படுகிறவளாக இருக்கிறாள். ஏனெனில், பெண் குடும்பத்தினரே அதிகம் கொல்பவர்களாக இருக்கிறார்கள். அதன் தொடர்ச்சியில் ஆணும் சாகிறான். எனவே, அவளே பழி வாங்குபவளாக இருக்கிறாள். பல இடங்களில் தன் குடும்பத்தாருக்கு / சாதியினருக்கு எதிராகவும், காதலன் குடும்பத்தினருக்கு ஆதரவாகவும் அவள் இருக்கிறாள்.

அரண்மனை படத்திற்கான முன்னுதாரணம் தமிழில் ஏற்கெனவே வெளியான 'சந்திரமுகி' (2005) படம். சந்திரமுகியைக் காட்டிலும் சமகாலத்திற்கு நெருக்கமான உள்ளூர்க் கதையை எடுத்துக்கொண்டது 'அரண்மனை'. ஆனால், கதையாடல் இரண்டிலும் ஒன்றே. அரண்மனை, பாத்திரங்கள், வெளியிலிருந்து வந்து விமோசனத்திற்கு வழிகாட்டும் ஒருவர் (ரஜினி, சுந்தர்.சி) என இரண்டு படங்களுக்கும் பல ஒற்றுமைகளுண்டு.

'சந்திரமுகி'யில் பணக்காரனான செந்தில்நாதன், பலரும் வேண்டாம் என்று கூறிய வேட்டையபுரம் அரண்மனையினை விலைக்கு வாங்கி மனைவி கங்காவோடு குடியிருக்கிறான். முன்பு வேட்டையன் என்ற ஜமீன்தாரின் அரண்மனையாக இருந்த இந்த வீடு, பல மர்மங்களைக் கொண்டிருப்பதாகக் கருதப்படுவதாலேயே பலரும் வாங்க மறுத்துவந்தனர். ஆனால், செந்தில்நாதன் குடியேறிய பின்னர் நிலைமை சராசரியாக இருப்பதாகக் கருதி உறவினர்கள் வந்துவிடுகின்றனர். கொஞ்ச நாட்கள் சென்ற பின்பு செந்தில்நாதன் மனைவி கங்காவின் நடவடிக்கையில் மாற்றம் ஏற்படுகிறது. அடிக்கடி கோபப்படுகிறாள். அரண்மனையில் மேலே பூட்டப்பட்டிருக்கும் அறைக்குச் சென்று வருகிறாள். இந்நிலையில் செந்தில்நாதனின் விருந்தினராக வந்து அரண்மனையில் தங்கியிருக்கும் மனோதத்துவ டாக்டர் சரவணன்

இது குறித்து அறிகிறார். அதாவது, கங்காவின் உடம்பினுள் வேறோர் ஆவி புகுந்திருப்பதே இம்மாற்றங்களுக்கான காரணம் என்கிறார்.

பல வருடங்களுக்கு முன் வேட்டையனின் சபையில் நடனமாட சந்திரமுகி என்ற நடன மங்கை அழைத்துவரப்பட்டாள். தன் காதலனோடு வந்து அரண்மனையில் தங்கி நடனமாடுகிறாள். அவளை அடைய விரும்பும் வேட்டையன், அவள் கண் முன்னே காதலனின் தலையைத் துண்டிக்கிறான். சம்மதிக்காத அவளும் எரித்துக்கொள்ளப்பட்டாள். தன் காதலனின் சாவுக்குப் பழிவாங்க விரும்பும் அவளே அரண்மனையில் ஆவியாகத் திரிந்து இப்போது கங்காவின் உடலில் புகுந்திருக்கிறாள். இதனாலேயே நடனம் கற்றுத்தர அரண்மனைக்கு வருகை தந்திருக்கும் நடன ஆசிரியனைத் தன் காதலனாகப் போலச்செய்து கொள்கிறாள்.

சந்திரமுகி கொல்லப்பட்ட நாளான துர்காஷ்டமியன்று அவள் பழி தீர்க்கிற உக்கிரத்தைப் பெறுவாள். அந்நாளில் அவளின் ஆசையை நிறைவேற்றினால், அந்தத் திருப்தியில் கங்கா உடலிலிருந்து ஆவி வெளியேறிவிடும் என்று மருத்துவர் ஆலோசனைத் தருகிறார். அதன்படியே மந்திரவாதிகள் வரவழைக்கப்பட்டு வேட்டையன் உருவம் போன்ற ஒன்றினைச் செய்து, அவ்வுருவத்தின் தலையை வெட்டி நிஜ தலையை வெட்டியதான தோற்றத்தை சந்திரமுகிக்கு ஏற்படுத்தும்போது கங்கா உடலிலிருந்து அவள் வெளியேறுகிறாள்.

அடிப்படையில் இக்கதையும் ஆணவக்கொலைக்கு இணையானதே. இங்கும் காதலன் சாதாரணனாகவும் வேட்டையன் பணக்காரனாகவும் இருக்கிறான். எனவே இதிலும் மேல், கீழ் என்கிற சிந்தனையே ஊடாடுகிறது. தன் அரண்மனையில் ஆட வருகிற நடனமங்கை தனக்கு இணங்க வேண்டும் என்று எதிர்பார்க்கிறான் அதிகாரத்திலிருக்கும் அரசன். இதற்குத் தடையாக இருக்கும் அவளின் காதலனை வெட்டுகிறான். பிறகு இணங்க மறுத்த சந்திரமுகியையும் கொல்கிறான். இதனால் அவள் பழி தீர்க்கத் துடிக்கிறாள். அவள் வேட்டையனைச் சபித்துவிட்டுக் கூட சென்றிருக்கலாம். ஆனால், கதையில் அவை சொல்லப்படவில்லை. பழி தீர்க்க ஆவி அலைவதும், அதற்கு விமோசனம் செய்வதும்தான் கதையாகச் சொல்லப்பட்டுள்ளது.

இக்கதை அசலானதல்ல. இதன் மூல வடிவம் 1993ஆம் ஆண்டு மலையாளத்தில் வெளியான 'மணிசித்திரத்தாழ்' படம். இதைக் கன்னடத்தில் 'ஆப்தமித்ரா' என்ற பெயரில் பி.வாசு மறு ஆக்கம் செய்தார். அவரே

தமிழிலும் 'சந்திரமுகி'யாக எடுத்தார். கேரளப் பண்பாட்டின் சாயலைக் கொண்ட கதை என்றாலும் இறந்தோர் ஆவியாக வந்து பழி வாங்குவர் என்பது பொதுவான நம்பிக்கையேயாகும். இந்த நம்பிக்கையே மூன்று மொழிகளிலும் இப்படத்தை ஓட வைத்தது. அந்தந்த மொழிகளுக்கு ஏற்பச் சிற்சில மாற்றங்களும் செய்யப்பட்டன.

(இப்படங்களைத் தழுவல் என்று கூற முடியுமே தவிர, கதையைத் தழுவல் என்று கூற வேண்டியதில்லை. அதேவேளையில் இரண்டு கதைகளிலும் பேய் தங்கும் இடம் முக்கியமாக இடம்பெறுகிறது. தங்குமிடம் ஏன் முக்கியமாகிறது என்பது மக்கள் நம்பிக்கைக்குப் பாற்பட்டு ஆராயப்பட வேண்டும். அரண்மனையைக் குறியீடாகக் கொண்டு அரண்மனையிலிருப்போரின் மேட்டிமைக்கு எதிரான கிளர்ச்சியைப் பேய்கள் செய்கின்றன. நாளடைவில் அவற்றை எதிர்கொள்ள அவர்களும் பழகிக்கொள்கின்றனர்).

தி இந்தியன் எக்ஸ்பிரஸ் தமிழ், 19 செப்டம்பர் 2022.

திரையில் விரிந்த உள்ளூர்:
மாரி செல்வராஜின் மூன்று படங்கள்

பரியேறும் பெருமாள்

'பரியேறும் பெருமாள்' படம் வெளியாகி பாராட்டுகளைப் பெற்றுவந்த தருணத்தில் ஒரு பாராட்டுக் கூடுதல் கவனத்தை ஈர்த்தது. நடிகர் கமலஹாசனின் பாராட்டு அது. இயக்குநரோடும் தயாரிப்பாளரோடும் அவர் நின்றிருந்த புகைப்படம் தமிழ் சினிமாவில் உருவாகியிருக்கும் காலமாற்றத்தையும் உள்ளடக்க மாற்றத்தையும் காட்டுகிற குறிப்புப்போல தோன்றியது. தமிழ் சினிமா கட்டமைத்து வந்த தெற்குப் பற்றிய எதார்த்தத்தைப் புதிய மொழியில் பரியேறும் பெருமாள் எதிர்கொண்டிருக்கிறது. இவ்விடத்தில் 'தேவர் மகன்' படத்தை நினைவுகொள்ளாமல் பரியேறும்பெருமாளைப் பேசிவிட முடியாது. இது குற்றச்சாட்டோ பழிவாங்கலோ அல்ல. தமிழ்வாழ்வின் உள்ளார்ந்த எதார்த்தங்கள் சினிமா என்னும் புனைவு மூலம் எவ்வாறு மூடப்பட்டுக் கிடந்தன என்பதை அறிய வேண்டும். 1980களில் வெளியான 'மண்வாசனை' படம் இனவரைவியலின் அழுத்தமான பதிவு என்றால் அவற்றைச் சாதியப் பெருமிதத்தோடு இணைத்துச் சமூகவாழ்வில் ஏதோவொரு வகையில் பிரதிபலிக்க வழிவிட்ட படமாக 1990களில் வெளியான 'தேவர்மகன்' படத்தைக் கூறலாம். தொடர்ந்து தமிழ்சினிமாவில் தெற்குப் பற்றியச் சித்திரம்

உருவானதில் அப்படத்திற்கு அழுத்தமான இடமுண்டு. 'தேவர்மகன்' படத்தில் சித்திரிக்கப்பட்ட ஒரே சாதிக்குள்ளான பங்காளிகளின் மோதலும் வன்முறையின் குரூரமும் சாதிகளுக்கிடையிலானதாகச் சொல்லப்பட்டிருக்க வேண்டும். இந்த இடைவெளியைப் பரியேறும் பெருமாள் வந்து நிரப்ப இருபத்தைந்தாண்டு காலமாகியுள்ளது. அந்த வகையில் பரியேறும் பெருமாள் உருவாக்கியிருக்கும் கவனம் சமூகதளத்தில் ஓர் உரையாடலுக்கு வழிவிடவும் கமலஹாசன் போன்றோரின் கண்ணுறுதல் எதிர்கால சினிமாக்களின் உள்ளடக்கத்தில் மாற்றம் காணவும் உதவக்கூடும்.

தமிழ்சினிமாக்களின் தெற்குப் பற்றிய 'வந்தாரை வாழவைத்து', 'கொடுத்துச் சிவந்த கரங்கள்' என்கிற சித்திரிப்புகளை அப்படியே தலைகீழாக்கம் செய்திருக்கிறது பரியேறும் பெருமாள். இங்கே வீடுதேடிவந்த நாயகனை அடித்து அவன் மேல் சிறுநீர் கழிக்கிறது, தெற்கு. தனக்கு உதவ வருகிறான் என்று தெரிந்தும் சாதியை 'நம்பிக்கை'யாகக் கொண்டுவாழும் ஒருவன் அவனைக் கொன்றுவிடவே விழைகிறான். சக மாணவனின் தந்தையை அவமானப்படுத்துவதின் மூலம் தன் சாதி ஆகிருதியை மீட்டெடுத்துக்கொள்ள முனையும் இளைஞர்கள் குழு, மகளைவிட சாதியே பெரிதென்று எண்ணும் பெற்றோரின் விருப்பத்தோடு கொல்லப்படும் பெண் என்று நம் தெற்கின் முகத்திலறையும் உண்மைகளை அக்கதையாடல் விவரிக்கிறது. சாதி என்பது ஆண்டபரம்பரைகளிடம் மட்டும் இருக்க வேண்டிய அவசியமல்ல, மாறாக எங்கும் பரவிக் கிடப்பதாகவும் இயல்பாக வெளிப்படுவதாகவும் இருக்கிறதென்று இப்படம் சொல்கிறது. அதனாலேயே எந்த இடத்திலும் எந்தச் சாதியின் பெயரும் சாதிய வசவும் படத்தில் இல்லை. இவை இல்லாமலே கூட சாதியின் கொடூரத்தை மௌனமாகக் கடத்திவிடுகிறது.

இந்தப் படம் துல்லியமான சித்திரிப்பினாலும் அதன் முடிவிற்காகவும் பெரிதும் கவனத்தை ஈர்த்திருக்கிறது. சாதிய இயங்குமுறை பற்றிய துல்லியமான சித்திரத்தை வழங்கும் இப்படியான படம் வரவேற்கப்பட்டிருப்பது முக்கியமான மாற்றம் எனலாம். மொத்தத்தில் பாதிப்புகளின் சித்திரிப்புகள், படத்தின் இறுதிக்காட்சி என்பவற்றாலேயே படம் கவனம் பெற்றிருக்கிறது. 1980களின் இடதுசாரி சாகச சினிமாக்களின் தொடர்ச்சியே இது. அதேவேளையில் அவற்றிலிருந்து வேறுபட்டு, அப்படங்கள் யோசிக்காத நிலவியலை, இனவரைவியலை, அன்றாடத்தை இப்படம் கொண்டிருக்கிறது. அப்படங்களில் இருந்த பண்ணையார்களின் சுரண்டலை இப்படத்தில் கிராமப்புற புதிய அதிகாரசாதிகள் எடுத்துக்கொண்டுவிட்டன. நாயகர்களின்

சாகசத் தீர்வை இப்படத்தின் உரையாடல் எடுத்துக்கொண்டுள்ளது. அதேவேளையில் இந்த அளவிற்கான பாராட்டிற்குப் பின்னால் ஓர் உளவியல் இருக்கிறது. இந்த வன்முறைகளுக்கெல்லாம் தீர்வாக எதிர்வன்முறையை அல்லது மோதலை இப்படம் முன்வைக்கவில்லை. மாற்றாக, தாக்குவோரிடம் ஓர் உரையாடலைக் கோருகிறது. சாதியக் கதையாடல்களில் இது புதியது. இந்தப் பண்பினால் உருவாகிற திருப்திதான் படத்தைப் பாராட்டும் சமூக உளவியலாகவும் மாறியிருக்கிறது.

ஒடுக்குவோரிடம் உரையாடல்

தத்தம் படங்களுக்காகப் பல்வேறு இயக்குநர்களும் திட்டமிடுகிற முடிவுகளில் ஒன்றாகவே இப்படத்தின் இறுதிக்காட்சியும் இருக்கின்றது. அதுவரையிலான வன்முறைகளுக்குப் பதிலடியாக இறுதியில் சண்டையிட்டுத் தீர்வு காணும் திருப்தியை அடைந்துவிடாமல் பார்வையாளர்களிடையே ஒருவித மனத்தொந்தரவைக் கிளற முயற்சிசெய்கிறது. இது சாகச கிளைமேக்ஸ்களைவிட அதிக பலமுள்ளதாக இருக்கிறது. பாதிக்கப்பட்டோர் அல்லது மோதிக்கொள்ளும் குழுவினரில் இப்படம், ஒரு குழுவினருக்குரிய அரசியலின் ஒரு குறிப்பிட்ட கட்டத்தை வரையறுக்க முயல்கிறது. அந்த வகையில் பாதிப்பை உருவாக்குபவரிடம் மட்டுமல்லாமல் பாதிப்புக்குள்ளானவரிடமும் உரையாடலைக் கோருகிறது. இவ்விடத்தில் அதன் பார்வையாளர்களாக ஒடுக்கப்பட்டோரைவிட ஒடுக்கப்பட்டோர் அல்லாதோரையே பரியேறும் பெருமாள் எதிர்நோக்குகிறது. உரையாட விரும்பும் குழுவினரின் சமகாலச் சொல்லாடல்களையும் உள்ளே கொணர வேண்டியிருக்கிறது. தென்தமிழகத்தில் தேவேந்திரர்களிடையே புழங்கிவரும் "ஏரும் போரும் எம்குலத்தொழில்" என்ற முழக்கத்தின் பிறிதொரு வடிவமாக இறுதிக் காட்சியில் உயிர்ப் பிச்சை தந்து பேசும் நாயகன் ஏர்பிடிக்கும் கையில்தான் வாள் பிடித்தோம் என்று கூறுகிறான். அதேவேளையில் இந்த வட்டார அடையாளத்திலிருந்து மேலேறி அம்பேத்கர், நீலநிறக் குறியீடுகள் என்று இந்திய அளவிலான ஒடுக்கப்பட்டோர் அரசியலோடும் தன்னை இணைத்துக்கொள்கிறது. அதன்மூலம் எதிர் தாக்குதலில் ஈடுபட விரும்புவதைவிட மோதலை முடிவுக்குக் கொணர விரும்புகிறோம் என்று அறைகூவல் விடுக்கிறது பிரதி. இது சினிமாவில் மட்டுமல்ல அரசியலிலும் முக்கியமான குரல். ஆனால், இப்போதும் இந்தக் குரல் ஒடுக்கப்பட்டோரிடமிருந்துதான் எழுகிறது. இந்த வகையில் இப்பிரதி முக்கியமான சவாலொன்றைப் பொதுச்சமூகத்திற்கு முன்வைக்கிறது.

படம் உரையாடலை முன்வைக்கிறது என்கிறோம். ஆனால், அது என்ன உரையாடல், யார் யாருக்கும் இடையிலான உரையாடல் என்று விரித்து விவாதிக்க மறுக்கிறோம். அதாவது படம் எந்தத் தயக்கத்தை உடைக்க விரும்புகிறதோ அதைச் சொல்ல நாம் தயங்குகிறோம். சரியாகச் சொல்ல வேண்டுமானால் வட்டாரங்களின் பெரும்பான்மை சாதிகளுக்கும் அவ்வட்டாரத்தில் ஒடுங்க மறுக்கிற சாதிகளுக்குமான முரண்பாட்டை இன்றைய இழப்புகளின் ஊடாக இத்துடன் நிறுத்திக் கொள்வோம் என்கிற சமரசத்தின் வழி மோதலைத் தவிர்க்கிற கோரிக்கையை முன்வைக்கிறது. இந்த நிலைபாட்டை, ஒடுக்கவிரும்புகிற ஆதிக்கச் சாதி புரிந்துகொள்ள வேண்டும். இந்த உரையாடல் ஒரு தரப்பில் மட்டுமல்லாமல் எதிர்த்தரப்பிலும் நிகழ்த்துகிறதான பிரதி வரவேண்டும்.

எதிர்த்தரப்பினரோடு உரையாடுவது, எதிர்த்தரப்பினரிடம் வெளிப்பட்ட இணக்கத்தை வளர்த்தெடுப்பது போன்ற அரசியல் செயல்பாடுகளை முன்வைப்பதுமே 'பரியேறும் பெருமாள்' படத்தை அரசியல் பிரதியாக்குகிறது. பல்வேறு போராட்டங்களில் எதிர்தாக்குதல்கள் வழியே வளர்ந்த தலித் அரசியலின் இன்றைய குறிப்பிடத்தக்க கட்டத்தோடு தனக்கான தனித்துவத்தோடு இப்பிரதி இணைகிறது. சாதிய வரையறையிலிருந்தும் மோதல்களிலிருந்தும் வெளியேறும் குரல் என வெவ்வேறு வடிவங்களில் இன்றைய ஒடுக்கப்பட்டோர் அரசியல் மாறியிருக்கிறது.தாழ்த்தப்பட்ட பட்டியலிலிருந்து வெளியேறும் கோரிக்கை கூட சாதியிலிருந்து வெளியேறுவதற்கான தொடர்புடையதுதான். மறுபுறத்தில் 'அடங்க மறு அத்துமீறு' என்ற முழக்கத்தின் மூலம் அரசியலுக்குள் நுழைந்த திருமாவளவன் சனநாயக சக்திகளை இனம் காண்போம் என்கிற குரலும் உரையாடலைக் கட்டமைக்கும் குரலே. உரையாடலை முன்வைத்த விதத்தில் இதை காந்தியப் படம் என்றோ காந்தியத்தை நெருங்கும் நிலை என்றோ கூறுவதைப் பார்க்கிறோம். ஆனால், காந்தியால் உருவானது என்று சொல்வதைவிட பாதிப்பின் அனுபவத்திலிருந்து உருவானது என்று சொல்வதே பொருத்தமாக இருக்கும்.

இலட்சியமும் எதார்த்தமும்

மாரிசெல்வராஜ் எழுத்தாளர், சினிமா இயக்குநர், கருத்தியலாளர் என்று பல அடையாளங்களைக் கொண்டவர். இவை எல்லாவற்றினூடாகவே ஓர் எதார்த்தத்தைப் படைத்தளித்திருக்கிறார். அவருடைய மேற்கண்ட

அடையாளங்களும் இதில் கலந்திருக்கின்றன. படிப்பை ஒரு தீர்வாகக் கூறுதல், இறுதியில் உரையாட அழைத்தல் என்று ஓர் இலட்சியவாதத்தைப் படம் முன்வைக்கிறது. படம் முழுக்க எதார்த்தமாக வெளிப்பட, படத்தின் முடிவோ இலட்சியத்திற்குச் செல்லத் தூண்டுகிறது. இந்த இலட்சியவாதம் எதார்த்தத்தில் இல்லாமல் இருக்கலாம். ஆனால், இது படைப்பாளன் முன்வைக்கும் எதார்த்தம். அதற்கும் படைப்பில் இடமுண்டு.

இப்பின்னணியில் இப்படம் தீவிரமான அரசியல் பிரச்சினையை அறியப்பட்ட அரசியல் அல்லாத மொழியில் பேசியுள்ளது. படத்தின் இறுதிக் காட்சியை நோக்கியே படத்தின் சம்பவங்கள் தொகுக்கப்பட்டுள்ளன. அவ்வகையில் பாதிப்பை மட்டுமே தொகுத்திருக்கிறது. இதன் பொருள் எதிர்த் தாக்குதல்களே இல்லை என்பதல்ல. எல்லா குழுவினரிடமும் சூழலுக்கேற்ப, இடத்திற்கேற்ப எல்லாமும் வெளிப்படும் என்பதே இயல்பு. தென்மாவட்ட சாதி எதிர்ப்பு வரலாற்றில் எதிர்த்தாக்குதல்களுக்கு முக்கிய இடமுண்டு. படத்தின் இறுதி முடிவான உரையாடல் என்பதற்கேற்ப அதற்கான எதார்த்தங்கள் தொகுத்துக்கொள்ளப்பட்டுள்ளன.

இவ்விடத்தில் திரைப்படங்களின் எதார்த்தம் என்றால் என்ன என்பது பற்றிச் சிந்திக்க வேண்டியிருக்கிறது. சமூகத்தின் எதார்த்தத்தை அது அப்படியே பிரதிபலிக்கிறது என்று கருதுகிறோம். ஒரு சினிமா, எதார்த்தத்தைப் பிரதிபலிப்பதைவிட ஓர் இயக்குநரின் சமூகப் பார்வைக்கேற்ப தனக்கான எதார்த்தத்தை முன்வைக்கிறது. உண்மையில் சினிமாவின் எதார்த்தம் என்பது இயக்குநரின் வரையறைக்கு உட்பட்டதுதான். ஏனெனில் அது பலதரப்பட்ட பார்வையாளர்களை இலக்காகக் கொண்டிருக்கிறது; வணிக நோக்கமுடையது. இவற்றிற்கேற்ற சட்டகத்தில் மீறியும் மீறாமலும் இயக்குநர் தன்னுடைய கதையாடலைப் பொருத்துகிறார். மாரி செல்வராஜ் தான் கண்ட சமூக எதார்த்தத்தில் தன்னுடைய நிலப்பரப்பில் நிகழ்ந்த களஎதார்த்தங்களைக் கணக்கில் கொண்டு சமகால கட்டத்திற்கான அரசியலைத் தெரிந்தெடுத்திருக்கிறார்.

❐

கர்ணன்

சாலையிலிருந்து தள்ளி உள்ளொடுங்கியிருக்கிறது பொடியன்குளம் கிராமம். சாலைக்கு நடந்து வந்தாலும் அவர்களுக்கெனப் பேருந்து

நிறுத்தம் இல்லை. ஒடுக்கப்பட்ட மக்கள் வாழும் பகுதிகள்மீது அரசு எந்திரங்கள் நிகழ்த்திவரும் வழமையான புறக்கணிப்புகளே இவை. இதனால் பொடியன்குளம் மக்கள் சற்றுத் தள்ளியிருக்கும் மேலூருக்கு நடந்துசென்று பேருந்து ஏற வேண்டியிருக்கிறது. பேருந்து ஏறவரும் அவ்வூர் மக்களை அங்கிருக்கும் அதிகாரச் சாதியினர் சீண்டி வருகின்றனர். இதனால் அடிக்கடி மோதல்கள் எழுகின்றன. இந்நிலையில் தங்களுக்கெனப் பேருந்து நிறுத்தம் வேண்டுமென்று பொடியன்குளம் மக்கள் முயன்று வருகின்றனர். அக்குரல் தொடர்ந்து புறக்கணிக்கப்பட்டு வருவதால் அடுத்த தலைமுறையினர் அதனை உரிமைப் பிரச்சினையாகக் கருதித் தீர்க்கமாகப் போராட முன்வருகின்றனர். இதுதான் மாரி செல்வராஜ் இயக்கியிருக்கும் கர்ணன் படத்தின் கதைத்தளம். இன்றுவரையிலும் நிலவிவரும் சமூக எதார்த்தம் என்ற முறையில் இப்பிரச்சினையை இப்படம் தேர்ந்துகொண்டிருக்கிறது.

பொதுவாக பெரிய பிரச்சினைகளே ‘கவனிக்கத்தக்க’வைகளாக ஆக்கப்படுகின்றன. ஆனால், உள்ளூர் எதார்த்தத்தில் புலப்படாமல் இயங்கும் சின்னச்சின்னப் பிரச்சினைகளே அன்றாடத்தோடு தொடர்பு கொண்டவைகளாக இருக்கின்றன. மாரி செல்வராஜின் ‘பரியேறும் பெருமாள்’ படத்திலேயே இத்தகைய நுட்பமான வன்முறைகள் காட்டப்பட்டுள்ளன. இந்த வன்முறைகளுக்கு எதிராக நடந்திருக்கும் போராட்டங்களும் இழப்புகளும் விரிவானவை. தன்னைத் தாக்கியோரிடம் உரையாடலைக் கோரும் அரசியலைப் ‘பரியேறும் பெருமா’ளில் முன்வைத்த மாரி செல்வராஜ், அதற்கு இன்னொரு பக்கமும் உண்டு என்பதைக் கூறுவதைப் போல ஒரு வரலாறை இப்படத்தில் முன்வைத்திருக்கிறார். உரையாடக் கோரியதை வரவேற்ற பலரும், இந்த வரலாறைக் கண்டதும் சற்றே பின்செல்கிறார்கள். ஒரு படைப்பைப் பொதுச் சமூகம் எப்போது வரவேற்கும், எப்போது மறுக்கும் என்கிற உளவியல் இதிலிருக்கிறது. ஒடுக்குமுறை பற்றிய பல்வேறு உரிமைகள், போராட்டங்கள் என்பவற்றுக்கான குறியீடுபோல பேருந்து நிறுத்தம் என்ற பிரச்சினையைப் படம் மையமாக்கிக் கொண்டுள்ளது. வெகுஜனத் திரைப்படக் கதையாடலுக்குள் பொருத்த முடியும் என்ற விதத்தில் கொடியன்குளம் வன்முறையும் (1995) அதற்கு முன்னும்பின்னுமான சம்பவங்களும் கதையின் பின்புலமாகக் கொள்ளப்பட்டுள்ளன. அவற்றில் எதார்த்தக் களத்தின் பல்வேறு இழைகளும் கதையாடலில் பிணைக்கப்பட்டுள்ளன.

1990களின் தென் தமிழகம்

1990களின் தென்தமிழகம்தான் கதையின் காலமும் களமும். அந்தப் பத்தாண்டுக் காலத்திற்கு நெருக்கமான விசயங்களைப் படம் பிரதிபலித்திருக்கிறது. ஆனால், 1995, 1999 என்று படத்தில் ஆண்டுகள் குறிப்பிடப்பட்டதை ஒட்டிப் படம் சர்ச்சைக்கு உள்ளாக்கப்பட்டது. விரிக்கப்பட்ட கதைக்களத்தைப் பார்க்கும்போது 1990கள் என்னும் பத்தாண்டுகளைக் குறித்துவிட்டிருந்தாலே பொருத்தமாக இருந்திருக்கும். இந்தப் பத்தாண்டுகளில் முதல் ஐந்தாண்டு அதிமுகவும் அடுத்த ஐந்தாண்டு திமுகவும் ஆட்சியிலிருந்து பெரும்பான்மைச் சாதியினரின் அபிலாஷைக்கு இணங்கியே இப்பிரச்சினைகளை அணுகின.

இக் காலக்கோட்டிற்குள் நடந்த வன்முறைகளை அரசு எந்திரங்கள் அணுகிய விதம் பாரபட்சமானவை. சமூக வன்முறைகளுக்குக் கூடுதலாகவோ குறைவாகவோ அரச வன்முறைகளும் ஏவப்பட்ட காலம். மக்கள் இயக்கங்கள், கொடிய சட்டங்கள், கைது என்று எதிர்கொள்ளப்பட்டன. விசாரணை ஆணையம் என்னும் குறியீட்டு வன்முறையால் பாதிக்கப்பட்ட மக்களே மீண்டும் குற்றவாளிகளாக்கப்பட்டனர். தென்தமிழக வன்முறைகளுக்கான ஆவணம் என்ற முறையில் மதுரை மக்கள் கண்காணிப்பகம் தொகுத்த 'தென்தமிழக சாதி வன்முறைகள்' நூலில் இதற்கான சான்றுகளை விரிவாகக் காணமுடியும்.

பாரம்பரியத்தைப் பெரிதெனக் கருதும் சமூகத்தில் நவீனத்தின் வருகை பெரும் பதற்றத்தோடு எதிர்கொள்ளப்பட்டது என்ற வரலாற்றை நாமறிவோம். நவீனத்தின் வாய்ப்புகள் உள்ளூர் அதிகார அடுக்கைக் குலைத்துவிடும் என்ற அச்சத்தில் அவர்கள் நவீன வாய்ப்புகளைத் தடுத்தனர் அல்லது தங்களுக்காக மட்டும் பயன்படுத்திக்கொண்டு பிறருக்கு மறுத்தனர். இதனாலேயே அடிநிலைச் சமூகங்கள் அவற்றைப் பெறுவதை உரிமைப் போராட்டமாகக் கருதின. பேருந்து என்னும் பொதுவெளிப் பயணத்திற்காகத் தொடர்ந்து பல்வேறு போராட்டங்கள் இங்கு நடந்து வந்திருக்கின்றன. 1997ஆம் ஆண்டு விருதுநகரைத் தலைமையிடமாகக் கொண்டு வீரன் சுந்தரலிங்கம் பெயர் பேருந்திற்குச் சூட்டப்பட்டதால் வன்முறைகள் எழுந்தன. அதற்கும்முன்பே வீரசிகாமணி பேருந்து வன்முறை நடந்திருந்தது. இவற்றையெல்லாம் ஒரே சரடாக்கித் திரைப்பிரதி தனக்கான கற்பிதப் பரப்பாக விரித்துக்கொண்டுள்ளது.

கதையில் போராடும் மக்களின் நியாயம் புறக்கணிக்கப்பட்டு அவர்களின் இருப்பும் சுயமும் தொடர்ந்து சீண்டப்படுகின்றன. அதற்கும் சேர்த்தே போராடுகிறார்கள். ஒரு கட்டத்தில் உரிமைகளை எட்டுகிறார்கள். ஆனால், அவற்றுக்குப் பின்னால் அவர்கள் நடத்திவந்த போராட்டங்களும் இழப்புகளும் இருக்கின்றன. இந்தவகையில் தென்தமிழகத்தின் ஒரு காலகட்ட வன்முறை வரலாறு, நுட்பமாகவும் நெருக்கமாகவும் திரையில் விரிந்துள்ளது. வன்முறையின் நுட்பமான காரணிகள் வெகுஜனத் திரைக் கதையாடலுக்கேற்ப சொல்லப்பட்டுள்ளன. அம்மக்களின் சின்னச் சின்னத் தேவைகள்கூட கவனிக்கப்படுவதில்லை. எளிமையாகத் தீர்க்கக்கூடிய பிரச்சினைகளுக்காகப் பெரிய அளவில் போராடவேண்டியிருக்கிறது. அதில் இழப்புகள் அசாதாரணமாகின்றன.

வன்முறைக்கான காரணிகள்

வன்முறைக்கான காரணிகளாகச் சிறுசிறு விஷயங்களே இருக்கின்றன. பெயர் சூட்டுவது, சமமாக நிற்பது - பேசுவது, தேவையைக் கோருவது போன்றவற்றிற்கு எதிராகப் பிரச்சினைகள் எழுகின்றன. அதிகாரச் சாதியினரின் பண்பாட்டு அதிகாரத்திற்கு இவை சவால் விடுக்கின்றன. அதாவது இம்மக்கள் சுயமரியாதையோடு வாழ நினைப்பதே பிரச்சினையாகப் பார்க்கப்படுகிறது. இவர்களின் சுயமரியாதையென்பது பாரம்பரியத்தின் பெயரில் வெளிப்பட்டாலும் அதை அவ்வாறு மட்டுமே சுருக்கிவிட முடிவதில்லை. வாழுவதற்கான தேவையிலிருந்தும் அவை எழுகின்றன. பாரம்பரியத்திற்கு எதிரானதாகக் கருதப்படும் நவீன அதிகாரம் இம்மக்களின் சுயமரியாதை கோரும் முயற்சிகளை வரவேற்றிருக்க வேண்டும்; ஆனால், அது நடக்கவில்லை. ஆதிக்க வகுப்பினர் 'மானம்' போற்றுவதை அவை பிரச்சினையாகப் பார்ப்பதில்லை. நவீன அதிகாரம் தன் தேவைக்காகப் பாரம்பரிய அதிகாரத்தின் மதிப்பீடுகளைத் தனதாக்கிக் கொண்டிருக்கிறது. சாதியே அரசாகவும் அரசே சாதியாகவும் இயங்கும் நுட்பம் இதுதான். இப்படத்தில் போதிய அழுத்தம் தராத விசயம் ஒன்றிருக்கிறது.

சாதியமைப்பு, அரசியலதிகாரம், அரசதிகாரம் ஆகியவற்றுக்கு இடையே உள்ள நுட்பமான தொடர்பு இப்பிரதியில் அழுத்தம் பெறவில்லை. அதனால் காவல்துறைக்கும் மக்களுக்குமான பிரச்சினையாக மட்டும் கதை சுருங்கிப்போகிறது. உண்மையில் நாம் விவாதிக்க வேண்டிய விஷயமே இதுதான். நம் சமூகத்தின் பிரச்சினைகளை இன்னும் நெருக்கமாகப் பேச முடியாத சூழலை இங்கு புரிந்துகொள்ள வேண்டியுள்ளது.

இரண்டு தொன்மங்கள்

வீழ்த்தப்பட்ட மக்களின் பிரச்சினைகளைப் பேசியிருப்பதால் மட்டும் கர்ணன் படம் கவனத்தைக் கோரவில்லை. பிரச்சினைகளை அணுகும் முறையும் முன்வைக்கும் கோணமும் முக்கியமானதாகியிருக்கின்றன. கதையில் இரண்டு தொன்மங்கள் நிலவுகின்றன. சொல்லப்போனால் சமகாலம், தொன்மங்கள் வழியாகவே சொல்லப்பட்டுள்ளது என்கிற அளவிற்கு அவை கதையில் பிணைந்துள்ளன. ஒன்றோடொன்று தொடர்பில்லாமல் இரண்டு தொன்மங்கள் ஒரே கதையில் ஊடாடுகின்றன. ஒன்று காட்டுப்பேச்சி. மக்களிடையே பரவியிருக்கும் உள்ளூர்க் கதையாடலில் கிளைத்த தொன்மம் அது. இரண்டாவது கர்ணன் என்னும் புராணத் தொன்மம். ஒருபுறம் பெருங்கதையாடலின் எழுத்துப்பிரதியாகவும், மறுபுறம் உள்ளூர் மரபுகளின் தாக்கத்திற்குட்பட்ட கதையாகவும் இவை உலவுகின்றன.

காட்டுப்பேச்சி

படத்தில் கதைக்கு ஊற்றாகவும் கதையாடலுக்கு நெருக்கமாகவும் அமைந்திருப்பது காட்டுப்பேச்சி என்னும் தொன்மம்தான். திரையில் காட்டுப்பேச்சியின் வருகை நிகழும்போதெல்லாம் அரங்கம் ஆர்ப்பரிக்கிறது. காட்டுப்பேச்சி வேறு யாருமல்ல. அவர்களில் ஒருத்திதான். நாயகனின் தங்கை; கொல்லப்பட்ட நிலையில் தெய்வமாகி விட்டவள்.

ஆனால், இறந்துபோகிறவர் தெய்வம் மட்டுமல்ல, உள்ளூரில் பேயாகவும் கருதப்படுவாள். பேச்சி என்பதே பேய்ச்சி என்பதன் மரூஉதான். அந்தரத்தில் இறந்துபோகும் கன்னிச்சாமிகளுக்கு ஒரு பண்பு உண்டு. எந்தக் காரணத்திற்காக இறந்துபோனார்களோ அந்தக் காரணத்தைக் கொண்டிருக்கும் மக்கள் தொடர்ந்து தேடி வருவார்கள் என்கிற நம்பிக்கை அது. அதனாலேயே படையலிடும்போது அத்தகைய பொருளை சாமி முன் வைப்பார்கள். பேருந்து நிறுத்தம் இல்லாததால் இறந்துபோனவள் அவள். எனவே பேருந்து நிறுத்தத்திற்காக நடைபெற்று வரும் போராட்டங்களை அவள் பார்த்துக்கொண்டிருக்கிறாள்; சமயங்களில் வழிகாட்டுகிறாள்; வெற்றிபெறும்போது மகிழ்கிறாள். பேருந்தை நிறுத்தாததால் அவள் இறந்துபோகும் காட்சியில் தொடங்கும் படம் பேருந்து நிறுத்தம் வந்து அவள் ஏக்கம் தீர்வதோடு முடிகிறது. இதன்படி அங்கு பேருந்து நிறுத்தம் வருவது அவளுக்கான படையலைப் போலாகிறது.

கர்ணன்

பாரதம் என்னும் எழுத்துப்பிரதியில் இடம்பெறும் கர்ணன் பாத்திரத்திற்குக் கதைக்கு வெளியே பல்வேறு வடிவங்கள் உண்டு. வழக்காறுகள் காப்பியப் பிரதிக்கும், காப்பியப் பிரதி வழக்காறுகளுக்கும் மாறிமாறித் தாக்கம் செலுத்திக் கொண்டிருக்கின்றன. வடதமிழகப் பாரதக்கூத்து மரபில் கர்ணனின் இடம் பிரதானமானது (கர்ண மோட்சம்). இப்படம் கர்ணன் பாத்திரத்தைத் தனக்கேற்ற முறையில் மறுவார்ப்பு செய்து கொண்டுள்ளது. படத்தில் நாயகனின் பெயர் கர்ணன். கர்ணனோடு தொடர்புடைய துரியோதனன், அபிமன்யு, திரௌபதி என்னும் பெயர்களிலேயே பிற பாத்திரங்களும் அமைந்துள்ளன. பெரும்புராண மரபு அப்படியே தலைகீழாக்கப்பட்டுள்ளது.

புராண மரபில் துரியோதனனுக்கும் பஞ்ச பாண்டவர்களுக்கும் முந்தி பிறந்தவன் கர்ணன். அதன்படி அவனே ஆதி. கதையின்படி அவன் நல்லவன். ஒருவகையில் வஞ்சிக்கப்பட்டவனும் கூட. படத்தில் கர்ணன் பாத்திரம் உரிமை தரப்படாமல் வஞ்சிக்கப்பட்டவர்களுக்காக நிற்கிறது. அந்த வகையில் அப்போராட்டம் ஆதிக்குடியினர்களுக்கானதாக அமைகிறது.

பாரதக் கதையைப் போலவே இப்படத்திலும் கர்ணனும் துரியோதனனும் ஓரணியில் நிற்கிறார்கள். துரியோதனன் என்னும் ஊர் குடும்பனின் அன்பைப் பெற்றவனாக கர்ணன் இருக்கிறான். துரியோதனனை நம்பவைத்து வரச்செய்யும் கண்ணபிரான் (கண்ணன்) தலைமையிலான போலீஸ் அவனை நையப்புடைக்கிறது. பாரதக் கதையிலும் கர்ணனின் கவசக் குண்டலத்தையும் தர்மத்தின் விளைவையும் பெற்று கண்ணன் வஞ்சிக்கிறான். ஆனால், இப்படத்தில் கண்ணபிரான்தான் (கண்ணன்) கர்ணனால் வதம் செய்யப்படுகிறான். புராணக் கதையில் வஞ்சிக்கப்பட்டு எதிர்மறை பாத்திரங்களாக ஆக்கப்பட்டிருப்போர் இக்கதையாடலில் வஞ்சனைக்கு எதிராக (நிகழ் காலத்தில்) போராடி மீள்கிறார்கள். அவர்கள் மீதிருந்த வஞ்சனை வரலாற்றுரீதியானது. அதனை இப்போது தூக்கி எறிகிறார்கள் என்று அர்த்தப்படுத்திக்கொள்ளலாம். இதன்படி, படம் வீரக்கதை மரபாக முடிகிறது. வீரக்கதை மரபு ஏற்கெனவே இங்கிருக்கிறது. படக் கதையாடல் அதை மீட்கிறது. அதாவது, அது அடித்தள வீரக்கதை மரபாக இருக்கிறது. உள்ளூரின் வீர வழக்காறு காவியமாக மாறுவதில் எழுத்துப் பிரதிக்கு முக்கிய இடமிருக்கிறது. கதையில் பேச்சி என்னும் வழக்காறு சொல்லப்பட்டாலும் தலைகீழாக்கப்பட்ட வடிவமாக இருப்பினும் புராண/காவிய மரபும் சொல்லப்பட்டுள்ளது.

அதேவேளையில் இரண்டு தொன்மங்களைக் கையாண்டதிலும் இணைத்ததிலும் திரைப்பிரதியில் வேறுபாடு இருக்கிறது. ஒரே கதையைச் சொல்வதற்கு நிறைய துணைப் பிரதிகளை இணைத்துக் கொண்டிருக்கிறது படம். பாரதக் கதையின் பெயர்களைப் பாத்திரங்களுக்குச் சூட்டியிராவிட்டால் அது பாரதத் தொன்மத்தோடு தொடர்புடையது என்கிற அர்த்தமே வந்திருக்காது. அந்த அளவில்தான் கர்ணன் தொன்மம் தொழிற்பட்டிருக்கிறது. திரைப்பிரதி சித்திரிக்க எடுத்துக்கொண்டிருக்கும் மக்கள் குழுவினரைச் சார்ந்து அடையாள விவாதங்கள் நடந்துவரும் சூழலில் இப்படம் வந்திருப்பது குறிப்பிடத்தக்கது. அதையொட்டிப் பல்வேறு தரப்புகளையும் கணக்கிலெடுத்துக் கொண்டு படத்தில் காட்சிகள் அமைக்கப்பட்டிருக்கின்றன. பிரச்சினையைக் கடந்த காலத்தில் வைத்து விளக்கிவிடும் பிரதி நிகழ்காலத்திற்கு வரும்போது மங்கலாகிறது. இந்த இடத்தில்தான் வீரக் கதை மரபைப் பார்க்க வேண்டியிருக்கிறது. வன்முறைக் களத்தில் கட்சிகளோ தலைவர்களோ தென்படவில்லை.

நாயக உருவாக்கம்

அதேவேளையில் படம் வீரக்கதை நாயகனைக் கற்பிதம் செய்கிறது. அதாவது புதிய நாயகனின் வருகை நிகழ்கிறது. காவல் நிலையம் தாக்கப்படும்போது அதை மக்கள் செய்வதாகக் காட்டியிருக்கலாம். ஆனால், அவ்வாறு நடந்திருந்தால் அங்கு நாயக உருவாக்கம் நடக்காது. வணிகச் சட்டகத்திற்காக மட்டுமல்லாமல், கதையாடலே நாயக உருவாக்கத்தை விரும்பியிருக்கிறது. கர்ணன் என்னும் நாயகத் தொன்மம் இக்கற்பிதத்திற்காகத்தான் கொணரப்பட்டிருக்கிறது. அதனால்தான் "கண்டால் வரச் சொல்லுங்க" என்று கர்ணனை அழைக்கிறது பாடல்.

இவ்விடத்தில் இன்னொன்றையும் கவனிக்க வேண்டியிருக்கிறது. கர்ணனின் தோழனாகவும் வழிகாட்டியாகவும் வரும் மூத்தவரான ஏமராஜா ஊர் மக்களைக் காப்பாற்றும் முயற்சியில் தன்னை மாய்த்துக்கொள்கிறார். எனவே ஏமன்தான் தெய்வமாக மாற்றப்பட்டிருக்க வேண்டும். கண்டால் வரச் சொல்லும் பாடல் அவருக்கே பொருந்தியிருக்கும். ஆனால், அவர் நவீன கண்ணோட்டத்தில் அரசியல் முன்னோடி போல் தியாகியாக ஆக்கப்படுகிறார். இறந்த அவர் தெய்வமாக்கப் படாமல் அரசியல் நாயகன் போலாக்கப்படுகிறார். ஆனால், வாழும் கர்ணனுக்குத் தெய்வ

அழைப்பை ஒத்த பாடல் இசைக்கப்படுகிறது. தொன்மத்தையும் நவீன மனப்போக்குகளையும் ஒருங்கே கொணர்ந்த பிரதி இறுதியில் ஏமராஜா, கர்ணன் ஆகிய இருவரையும் காட்டுவதோடு முடிகிறது.

முகம் எனும் அடையாளம்

இப்பின்னணியில் ஒரே மாதிரியான குறியீடு மூன்று இடங்களில் வருவதையும் பார்க்க வேண்டும். அதாவது தலையில்லாத / முகமற்ற அடையாளங்களே அக்குறியீடுகள். படம் முழுக்க வெவ்வேறு தருணங்களில் தலையிழந்த புத்தர் சிலை காட்டப்பட்டுக் கொண்டே இருக்கிறது. இந்தியாவில் பூர்வத்தில் பெற்றிருந்த பௌத்தத்தின் செல்வாக்கு இப்போது மறைக்கப் பட்டு இருப்பதற்கான குறியீடுபோல அச்சிலை இருக்கிறது. அச்சித்திரம் அம்மக்களின் போராட்டத்திற்கும் பொருந்துகிறது. இரண்டாவதாகப் படத்தின் தொடக்கத்திலேயே தலை மூடப்பட்ட நாயகன் காவல் துறையினரால் அழைத்துச் செல்லப்படுவது காட்டப்படுகிறது. மூன்றாவதாக அவர்களின் முன்னோடி ஒருவருக்குச் சுவரில் உருவம் வரைகிறார்கள். அதில் தலைமட்டும் வரையப்படாமலே நின்றுபோகிறது. முகம்தான் ஒருவருக்கான அடையாளம்.

இவ்விடத்தில் தலையில்லாதிருத்தல் அவர்களுக்கு உரிமை மறுக்கப் பட்டிருப்பதற்கான குறியீடாகி விடுகிறது. கடைசியில் ஊருக்காக மாய்ந்துபோன ஏமராஜாவின் முகம் சுவரில் வரையப்பட, உருவம் பூர்த்தியாகிறது. முதல் காட்சியில் முகத்தை மூடி ஊரிலிருந்து அழைத்துச் செல்லப்பட்ட கர்ணன் கடைசியில் மூடப்படாத முகத்தோடு சிறையிலிருந்து திரும்புகிறான். அவர்கள் போராட்டங்கள் மூலம் இழந்த அடையாளத்தைப் பெற்றிருக்கிறார்கள். தலை வெட்டப்பட்ட புத்தர் சிலை காட்டப்படும்போதெல்லாம் அதற்கும் மேலே சூரியனின் வெளிச்சமும் காட்டப்படுகிறது. தலை அல்லது உரிமை இல்லாமல் செய்யப்பட்டிருக்கலாம். ஆனால், அவை அப்படியே தொடராது என்பதை இம்மூன்று குறியீடுகளும் சொல்கின்றன என்று கருதலாம்.

படம் முழுக்கக் காட்டப்பட்ட காட்டுப்பேச்சி ஊருக்கு வெளியே இருக்கிறாள். இப்போது ஊருக்குப் புதிய உருவமாக ஏமராஜா இருக்கிறார். தலையில்லாமல் இருந்தபோது உடையாலும் நிறத்தாலும் இம்மானுவேல் சேகரனை நினைவூட்டி வந்த உருவத்தின் இடத்தில்தான் ஏமராஜாவின் முகம் பொருத்தப்படுகிறது. தலை இழந்த உருவத்தில் மற்றொரு தலையைப்

பொருத்தி வணங்கி வருவது நம் மரபில் இருக்கிறது. அதேவேளையில் நிலவும் 'வெற்றிடத்தில்' இந்தத் திரைப்பிரதி எந்த உருவத்தை / வரலாற்றைப் பொருத்த முற்படுகிறது என்பது முக்கியமான கேள்வி. அது மரபானவையா? நவீனமானவையா? நவீனத்தையும் மரபையும் எதிரெதிராகக் கருதாத தேவை கட்டமைக்கும் அடையாளத்தையா? என்கிற வெவ்வேறு யோசனைகளுக்கான சாத்தியங்களை வழங்குவதோடு படம் முடிகிறது.

❒

மாமன்னன்

தலித்துகளுக்கான அதிகாரம் அரசியல் சட்டத்தால் உறுதி செய்யப்பட்டிருக்கிறது. இவ்வாறு உறுதி செய்யப்பட்ட ஒன்றை நடைமுறைப்படுத்துவதற்கும் அதிகம் போராட வேண்டியிருக்கிறது. ஏனெனில் இத்தகைய அதிகாரம் அரசியல் சார்ந்ததாக மட்டும் இல்லை என்பதுதான் இதற்கான காரணம். நீண்ட காலமாகப் பாதுகாக்கப்பட்டுவந்த மரபான சமூக அதிகாரத்தின் பலத்தை அது குலைக்க முற்படுகிறது. அதனால்தான் பழைய சமூக அதிகாரங்களால் பயன்பெற்றுவந்த குழுவினர், புதிய அரசியல் அதிகாரம் தவிர்க்க முடியாதது என்கிறபோது அதனைத் தங்களுக்கு உகந்த விதத்தில் மாற்றித் தக்கவைத்துக்கொள்கின்றனர். அதாவது சட்டம் சொல்லியிருக்கும் தலித்துகளுக்கான அதிகாரத்தின் உள்ளீட்டை இழக்கவைத்துக் குறியீட்டுரீதியான அதிகாரமாக அதை மாற்றிவிடுகின்றனர்.

நிலவும் வெகுஜன அரசியலுக்கு இரண்டு முனைகள் இருக்கின்றன. சட்டங்கள் மூலம் பழைய சமூக நடைமுறைகளை மாற்றிக் கொள்ள வேண்டும் என்று அது உறுதிகொண்டிருக்கிறது. மறுமுனையில் அரசியல் அதிகாரத்தை அடைய பாரம்பரியம் தந்த சமூக அதிகாரத்தைப் பயன்படுத்திக்கொள்ள இரகசியமாகப் போராடுகிறது. இந்த முரண்பாட்டால் மீண்டும் வஞ்சிக்கப்படுவது அடித்தட்டு மக்கள்தாம். மாரி செல்வராஜ் இயக்கியிருக்கும் 'மாமன்னன்' படத்தில் இந்த அரசியலே பேசப்பட்டுள்ளது.

குறியீட்டு அதிகாரம்

பட்டியல் இன மக்களுக்குச் சட்டரீதியாக ஒதுக்கப்பட்ட தொகுதியில் எம்எல்ஏவாக இருந்தாலும், மாவட்டச் செயலாளர் ரத்தினவேலு என்கிற உள்ளூர் அதிகாரச் சாதியினனுக்கு அடங்கி நடக்க வேண்டியவராக இருக்கிறார் மண்ணு என்ற மாமன்னன். மாமன்னனுக்கு எம்எல்ஏ பதவி

சட்டத்தால் கிடைத்தது. ஆனால், ரத்தினவேலுவுக்கு இருப்பதோ சமூக அதிகாரம். சட்டரீதியானதாக இருப்பதால் அரசியல் அதிகாரத்தைக் குறியீட்டுரீதியானதாக மாற்றி விட்டுச் சமூக அதிகாரமே ஆள்கிறது என்பதே இதன் பொருள். இந்நிலையில் அடுத்த தலைமுறையைச் சேர்ந்த மாமன்னனின் மகன் அதிவீரன் இந்த முரண்பாட்டை உடைக்க முற்படுகிறான். 'எம்எல்ஏ மண்ணு அல்ல, மாமன்னன்' என்று சொல்வதோடு படம் முடிகிறது. சமூக அதிகாரத்திற்கும் அரசியல் அதிகாரத்திற்குமான இந்த முரண்பாட்டை நாற்காலி என்னும் குறியீடு மூலம் விவாதித்திருக்கிறது.

2010க்குப் பின் தமிழில் உருவான சாதி எதிர்ப்புத் திரைப்பட வரிசையில், உள்ளடக்க அடிப்படையில் மாமன்னன் முக்கியமான படம். பழகிப்போன குறியீடுகள், வன்முறையின் ருசி, உள்ளடக்கத்தின் ஆழம் சார்ந்து விவாதமின்மை என்கிற குறைபாடுகளைக் கொண்டிருப்பினும் பலரும் பேசத் தயங்குகிற சமகால அரசியல் முரண்பாட்டை நேரடியாகவும் துணிச்சலாகவும் முன்வைத்திருக்கிறது படம்.

அனுபவமும் வரலாறும்

கதையாடலின் மையச் சிக்கலுக்கு இரண்டு காரணங்கள் சொல்லப் பட்டிருக்கின்றன. முதலாவதாக, கிணற்றில் குளிப்பதால் சிறுவர்கள் கல்லால் அடித்துக் கொல்லப்படுகிறார்கள்; இரண்டாவது, எம்எல்ஏ சமமாக மதிக்கப்படுவதில்லை. இரண்டிற்கும் காரணம் சாதி.

சாதிப் பிரச்சினைகளைப் பேசும் படங்கள் வந்தால் அவற்றின் மீது எழுப்பப்படும் வழக்கமான செயல்பாடுகளுள் ஒன்று படத்தில் காட்டப் பட்டதுபோல உண்மையிலேயே நடந்ததா என்று கேள்வி கேட்பதுதான். ஒரு சினிமா உண்மையை நேரடியாகவும் எடுக்கலாம்; போலச்செய்தும் கூறலாம். ஆனால், இந்தக் கேள்வி இவ்வகைப் படங்கள்மீது மட்டும் ஏன் தொடர்ந்து எழுப்பப்படுகிறது? இது இங்கிருக்கும் அரசியல்.

மற்ற வரலாற்றுச் சம்பவம்போல சாதி ஓரிடத்தின் சம்பவமாக இருப்பதில்லை. வரலாற்றுக்கு எந்தவொன்றும் சம்பவமாகத் தேவைப்படுகிறது. எனவே எல்லாவற்றையும் சம்பவமாக்க முயலுகிறார்கள். அதன்படி இப்படியொரு திரைப்படத்தை வரலாற்றுச் சம்பவமாக மாற்றிப் பார்க்க முற்படுகிறார்கள். ஆனால், கலை இலக்கியப் பிரதிகளும் நிகழ்த்தல்களும் அவற்றைக் குறிப்பிட்ட சம்பவங்களாக மட்டும் நிறுத்தாமல் பலரின்

அனுபவமாக்க முயல்கின்றன. ஒரு பிரதி தன் கதைக்கான மூலத்தை வரலாற்றின் ஏதோவொரு துளியிலிருந்து எடுத்துக்கொண்டாலும் அவற்றிலிருந்து வரலாற்றை வெளியேற்றிவிட்டு அதன் சாரத்தைக் கொண்டு ஒரு புனைவை முன்வைக்க முற்படுகிறது.

சாதியானது நிகழ்ந்து முடிந்த வரலாறாக இருப்பதில்லை; நிகழ்ந்து கொண்டிருக்கும் அனுபவமாகவும் இருக்கிறது. இன்னும் சொல்லப்போனால் சாதியைப் பொறுத்தவரை அது ஒருவரின் அனுபவமாக மட்டும் இருப்பதில்லை; அது சமூகத்தின் கூட்டுத் தொகுப்பு. இங்கு தண்ணீர் எடுக்க முடியாத நிறைய குளங்கள் இருக்கின்றன; கல்லால் மட்டுமல்ல, தண்ணீரில் மின்சாரம் பாய்ச்சியும் கொல்லப்பட்டிருக்கிறார்கள். இவற்றைக் கலை இலக்கியப் பிரதிகள் அதே வடிவிலோ வேறொரு வடிவிலோ சொல்லலாம்.

இதேபோல மாமன்னன் கதை முன்னாள் சபாநாயகர் தனபால் கதை என்பதாக நிறைய எழுதப்பட்டுவிட்டன. இதுவும் விரிவான பிரச்சினையை ஒருவரின் தனிப்பட்ட வரலாறாகச் சுருக்கும் முயற்சிதான். அவருடைய வரலாறாகக்கூட இருக்கலாம்; விரித்துப் பார்க்க வேண்டிய சமூக அனுபவத்தை வரலாறாக ஆக்கும்போது அது ஒருவரின், ஓரிடத்தின் அனுபவமாக மட்டும் உறைந்துபோய்விடுகிறது. சமமாகக் கருதப்படாத மாமன்னனின் அனுபவம் இந்தியா முழுவதும் வெவ்வேறு வகைகளில் வெளிப்படுகிறது என்கிற நிலையில் அவற்றை ஒருவருக்கான சம்பவமாக மட்டும் பார்க்க வேண்டியதில்லை.

சாதி காரணமாக நாற்காலியில் உட்கார முடியாத ஊராட்சித் தலைவர்கள் பற்றிப் படித்துக்கொண்டே இருக்கிறோம். இம்மானுவேல் சேகரன் கொலையுண்டதை (1957), அவர் சமமாக அமர்ந்ததால் வந்த பிரச்சினையாக நினைவுகூர்கிறார்கள். மேலவளவில் ஏழு பேர் படுகொலையும் (1997) இதற்காக நடந்ததுதான்.

திரைப்பட வரலாற்றைப் பரிசீலித்தல்

2010க்குப் பின் வந்த சாதி எதிர்ப்புப் படங்களின் இன்னொரு முக்கிய அம்சம் சினிமாவிலும், சினிமா வழியே பொதுவெளியிலும் மேன்மையானதாகக் கட்டமைக்கப்பட்டவற்றை மறுவிசாரணைக்கு எடுத்துக் கொண்டிருப்பது. மாமன்னன் படமும் கடந்த காலத்தில் கட்டமைக்கப்பட்ட

பிம்பங்கள் சிலவற்றைத் தலைகீழாக்குகிறது; கேள்விக்குள்ளாக்கியிருக்கிறது. படத்தில் இது இரண்டு விதங்களில் நிகழ்த்தப்பட்டுள்ளது.

ஒன்று, தமிழ் சினிமாவில் நகைச்சுவைப் பாத்திரமாக அறியப்பட்ட வடிவேலுவைச் சிரிக்க முடியாத அனுபவம் கொண்டவராகக் காட்டுகிறது இப்படம். அவரின் வலி சுற்றியிருப்பவர்களால்கூடக் கவனிக்கப்படாததாக முன்வைக்கப்பட்டிருக்கிறது. இதுவரையிலான படங்களில் அடிநிலை மக்களின் வலி கவனிக்கப்படாததாகவும், நகைச்சுவைக்கு உரியதாகவும் காட்டப்பட்டு வந்திருக்கும் நிலையில் அத்தகைய நகைச்சுவைப் பாத்திரமாக அறியப்பட்ட ஒருவர் வலி சுமப்பவராக வருகிறார் என்பதே மாற்றுக் கதையாடலின் அம்சம்தான்; இதுகாறும் நிலவிவந்த சூழல்மீதான எதிர்வினையே இது. சிரிப்பிற்குரியவராகவே இருந்தவர் அழுதாலோ கோபம் அடைந்தாலோ அது எதிர்கொள்ள முடியாததாக இருக்கும். சாது மிரண்டு மதுரையை எரித்த கண்ணகியின் கோபம் அத்தகையது.

சினிமாவிற்குள்ளே செய்யப்பட்டிருக்கும் மற்றொரு தலைகீழாக்கத்தையும் கூற வேண்டும். இதனை மாரி செல்வராஜ் பாடல் வெளியீட்டு விழாவில் கோடி காட்டினார். அதாவது 'தேவர் மகன்' படத்தில் (1992) பணியாளாய்க் காட்டப் பட்ட இசக்கி பாத்திரத்தின் மறுஆக்கம்தான் மாமன்னன் என்று கூறினார். அவர் கூறியதுபோல இசக்கியாகவும் இருக்கலாம்; இசக்கி போன்று திரைப்படங்களில் காட்டப்பட்டுவந்த எந்தப் பாத்திரமாகவும் இருக்கலாம்; அதனை இசக்கியாக மட்டும் உறையவைக்க வேண்டியதில்லை.

பெரு வரலாற்றின் சிறு குரல்கள், சிறு குழுக்கள் எழுந்து வந்து தம் பார்வையில் வரலாற்றை வரையும் முயற்சி இது. இதுவரை தமிழ்ப் படங்களில் இசக்கிபோல காட்டப்பட்ட பல்வேறு இசக்கிகளின் குறியீடாகவும் கொள்ளலாம். கே.பாக்யராஜ் இயக்கத்தில் மேற்கு மாவட்டங்களைப் பின்புலமாகக் கொண்டு உருவான 'எங்க சின்ன ராசா', 'ராசுக்குட்டி' ஆகிய இரண்டு படங்களிலும் ஜமீன்தன்மை கொண்ட நாயகனுக்கு உதவியாளர் பாத்திரம் வருகிறது. மண்ணு, செம்புலி என்னும் பெயர் கொண்டவை அப்பாத்திரங்கள்; இரண்டுமே தலித் பாத்திரங்கள்; கோவணம் கட்டவைத்துக் கேலியாகச் சித்திரிக்கப்பட்டிருப்பார்கள். எங்க சின்ன ராசா படத்தில் எம்ஜிஆர் பெயர் கொண்ட 'அரிஜன' காலனிக்கு சின்ராசு கவுண்டரின் கருணையால்தான் தேர் வருகிறது. அங்கிருக்கும் மண்ணு என்னும் பெயர் கொண்ட 'அரிஜனன்' கவுண்டருக்கு அடிப்பொடியாக

இருக்கிறார். அந்த அரிசன மண்ணுதான், அதே கொங்கு வட்டாரப் பின்புலத்தில் மாமன்னன் ஆகியிருக்கிறார்.

ஏறக்குறைய 'கபாலி' படத்தில் இதே போன்ற காட்சி வருகிறது. அதுவரை அடியாட்களின் பெயராகவே சொல்லப்பட்டு வந்த கபாலி என்ற பெயரோடு நாயகன் வருகிறான். (இப்பெயர் ஏற்கெனவே 'புது மனிதன்' என்ற படத்திலும் நாயகன் பெயராக வந்திருக்கிறது.) கோட்சூட்டோடு வரும் கபாலி "தமிழ்ப் படங்கள்ல மீசை வச்சுகிட்டு, மரு வச்சுகிட்டு, ஏ கபாலின்னு கூப்பிட்டதும் சொல்லுங்க எஜமான்னு கைகட்டி நிப்பானே அந்த கபாலின்னு நினைச்சியா?" என்று கேட்பது அதுவரையிலான திரைப்படங்களின் அடிநிலைப் பாத்திர சித்திரிப்புகள் மீதான விமர்சனம்தான்.

மீவியல்பு பாத்திரங்கள்

மாரி செல்வராஜ் படங்களில் கதைக்கு இணையாக அவர் உருவாக்கும் மீவியல்பு தன்மைகொண்ட பாத்திரங்கள் முக்கியமானவை. மனிதர்களால் செய்ய முடியாததை / செய்ய விரும்பாததை அப்பாத்திரங்கள் வழியாகச் செய்து பார்க்க முயலுகிறார் மாரி. பாரதிராஜா படங்களில் ஊருக்கு வெளியிலிருந்து வரும் பாத்திரங்கள் ஒரு சிக்கலை உருவாக்கும் அல்லது தீர்க்கும். மாரி செல்வராஜ் படங்களில் வெளியிலிருந்து அல்லாமல் அவர்கள் வாழ்விலிருந்து ஒரு வெளிச்சம் உருவாகிறது. அது அந்த மக்களின் நம்பிக்கையாக இருக்கலாம். அவ்விடத்தில் ஒரு அதீதம் உருவாகிறது. 'பரியேறும் பெருமாள்' படத்தில் நாயகனுக்கு உதவும் பெண்கள், வேற்று சாதியைச் சேர்ந்த நண்பன் ஆகியோர் பரியனை அடுத்த நிலைக்கு அழைத்துச் செல்லும் தேவதைகளாக இருக்கிறார்கள். 'கர்ண'னில் இறந்துபோன குழந்தை தெய்வ வடிவில் வந்துகொண்டே இருக்கிறாள். மாமன்னனிலும் சிறகு முளைத்த பன்றி கனவில் வந்துகொண்டே இருக்கிறது. நிகழ்காலம் தரும் வலியிலிருந்து மேலேறும் முயற்சியாக இந்த மீவியல்பு பாத்திரங்கள் இருக்கின்றன.

சாதியமைப்பின் நுட்பங்கள்

2010க்குப் பிந்தைய படங்களில் சாதியைச் சித்திரிப்பதில் முந்தைய காலப் படங்களிலிருந்து குறிப்பிடத்தக்க மாற்றங்கள் நிகழ்ந்திருக்கின்றன. அம்மாற்றம் பா.இரஞ்சித்தில் தொடங்கி இன்றைக்கு மாரி செல்வராஜ்,

த.செ.ஞானவேல், வெற்றி மாறன் என்று தொடர்கிறது. சாதியின் புலப்படும் வடிவத்தைப் போலவே புலப்படாத வடிவத்தை இப்படங்கள் அதிகம் சித்திரித்திருக்கின்றன. அவை சிறிய விஷயங்களாக இருக்கின்றன. ஆனால், அதற்குப் பின்னால்தான் பெரிய அரசியலே இருக்கின்றது என்று இப்படங்கள் சொல்ல விரும்புகின்றன. பொதுவெளிகளில் ஒன்றான சுவரில் படம் வரைவது (மெட்ராஸ்), உடைப் பண்பாடு (கபாலி), வண்ணம் (காலா), மதிப்புமிக்கப் பெயர்களைச் சூடுதல் (கர்ணன்) என்று இவை அமைந்திருக்கின்றன. காலாவில் கைகுலுக்குவதில்தான் சமத்துவத்தின் மேன்மை இருப்பதாக நாயகி கூறுகிறாள். மாமன்னன் படத்தில் நாற்காலியில் உட்காருவதற்குப் பின்னாலிருக்கும் நுட்பமான அரசியல் முன்வைக்கப் பட்டிருக்கிறது.

வெகுஜன அரசியலில் சமூக அதிகாரம் இல்லாதிருந்த காரணத்தால் விளிம்புநிலை மக்கள் ஒதுக்கப்படும் அதேவேளையில் அவர்களை எண்ணிக்கை உள்ளிட்ட காரணங்களால் முற்றிலும் ஒதுக்க முடியாத நிலையும் இருக்கிறது. இதனால் இரண்டு தரப்பிலுமே ஊடாட்டமும் ஊசலாட்டமும் நிகழ்கிறது. படத்தில் மாமன்னன் பாத்திரம் (வடிவேலு) இவற்றை வெளிப்படுத்துகிறது.

ஆனால், சென்னையிலிருக்கும் கட்சித் தலைவரிடம் இவை இல்லை. அப்பாத்திரம் மிகை. இதனால் கட்சித் தலைமைகள் சரியாகவே இருக்கின்றன. உள்ளூரில் இருக்கும் நிர்வாகிகளே சாதி பார்க்கிறார்கள் என்கிற அர்த்தப்பாடுதான் கிடைக்கிறது. கட்சித் தலைவர் தெளிவாக இருக்கிறார் என்று கூறப்பட்டாலும் அவரால் ரத்தினவேலுவின் சாதியுணர்வை அசைக்க முடியவில்லை. தலைவருக்கு நிலைமை புதிதில்லை. அவரும் இந்தச் சாதிய எதார்த்தத்திலிருந்து கட்சி நடத்தி வருகிறார். எனவே அவர் ரத்தினவேலுக்கு முழு எதிர்ப்பாகவோ மாமன்னனுக்கு முழு ஆதரவாகவோ இருந்துவிட முடியாது. சமூகத் தேவைக்கும் சனநாயக அமைப்பின் நிர்பந்தத்திற்கும் இடையில் தந்திரமாகச் செயல்பட்டுத் தன் நிலையைத் தக்க வைத்துக் கொண்ட ரத்தினவேலுவின் தந்தை போலத்தான் கட்சித் தலைவரும் நடந்துகொண்டிருக்க முடியும். இந்த விஷயத்தில் கட்சித் தலைவரிடம் ஊசலாட்டமும் ஊடாட்டமும் இருந்தன என்ற அளவிலாவது காட்டியிருக்கலாம். தலித் தன்னடையாளத்தை மீட்பதில் ஓர்மைகொண்ட கதையாடல் மைய நீரோட்ட கட்சித் தலைமைகள் நடந்துகொள்வதைக் காட்டுவதில் தவறியிருக்கிறது.

மாறாக ரத்தினவேலுவின் தந்தை பாத்திரம்தான் இயல்பானது. கட்சித் தலைவரும் அப்படித்தான் இருந்திருக்க முடியும்.

இருவேறு தலைமுறையின் அரசியல்

மாமன்னனும் அதிவீரனும் தந்தை மகனுமாக அடுத்தடுத்த தலை முறையினர். தந்தைக்கு வீட்டில் வைத்த பெயர் மாமன்னன். மாமன்னன் என்ற பெயரில் உயர்விருக்கிறது என்பதால் மண்ணு என்று கீழிறக்கி அழைக்கிறது இந்தச் சமூகம். இந்தப் பெயர் மாற்றமே ஒரு குறியீடாக அமைந்துள்ளது. அதாவது ஒடுக்கப்பட்டோர் தங்களின் அரசியல் அடையாளத்தைத் தங்கள் விருப்பப்படி அணுக முடியவில்லை. ஒடுக்கப்பட்டோர் அரசியலைத் தன் விருப்பத்திற்கு மாற்றித் தக்கவைத்துக்கொள்ள விரும்பும் இன்றைய மைய நீரோட்ட அரசியலை அது நினைவுபடுத்துகிறது. தொடர்ந்து மண்ணு என்றே அழைத்துவந்ததால் மாமன்னனும் தன் பெயர் அதுதான் என்றே நம்ப ஆரம்பித்துவிட்டார்; தலித் அரசியலுக்கு ஏற்பட்ட இக்கட்டான நிலை இது. இந்நிலையில் தன் தந்தை மறந்திருந்த அசலான பெயரை இந்த தலைமுறையைச் சேர்ந்த அதிவீரன் மறுநினைவுக்குக் கொணருகிறான்.

தந்தையின் கடந்த காலம், சிறுவயது தொடங்கித் தனக்குக் கிடைத்த அனுபவங்களின் பின்புலத்திலிருந்து மண்ணு என்றழைத்து வந்த அரசியலைப் பரிசீலனை செய்து “உன் பெயர் மண்ணு அல்ல, மாமன்னன்” என்று நினைவுபடுத்துகிறான் அதிவீரன். தந்தையும் தன்னுடைய பெயர் மாமன்னன்தான் என்று கண்டுகொள்கிறார். இதனை இன்றைய தலித் வரலாற்றுச் சொல்லாடலுக்கான குறியீடு என்றும் கூறலாம். தங்கள் மீதான கடந்த கால அரசியல் வஞ்சனைகளை மறுத்து இம்மக்களுக்கு வரலாற்றில் மதிக்கத்தக்க இடமிருந்தது என்றே இன்றைய தலித் வரலாற்றியல் முன்வைக்கிறது. இடையில் உருவான மண்ணு என்ற இழிவை மறுத்து முந்தைய மாமன்னன் என்ற மதிப்புமிக்க நிலையை இன்றைய வரலாற்றுச் சொல்லாடல் நினைவுப்படுத்துகிறது. வரலாறு தரும் இத்தகு ஓர்மை முதலில் தலித்துகளுக்கே வேண்டும் என்று சொல்லுவதைப்போலத் தந்தை தன்னை மாமன்னனாக உணர்கிறார். அதற்கேற்ப வரலாற்றின் இடிபாடுகளிலிருந்து மீட்டெடுக்கப்பட்டிருக்கும் ஒண்டிவீரன் பெயரை நினைவுபடுத்தும் அதிவீரன் என்கிற பெயர் இந்தத் தலைமுறையினனுக்குச் சூட்டப்பட்டிருக்கிறது.

ஒடுக்கப்பட்டோர் அரசியலுக்குச் சுயமான போராட்ட மரபும் கருத்தியல் பார்வையும் இல்லாமல் இல்லை. ஆனால், பல்வேறு காரணங்களால் அவற்றை இழந்துவிட்டது; பிறகு மறந்தும்விட்டது. அதற்கு இணையாகத் துணிவையும் இழந்துவிட்டது; ஆனால், இவற்றையெல்லாம் கடந்த கால அனுபவங்கள் மூலம் தொகுத்துப் பார்த்துக்கொண்ட இந்தத் தலைமுறை அதை மீட்கிறது அல்லது நினைவுக்குக் கொண்டுவருகிறது.

தமிழ்த் திரைப்பட வரலாற்றில் இடம்பெற்ற இசக்கி ('தேவர் மகன்' 1992) பாத்திரத்தின் அடையாளத்தையும், வடிவேலுவின் பிம்பத்தையும் மாற்றியமைத்திருக்கும் கதையாடலில் இத்தகைய அரசியல் வரலாற்றின் மாற்றமும் பிணைந்திருக்கிறது.

மற்றுமொரு குறியீட்டு அதிகாரம்

சமூக நீதி போன்ற 'முற்போக்கு மைய நீரோட்டச் சொல்லாடல்'களைக் கையாண்டு சொல்லவந்த மையமான விஷயத்தைச் சொல்லியிருக்கிறது இந்தப் படம் என்றே புரிந்துகொள்ள முடிகிறது. அதேவேளையில் தன் தந்தைக்குத் தரப்பட்டிருந்த குறியீட்டு அதிகாரத்தை மறுக்க விரும்பும் அதிவீரன், அதற்கு மாற்றாக சபாநாயகர் என்னும் அதிகாரத்தை நிறுவுவது தகுந்த மாற்றாக அமையவில்லை. ஏனெனில் அதுவும் உள்ளீடு இல்லாத அதிகாரமே. அது முதலமைச்சர் போலவோ, அமைச்சர் போலவோ, மாவட்டச் செயலாளர் போலவோ அதிகாரமுடைய பதவியல்ல. அதுவும் ஓர் அலங்காரப் பதவிதான். தனக்கு நேர்ந்துவந்த அனுபவங்கள், தன் தந்தையின் கடந்த காலம் ஆகியவற்றின் வழியே புதிய விழிப்புணர்வை மீட்டெடுக்கும் தலைமுறையினனான அதிவீரன் மீண்டும் அத்தகைய அனுபவங்கள் வரக் கூடாது என்றுதான் விரும்ப முடியும். ஆனால், சமூக அதிகாரம் இயங்கும் உள்ளூர்க் களத்தில் அல்லாமல், அதற்கு வெளியே சென்னையில், சட்டமன்றத்தில் ஒரு பதவி தரப்படுகிறது. சட்டப்பேரவையில் மரியாதை தரப்பட்டாலும் உள்ளூரில் மாமன்னனுக்குத் தரப்பட்டுவந்த இடம் மாறுமா என்பதுதான் கேள்வி.

சினிமாவுக்கான நாடகீய அம்சம் என்கிற விதத்தில் நாற்காலி மறுக்கப் பட்ட ஒருவருக்கு நாற்காலி என்னும் தர்க்கம் பொருந்திவருகிறது. ஆனால், அரசியலாகப் பார்க்கும்போது பிரச்சினைக்குரிய களத்துக்கு வெளியே தரப்படும் சபாநாயகர் பதவி உள்ளீடு கொண்டதுதானா என்கிற கேள்வியையும் எழுப்பிக்கொள்ள வேண்டியிருக்கிறது. இத்தகைய

அதிகாரத்தை அடைவதுதான் ஒடுக்கப்பட்டோர் விழிப்புணர்வு என்றால் அது மீண்டும் ஏமாற்றத்தையே சந்திக்கிறது. சாதியின் நுட்பத்தைச் சொல்லுவதில் முன்னேறும் இன்றைய திரைப்படங்கள் அதன் வழியான கருத்தியலில், முடிவுகளில் தடுமாறுவதாக இருக்க முடியாது.

(குறிப்பு: பிற கட்டுரைகளைப் போல ஒரே நேரத்தில் தொகுப்பாக எழுதப் பட்ட கட்டுரையல்ல இது. இம்மூன்று படங்களும் வெளியானபோது ஒவ்வொரு படம் பற்றியும் தனித்தனியே எழுதப்பட்ட கட்டுரைகளை இணைத்து ஒரே கட்டுரையாகத் தரப்பட்டிருக்கிறது. மாரி செல்வராஜின் மொத்த படங்கள் குறித்து விரிவாக எழுதப்பட வேண்டும். இக்கட்டுரைகள் காலச்சுவடு இதழில் வெளியாயின. ஒவ்வொரு கட்டுரைக்கும் தனித் தலைப்புகள் இருந்தன. அவை நீக்கப்பட்டுப் புதிய தலைப்பு தரப் பட்டிருக்கிறது. 'பரியேறும் பெருமாள்' கட்டுரை 2018 நவம்பர் இதழிலும், 'கர்ணன்' கட்டுரை 2021 மே இதழிலும், 'மாமன்னன்' கட்டுரை 2023 ஆகஸ்ட் இதழிலும் வெளியாயின.)

முரணும் இணக்கமும்:
சாதி பற்றிய நான்கு படங்கள்

2023இல் சில நாட்கள் இடைவெளிக்குள் 'கழுவேத்தி மூர்க்கன்', 'இராவணக் கோட்டம்' ஆகிய படங்கள் வெளியாயின. அதற்கு முன்னர் 'விட்னஸ்' படமும் பின்னர் 'தமிழ்க்குடிமகன்' படமும் வந்தன. இந்நான்கு படங்களிலும் தலித்துகளும் சாதியும் மையப்படுத்தப்பட்டுள்ளனர்.

தலித், சாதி பற்றிப் பேசியதற்காக மட்டும் இப்படங்கள் எடுத்துக் கொள்ளப்படவில்லை. சினிமாவிலும் அரசியலிலும் உருவாகியுள்ள தலித் குரல் தொடர்ந்து முன்னெடுக்கப்படுவதைப் புரிந்துகொள்ள வேண்டியிருக்கிறது. பொதுவாக சினிமா போன்ற வணிகவெளியில் சமூகத்தில் கவனம் பெறக்கூடிய விசயங்கள் உடனே சினிமாவில் இடம்பெற்றுவிடும். அவை அப்பிரச்சினை மீதான அக்கறையைக் காட்டிலும் வணிக வெற்றிக்கான காரணமாக இருந்திருக்கும். தலித், சாதி ஆகியன வணிக வெற்றிக்குரியதாக மாறியபோது பல படங்களிலும் காட்சியாகவோ வசனமாகவோ அவை இடம்பெற்றன. குறிப்பாக ஆணவக்கொலை பற்றிய குறிப்பிடல் பல படங்களில் இடம்பெற்றிருக்கின்றன. ஆனால், இக்கட்டுரையில் காட்டப்பட்டுள்ள படங்கள் வணிக வெற்றியையும் தாண்டி இப்பிரச்சினையைத் தங்கள் புரிதலின் எல்லைக்குட்பட்டு அக்கறையோடு பேச முன்வந்துள்ளதால் விவாதத்திற்கு எடுத்துக்கொள்ளப்படுகின்றன. முதலில் இப் படங்களின் கதைகளைச் சுருக்கமாகப் பார்ப்போம்.

கழுவேத்தி மூர்க்கன்

தெக்குப்பட்டி என்னும் ராமநாதபுர மாவட்டத்துக் கிராமம். எப்போதும் சாதியப் பதற்றம் நிலவும் அவ்வூரின் அதிகார சாதியைச் சேர்ந்த மூர்க்கனும் ஒடுக்கப்பட்ட வகுப்பைச் சேர்ந்த பூமியும் சிறுவயது முதலே நண்பர்கள். ஆனால், இந்த நட்பு மூர்க்கனின் தந்தை உள்ளிட்ட அதிகாரச் சாதியினருக்குப் பிடிப்பதில்லை. இதற்கிடையில் முனியராஜ் என்னும் அதிகாரச் சாதியின்ன் அரசியலில் தலையெடுக்க முற்படுகிறான். அதில் தலித் பகுதியில் போஸ்டர் ஒட்டும்போது பிரச்சினை உருவாகிறது. முனியராஜ் சார்ந்த கட்சியின் தலைவர் அவ்வூருக்கு வரும்போது சுவரொட்டிகள் கிழிக்கப்படுகின்றன. இதற்கான குற்றச்சாட்டு தலித் பகுதிமீது சுமத்தப்படும்போது பூமி பாதுகாப்பாக நிற்கிறான். இதற்கிடையில் மூர்க்கனின் தந்தையும் பதவிக்காகச் சொந்தச் சாதியினனான முனியராஜோடு சேர்ந்துகொள்கிறார். இவர்கள் எல்லோரும் பூமியை எதிரியாக நினைக்கிறார்கள். ஆனால், மூர்க்கனின் பூமியுடனான நட்பு இதற்குத் தடையாக நிற்கிறது. எல்லோரும் சேர்ந்து மூர்க்கனின் தாயைத் தாக்கி அப்பழியைப் பூமிமீது போடுகின்றனர். அதைக் கேட்கப் போன காவல்துறை இடத்தில் பூமி கொலைசெய்யப்படுகிறான். இப்பழி மூர்க்கன்மீது போடப்படுகிறது. அவனைத் தேட ஆரம்பிக்கிறது. பிறகு இதற்குப் பின்னாலிருந்த சதிகளையும் சாதிய நோக்கங்களையும் புரிந்துகொள்கிறான் மூர்க்கன். சை.கவுதம்ராஜ் படத்தை இயக்கியிருக்கிறார்.

இராவணக் கோட்டம்

இராவணக் கோட்டத்திலும் இதே நிலப்பரப்பு, கதைக்களம். ஏனாதி என்னும் ஊரில் கதை நடக்கிறது. அதிகாரச் சாதியைச் சேர்ந்த போஸும் ஒடுக்கப்பட்ட வகுப்பைச் சேர்ந்த சித்ரவேலுவும் நண்பர்களாயிருந்து ஊரை 'ஒற்றுமை'யாக வழிநடத்துகிறார்கள். அதேபோல போஸின் உடனிருக்கும் செங்குட்டுவனும் மதிமாறனும் நண்பர்கள். இருவரும் இளைஞர்கள், வெவ்வேறு சாதியினர். ஊருக்குள் கட்சி, கொடி போன்றவை வந்தால் சாதிகளுக்குள் நிலவும் ஒற்றுமை கெட்டுவிடும் என்று அவற்றை மறுத்துவருகிறார் போஸ். ஆனால், அரசியல் தேவைக்காக இவர்களைப் பிரிக்க நினைக்கிறார்கள் அரசியல்வாதிகள். கண்மாய் நீரைப் பங்கிடுவது தொடர்பாக இரு பிரிவினருக்கும் முரண் எழுகிறது. பிறகு கண்மாயில் நீரைத் தேக்கும் திட்டத்திற்காகக் கருவேலம் மரங்களை வெட்டுவதற்குத் திட்டமிடுகிறார்கள் போஸும் வேலுவும். அதற்குள்

இருவரும் கொல்லப்படுகின்றனர். நண்பர்களான செங்குட்டுவனும் மதிமாறனும் பிரிந்துநின்று மோதுகிறார்கள். சாதிக்கலவரம் மூள்கிறது. பிறகு உண்மையறிந்து வெடித்து அழுவதோடு படம் முடிகிறது. விக்ரம் சுகுமாரன் படத்தின் இயக்குநர்.

தமிழ்க்குடிமகன்

இசக்கி கார்வண்ணன் இயக்கத்தில் வெளியாகியிருக்கும் இப்படம், இப்போதைய நெல்லை மாவட்டம், செந்திப்பட்டி எனும் கிராமத்தில் நடப்பதாகக் காட்டப்படுகிறது. பரம்பரை காரணமாக சின்னச்சாமி ஊரின் குடிமகனாக இருக்கிறான். சின்னச்சாமி படித்துவிட்டு அதற்கேற்ற வேலைக்குப் போக விருப்பப்படுகிறான். ஆனால், தேர்வு நாளில் பிணக்குழி தோண்ட நிர்ப்பந்திக்கப்படுவதால் போட்டித் தேர்வுக்குப் போக முடியவில்லை. பிறகு இந்தக் கட்டாய இழிதொழிலிலிருந்து விடுபட நினைத்து மாடுகள் வாங்கிப் பால் கறந்து விற்கிறான். ஊரார் வலைப்பின்னல் போலிருந்து தடுக்கிறார்கள். இதற்கிடையில் மருத்துவம் பயிலும் சின்னச்சாமியின் தங்கையும் ஊர்ப் பெரிய மனிதரின் மகனும் காதலிக்கிறார்கள். அதில் அவள் தாக்கப்பட்டு ஊரை விட்டு விரட்டப்படுகிறாள். சின்னச்சாமியின் வைராக்கியம் கெட்டிப்படுகிறது. ஊர்ப் பெரிய மனிதரின் தந்தை இறந்து போகிறார். சின்னச்சாமி பிணக்குழி தோண்ட மறுக்கிறான். சுற்றுவட்டாரக் கிராமங்களிலிருப்போரும் அவனுக்கு ஒத்துழைப்பு தரும் விதத்தில் பிணக்குழி தோண்ட மறுக்கிறார்கள். ஆத்திரமடைந்த ஊர் கூடிநின்று சின்னச்சாமியைத் தாக்குகிறது. ஊரை விட்டு வெளியேறுகிறான். போலீஸும் பெரிய மனிதருக்கு ஆதரவாகத் துன்புறுத்துகிறது. சின்னச்சாமி நீதிமன்ற வழக்குக்குப் போகிறான். இப்பணிக்கு யாரையும் கட்டாயப்படுத்தக் கூடாது, அந்தந்தச் சாதியிலேயே பணியாளரை நியமிக்க வேண்டும் என்று தீர்ப்பு வழங்கப்படுகிறது.

விட்னஸ்

அந்த மூன்று படங்களும் தென்மாவட்டக் கிராமப் புறங்களைக் களங்களாகக் கொண்டவை. 'விட்னஸ்' படம் சென்னைப் பெருநகரத்தில் நடக்கிறது. சாதியாலும் வர்க்கத்தாலும் கீழிருத்தப்பட்டிருக்கும் தூய்மைப் பணியாளர் குடும்பப் பின்புலத்தைக் காட்டுகிறது. துப்புரவுப் பணியாளரான விதவைத்தாய் ஒருவரின் இருபது வயது மகன் பணக்காரர்கள் வாழும் அடுக்குமாடிக் குடியிருப்பில் பாதுகாப்பு உபகரணமின்றிக் கழிவுநீர் தொட்டிக்குள்

இறக்கப்படும்போது மரணமடைகிறான். இதற்கு எதிராகக் கட்சிகள், அலுவலகங்கள், காவல்நிலையம், நீதிமன்றம் ஆகியவற்றினூடாக அந்தத் தாய் நடத்தும் போராட்டமே படம். சாவுக்குக் காரணமான - மறைக்கப் போராடிய அதிகார சக்திகள் "எங்களை நாங்களே விடுவித்துக்கொள்கிறோம்" என்று தீர்ப்பளித்துக்கொள்வதாகக் காட்டுவதோடு படம் முடிகிறது. தீபக் இயக்கியிருக்கிறார்.

நான்கு படங்களும் சாதியைக் கதையின் மையமாகக் கொண்டிருக்கின்றன. கதையால் மட்டுமல்ல சித்திரிப்பு, வசனங்கள் ஆகியவற்றாலும் சாதியமைப்பையும், அதன் சிக்கலையும் இப்படங்கள் விரிவாக, சமயங்களில் நுட்பமாகவும் பேசியிருக்கின்றன. இதில் கழுவேத்தி மூர்க்கன் வணிகரீதியான வெற்றியையும், 'விட்னஸ்' ஓடிடி தளத்தில் பரவலான பார்வையாளர்களையும் பெற்றன. தமிழ் சினிமாவில் சாதியை மையமாகக்கொண்ட படங்கள் நீண்ட காலமாக வந்துகொண்டிருக்கின்றன. தமிழ் சினிமா பேசத் தொடங்கிய நாளிலிருந்து (1931) சாதியை நேரடியாகவும் மறைமுகமாகவும் குறிப்பிட்டிருக்கின்றது. காந்தி அக்கறை செலுத்திய சமூகப் பிரச்சினைகளில் அரிஜன தீண்டாமை ஒழிப்புக் கருத்துகள் தொடக்ககாலப் படங்களிலேயே இடம்பெற்றுவிட்டன. 1980-90களில் கிராமப்புறக் கதையாடல்கள் அழுத்தம்பெற்ற பின்புலத்தில் சாதி முக்கியக் கச்சாப் பொருளானது. ஆனால், இக்கட்டுரையில் காட்டப்படும் நான்கு படங்களும் வெளியாகியிருக்கும் காலம் முக்கியமானது. (வேறு படங்களும் வெளியாகியிருக்கின்றன). அதாவது 2010க்குப் பிறகு தமிழ் சினிமாவில் ஏற்பட்டிருக்கும் தலித் அலைக்குப் பிறகு இப்படங்கள் வெளியாகியிருக்கின்றன. எனவே முன்பு சாதி எதிர்ப்பு பேசிய படங்களுக்கும் இப்படங்களுக்கும் இடையே வேறுபாடு இருக்கிறது.

தலித் அலை படங்கள் தலித் பின்புலத்திலிருந்து வந்த இயக்குநர்களால் எடுக்கப்பட்டன. அவர்கள் தலித் அரசியல் ஓர்மையுடன் தங்கள் படங்களை உருவாக்கினர். விமர்சனபூர்வமாக அணுக வேண்டிய படங்களே என்றபோதிலும் சாதிபற்றி இதுவரை இல்லாத நுட்பமான சித்திரிப்புகள் அப்படங்களில் இருந்தன. எல்லாவற்றைக் காட்டிலும் சாதி பற்றிய கதையாடல்களை வணிக வெற்றியாக்கியது மூலம், அதே போன்ற கதையாடல்களைப் பிறரும் உருவாக்கி வெற்றிபெற முடியும் என்ற மாதிரியை உருவாக்கினர்.

அதேவேளையில் இதை சினிமா என்கிற தளத்தில் மட்டும் வைத்துப் பார்க்க முடியாது. அரசியல், இலக்கியம், சினிமா ஆகியவற்றில் தலித் போக்கு உருவாகியிருக்கிறது. அவை சூழலில் அழுத்தம் செலுத்தும்போது அவற்றை எதிர்கொள்ள வேண்டிய தேவை சமூகத்திற்கு உருவாகிறது. எனவே அவற்றை நேரடியாக - மறைமுகமாக ஆதரித்தோ எதிர்த்தோ சினிமா தளத்தில் படங்கள் உருவாகியிருக்கின்றன. மோகன்ஜி இயக்கிய திரௌபதி (2020), ருத்ரதாண்டவம் (2021) படங்கள் எதிர்மறையானவையென்றால் மேற்கண்ட படங்கள் நேர்முகமானவை. இந்த இயக்குநர்களில் பெரும்பாலானோர் தலித் அல்லாதவர்கள் என்று தெரிகிறது. சாதி சார்ந்து தலித்துகளின் கேள்விகளை - தலித் பிரச்சினைகளின் நியாயத்தைப் புரிந்துகொண்டவர்கள் என்ற முறையில் இந்த இயக்குநர்கள் முக்கியமானவர்கள். பாராட்டத்தக்கவர்கள். மேலும் இந்த இயக்குநர்கள் அரசியல் ஓர்மையுடையவர்கள். அந்த ஓர்மை இருந்ததால்தான் இப்பிரச்சினையைப் படமாக்க வந்தார்கள் என்றும் சொல்லலாம். ஆனால், அவர்கள் தலித் இயக்க அரசியல் பின்னணியிலிருந்து வரவில்லை. மாறாக வெவ்வேறு அரசியல் வாசிப்புகளிலிருந்து அவற்றில் தலித் கரிசனத்தையும் சாதி பிரச்சினையையும் கைக்கொண்டவர்களாக வந்திருக்கின்றனர்.

கழுவேத்தி மூர்க்கன், இராவணக் கோட்டம் படங்கள் ஒரே களம் மட்டுமல்ல கிட்டத்தட்ட ஒரே மாதிரியான கதையையும் கொண்டிருக்கின்றன. இருவேறு சாதியைச் சேர்ந்த நண்பர்களைக் காட்டி அவர்கள் வழியாக முரணைச்சுட்டி இணக்கத்தைப் பேசுகின்றன. தமிழ்நாட்டுச் சாதிமோதல் வரலாற்றில் ராமநாதபுரம் மாவட்டத்திற்கென்று தனித்த இடமுண்டு. 1957ஆம் ஆண்டின் முதுகுளத்தூர் கலவரத்திற்குப் பிறகு தேவர்களும் தேவேந்திரர்களும் மோதிக்கொள்ளும் சம்பவங்கள் நடந்துகொண்டிருக்கின்றன. இப்பின்னணியில் ராமநாதபுரம் மாவட்டப் பின்புலம் காட்டப்பட்டிருப்பதும் முரண்படும் சமபலமுடைய சாதிகளை எடுத்துக்கொண்டிருப்பதும் குறிப்பிடத்தக்கன.

எதிரெதிரானதாகக் கருதப்படும் சாதிகளைக் காட்டும்போது ஒருவித எச்சரிக்கையும் தேவைப்படும். குறிப்பிட்ட அரசியலைப் பேசினாலும் எல்லாத் தரப்பு மக்களும் பார்க்க வேண்டிய சினிமா என்ற முறையில் ஒன்றைக் கூட்டியோ, மற்றொன்றைக் குறைத்தோ காட்ட முடியாது. வசனங்களிலும் சித்திரிப்பிலும் சமநிலை பேண வேண்டிய அவசியம் ஏற்பட்டுவிடுகிறது. தமிழ் சினிமா வரலாற்றில் இந்தச் சமநிலை பேணப்படாத

நிலையும் அவற்றில் தலித் தரப்பை எப்படியும் சித்திரிக்க முடியும் என்ற நிலையும் இருந்தன. ஆனால், ஓரளவு தலித் விழிப்புணர்வும் தலித் சித்திரிப்பு குறித்த ஓர்மையும் ஏற்பட்டுள்ள நிலையில் இப்படங்கள் இவற்றைக் கையாண்டுள்ள விதத்தைக் காண்பது அவசியமாகிறது.

கழுவேத்தி மூர்க்கன் சாதி இந்துத் தரப்பை மட்டுமே அடையாளங்களும் வீரமும் கொண்டதாகக் காட்டாமல் பட்டியலினத் தரப்பு இன்றைய கிராமங்களில் தங்களுக்கென்று உருவாக்கிக்கொண்டிருக்கும் அடையாளங்களையும் காட்டியிருக்கிறது. சாதி இந்துப் பகுதியை கார்த்திக் ரசிகர் மன்றப் பலகையோடு காட்டுவதைப் போலப் பட்டியலினப் பகுதியை அடையாளப்படுத்த பிரசாந்த், விக்ரம் ரசிகர் மன்றப் பலகைகள் காட்டப்படுகின்றன. இன்றைய தென்மாவட்டக் கிராமங்கள் பலவற்றின் எதார்த்தங்கள் இவை. சாதி இந்துத் தரப்பைப் பிரதிபலிக்கும் தலைவருக்கான பேனர் கிழிந்து தொங்கும்போது அந்த ஓட்டைக்குப் பின்னால் அம்பேத்கரின் விரல் நீட்டியிருக்கும் சிலை காட்டப்படுவது முக்கியமான குறியீடு. அம்பேத்கரின் பிம்பத்தைக் காட்டுவதுகூட 'இயல்பாகி'விட்ட இன்றைய நிலையில் வட்டார அளவிலான சாதி எதிர்ப்புப் பிம்பங்களைக் காட்ட முடிவதில்லை. ஆனால், இந்தப் படத்தில்தான் தென்தமிழகப் பட்டியல் வகுப்பினரின் சாதி எதிர்ப்புக் குறியீடான இம்மானுவேல் சேகரன் படம் நாயகனின் நண்பர் (பூமி) வீட்டில் சற்று மங்கலான தொலைவிலூடாகவாவது காட்டப்பட்டுள்ளது.

இரண்டு தரப்பிலும் பிழைகள் இருப்பதாகக் கூறப்படும் இப்படத்தில் சிக்கல் உருவாவதற்குச் சாதி இந்துத் தரப்பின் ஆதிக்க உணர்வே காரணமாக இருப்பது உணர்த்தப்பட்டுள்ளது. நண்பர்கள் இரண்டுபேரில் பட்டியல் வகுப்பைச் சேர்ந்த பூமி படித்தவனாக இருப்பதால் பிரச்சினைகளைப் பொறுமையோடு அணுகுகிறவனாகவும் இருக்கிறான். தன் சாதியினர் சாதிச் சண்டைகளில் ஈடுபடாமல் படித்துவிட்டு வேலைக்குச் செல்ல வேண்டுமென்று விரும்புகிறான். சிறுவயதில் பூமியும் மூர்க்கனும் மோதிக்கொள்கிறவர்களாக இருந்தாலும் மூர்க்கனை மாடு முட்டிவிடும்போது காப்பாற்றுகிற நேயமுள்ளனாக பூமி இருக்கிறான். ஒடுக்கப்பட்ட வகுப்பினர் பற்றிய இதுவரையிலான திரைப்படச் சித்திரிப்புகளிலிருந்து இவை முன்னோக்கிய சித்திரிப்புகொண்டவை.

ஒரு சார்பு அடையாளங்கள்

அதேவேளையில் படம் சில பிரச்சினைகளையும் கொண்டிருக்கிறது. இத்தகைய நற்பண்புகள் கொண்டவனாகக் காட்டப்படும் பூமி படத்தின் நாயகனாக இல்லை. கதை அவனை மையமாகக்கொண்டு அமையவில்லை. சாதி எதிர்ப்பில் அதிகார சாதியினருக்கும் பொறுப்பிருக்கிறது என்ற பொருளில் நாயகனை அவ்வாறு காட்டியிருப்பதைப் புரிந்துகொள்ள முடிகிறது. அதே வேளையில் (ஆதிக்கச் சாதி) நாயகனுக்குத் தரப்படும் அடையாளங்கள் பொதுப்புத்திக்கு ஆதரவாக இருப்பது கவனிக்கப்படவில்லை. இதனால் கருத்துநிலையில் உருவாக்க விரும்பிய பார்வைக்கு முரணாக இந்த அடையாளங்கள் அமைந்துவிடுகின்றன. படத்தில் மூர்க்கன் பூமிபோல் நிதானமாக இல்லாமல் சண்டை போடும் முரடனாக இருக்கிறான். ‘வன்முறை’யும், ‘வீர’மும் வழக்கம்போல் ஒரு சாதிக்கு மட்டுமே தொடர்புடையனவாக பொருள் பெறுகிறது. ஒடுக்கப்பட்டவர்களைப் படிப்பு உள்ளிட்ட மாற்றத்திற்கான மதிப்பீடுகளோடு காட்டுவதற்காக, ஆதிக்க வகுப்பினரின் வன்முறைகளை எதிர்கொள்ளும் ஒடுக்கப்பட்டோரின் முயற்சிகளை இவை மறைத்து விடுகின்றன. அதேபோல தமிழ் சினிமா ஆதிக்க வகுப்பினரின் வன்முறையோடும் வீரத்தோடும் தொடர்புடைய அடையாளமாக ‘மீசை’யை சித்திரித்து வந்திருக்கிறது. இந்தப் படத்திலும் மீசை ஆதிக்கச் சாதி நாயகனுக்குரியதாகக் காட்டப்பட்டுள்ளது. இது தெரிந்தே வைக்கப்பட்டிருப்பதைப் படத்தில் ‘நீ சொன்னால் மீசையை எடுத்துவிடுவேன்’ என்று பூமியிடம் மூர்க்கன் கூறுவது மூலம் தெரிந்து கொள்கிறோம். ஆனால், அதில் மேற்கொண்டு வேறெதுவும் நிகழ்ந்துவிடாமல் கடைசிவரை மீசையைக் காப்பாற்றுகிறது படம். எனினும் ‘மீசையெல்லாம் ஒரு மசுறு’ என்ற ஒரு படத்தில் நாயகன் கூறுவதுபோல் காட்டியிருப்பது தானாக நடந்து விடவில்லை. இத்தகைய குறைகளைத் தாண்டிப் படம் உருவாக்கியிருக்கும் சாதகமான பார்வையில் உருப்பெற்றிருக்கும் தலித் உரையாடல்களுக்கும் இடமுண்டு.

சமநிலை பேணாத சித்திரிப்புகள்

ராமநாதபுரம் பகுதியின் சமபலமுடைய இருவேறு சாதிகளைக் காட்டியிருந்தாலும் கழுவேத்தி மூர்க்கன் அளவிற்கு இராவணக் கோட்டம் சமநிலை பேணவில்லை. பட்டியலினத்திற்கும் சாதி இந்துத் தரப்பினருக்கும் இணக்கம் தேவை என்றுகூற முற்பட்டிருந்தாலும் இருவேறு சாதியினருக்கான

அடையாளம், மதிப்பு ஆகியவற்றைச் சித்திரிப்பதில் வெளிப்படையாகவே ஆதிக்க வகுப்பின் பக்கம் இப்படம் நின்றுவிட்டிருக்கிறது. நேர்மை, ஒழுக்கம், எதிரிகளின் பசப்புக்குப் பணியாமை போன்றவற்றில் ஆதிக்கச் சாதி நாயகனுக்குத் தரும் சாதகமான பார்வையை ஒடுக்கப்பட்ட பாத்திரத்திற்குப் படம் தரவில்லை. இதனால் படம் முன்வைக்க விரும்பும் 'இணக்கம்' போலித்தனமாகிவிடுகிறது.

போஸும் சித்ரவேலுவும் கடந்த தலைமுறையின் சாதி கடந்த நண்பர்கள். அதன் தொடர்ச்சியில்தான் மதியும் செங்குட்டுவனும் இந்தத் தலைமுறையில் சாதி கடந்த நண்பர்களாக இருக்கிறார்கள். இரண்டு இணைகளில் போஸ், செங்குட்டுவன் என்கிற சாதி இந்துத் தரப்பினரே முதன்மைப் பாத்திரங்கள். சித்ரவேல், மதி ஆகிய பட்டியலின நண்பர்கள் துணைப் பாத்திரங்கள். நட்பில் சதிக்கு இரையாகிறவர்களாக - விழிப்புணர்வு இழந்தவர்களாக - பொறுமை இழப்பவர்களாக - துரோகமிழைப்பவர்களாகத் தலித் பாத்திரங்களே உள்ளன. இரண்டு தரப்பையும் பிரதிபலிக்கும் இப்படத்தில் "வெள்ளைக்காரன் பண்ணையில் கொத்தடிமைகளாக இருந்த நம்மைக் கூட்டிவந்து இடம்கொடுத்து, நிலம் தந்து, சோறு கொடுத்து, படிக்கவைத்த குடும்பம் இவங்களுடையது" என்று சாதி இந்துக்கள் பற்றித் தலித் வாயாலேயே பேசவைக்க முடியுமென்றால், இப்படத்திலுள்ள பிற கோளாறுகளைச் சொல்லத் தேவையில்லை.

இப்படங்களை முன்வைத்து இரண்டு விசயங்களை விவாதிக்க இடமிருக்கிறது. பல குறைபாடுகளைத் தாண்டி இப்படங்கள் இணக்கம் பேச முன்வந்திருக்கின்றன. ஆனால், இந்த அளவிற்கான இணக்கம் பற்றிய பேச்சு இப்போது ஏன் எழுந்திருக்கின்றது? சினிமாவில் நடந்திருக்கும் மாற்றங்கள் மட்டுமே இதற்குக் காரணமில்லை. இப்படங்கள் இரண்டும் ஒரே வட்டாரத்திலுள்ள குறிப்பான சாதிகளைப் பேசியிருக்கின்றன. இரண்டு சாதிகளுக்கிடையே நடந்துவரும் தொடர் மோதல்கள், அதில் பட்டியலினத் தரப்பில் நடந்திருக்கும் எதிர்ப்புணர்வு என்கிற தொடர்ச்சியில், ஒரு கட்டத்தில் மோதலை முடிவுக்குக் கொணர வேண்டிய தேவை ஏற்பட்டுள்ளது. அவற்றின் தாக்கமே இப்படங்கள். இத்தகைய உள்ளூர் எதார்த்தத்தோடு அரசியல், சினிமா, இலக்கியம் போன்றவையும் சேர்ந்து இச்சொல்லாடலாக விரிந்திருக்கின்றன. இப்படங்களை இயக்கியவர்கள் தலித் அல்லாதவர்கள். தலித் தரப்பிலான அரசியல் குரல் நீதியுணர்ச்சியையும், இலக்கியம் குற்றவுணர்ச்சியையும் ஒரு சேர உருவாக்கியதன் தொடர்ச்சியாகவும்

இவற்றைப் பார்க்க வேண்டும். இராவணக் கோட்டம் இயக்குநர் உள்ளூர் தேவையிலிருந்தும் கழுவேத்தி மூர்க்கன் இயக்குநர் அரசியல் புரிதலிலிருந்தும் இப்படங்களை எடுத்திருக்கின்றனர்.

பொது எதிரி என்னும் கற்பிதம்

இணக்கத்தை இப்படங்கள் எதன்வழி எவ்வாறு உருவாக்க விரும்புகின்றன, முரணுக்கான காரணங்களாக எவற்றைக் கூறுகின்றன, எத்தகைய நிலைப்பாட்டை, தீர்வை எடுக்கின்றன போன்றவை முக்கியமாகின்றன. இதுபோன்ற தருணங்களில் இவ்வகைப் படங்களில் இரண்டு விசயங்கள் முன்வைக்கப்படுகின்றன. 1. பிரச்சினை வெளியிலிருந்து தூண்டப்படுகிறது. 2. பொது எதிரிக்கு எதிராகச் சேர வேண்டும் என்பவையே அவை. முரண்பாட்டிற்கான காரணம் கூறப்பட்டுப் பிறகு அவை களையப்பட வேண்டும், அக்காரணத்தை அறிந்து தீர்வை நோக்கிச் செல்ல வேண்டும் என்பதுதான் இதன் நியதி. ஆனால், இங்கு பெரும்பாலும் முதலிலேயே தீர்வு இதுதான் என்று சொல்லப்பட்டு விடுகிறது. பிறகுதான் அதற்கேற்ற காரணங்கள் தேடப்படுகின்றன அல்லது கட்டமைக்கப்படுகின்றன.

இராவணக் கோட்டம் படத்தில் முதலிலிருந்தே எல்லாச் சாதியினரும் ஒற்றுமையாக இருக்கிறார்கள். ஆனால், கார்ப்பரேட் முதலாளிகளின் நலனுக்காக அரசியல்வாதிகள் ஊரில் பிரிவினை ஏற்படுத்துகிறார்கள்; அதனால் மோதிக்கொள்கிறார்கள். இதன்படி முரணுக்கான காரணம் வெளியே இருக்கிறது. கழுவேத்தி மூர்க்கன் இந்த விதத்தில் இராவணக் கோட்டம் படத்தின் சட்டகத்திலேயே இணைகிறது. மோதிக்கொள்ளும் இரண்டு சாதியினரையும் நோக்கி மூர்க்கன், "நீங்க யாரும் ஜெயிக்கப் போறதில்லை. இதெல்லாம் நடக்க வேண்டுமென்று நினைச்சுகிட்டு இருக்கான் பாரு. அவன் ஜெயிச்சுக்கிட்டு இருக்கான்" என்கிறான்.

கதைப்படி இந்தக் கூற்று அரசியல்வாதிகளைக் குறிப்பிடுவதாக இருக்கிறது. இவ்விடத்தில் பொது எதிரி ஒருவர் இனங்காட்டப்படுகிறார். சாதி முரணைப் பேச முன்வந்திருந்தாலும் சாதிக்கான காரணத்தைக் கூற வரும்போது ஒரு படம் அரசியல்வாதிகளைக் கூறுகிறது, மற்றொன்று நவீன முதலாளிய அரசையும் கார்ப்பரேட்டையும் கூறுகிறது. சாதிய முரணுக்கு வெளிக்காரணங்கள் இருக்கலாம், இல்லாமலும் போகலாம். அது குறிப்பான சூழலைப் பொறுத்தது. எனவே அது இங்கு பிரச்சினையில்லை. மாறாக சாதிய முரணைக் கொண்டு பேசமுற்படும் எல்லாப் பிரதிகளும்

சொல்லிவந்தாற்போல பிரச்சினைக்கு வெளியிலிருக்கும் தூண்டல்களே காரணம் என்று சொல்வதும், பிறகு அவர்களைப் பொது எதிரிகளாகக் கூறி முரண்படுவோரை ஒன்றுகூடக் கூறுவதும் வழக்கமாகயிருக்கிறது. முரண்பாடு நிலவும் குறிப்பான களத்திலிருந்து அப்பிரச்சினையைப் புரிந்துகொள்ளும் வாய்ப்பை இப்பார்வை துண்டித்துவிடுகிறது; அதன்மூலம் களத்தில் முரண்பாட்டின் காரணமாகப் பயன் பெறுவோரை, களத்திலிருப்போரை வெறும் கருவிகள் மட்டுமே என்று காப்பாற்றவும் செய்கிறது. இதனைத் தமிழ்நாட்டுப் பிராமணரல்லாதோர் அரசியல் தன்னுடைய பார்வையாகக் கொண்டிருப்பதையும் அதிலிருக்கும் பிரச்சினைப்பாடுகள் குறித்து தலித் விமர்சனங்கள் பேசியிருப்பதையும் அறிவோம்.

இது அரசியல் பிரச்சினை மட்டுமல்ல; சமூகத்தில் நீண்ட காலமாக உலவும் பிரச்சினைகளைப் புரிந்துகொள்வதிலும் எதிர்கொள்வதிலும் நிலவும் கற்பனை வறட்சியைக் காட்டுகிறது. பல்வேறு நுட்பமான வலைப்பின்னல்களோடு இயங்கும் சாதியமைப்பை அதே நுட்பத்தோடு எதிர்கொண்டு தனக்குரிய நலனை இழக்க அரசியல்தளம் விரும்பவில்லை. எனவே சாதிமுரணைப் பேச வரும்போதெல்லாம் அதைத் தான் கொண்டிருக்கும் எளிமையான சூத்திரங்களில் அடக்கி, விளக்கிவிட்டு நகர்ந்துகொள்கின்றன. இத்தகைய ஆழமான சவாலை எதிர்கொள்ள முடியாத குறைபாட்டை மறைக்கத் தான் கட்டமைத்துக்கொண்ட 'எளிமை'யையே முழு உண்மைபோல் பரப்பி வருகின்றன. சாதிய முரண் கதையாடல்களில் நம் படைப்புகளும் அரசியல் தளத்தின் இந்த எளிமைப்படுத்தும் சட்டகத்தையே பிரதிபலிக்கின்றன.

முரண்படும் குழுக்களிடையே இணக்கம் உருவாக வேண்டுவதில் மறுப்பில்லை. ஆனால், இணக்கப்படுத்துவதற்கு வழிமுறையாக எவற்றைக் கூற முடிகிறது அல்லது கூற முடியவில்லை என்பன கவனத்துக்குரியன. முரண்பாட்டிற்கு அக, புறக் காரணிகள் இருக்கும். சில இடங்களில், சில காலங்களில் ஒரு காரணி மட்டும் இருக்கும். பல இடங்களில் இரண்டு காரணிகளும் இருக்கும். ஆனால், சாதி முரண்பாடு பற்றிய சொல்லாடல்கள் புறக்காரணியோடு மட்டும் நின்றுகொள்கின்றன. இதனால் யார், எது காப்பாற்றப்படுகிறார்கள் என்கிற விவாதம் எழுகிறதே ஒழிய, குறிப்பிட்ட பிரச்சினை தொடர்புடைய மக்கள் குழுவினர் என்னவாகிறார்கள் என்று விவாதிக்கப்படுவதில்லை.

களத்தில் முரண்பாடு நிலவுகிறது. அதனைக் கூறுவது சவாலானது. முரண்பாட்டிற்கான புற மற்றும் அகக்காரணிகளை மதிப்பிட்டுப் பேசுகிற நிலை இங்கு எழவில்லை. ஆனால், படைப்புகள்தாம் நிலவுகிற முரண்பாட்டை நுட்பமாக அணுகிக் கூடுதல் கோணத்தைத் தர வேண்டும்; அது இங்கு நடப்பதில்லை. விரிவாக யோசிப்பதிலுள்ள சவாலை, செல்வாக்கு பெற்றிருக்கும் பொது எதிரி என்கிற அரசியல் பார்வையை உள்வாங்கிச் சமப்படுத்திக்கொள்கிறார்கள். எனவே முரண்பாட்டைச் சரியாக விளக்கிவிடும் இக்கதையாடல்கள் அதற்கான காரணத்தையும் தீர்வையும் சொல்ல வரும்போது நுட்பத்தை விடுத்து எளிமைக்குச் சென்றுவிடுகின்றன. அவ்விடத்தில்தான் பொது எதிரி இருந்தாலும், இல்லாவிட்டாலும் அப்படியொருவர் இருக்கிறார் என்ற 'கற்பனை' தேவைப்பட்டு விடுகிறது (தலித் படங்கள் சிலவற்றிற்கும் இது பொருந்தும்).

சிலவேளைகளில் வரலாற்று உண்மையாகவும் சிலவேளைகளில் கீழிருப்போரை ஒன்றுதிரட்டுவதற்கான உத்தியாகவும் சொல்லப்படும் 'பொது எதிரி' என்னும் இந்தச் சொல்லாடல் மாறாத எதார்த்தமாக்கப்பட்டுப் புதிய யோசனைகளுக்கும் கற்பனைகளுக்கும் கூடத் தடையாக்கப்பட்டுவிடுகிறது. இப்படங்கள் தலித்துகள்மீது அக்கறை காட்டினாலும் களஅளவில் தலித்துகள் என்ன நினைக்கிறார்கள் என்ற நுட்பத்தைக் கதையாடலில் கொணரவில்லை. சாதி இருப்பதால்தான் அது தூண்டப்படுகிறது என்கிற அடிப்படை விசயத்தைக்கூட இப்படங்கள் கைவிட்டிருக்கின்றன. தலித் குரலை ஓர் அழுத்தமாகவோ குற்றவுணர்வாகவோ எடுத்துக்கொள்ளாமல் உரையாடலாகக் கவனிக்கும்போது பார்வை விரிவடையும்.

விட்னஸ் வேறுவகையிலானது. ஒரு பெருநகரம், அங்கே இருக்கும் அடுக்குமாடிக் குடியிருப்பு, அங்கு வாழும் உயர்சாதிய - வர்க்கப் பின்புலத்தினரின் எளிய மக்கள் மீதான மேட்டிமைத்தனம் - அலட்சியம் இவர்களுக்கு ஆதரவான அதிகாரச் சரடுகள் என்ற அடுக்கில் கதை பின்னப்பட்டிருக்கிறது. எல்லா வகை அதிகாரச் சக்திகளும் இச்சரடில் இணைக்கப்பட்டிருக்கின்றன. சென்னை நகரத்திலிருந்து வெளியேற்றப்பட்டுக் குடியேற்றப்பட்ட செம்மஞ்சேரி மக்கள் இப்படத்தில் முதன்முறையாகக் காட்டப்பட்டிருக்கின்றனர்.

மகனை இழந்து போராடும் தாய்க்கு ஆதரவாக இடதுசாரி அமைப்பு துணை நிற்கிறது. 1980 காலகட்ட தமிழ்ப் படங்களில் இடதுசாரி அரசியலும்,

அவை எளிய மக்களுக்கு ஆதரவாக இருப்பதும் காட்டப்பட்டன. ஆனால், இப்படத்தின் காட்சியமைப்பிலும் உரையாடலிலும் இருக்கும் முதிர்ச்சியும் மிகையின்மையும் முந்தைய கால இடதுசாரி அரசியல் படங்களிலிருந்து பெரிதும் வேறுபட்டிருக்கின்றன. அதேபோல முந்தைய இடதுசாரி அரசியல் படங்களில் சாதியை உள்மெய்யாக உறையவைத்துவிட்டு ஏழை, பாட்டாளி போன்ற பொத்தாம் பொதுவான அடையாளங்களில் காட்டுவர். ஆனால், இப்படத்தில் மலக்குழிகளில் இறங்குவோர் மீதிருக்கும் சாதிய வர்க்கப் பார்வை துல்லியமாகக் குறிப்பிடப்படுகிறது. இதன்மூலம் வர்க்க நோக்கையும் சொல்ல முடிந்துள்ளது, சாதியதிகாரத்தையும் சொல்ல முடிந்துள்ளது; பொதுவாகவே இடதுசாரி அரசியலில் இந்திய சாதிய நிலைமை அண்மையில் கணக்கில் கொள்ளப்பட்டிருப்பது ஒருபுறமென்றால், தமிழ் சினிமாவில் உருவாகியிருக்கும் தலித் அலையும் மறுபுறமாக இருந்து இவ்வகைப் படங்கள்மீது தாக்கம் செலுத்தியிருக்கின்றன.

மேற்கண்ட மூன்று படங்களிலிருந்தும் வேறுபட்டது தமிழ்க்குடிமகன். சாதியானது மேல்-கீழாக மட்டும் இருப்பதில்லை; அது நுட்பமான படிநிலைகளுடன் இயங்கும் அமைப்பாகவும் இருக்கிறது. ஆனால், தமிழ் சினிமாக்களில் சாதியின் இந்த மேல் கீழ் முரண்தான் கதையாக எடுத்துக்கொள்ளப்பட்டிருக்கின்றன. அதன் நுட்பமான கண்ணிகள் கொணரப்பட்டதில்லை. ஓர் ஊரில் உடைமைச் சாதி, இடைநிலைச் சாதி, தலித்துகள் என்றிருப்பதை அறிவோம். இவர்களைத் தாண்டி எண்ணிக்கைச் சிறுபான்மையினராகச் சேவைச் சாதியினரும் உண்டு. இவர்களில் மேலேயிருப்போருக்குச் சேவை புரிவோரிலிருந்து, கீழே இருப்போருக்குச் சேவை புரிவோர் தனிச்சாதியாக வைக்கப்பட்டிருப்பர். இவர்கள் எண்ணிக்கைரீதியிலான சிறுபான்மை தலித் சாதிகள். இவர்கள் அதிகாரச் சாதியினரோடும், பிற சேவைச் சாதியினர், தலித் சாதியினரோடும் சேர முடியாது. சில பகுதிகளில் தலித்துகளுக்குச் சேவை சாதியினர் இருக்க முடியாது. அங்கு எண்ணிக்கையளவிலான சிறுபான்மை தலித் சேவைச் சாதியினரே மேட்டிமைச் சாதியினருக்குச் சேவை புரிய வேண்டியிருக்கும். பல்வேறு சமூக மாற்றங்கள் காரணமாக இந்த மரபார்ந்த அமைப்பு மாறத் தொடங்கியிருக்கின்றது என்றாலும், பல்வேறு கிராமங்களில் இன்றைக்கும் இந்த 'அமைப்பொழுங்கு இருக்கின்றது. இப்பின்னணியில் இத்தகைய அமைப்பொழுங்கிலிருந்து வெளியேற நினைக்கும் இந்தத் தலைமுறையினரின் போராட்டத்தைச் சொல்கிறது படம்.

சாதிய முரண்பாட்டைக் காட்டியிருக்கும் படங்களின் 'ஸ்டிரியோ டைப்'பிலிருந்து சித்திரிப்புகள், வசனங்கள் சார்ந்து இப்படம் பல இடங்களில் வேறுபட்டிருக்கிறது. தலித்துகளை அழைத்து வந்து உண்ண உணவும், இருக்க இடமும் கொடுத்த மேலிருப்போர் கருணையை விதந்தது இராவணக் கோட்டம் படத்தின் வசனம். வின்னர் வசனம் அதனைத் தலைகீழாக்குகிறது. உள்ளூர்க் குடிகளிடமிருந்து பறிக்கப்பட்ட நிலங்களே பின்னர் ஆதிக்க வகுப்பினரின் தேவைக்கேற்ப 'கீழிருப்போருக்கு' தரப்பட்டதை இப்பட வசனம் குறிக்கிறது. ஊருக்கான பணிகளைச் செய்வோரை அந்தந்தச் சாதிக்குள்ளே நியமித்துக்கொள்ள வேண்டுமென்றும் தொழிலில் சாதியைவிடத் தேர்வு சுதந்திரம் இருக்க வேண்டுமென்றும் படம் பேசுகிறது. அதேவேளையில் இப்பிரச்சினைக்கான காரணத்தை வெளியிலிருந்து தூண்டப்படுவதாகக் காட்டாமல் இந்த அமைப்பின் ஒழுங்கிற்குள்ளிருந்து விளக்க முயன்றிருக்கிறது. அந்தவகையில் முதலிரண்டு படங்களிலிருந்து இப்படம் வேறுபட்டிருக்கிறது. அதே போல பிரச்சினைக்கான தீர்வாக நாயக சாகசத்தைக் காட்டாமல் நிலவும் சட்ட அமைப்பில் இருக்கும் சாத்தியத்தைப் பரிந்துரைத்திருக்கிறது. மரபின் வன்முறைக்கு மாற்றாக நவீன சட்டவாதத்தைப் பரிந்துரைக்கும் அதேவேளையில் தங்களைத் திருத்திக்கொள்ளாத மேட்டிமைச் சாதியினரை எதிர்த்துப் போராடாமல் கிராமத்தைவிட்டுப் பாதிக்கப்படுவோரே வெளியேறிக் கொள்வதையும் படம் மறுக்கிறது.

தமிழ்நாட்டு முற்போக்கு அரசியலிலும் சாதியப் பிரச்சினைகளை அணுகுவதிலுள்ள இரட்டை நிலைப்பாட்டை இப்படம் முதன்முதலாக விமர்சனம் செய்திருக்கிறது. கீழிருப்போரைக் கைத்தூக்கிவிட்டதாகக் கூறிக்கொள்ளும் எந்த அரசியல் கட்சிக்கும் இதுபோன்ற சிறிய சமூகங்களின் நுட்பமான பிரச்சினைகள் தெரிந்திருக்கவில்லை, இவ்வளவுக்கும் பிறகு தமிழ்நாட்டில் சாதி வன்கொடுமைகள் அதிகரித்தபடியேதான் இருக்கின்றன; அவை சரி செய்யப்படுவதில்லை. சமூகநீதி பேசும் கட்சிகளே சாதியடிப்படையில்தானே வேட்பாளர்களை நிறுத்துகின்றன! சாதி ஒழிப்பு பேச்சாகத்தான் இருக்கின்றதே தவிர செயற்பாடுகளாக இருப்பதில்லை என்றெல்லாம் விமர்சனப்பூர்வமான வசனங்கள் இடம்பெற்றுள்ளன.

பல இடங்களில் எதார்த்தத்தை நெருங்கும் காட்சிகளைக் கொண்டிருக்கும் இப்படம், அரசியல் விமர்சனங்களை வசனத்திற்கு ஒப்புக் கொடுத்திருப்பது ஒரு குறை. அதேபோல 'எங்களைச் சாதியற்றவர்களாக ஆக்குங்கள்' என்று

நாயகன் நீதிமன்றத்தில் கேட்பதாகக் காட்டும் படம், சாதிச் சான்றிதழில் சாதி என்ற கட்டத்தில் 'தமிழ்க் குடிமகன்' என்று குறிப்பிடுவதோடு முடிகிறது. சாதியற்ற அடையாளத்தை மொழி அடையாளத்தைக்கொண்டு நிரப்புகிறது. ஆனால், மதம் என்ற இடத்தில் மட்டும் இந்து என்பது மாறாமல் இருக்கிறது. சாதியமைப்பில் உள்ளூர் அமைப்பொழுங்கின் சிக்கலைப் பேசிய இப்படம், அதற்கு மதத்தின் ஆசி இருப்பதைக் கண்டுகொள்ளவில்லை என்பது வியப்பளிக்கிறது. உள்ளே நடக்கும் சிக்கலை உள்ளிருந்தும் புரிந்து கொள்ள வேண்டும் என்று கூறுவதன் பொருள் புறநிலை அழுத்தங்களுக்குரிய இடத்தை மறுப்பதாக இருக்க முடியாது.

காலச்சுவடு, டிசம்பர் 2023.

இளையராஜா பாடல்கள்:
காலமும் வெளியும்

இளையராஜா வணிக சினிமா என்னும் தளத்தில் செயல்பட்ட இசைக் கலைஞர். வெகுஜனம் நோக்கி இயங்கியவர். அதே வேளையில் அவருடைய பங்களிப்பு மேதமை நிறைந்தது என்பதில் யாருக்கும் சந்தேகம் இருக்க முடியாது. வெகுஜன தளமும் மேதமையும் எப்போதும் இணையாதவை என்பதான கருத்து இளையராஜா விசயத்தில் மாறியிருக்கிறது. இதற்கு இசை என்ற வடிவம் முக்கியக் காரணம். அடிப்படையில் இசை என்பது நுண்கலை. இசை கேட்பதற்கு இனிமையானது என்றாலும் அது இயங்கும் விதம் பூடகமானது; நுட்பமானது. அதனால்தான் இளையராஜாவின் இசை மேதமை கொண்டதா இல்லையா என்ற யோசனை பற்றிக் கவலைப்படாமலேயே அதன் இனிமை கருதி வெகுஜனம் இரசித்தது.

இளையராஜா பாடல்கள் இனிமையானவை, இன்னிசையானவை என்கிற கூற்றுகளை விளக்கச் சொன்னால் ஒரு வெகுஜன இரசிகனால் எவற்றையெல்லாம் சொல்ல முடியும்? இளையராஜாவின் பாடல்கள் முதன்மையாகக் காதலுக்குரியவை; காதலர்களுக்குரியவை. காதலின் பல்வேறு உணர்வுகளுக்கும் அவர் இசையில் இடம் இருந்தது. காதலின் உணர்வேக்கங்களுக்கு அவரின் இசையே இருப்பானது. தவிப்பு, ஏக்கம், வாட்டம், பிரிவு, காணுதல், தொடுதல், சிணுங்குதல், மரணம் என யாவற்றிற்கும் அவர் பாடல்களில் இடமிருந்தது. இவை தவிர துள்ளல், சோகம் என்பவற்றிற்கான ஓசையையும் பிரதிபலித்தது. அவரின் இசை

ஒரே நேரத்தில் அன்றாடத்தைப் பிரதிபலித்ததோடு, அன்றாடம் என்பதைக் கட்டமைக்கவும் செய்தது. 1980களில் அவர் பாடல்கள் இவ்வாறுதான் தமிழ் வாழ்வை ஊடுருவியிருந்தன. 1980களுக்குப் பிறகும் அவரின் பங்களிப்புகள் தொடர்ந்தன என்றாலும் அவரைக் குறிப்பிடும்போது 1980களுக்கு அழுத்தம் தரப்படுவது இந்தக் காரணத்திற்காகத்தான். இந்த வகையில்தான் வெகுமக்கள் அவர் பாடல்களின் 'இனிமை'யைக் கண்டடைந்துள்ளனர். ஆனால், இந்தக் கட்டுரையில் இளையராஜாவின் 'இனிமை நீங்கிய' பாடல்களையே பார்க்கப் போகிறோம். 1970களுக்குப் பிந்தைய தமிழ்ச் சமூக மாற்றங்களையும் அவை இளையராஜா வழி வெளிப்பட்ட விதத்தையும் புரிந்துகொள்வதற்கான முயற்சி இது. இதன்மூலம் ஒரேவேளையில் தமிழ் வரலாறையும் இளையராஜாவின் பயணத்தையும் புரிந்துகொள்ள முடியும் என்பது நம்முடைய சிறு கருதுகோள்.

இனிமை நீங்கிய பாடல்கள்

முதலில் இளையராஜாவின் 'இனிமை' நீங்கிய பாடல்களை வசதிக்காகச் சில வகைகளாகப் பிரித்துக்கொள்ளலாம். 1. சமூக அரசியல் மாற்றத்தோடு தொடர்புடைய பாடல்கள் 2. கட்டியங்காரன் பாணியில் அமைந்த நாட்டார் மயப் பாடல்கள் 3. அம்மா பாடல்கள் / தன்னைப் பற்றிய / மெய்ம்மை நோக்கிய பாடல்கள் 4. பக்தி அல்லது அம்மன் பாடல்கள். இவற்றில் சமூக அரசியல் மாற்றத்திற்கான பாடல்கள் என்ற முதல் வகையே இக்கட்டுரையின் வாதத்திற்கானது. நிலவும் சமூக அரசியல் சூழலைச் சாடுவதும் புதிய சூழலைக் கோருவதும் இப்பாடல்களின் அடிப்படை. அவலம், கோபம் போன்றவை இப்பாடல்களின் மையம் என்பதாலும், காதல் முதன்மை பெறாததாலும் இவற்றை ஒரு வசதிக்காக 'இனிமை நீங்கிய' பாடல்கள் என்று குறிப்பிட வேண்டியிருக்கிறது. மற்றபடி இச்சுட்டல் இறுக்கமான விதியல்ல.

தமிழ்த் திரைப்படப் பாடல்களில் சமூக அரசியல் மாற்றத்திற்கான பாடல்கள் புதியவை அல்ல. நிலவும் அவலங்களைச் சாடுவதும் அதற்கு மாறுதலாக மாற்றங்களைக் கோருவதும் நீண்டகாலப் போக்கேயாகும். குறிப்பாகச் சமூக விழிப்புணர்வுக் கருத்துகளைக் கொண்ட எம்ஜிஆரின் பாடல்கள் இவ்வகையில் தமிழில் நிலைத்துவிட்டன. அவற்றிலிருந்து இளையராஜாவின் பாடல்கள் எவ்வெவ்வாறெல்லாம் வேறுபடுகின்றன? இளையராஜா இசையமைத்த இவ்வகைப் பாடல்கள் எம்ஜிஆர் போன்ற குறிப்பிட்ட நடிகர்களின் பாடல்களாக இல்லாமல் இளையராஜாவின் விளைவாக இருந்தது.

இளையராஜா வருகையின் காலம்

'இளையராஜா விளைவு' என்பதை முதலில் பார்ப்போம். இதற்கு இளையராஜா வருகை நிகழ்ந்த காலத்தைப் புரிந்துகொள்ள வேண்டும். இக்கால மாற்றங்களை இரண்டு வகைகளாகப் பிரிக்கலாம். 1. திரைக்கு வெளியே நடந்த மாற்றங்கள் 2. திரைக்குள் நடந்திருந்த மாற்றங்கள்.

இந்தியச் சுதந்திரத்திற்குப் பிறகு காங்கிரஸ் கட்சி மத்தியிலும் பல்வேறு மாநிலங்களிலும் ஆட்சிக்கு வந்தது. அதேவேளையில் பல்வேறு போராட்டங்களும் எழுந்தன. பிராந்தியக் கட்சிகளின் எழுச்சியை ஒட்டி 1967ஆம் ஆண்டு தமிழகத்தில் திமுக ஆட்சியமைத்தது. ஆட்சிக்கு வருவதற்குமுன் அக்கட்சி அளித்த நம்பிக்கை வந்தபின் மங்கத் தொடங்கியது. இச்சூழலில் முன்பிருந்தே எழுச்சி பெற்றிருந்த இடதுசாரி அரசியல் பலருக்கும் நம்பிக்கையைத் தரத் தொடங்கியிருந்தது. சுதந்திரமடைந்த கால்நூற்றாண்டில் சமூகப் பொருளாதார அளவில் புதிய தொழிற்நுட்பங்களும் அணுகுமுறைகளும் வந்து சேர்ந்திருந்தன. விவசாய நிலங்கள், மின்சார வசதி, நீர்ப்பாசனம், கல்விக்கூடங்கள் பரவலாகுதல் போன்றவை அவற்றுள் முக்கியமானவை. நவீனத் தொழிற்நுட்பங்களாலும் சிந்தனைகளாலும் நிகழ்ந்த இம்மாற்றங்கள் மரபான கிராமச் சமூகங்களில் விழிப்புணர்வையும் கேள்விகளையும் உருவாக்கின. அதேவேளையில் அரசியல் தளத்தின் சீர்கேடுகள் பற்றிய கேள்விகளையும் இத்தகைய விழிப்புணர்வு ஏற்படுத்தியது. இதன் அடையாளமாகப் புதிய தலைமுறையினர் இருந்தனர். ஒவ்வொரு காலத்திலும் ஒவ்வொரு கட்சி இவ்விழிப்புணர்வின் அடையாளமாக இருந்தாலும் இடதுசாரி அரசியலின் தீர்வே பலரையும் ஈர்த்திருந்தது. இது திரைக்கு வெளியே நடந்துவந்த மாற்றங்களாகும்.

1970களின் திரைப்படத்துறையிலும் மாற்றங்கள் நடந்துவந்தன. அதுவரையிலும் கோலோச்சிவந்த எம்ஜிஆர், சிவாஜி என்னும் உச்ச நடிகர்களின் செல்வாக்கு முடிவுக்கு வந்திருந்தது. அடுத்த உச்ச நட்சத்திரங்கள் உடனே உருவாகிவிடவில்லை. கல்வி, அரசியல், கருத்துகள் ஆகிய விழிப்புணர்வின் பின்புலத்தில் கிராமங்களிலிருந்து புதிய தலைமுறையினர் சினிமாவிற்குள் சேர்ந்துகொண்டிருந்தனர். இவர்கள் அதுவரை தமிழ் சினிமாவில் கோலோச்சியிருந்த வர்க்கத்தினராக இல்லாமல் கிராமப்புற இடைநிலை, அடிநிலை வகுப்பினர்களாக இருந்தனர். தாங்கள் பார்த்த கதைக்களத்தையும் வாழ்க்கை முறையையும் சினிமாவிற்குள் கொணர்ந்தனர்.

இச்சூழலுக்கேற்றத் தொழிற்நுட்ப மாற்றங்களும் பரிசோதித்துப் பார்க்கப் பட்டன. இந்த வகையில் 1975க்கும் 1980க்கும் இடையே தமிழ் சினிமாவில் புதிய முகங்களும் புதிய ஓசைகளும் கேட்டன. இந்தப் புதிய வாசனை வணிக வெற்றிக்கான வகை மாதிரியாகவும் மாறியிருந்தன. இதனாலேயே தமிழ்த் திரைப்பட ஆய்வாளர்கள் பலரும் இந்தக் காலகட்டத்தைத் தமிழ் சினிமாவின் பொற்காலம் என்று குறிப்பிடுகின்றனர். மோகன் - தேவராஜ், பாரதிராஜா, பாலுமகேந்திரா, மகேந்திரன் போன்ற முக்கியமான ஆளுமைகள் அறிமுகமாகி நிலைபெற்ற இதே காலத்தில் இளையராஜாவும் அறிமுகமாகி இக்காலகட்டத்தின் போக்கைக் கட்டமைத்தவர்களுள் ஒருவரானார். இயக்குநர்களுக்கு இணையாகச் சொல்லத்தக்க அளவில் இளையராஜாவின் இசை புதிய திரைப்பட வெளியின் அங்கமாக அமைந்தது.

இந்தப் பின்புலங்களோடு இளையராஜாவின் தனிப்பட்ட வாழ்க்கையையும் பொருத்திப் பார்க்க வேண்டியிருக்கிறது. பிரிட்டிஷார் உருவாக்கியிருந்த புதிய தொழிற்களமான தேயிலைத் தோட்டத்திற்கு இடம்பெயர்ந்து கங்காணியாக இருந்தவர் இளையராஜாவின் தந்தை ராமசாமி டேனியல். இளையராஜாவின் மூத்த அண்ணன் பாவலர் வரதராசன் கம்யூனிஸ்ட் கட்சியின் பேர் பெற்ற பாடகராக இருந்தார். சிறுவயதில் அவரோடு கச்சேரிக்குப் போய் வருபவராக இளையராஜாவும் இருந்தார். இவ்வாறு இளையராஜாவின் இளவயது நவீனத்தின் வாய்ப்புகளோடு தொடர்புகொண்டிருந்தது. இந்தத் தொடர்ச்சியில்தான் 1967ஆம் ஆண்டு அவரும் அவரது சகோதரர்களும் சினிமாவைக் குறிவைத்துச் சென்னைக்குப் புறப்பட்டனர்.

சென்னையில் 'பாவலர் பிரதர்ஸ்' என்னும் பெயரில் கச்சேரிகள் செய்தும் நாடகங்களுக்கு இசையமைத்தும் வந்தார்கள். முறைப்படி இசை கற்பதிலும் திரைப்பட வாய்ப்பு தேடுவதிலும் ஈடுபட்டனர். எட்டாண்டுகள் கழித்து 'அன்னக்கிளி' (1976) படம் மூலம் இளையராஜா இசையமைப்பாளர் ஆனார்; அடுத்த இருபதாண்டு தமிழ் சினிமாக்களின் மைய விசையானார். காதலை மையப்படுத்திய படங்களுக்கு மட்டுமல்லாமல் முக்கியமான சமூக அரசியல் படங்களுக்கான பாடல்களும் இந்தக் காலகட்டத்தில் பிறந்தன. அத்தகைய பாடல்களையே இனி பார்க்கப் போகிறோம்.

1970, 1980 - தமிழக அரசியல் சூழல்

1970, 1980களில் திமுக அதிமுக ஆகிய கட்சிகள் ஆட்சியிலிருந்தன.

1970களில் மத்திய அரசின் நெருக்கடிநிலைக் காலகட்டமும் வந்துபோனது. இக்காலகட்டத்தில் வேலையின்மை, இலஞ்சம், ஊழல், வறுமை, அரசியல்வாதிகளின் போலி வாக்குறுதி, அதிகார வர்க்கத்தின் சீரழிவு, நிலவுடைமை வர்க்கத்தின் ஆதிக்கம், பாலியல் வன்கொடுமை போன்றவற்றைச் சுட்டும் கதைகளும் இவற்றிற்கு மாற்றாகக் கோபத்தையும் விழிப்புணர்வையும் முன்வைத்த படங்களும் வெளியாயின. இவை எல்லாமும் இடதுசாரி அரசியலைப் பேசின என்று சொல்ல முடியாது. ஆனால், தங்கள் கதைகளுக்கான களங்களாக இப்பிரச்சினைகளை எடுத்துக்கொண்ட படங்களாக இருந்தன. இப்படங்களில் பிரச்சினைகள் சுட்டிக்காட்டப்பட்டாலும் அதற்கு மாற்றான எழுச்சியும் காட்டப்பட்டன. இடதுசாரி அரசியலை நேரடியாகப் பேசாவிட்டாலும் அதன் தாக்கம் கொண்ட முழக்கங்களும் எழுச்சியைத் தூண்டும் பாடல்களும் தேவைப்பட்டன. அதைத்தான் இளையராஜாவின் இசை வெளிப்படுத்தியது.

இளையராஜா இசையமைக்கும்போது கம்யூனிஸ்ட்டாக இருந்தார் என்பதோ, இந்தப் பிரச்சினைகள் மீது அரசியல் பார்வை கொண்டிருந்தார் என்பதோ இதன் பொருளல்ல. அவர் முழுமையாக சினிமா இசைக் கலைஞராகி தன்னிடம் வரும் எல்லா வகைப் படங்களுக்கும் இசையமைத்துவந்தார். இன்னும் சொல்லப்போனால் 1980களின் ஆரம்பத்திலிருந்து தீவிர ஆன்மீக நம்பிக்கையுடையவராகவும் மாறத் தொடங்கியிருந்தார். அதேவேளையில் இவ்வகை படங்களின் பாடல்களையும் அவர் உருவாக்கிக்கொண்டிருந்தார். இதுவொரு முரண் போல தோன்றலாம். இந்த முரணை வேறுமாதிரி புரிந்துகொள்ள வேண்டியுள்ளது.

இளையராஜா நேரடியாகக் கம்யூனிச அரசியல் நம்பிக்கையிலிருந்து விலகியிருந்தாலும் சமூகப் பிரச்சினைகளைச் சொல்வதற்கான - அவற்றிலிருந்து மீள்வதற்கான யோசனைக்குச் செல்ல வேண்டியிருந்தபோது தன்னுடைய முந்தைய தொடர்பிலிருந்தும் நினைவிலிருந்தும் தொடர்பை உருவாக்கிக்கொண்டார் என்று சொல்லலாம். இப்படித்தான் 1970, 1980 காலகட்டத்தில் சமூக அரசியல் படங்களின் பிரதிபலிப்பாக இருந்தார்.

பிரச்சார பண்பும் அழகியலும்

சமூக அவலங்களைச் சொல்வதும் அவற்றுக்கு எதிராக எழுச்சிக்கொள்ளப் பாடுவதும் பிரச்சாரப் பண்பாகும். ஏனெனில், அவை மக்களை நோக்கிப் பாடப்படுவதாகும். ஆதிக்கம் செய்வோருக்குச் சவால்விடும், பாதிக்கப் பட்டோரை வீறுகொள்ளச் செய்யும் வரிகள் தேவைப்படும். எழுச்சிக்கான

துடுக்கு இசையும் இசைக்கருவிகளும் வந்துவிடும். மேலும், பிரச்சாரத் தொனி பாடல்கள் என்பதால் பாடல் வரிகளும் சொற்களும் எளிமையாகவும் புரியும்படியும் இருந்தாக வேண்டும். இந்த எல்லா அம்சங்களும் இளையராஜா இசையமைத்த புரட்சிகரப் பாடல்களில் இருந்தன. இவை எதார்த்தத்தில் இடதுசாரி பிரச்சாரப் பாடல்களில் இருந்தன. அதன் தாக்கத்திலேயே இளையராஜாவின் இவ்வகை பாடல்கள் அமைந்தன. அதாவது அவருடைய முந்தைய பின்புலம் இங்கே கைக்கொடுத்தது எனலாம்.

இளையராஜாவின் அண்ணன் பாவலர் வரதராஜனின் பாடல்கள் எளிய சொற்களாக இருந்தன; சமூக அவலங்கள் சாடப்பட்டன; அத்தகைய அவலங்களிலிருந்து மக்கள் மீள வேண்டும் என்று முழங்கின. இவ்வாறு பாவலரின் பிரச்சாரத் தொடர்ச்சியையும் நாட்டார் இசை மரபையும் இணைத்துப் புதிய இசையணி - பாடலணி இளையராஜாவிடம் உருவாகியிருந்தது. இதனை இளையராஜா தவிர வேறு யாரும் உருவாக்கியிருக்க முடியாது. இதனாலேயே அவரை இத்தளத்தில் பேச வேண்டியுள்ளது; எம்ஜிஆரின் சமூக விழிப்புணர்வு பாடல்களிலிருந்து இளையராஜாவின் சமூகப் பாடல்கள் வேறுபடும் விதத்தையும் புரிந்துகொள்ள வேண்டியுள்ளது.

எம்ஜிஆரின் சமூக விழிப்புணர்வு பாடல்கள் பெரும்பாலும் நீதியை - அறக்கருத்துகளை வலியுறுத்துபவை. ஒருவகையில் நம் மரபின் அற இலக்கியக் கருத்துகளின் தொடர்ச்சியென்று அவர் பாடல்களைக் கருதலாம் ('தூங்காதே தம்பி தூங்காதே', 'திருடாதே பாப்பா திருடாதே', 'நல்ல நல்ல பிள்ளைகளை நம்பி', 'ஒன்றே குலமென்று பாடுவோம்'). மனிதநேயக் கண்ணோட்டத்துடன் கூடிய மாற்றத்தையே அவை வலியுறுத்தின; சமூகத்திற்கான வரையறுக்கப்பட்ட இலட்சியங்களாக இருந்தன. செவ்வியல் இசையும் செவ்வியல் சொற்களும் கொண்டு அப்பாடல்கள் அமைந்தன. ஆனால், இளையராஜாவின் இவ்வகைப் பாடல்களில் அத்தகைய இறுக்கம் தளர்ந்திருந்தன. அதாவது, இளையராஜாவின் சமூகப் பாடல்கள் இடதுசாரி பிரச்சாரப் பண்பையும் நாட்டுப்புறச் சொல்லாடல் மரபையும் கொண்டிருந்தன.

'அன்னக்கிளி' (1976) பாடல்கள் பெரும்பாலும் நாட்டுப்புறப் பாடல்களின் சாயலில் எழுதப்பட்டவை. 'அன்னக்கிளி ஒன்னத் தேடுதே' என்ற பாடல் தேயிலைத் தோட்டங்களில் ஒலித்தவையாகும். 'மச்சானைப்

பாத்தீங்களா?', 'அடி ராக்காயி மூக்காயி' போன்ற பாடல்களும் படத்தின் கதைப்படி கிராமியப் பாடல்களாகும். குறிப்பாக, 'அன்னக்கிளி' என்ற தலைப்பே நாட்டுப் பாடலிருந்து உருவானதுதான். இளையராஜாவின் குரலில் முதலில் பாடப்பட்ட 'சோளம் வெதைக்கையிலே' ('பதினாறு வயதினிலே', 1977), 'முள்ளும் மலரும்' படத்தின் 'மானினமே தேனினமே', 'உதிரிப்பூக்கள்' படத்தின் 'ஏ... இந்தப் பூங்காற்று தாலாட்ட' போன்ற டைட்டில் பாடல்கள் நாட்டார் பாடல் பாணியில்தான் அமைந்தன. இவ்வாறு இளையராஜா வருகையையொட்டி நாட்டுப் பாடல்கள் பெருகின. அதன் சொல் முறைகள் எளிமையானவை; அன்றாடப் புழக்கத்திலிருக்கும் வார்த்தைகளால் ஆனவை; கிராமப்புறக் கருவிகளால் மெட்டமைக்கப்பட்டவை. இவ்வாறு இயல்பாகவே பாடல்களின் இறுக்கம் தளர்ந்தன. இவற்றோடு சேர்த்துதான் இளையராஜா மூலம் வெளிப்பட்ட சமூக அரசியல் விமர்சனப் பாடல்களையும் பார்க்க வேண்டும்.

திரையில் ஒளித்த பாவலரின் பாடல்

'அகல்விளக்கு' (1979) படத்தில்

'ஓட்டு கேட்டு வருவாங்கண்ணே
மூட்ட அடிச்ச கூட்டம்ண்ணே
... ...
கங்கையும் காவிரியும் பாய்ந்து செழிக்கும்
நல் இந்திய நாட்டினிலே...
திங்குற சோத்துக்கு டிங்கி அடிக்குது
ஏழைங்க வாழ்க்கையிலே...'

என்றொரு பாடல் இடம்பெற்றிருக்கிறது.

இப்பாடலைக் கேட்கும்போதே இது மக்களை நோக்கி விளிப்பதாக அமைந்திருக்கிறது; வறுமையைச் சாடுகிறது; போலி வாக்குறுதி தர வரும் அரசியல்வாதிகளைப் பற்றி எச்சரிக்கிறது என்பது புரிந்துவிடும். இது முற்றிலும் பிரச்சாரப் பாடல். தேர்தல் பிரச்சாரத்தையொட்டி மேடைப் போட்டுப் பாடுவதாக இப்பாடல் படத்தில் வருகிறது.

பாவலர் வரதராசன் காலம் முதலே பாவலர் சகோதரர்களைத் தெரிந்து வைத்திருந்த மதுரை ஆர்.செல்வராஜ் இயக்கிய படம் இது. படத்தில் தேர்தல் விழிப்புணர்ச்சிக்கான மேடை நிகழ்வு ஒன்றையே காட்சிப்படுத்தியிருக்கிறார். அந்தப் பாடலைப் பாடும் மேடைக் குழுவிற்குப் 'பாவலர் வரதராசன் கலை நிகழ்ச்சி' என்றே பெயரிடப்பட்டிருக்கிறது. இதன்படி, படத்தில் பாவலர் வரதராஜன் இப்பாடலைக் கலை நிகழ்வில் பாடுகிறார். பாவலர் உயிரோடு இருந்த காலத்தில் அவரே இயற்றி மேடைதோறும் பாடிய பாடலைக் கையாண்டிருப்பதன் மூலம், படத்தில் காட்டப்படும் சமூக அவலத்திற்கான பின்புலமாக்கிக்கொண்டனர். தொடர்ந்து நீளும் அப்பாடல் இவ்வாறு முடிகிறது:

'
... ...

சட்டம் போட்டால் என்ன - நீங்க

திட்டம் தீட்டியும் என்ன

எங்க வாட்டம் தீரவும் இல்லை

வாழ்க்கையில் நிம்மதியில்லை. ஏன்னு

எங்களதான் கேட்பாரில்ல.'

இவ்வாறு அன்றாட மொழியில் எளிய மெட்டில் பாடல்கள் தொடர்ந்து இடம்பெறத் துவங்கின.

இவ்விடத்தில் கங்கை அமரனையும் குறிப்பிட வேண்டும். இளைய ராஜாவின் தம்பியான இவரும் பாவலர் காலத்திலிருந்தே இசையோடும் பாடலோடும் தொடர்புகொண்டிருந்தார். எனவே, இளையராஜாவுக்குப் பொருந்தும் பல அனுபவங்கள் கங்கை அமரனுக்கும் பொருந்தும். கங்கை அமரனும் இந்த வகைப் பிரச்சாரப் பாடல்களை அறிந்து அதன் தொடர்ச்சியிலேயே பாடல்கள் எழுதவும், பாடவும், மெட்டமைக்கவும் செய்தார். எனவே இளையராஜாவின் பயணத்தில் கங்கை அமரனையும் சேர்த்தே பார்க்க வேண்டும். 'அகல்விளக்கு' படத்தில் வரும் மற்றுமொரு பிரச்சாரப் பாடல் கங்கை அமரனால் எழுதப்பட்டது. பாவலரின் தொடர்ச்சியில் இவ்வகைப் பாடலை கங்கை அமரனும் எழுதப் பயிற்சி பெற்றிருந்தார்.

'எல்லோரும் பொறந்தோம்

ஒண்ணாக வளர்ந்தோம்

எங்க கொண்டு போகப் போறோம் - கடைசில

எங்கப் போயி வைக்கப்போறோம்...'

மக்கள் வழங்கும் வழக்குச் சொற்களையும் முறையையும் அப்படியே பாடலாக மாற்றியிருக்கிறார்கள். இது பிரச்சாரப் பாணிக்குத் தேவையானதாகும்.

நாட்டுப்புற பாணி

'அகல்விளக்கு' வெளியான அதே வருடத்தில் ஆர்.செல்வராஜ் இயக்கிய மற்றொரு படம் 'பொண்ணு ஊருக்குப் புதுசு' (1979). அதில் கிராமங்களில் சிறுவர்கள் பாடும் விளையாட்டுப் பாடலை அதே பாணியில் பாடலாக்கியிருந்தார்கள். சொற்கள் மட்டுமே நாட்டுப்புறப் பாணியில் அமைந்தன என்று சொல்ல முடியாது. துள்ளலும் வேடிக்கையும் கருதி சொற்களின் ஓசை நயமும் நாட்டார் பாணியிலானதாக இருந்தன. அவ்வாறுதான் இப்படத்தில் 'ஓரம் போ, ஓரம் போ, ருக்குமணி வண்டி வருது' என்ற பாடல் இடம்பெற்றது. தமிழ்த் திரையிசையில் இளையராஜாவின் பயணம் தொடங்கிவிட்டது என்பதைக் கூறுவதாகவும் அமைந்துவிட்ட இப்பாடலை இளையராஜாவே பாடினார் என்பது குறிப்பிடத்தக்கது.

'சக்களத்தி' (1979) படத்தில் பண்ணையார் மகளை மாட்டு வண்டியில் ஏற்றிச் செல்லும் வேலைக்காரனான கதாநாயகன், வண்டி ஓட்டிக்கொண்டே பாடிச் செல்கிறான். தனி மெட்டோ, தேர்ந்தெடுத்த சொற்களோ இல்லாமல் பாட்டுக் கட்டிக்கொள்கிறான். 'என்ன பாட்டு பாட, என்ன தாளம் போட, மாடு ரெண்டும் தாளம் போடுதே, பாட்டுக்கேத்த சத்தம், வண்டி ஓடுதாம், நிக்காதே ஓடு, இது சர்க்காரு ரோடு' என்று இளையராஜா பாடியிருக்கிறார். சமூக அவலங்களைச் சாடுவதோ, வீறுகொள்ள வைப்பதோ பாடலின் நோக்கமல்ல. ஆனால், கிராமங்களை நோக்கி அரசாங்கம் சாலைகள் அமைத்ததை இப்பாடல் வரி கோடிட்டுக் காட்டுகிறது. பழைமையான சமூகத்தில் நவீன வடிவத்தின் வருகையைச் சொல்வதும் நாட்டுப்புறப் பாடலின் அம்சம்தான்.

பின்னாளில் இதே பாணியில் அமைந்த பாடலொன்றைத் 'தீர்த்த கரையினிலே' (1987) படத்தில் பார்க்கலாம். 'உஷாரய்யா உஷாரு, ஓரஞ்சாரம் உஷாரு' என்று உள்ளூர் மொழியில் அமைந்த பாடலை

இளையராஜாவும் கங்கை அமரனும் சேர்ந்து பாடியிருந்தனர். பாடலை எழுதியவர் கங்கை அமரன். 'அண்ணன் தம்பி, அக்கா மாமன், ஊரு பூரா உஷாரு' என்று நீளும் அப்பாடல் இப்படி முடிகிறது: 'கடுக்கன் போட்ட காதும் உஷாரு, காப்பு போட்ட கையும் உஷாரு, தவளை சொம்பும் உஷாரு, தலைவரண்ணன் வராரு.'

அதாவது, அரசியல்வாதிகளுக்கு எதிரான சாடலே இப்பாடல்.

சர்க்கார் ரோடு எனும் நவீனத்தின் வருகையைச் சாதகமாகச் சொன்ன கங்கை அமரனின் மற்றொரு பாடலும் இங்கே குறிப்பிடத்தக்கது. ஊரின் வழமையை மீறுவதை (காதல்) எதிர்மறையாகச் சொல்லும் தொனி கொண்ட பாடல் அது ('கோழி கூவுது'). நாட்டுப்பாடலின் அம்சங்களுள் அதுவும் ஒன்று.

'அண்ணே, அண்ணே

சிப்பாய் அண்ணே

நம்ம ஊரு நல்ல ஊரு, இப்போ ரொம்ப கெட்டுப் போச்சண்ணே

அதச் சொன்னா வெட்கக்கேடு

நான் சொல்லாட்டி மானக்கேடு...'

என்றமையும் அப்பாடலில்

'ஒன்னரையணா காய்கறிய

ஒன்னாரூபா ஆக்கிப்புட்டாங்க...'

என்ற வரிகளும் இடம்பெற்றிருக்கின்றன.

நாட்டு நடப்பைத் தாங்கள் பாடும் பாடலில் இணைத்துக்கொள்வதும் நாட்டுப்புறப் பாடலின் பண்பாகும்.

இவ்விடத்தில் 'பூவிழி வாசலிலே' (1987) படத்தில் இளையராஜா எழுதிய பாடலொன்றையும் குறிப்பிட வேண்டும். 'அண்ணே அண்ணே, நீ என்ன சொன்னே' என்ற கதாநாயகனின் அறிமுகப் பாடலாக இது இருக்கிறது. 'யார் வீட்டுத் தோட்டத்துக்கு யார் இங்கே காவல்காரன், ஊராரின் தோட்டத்துக்கு யார் யாரோ சொந்தக்காரன், அண்ணே, அண்ணே, அட நீயும் ஒருநாள் மண்ணே மண்ணே!' என்று நீளுகிறது

அப்பாடல். சமூக நடைமுறையைக் கேலி செய்யும் / சுட்டிக்காட்டும் பண்பு இப்பாடலில் இருக்கிறது. இவையெல்லாம் முந்தைய பிரச்சாரப் பாடலின் தொடர்ச்சியேயாகும்.

'பாவத்த பண்ணி நீ கோயில கட்டினா(ல்)
கோவிச்சு சாமி அங்க இல்லாம போயிடும்,
கோயில் கட்டியது பாவத்த போக்கத்தான்,
பாவங்கள் போகாட்டி கோயில்கள் ஏனப்பா
. . . .
சிட்டுக்குருவி போல றெக்கைய விரிச்சுக்கோ
கண்ண அவிழ்த்துவிட்டு நல்லா பறந்துக்கோ'

போன்ற வரிகளும் அப்பாடலில் இடம்பெற்றன.

இதே ஆண்டில் வெளியான 'கிருஷ்ணன் வந்தான்' (1987) படத்தின் மூன்று பாடல்களை இங்கு குறிப்பிடலாம். 'அண்ணே அண்ணே, கொஞ்சம் வாங்க வாங்க, ஒரு சந்தேகத்த தீத்துப் போங்க போங்க' என்று தொடங்கும் பாடல் காதல் பாடலென்றாலும், மூவர் உரையாடிக்கொள்வது போலும், மாறி மாறி பதிலளித்துப் பாடுவது போலும் இருக்கிறது. இதுவும் நாட்டார் பாடலின் அம்சம்தான். மற்ற இரண்டு பாடல்களும்கூட இக்கட்டுரையின் வாதத்திற்குள் அடங்கக்கூடியவையேயாகும். படத்தின் டைட்டில் பாடலை இளையராஜா இயற்றிப் பாடியிருக்கிறார். சுயகேலியும் சமூகக் கேலியும் கலந்த இப்பாடலை விட்டேத்தி பாணியில் அமைத்திருக்கிறார்கள். உழைக்கிற ஒருவர் தன் பாடுகளைச் சொல்வது போன்ற பாடல். 'மாடு இழுத்த வண்டியெல்லாம் இழுத்துப் பார்த்தேன். நான் மனுசனா மிருகமா, ஒழைச்சுப் பார்த்தேன்' என்று தொடங்கும் அப்பாடல், உள்ளூர்க் கடவுளிடம் 'கஷ்டப்பட்ட போதிலும் காசு வந்து சேரல, காசு வந்தபோதிலும் மீதம் ஏதும் ஆகல' என்று ஆற்றாமையைச் சொல்வதுபோல் மாறுகிறது. 'அடி மாரியம்மா என்ன இது காளியம்மா, எங்க வாழ்க்கையெல்லாம் கோணலோ கோணலம்மா' என்று நீளுகின்றன பாடலடிகள்.

இதேபோல 'சிங்கினா சிங்கியடி / சிரிச்சா நெத்தியடி / வங்கி வள குலுங்க / வளஞ்சு கும்மியடி, அடியே' என்றொரு பாடலும் இப்படத்தில் இடம்பெற்றிருக்கிறது. பணக்காரர்கள் கொண்டாடும் பிறந்தநாள்

விழாவிற்குள் நரிக்குறவர்கள் நுழைந்து ஆடிப்பாடுவதாக அமைந்திருக்கும் பாடலில் பணக்காரர் x நரிக்குறவர் என்ற எதிர்மறை வைக்கப்பட்டிருக்கிறது. "பொறந்த நாளு பொறந்துட்டா / போஸ்டர் அடிச்சு ஒட்டுவான் / பூவ அள்ளிக் கொட்டுவான் / ரொம்ப வெல ஒசந்த பொன்னாடையை மேல போத்துவான்" என்று சாடப்படுகிறது.

1989ஆம் ஆண்டு கங்கை அமரன் இயக்கத்தில் 'அண்ணனுக்கு ஜே' படம் வெளியானது. கதை நேரடியாக அரசியல் தொடர்பானது இல்லையென்றாலும் அரசியல்வாதிகள் மீது உருவாகியிருந்த எதிர்மறையான அடையாளம் இப்பாடலில் கையாளப்பட்டது. 'வாழ்க, ஒழிக' என்னும் கலாச்சாரம் அரசியல்வெளி சார்ந்ததாக இருக்கிறது. இத்தலைப்பு அதையே குறிப்பால் உணர்த்தியது. படத்தில் 'அண்ணனுக்கு ஜே ஜே' என்ற பாடலை இளையராஜாவே எழுதியுள்ளார்.

'அண்ணனுக்கு ஜே ஜே நம்ம / அண்ணனுக்கு எப்பவுமே ஜே ஜே' என்று உடனிருப்பவர்கள் பாடுகிறார்கள். நாயகன் அதனை மறுத்துப் பாடுகிறான். 'எனக்கெதுக்கு ஜேஜே / ஒருத்தனையும் நம்பாதீங்கடா / ஒன்ன மட்டும் நம்பி இருடா' என்கிறான். அதோடு ஜே ஜே போடும் முறையையும் அரசியல்வாதிகளையும் சாடிப் பாடுகிறான்; ஏழைகளின் இல்லாமை போக்கப்படவில்லை என்பதைச் சுட்டிப் பாடுகிறான். 'கூழுக்கும் கஞ்சிக்கும் வாடுற / ஏழைக்கு ஏற்றமில்லை / ஆட்சிகள் எத்தனை மாறுது / நம்ம வாழ்க்கையில மாற்றமில்லை' என்கிறான்.

இதுவரையில் சுட்டப்பட்ட பாடல்களிலிருந்து சில விசயங்களைத் தொகுத்துக்கொள்ள முடிகிறது. இவற்றில் பெரும்பாலானவை கங்கை அமரனால் எழுதப்பட்டிருக்கிறது. இளையராஜாவும் எழுதிப் பாடியிருக்கிறார். இருவர் பாடல்களிலும் சில பொதுத் தன்மைகள் இருக்கின்றன. செவ்வியல் சொற்கள் குறைந்து வழக்குச் சொற்கள் அதே உச்சரிப்புடன் பயன்படுத்தப்பட்டுள்ளன. இருவர் பேசுவதுபோல பாடுவது, பாடலின் இடையில் பேசுவது என்னும் முறைகள் கையாளப்பட்டுள்ளன. குரல்களில் குழுவினர் பங்கு அதிகம். சமூக நடப்புகளைச் சுட்டுதல், கேலி செய்தல் போன்றவை இவ்வகைப் பாடல்களில் தவறாமல் இடம்பெற்றுள்ளன. வெகுசில தருணங்கள் தவிர அவற்றிற்கு எதிரான அறைகூவல்கள் இருப்பதில்லை. இவை நாட்டார் மரபின் சாயலை உள்வாங்கிய முறையாகும். கூத்து மரபில் பபூன் அல்லது கட்டியங்காரனை இவ்வாறு பார்க்க முடியும்.

கேலி செய்து பாடுபவன், அரசியல் திரட்சிக்கான ஆவேசத்தோடு பாடுவது பொருந்தாது. இளையராஜா, கங்கை அமரன் இருவரின் குரலும் வரிகளும் கேலிக்கும் துள்ளலுக்கும் உகந்தவையாக இருக்கின்றன. பாடகர்களுக்கென்று இருந்த அழகியல் வரையறையை உடைத்த கரகர குரல்கள். இவ்வாறுதான் நாட்டார் சாயலில் பிறந்திருந்த பாவலரின் பாணி இவர்களின் பாடல்கள் உருவாக்கத்திற்கான முன்னுதாரணமாக இருந்தன எனலாம்.

சமூக அவலமும் அதற்கெதிரான ஆவேசமும்

இந்நிலையில், இளையராஜா இசையின் மற்றுமொரு போக்கும் இந்த வகைமையில் இணைந்திருந்தது. அதாவது சமூக அவலங்களுக்கு எதிரான குரலை முன்வைத்த படங்கள் இக்காலத்தில் அதிக அளவில் வெளிவந்தன. அவலங்களை எடுத்துரைத்ததோடு கோபம், ஆவேசம், சண்டை செய்தல், மக்களை ஒன்றுகூடுவதற்காக அழைத்தல் போன்ற அம்சங்கள் அப்படப் பாடல்களில் இடம்பெற்றன. இவற்றில் அதிகமானவை பிற பாடலாசிரியர்களால், பிற பாடகர்களால் பாடப்பட்டிருக்கின்றன. ஆனால், இசையமைப்பாளர் என்ற முறையில் பாடலுக்கான மெட்டு, பாடகர் தேர்வு ஆகியவற்றைத் தேர்வுசெய்பவராக இளையராஜாவே இருந்தார். ஆவேசம், அணிதிரட்டல் ஆகியவற்றிற்கான இசைக்கோவை இப்பாடல்கள் வழி அபாரமாக வெளிப்பட்டன. சமூக நடப்புகளைச் சாடி கம்யூனிஸ்ட்டுகளாக அணிதிரளக் கோரும் பாடல்களைப் பாடிய பாவலர் வரதராசனின் தொடர்ச்சியும் நினைவும் இவ்வாறுதான் இளையராஜாவிடம் வினையாற்றியிருக்க முடியும் என்பதைப் புரிந்துகொள்ளலாம்.

அந்தவகையில் 1982ஆம் ஆண்டு வெளியான 'தனிக்காட்டு ராஜா' படத்தில் வாலி எழுதிய 'கூவுங்கள் சேவல்களே' பாடல் முக்கியமானது. நாயகன் உழைப்பவர்கள் மத்தியில் நின்றுகொண்டு அவர்களைச் சுரண்டலுக்கெதிராக அணிதிரள அழைக்கும் விதத்தில் இப்பாடலைப் பாடுவான்.

'கூவுங்கள் சேவல்களே, செந்நிறக் கொண்டைகளே' என்று உருவகப் படுத்துவதில் அரசியல் அர்த்தம் உண்டு. பொதுவாகச் சேவல்கள் கூவுவதை ஒட்டி இரவு முடிந்து பகல் பிறக்கிறது. இதன்படி சேவல் கூவுவது என்பது விடியலின் குறியீடு. உழைப்பாளிகள் ஒன்றுகூடினால் விடியல் கிடைக்கும் என்பது அதன் பொருள். அதோடு நில்லாமல் சேவல்களின் செந்நிறக் கொண்டைகள் குறிப்பிடப்படுகின்றன. விடியலைக் கொணரும் சேவல்

செந்நிறக் கொண்டையோடு இருக்கிறது என்பது அடுத்ததோர் அரசியல் அர்த்தத்தை இணைக்கிறது. தொடர்ந்து அப்பாடல் 'பாரத தேசத்திலே சேரிக்குள்ளே சூரியன் வந்ததில்லே / புதுச் சூரியன் கட்டி கொண்டுவர / இந்தக் கைகளுக்கு அந்தத் தெம்பு வர' என்று நீளுகிறது.

உழைப்பவர்கள் ஒன்றுகூடித் தங்களுக்கான உரிமையைப் பெறுவது இடதுசாரி அரசியலின் சிந்தனைமுறையாகும். இக்காலப் படங்களில் இப்போக்கு ஒரு வகைமாதிரியாகவே இருந்தது. அதன்படி சிவப்பு என்பது மாற்றத்தை, ஒருவகையில் மாற்றத்தோடு தொடர்புடைய கம்யூனிஸ அரசியலைக் குறிப்பதாக இருந்தது. இடதுசாரி அரசியலின் பின்புலத்திலிருந்து வந்த இளையராஜா, இப்பாடல்களை அதன் உள்ளடக்கம் மாறாமல் தன் இசையால் ஒருபடி மேலே உயர்த்தினார். இப்பாடல் போருக்கு அழைப்பது போன்ற இசைத்துணுக்கோடு தொடங்கும். மக்களைப் போராட அழைக்கும் பாடல் போருக்கு அமையும் இசைக்கோர்ப்போடு இணைந்தபோது அதன் அர்த்தம் மேலும் கூடியது. இவ்வகைப் பாடல்களில் சமூக அரசியல் விமர்சனமும் ஒன்றுகூடுவதற்கான அழைப்பும் ஒருங்கே இருந்தன.

இதே படத்தில் மற்றுமொரு பாடல், முதலில் நாயகன் மேளத்தை எடுத்து அடிக்கிறான். 'தம்பட்டம் தாரை எடுங்க' என்று பாடுகிறான். அரசியல்வாதிகளை விமர்சித்தும், அவர்கள் எவ்வாறு இருக்க வேண்டும் என்பதை வலியுறுத்தியும் அப்பாடல் அமைந்திருக்கிறது. இதுவும் பிரச்சாரப் பாடலே.

கீழ்வெண்மணி கோபம்

இதற்கடுத்து 'அலையோசை' (1985) படத்தின் 'போராடடா ஒரு வாளேந்தடா' பாடலைக் கூறலாம். திரைப்பாடல் என்பதைத் தாண்டி இப்பாடல் கூறும் அரசியல் அர்த்தத்திற்குச் சமூகப் பரப்பிலும் பொருத்தம் கிடைத்தது. போராட்ட மேடைகளிலும் அரசியல் மேடைகளிலும் இப்பாடல் தொடர்ந்து எதிரொலித்தது. இடதுசாரி கருத்தியலை உள்ளீடாகக் கொண்டு சுரண்டப்படும் விவசாயத் தொழிலாளர்களைக் கிளர்ந்தெழ கோருவதாகவும் அமைந்த இப்பாடலை இளையபாரதி எழுதினார். 'போராடடா - ஒரு வாளேந்தடா / வேங்கைகளோ இனி தூங்கதடா/ விழியோ கனலாய் இனி மாறிடுமோ / வழியோ புதிதாய் உருவாகிடுமோ / பொன் உதயம் கண்டிடவே / உதிரம் முழுதும் உதிரும் வரையில்

போராடடா' என்று பாடலின் பல்லவி இருந்தது. போராட்டம், வாள், கனல், சிவந்த குருதி, உதயம், புதிய உருவாக்கம் என்று பழைமையை மாற்றக் கோரும் சொல்லாடல்கள் முதல் நான்கு வரிகளிலேயே இடம்பெற்றுள்ளன. இவை யாவும் இடதுசாரி அரசியலால் பேசப்பட்ட குறியீடுகள். உலகத் தொழிலாளர்களுக்கென்று பொன்னுலகம் காத்திருக்கிறது என்ற காரல் மார்க்ஸின் குறிப்புதான் இங்கு 'பொன் உதய'மாகியிருந்தது. இதைவிட முக்கியமான இணைப்பொன்று இப்பாடலில் இருந்தது. உழைக்கும் மக்கள் பெரும்பாலும் ஒடுக்கப்பட்ட வகுப்பினராக இருந்த பின்புலத்தில் இவ்வகைப் படங்களில் ஓரளவு அவர்களைத் தொட்டுப் பேசும் சொல்லாடல்கள் இருந்தன. அவை பாடல்களிலும் பிரதிபலித்தன. 'அலையோசை' படத்தின் நாயகன் உழைக்கும் வர்க்கத்தினனாக இருப்பதோடு ஒடுக்கப்பட்ட வகுப்பினனாகவும் இருக்கிறான். எனவே, இரண்டு அடையாளங்களையும் ஒருங்கிணைக்கும் சொல்லாடல்களாகப் பாடல் அமைந்தது. 'இன்னும் இங்கு பள்ளுபறை என்று சொல்லும் மடமைகள் உள்ளதடா' என்றும் 'நந்தன் இனமே பெறும் அரியாசனமே, அந்தத் தினமே வருமே' என்றும் வரிகள் இடம்பெற்றன. இப்பாடலுக்கு இளையராஜாவின் இசை அழிக்க முடியாத இடத்தை வழங்கிவிட்டது என்றே சொல்ல வேண்டும். மலேசியா வாசுதேவனின் உச்சஸ்தாயி, பாடலில் பயன்படுத்தப்பட்டுள்ள இசைக் கருவிகள், இடையிசையில் சேர்க்கப்பட்டிருக்கும் காவடிப் பாடல் ஆகியவை பாடலை மேலுயர்த்திவிட்டன. குறிப்பாகச் சாமியாடுவதற்காக அடிக்கப்படும் கொட்டு இப்பாடலில் மக்கள் எழுச்சிக்கான பின்புலமாகச் சேர்க்கப்பட்டிருப்பதைக் கூறலாம்.

1983ஆம் ஆண்டில் 'கண் சிவந்தால் மண் சிவக்கும்' படம் வெளியானது. 1968ஆம் ஆண்டு கீழ்வெண்மணியில் 44 தலித் விவசாயத் தொழிலாளிகள் தீ வைத்துக் கொல்லப்பட்டனர். அந்தக் கதைக்களத்தையும் கோபால கிருஷ்ண பாரதியாரின் 'நந்தனார் சரித்திரக் கீர்த்தனை'க் கதையாடலையும் இணைத்து ஸ்ரீதர்ராஜன் இயக்கினார். அப்படத்தின் மூன்று பாடல்கள் இக்கட்டுரையின் தேடுதலோடு தொடர்புடையவை.

'போராடினோம் எந்தன் தோழா

இங்கு வாழ்வில்லையே ரொம்ப நாளா

நாளைகளே எப்போதும் உன் கையிலே

சாலைகளின் ஓரம் ஏழைஜனம் வாழும்

கண்ணெடுத்துப் பாடும் காலம் என்று மாறும்

... ...

கங்கை நதி இங்குண்டு, கண்ட இடம் தஞ்சம் உண்டு

இன்னும் இங்கு பஞ்சமுண்டு ஏனப்பா.'

படத்தின் டைட்டில் பாடலாக இதனை இளையராஜா பாடியுள்ளார். சமூக நடப்புக் குறித்த சாடலாக உள்ள இப்பாடலை வைரமுத்து எழுதியுள்ளார். போராடும் தொழிலாளிகளை விளித்துப் பாடினாலும் எழுச்சியைக் கூறும் பாடலாக இது அமையவில்லை. ஆனால், படத்தில் இடம்பெறும் மற்றொரு பாடல் எழுச்சியைக் கட்டமைக்கும் விதமாக அமைந்தது. அதையும் வைரமுத்துவே எழுதினார். 'மனிதா மனிதா இனியுன் விழிகள் சிவந்தால் உலகம் விடியும் / விழியில் வழியும் உதிரம் முழுதும் இனி உன் சரிதம் எழுதும் / அசையும் கொடிகள் உயரும் உயரும் நிலவின் முதுகை உரசும் / சில ஆறுகள் மீறுதடா வரலாறுகள் மாறுதடா / பசியால் பல ஏழைகள் சாவதென்பது தேசியமானதடா / இனி தேன்வரும் என்பதும் பால் வரும் என்பதும் ஜோசியமானதடா' என்று சமூக அவலத்தைச் சாடும் வரிகள், அட சாட்டைகளே இனி தீர்வுகள் என்பது சூசகமானதடா என்ற அடிகளோடு முடிகிறது. அடுத்த சரணம் எழுச்சியை வலியுறுத்துவதாக அமைந்தது. 'ஒளிவீசுக சூரியனே / யுகம் மாறுது வாலிபனே / ஒரு தோல்வியில்லா புது வேள்வியினால் இனி வேதனை தீர்ந்துவிடும் / சில ஆயிரமாயிரம் சூரியதீபங்கள் பூமியில் தோன்றிவிடும் / அட சாமரம் வீசிய பாமர சாதிகள் சாதனை கண்டுவிடும்'.

சமூக அவலத்தையும் அதற்கெதிரான எழுச்சியையும் ஒருங்கே கட்டமைக்கும் இப்பாடலின் பின்புலம் முக்கியமானது. தொழிலாளி ஒருவரை மீட்கப் புறப்படுகிறார்கள் சக தொழிலாளிகள். அத்தகு எழுச்சிக்கான வழிப் பாடலாக இது அமைந்துள்ளது. ஒருவர் ஏந்திய தீப்பந்தம் முதலில் தெரிகிறது. பின்னால் அடுத்தடுத்த தீப்பந்தம் தெரிகிறது. பிறகு தீப்பந்தம் ஏந்தியவர்கள் முன்னால் வருகிறார்கள். அதற்கேற்ப இசை மெல்ல மெல்ல அதிகரிக்கிறது. இளையராஜா உள்ளூர்க் கருவிகளைக் கையாளாமல் மேற்கத்தியக் கருவிகளைக் கையாண்டுள்ளார். கூட்டமாகச் சென்றவர்கள் தொழிலாளர் தலைவனை மீட்டுத் திரும்புவதோடு பாடல் முடிகிறது.

அதேபோல படத்தொடக்கத்தில் கிராமத்தில் கூத்து நடக்கிறது. அது நந்தனார் சரித்திரக் கீர்த்தனையைத் தழுவிய 'நந்தன் என்பவன் நானே' என்ற பாடல். கோபாலகிருஷ்ண பாரதியாரின் கீர்த்தனை, பாரதியாரின் கவிதை, வைரமுத்துவின் வரிகள் ஆகியவை கலந்து அமைந்திருந்தது பாடல்.

'நான் சிகப்பு மனிதன்' (1985) படம் கொலை, ஊழல், பாலியல் வன்முறை ஆகியவை மலிந்துபோய்விட்டதாகக் கூறி இதற்கு உடந்தையாக இருப்பதாக அரசியல்வாதிகள், அதிகார வர்க்கம், சட்டம் என எல்லோரையும் சாடியது. அதற்கெதிராகச் சண்டையிடும் நாயகனைச் சிவப்பு மனிதனாக உருவகித்து, அக்காலத்தில் மாற்றத்திற்கான குறியீடாக அழுத்தம் பெற்றிருந்த இடதுசாரி அரசியலைக் குறிப்பிடும் சிவகப்பு நிறத்தை இப்படமும் எடுத்தாண்டிருந்தது. அதில் இரண்டு பாடல்கள் குறிப்பிடத்தக்கவை. ஒன்று 'காந்தி தேசமே காவல் இல்லையா?' பாடல். நாட்டில் மலிந்துவிட்ட கொலை, கொள்ளை, ஊழலை இப்பாடல் சாடியது. வழக்கம்போல் டைட்டில் பாடலை இளையராஜா பாடியிருக்கிறார். 'எல்லோருமே திருடங்கதான்' என்ற அப்பாடலை வாலி இயற்றினார். எல்லோரும் இந்நாட்டு மன்னர் என்று பாரதி பாடியதைச் சுட்டிக்காட்டி எல்லோரும் இந்நாட்டு மன்னனாக இருக்க முடியாத நிலையிருக்கிறது எனச் சொல்லும் பாடல், 'எல்லாமே வேசம்தான் / ஏதேதோ கோசம்தான் / எங்கேயும் தில்லுமுல்லு / திண்டாடுது தேசம்தான் / எந்நாளும் கோழைகளா எதுக்கு வாழனும் / அப்பாவி மனுஷனெல்லாம் சிவப்பா மாறணும்' என்று முடிகிறது. நடப்புச் சூழலைச் சாடிவிட்டு அவை மாறுவதற்குச் சிவப்பாக மாறணும் என்றது.

எழுச்சி

இவ்விடத்தில் இளையராஜா இசையிலமைந்த இரண்டு பாடல்கள் குறிப்பிடத்தக்கவை. சமூகக் கோபம், அதற்கான ஆவேசத்தைக் காட்டும் பாடல், இசை ஆகியவற்றை முன்வைத்து வழமையான சமூக - குடும்பக் கதைகளிலும் ஆவேசம் கூட்டும் பாடல்கள் வைக்கப்பட்டன. பாரதிராஜாவின் 'புதுமைப்பெண்' (1983) படத்தில் வரதட்சணை கொடுமைக்கெதிராகப் புகுந்த வீட்டைவிட்டுக் கோபமாக நாயகி வெளியேறுவதைக் குறிக்கும் வகையில் "ஓ... ஒரு தென்றல் புயலாகி வருமே" என்ற பாடல் இடம்பெற்றது. வைரமுத்து எழுதிய அப்பாடலை மலேசியா வாசுதேவன் பாடியிருந்தார். அதேபோல 'மாவீரன்' (1986) படத்தில் அரண்மனைக்கெதிராகக்

கிளர்ந்தெழுந்து நாயகன் பாடும் பாடலை வைரமுத்து எழுத மலேசியா வாசுதேவன் பாடினார். அப்பாடல் உழைக்கும் மக்களின் அவலத்தைக் கூறி அவர்களைக் கிளர்ந்தெழ வேண்டுமெனக் கூறியது. ‘அடுப்புண்டு பூனைக்கு, அதுவுமில்லை ஏழைக்கு / உழைக்கும் மக்களே, ஒன்றுகூடுங்கள் / வேளை வந்தது, கேள்வி கேளுங்கள் / உழைக்க ஒருவன், பிழைக்க ஒருவன் என்ற விதியைக் கொளுத்துங்கள்’ என்று பாடலடிகள் அமைந்தன. இவை நேரடியான சமூக அரசியல் விமர்சனப் படங்கள் இல்லையென்றாலும் அத்தகைய படங்களின் அம்சங்களை எடுத்துக்கொண்டதைப் பார்க்கலாம்.

1987ஆம் ஆண்டு வெளியான ‘ரெட்டை வால் குருவி’ படத்தில் இளையராஜா இசையில் கங்கை அமரன் ஒரு பாடல் எழுதியிருந்தார். சுதந்திர இந்தியாவின் நிலை சீராக இல்லை என்ற நோக்கில் அமைந்திருந்தது பாடல். தனக்குப் பழகிய களம் என்ற முறையில் கங்கை அமரன் இப்பாடலைச் சிறப்பாக எழுதியிருந்தார்.

‘சுதந்திரத்தைத்தான் வாங்கிப்புட்டோம் / அத சுக்குநூறா(க) ஒடச்சிப் புட்டோம்’ என்று தொடங்கி ‘யாரு வந்து சீர்திருத்த முடியும், முடியும் / அட என்னைக்குத்தான் விடியும், விடியும்’ என்று கேட்டு அப்பாடல் முடிகிறது.

1987ஆம் ஆண்டு ‘ஒரேயொரு கிராமத்திலே’ படம் வெளியானது. படத்தின் கதை சாதியை மையமாகக் கொண்டது. சாதிவாரியான இடஒதுக்கீட்டை விமர்சித்து வெளியான இப்படம் பல சர்ச்சைகளையும் அச்சமயத்தில் சந்தித்தது. இளையராஜா இசையில் சமூக அவலங்களைச் சாடும் பாடல்கள் இடம்பெற்றன. வாலி எழுதிய படத்தின் டைட்டில் பாடல் இளையராஜாவால் பாடப்பட்டது. ‘அன்னம்போடும் ஊரு / எங்க அன்ன வயலு / அட அன்னாடம்தான் காயும் இங்க எங்க வயிறு / சாமிக்குப் பொங்க வைப்போம். சாமிகள திங்க வைப்போம் / நாங்க இங்க ஏங்கிக் கிடக்கிறோம் அட ஆண்டவனே’ என்று தொடங்கும் பாடலில், ‘திட்டம் கிட்டம் போட்டு, ஓட்டு கேட்கும் அண்ணாச்சி / போட்ட திட்டம் உங்களுக்கு எங்களுக்கு என்னாச்சு / வட்டம் கிட்டம் மாவட்டம்தான் ஆளுக்கொரு பேராச்சு / அளப்பது ஒனக்கு மட்டும், எங்களுக்கு எங்கடா / உழைக்கிற எங்களுக்கும் ஒழக்கு நெல்ல காட்டேன்டா’ என்னும் வரிகள் அமைந்தன. கிராமப்புற விவசாயக் கூலிகள் தங்கள் நிலையைக் கேலியாகப் பாடுவதுபோல் இப்பாடல் அமைந்தது. அதேபோல ‘படிச்சு என்னத்த

கிழிக்கப் போறடா' பாடலையும் இளையராஜா பாடியிருந்தார். மேலும், சாதியை விமர்சிக்கும் 'சாதி என்னடா சாதி - அது ஜனங்களைப் புடிச்ச வியாதி' என்ற பாடலும் படத்திலிருந்தது.

'ஆளப் பிறந்தவன்' (1987) என்றொரு படம். நாடகத்தில் மக்கள் குறை தீர்க்கும் அரசனாக நடிப்பவன், நிஜத்திலும் நாட்டில் நடக்கும் குறைகளைத் (லஞ்சம், கொலை, கொள்ளை, பாலியல் வன்முறை, அதிகார துஷ்பிரயோகம்) தீர்ப்பவனாக மாறுவதுதான் படத்தின் கதை. பாடல்கள் அனைத்தையும் இளையராஜாவே எழுதியிருக்கிறார். அவற்றுள் இரண்டு பாடல்கள் 'இனிமை' நீங்கிய வகையில் அடங்குகின்றன. அரசனாக நடிப்பவனை ஆதரித்து மக்கள் ஊர்வலம் செல்லும்போது மலேசியா வாசுதேவன் குரலில் 'கொடிகட்டி பறக்கிற ராஜா / எங்க மகாராஜா' என்ற பாடல் ஒலிக்கிறது. 'ஏறிச்செல்லும் விலைவாசிகளை / இதுவரை யாரும் இறக்கியதில்லை / கோஷங்கள் போட்டும் கொடிகளைப் பிடித்தும் நடந்தது ஒன்றுமில்ல / வெறும் வேஷங்கள் பார்த்து விசில்களை அடித்தும் கிடைத்தது நன்மையில்ல / தர்மங்களும் நியாயங்களும் எளியவர் சொல்படி கேக்காது / அதன்படி, அரசியல் கட்சிகளும் மனிதனை நேசிக்க முடியாது' என்ற வரிகளில் அரசியல்வாதிகள் விமர்சிக்கப்படுவதைக் கேட்கலாம். வழக்கம்போல விலைவாசி ஏற்றம் பற்றிய சாடலும் உண்டு. அதேபோல 'என்னால் முடியாது / சும்மா இருப்பது' என்று தொடங்கும் மற்றொரு பாடலும் உண்டு. ஏழைகளில் ஒருவனாகத் தன்னை இணைத்துக்கொண்டு எழுச்சியைக் கோரும் இப்பாடலில் 'நமக்கென்று உழைப்பவர் யாருமில்லே' என்றும் 'சத்திய சோதனை ஏழைக்குதான்' என்றும் வரிகள் வருகின்றன.

கதை ஒருவாறிருந்தாலும் அதில் இடம்பெறும் பாடல் ஏழைகள், தொழிலாளிகள் தொடர்பானதாக இருக்குமானால் ஏழ்மைநிலை, உழைப்புக்கேற்ற ஊதியமின்மை, சுரண்டலுக்கெதிராக ஒன்றுபட வேண்டிய அவசியம் போன்ற செய்திகள் பாடல் வரிகளில் இடம்பெற்றுவிடும் நிலை இருந்தது. 'பேர் சொல்லும் பிள்ளை' (1987) படத்தில் 'நல்ல' முதலாளியை வாழ்த்தித் தொழிலாளிகளோடு சேர்ந்து ஆடிப் பாடுகிறான் நாயகன். 'வெளக்கேத்து வெளக்கேத்து வெள்ளிக் கெழம / வெளக்கு போல வெளிச்சமாகும் நம்ம நெலம / உணர்வின்றி இருந்தா உழைக்காம(ல்) கிடந்தா(ல்) / வருங்காலம் நமக்கு வளமாக வருமா / வந்தாச்சு வந்தாச்சு வருங்காலம் நமக்கு' என்று தொழிலாளிகளை நோக்கிக் கூறுவதாகப் பாடல் தொடங்குகிறது. 'வாட்டிடும் பசியோடும் செஞ்சு முடிச்சோம், வாடாம

பொறுப்போட செஞ்சு முடிச்சோம்' என்று தொடங்கும் சரணம் 'பணத்தால நிம்மதிதான் கிடைக்காது, கிடைக்காது. பணக்காரன் மனசுக்குத்தான் அது ஏது, அது ஏது, ஏழைங்ககிட்டதான் நிம்மதி உண்டு' என்று நீண்டு முடிகிறது. துள்ளலையும் எழுச்சியையும் ஒருங்கே கொண்ட இப்பாடல் மலேசியா வாசுதேவன் குரலில் அமைந்திருந்தது.

இந்த வரிசையில் 'உன்னால் முடியும் தம்பி' (1988) படத்தின் பாடல்கள் முக்கியமானவை. படத்தில் இளையராஜா எந்தப் பாடலையும் பாடவில்லை. 'புஞ்சை உண்டு நஞ்சை உண்டு', 'உன்னால் முடியும் தம்பி தம்பி', 'அக்கம்பக்கம் பாரடா' என்னும் மூன்று பாடல்களும் ஏறக்குறைய ஒரே வகையின. அதில் 'புஞ்சை உண்டு, நஞ்சை உண்டு .... பஞ்சம் மட்டும் இன்னும் இங்கு மாறவில்ல, எங்க பாரதத்தில் சோத்துச் சண்டை தீரவில்ல ... இது நாடா, இல்ல வெறும் காடா, இதைக் கேட்க யாரும் இல்லை தோழா' பாடல் இந்திய வறுமையைச் சாடியது. உழைக்கும் மக்களின் கோடாறி ஓசை, மரம் வெட்டும் ஓசை ஆகியவை பின்னணி இசையாயின. 'வானத்தை எட்டி நிற்கும் உயர்ந்த மாளிகை / யார் இங்கு கட்டி வைத்துக் கொடுத்தது / ஊருக்குப் பாடுபட்டு இளைத்த கூட்டமோ / வீடின்றி வாசலின்றித் தவிக்குது / எத்தனை காலம் இப்படிப் போகும் / என்றொரு கேள்வி நாளை வரும் / உள்ளவையெல்லாம் யாருக்கும் சொந்தம் / என்றிங்கு மாறும் வேளை வரும் / ஆயிரம் கைகள் கூடட்டும், ஆனந்த ராகம் பாடட்டும் / நாளைய காலம் நம்மோடு நிச்சயம் உண்டு போராடு / வானகமும் வையகமும் எங்கள் கைகளில் என்றாடு' என்றமைந்த இப்பாடலை எஸ்.பி.பாலசுப்பிரமணியம் பாடியிருந்தார். 'சேரியில் தென்றல் வீசாதா / ஏழையை வந்து தீண்டாதா' என்று கேட்ட இப்பாடலைப் புலமைப்பித்தன் எழுதினார்.

1980களின் இறுதியில் ஓரிரு பாடல்களோடு இப்போக்கு முடிவுக்கு வந்தது. 'குரு சிஷ்யன்' (1988) படத்தில் வாலி எழுதி மலேசியா வாசுதேவன் பாடிய நாயகன் அறிமுகப் பாடல், 'நாற்காலிக்குச் சண்டைபோடும் நாமெல்லாம் பைத்தியம்தான்டா / நா(ன்) சொன்னா கேட்பது யாரு, நாளும் நீ பேப்பர பாரு / நீ போட்டு நானும் போட்டு என்னாச்சு நம்ம ஓட்டு / கூத்தாடி பொழப்பா போச்சு ஜனங்க பாடு' என்று தொடங்குகிறது பாடல். 'ஒண்ணா இருக்க கத்துக்கணும்' படத்தில் மலேசியா வாசுதேவன் பாடிய 'ஏழுமலைசாமி கொஞ்சம் எறங்கி வாங்க சாமி' என்ற பாடலையும் கூறலாம். இவ்வகையில் கடைசியாக வந்த குறிப்பிடத்தக்கப் பாடலாக 'ஏழை

சாதி' படத்தில் இடம்பெற்ற 'ஏழை சாதி, கோழை சாதி அல்ல' பாடலைச் சொல்லலாம். அதிகார துஷ்பிரயோகம், ஊழல் மலிந்த அரசியல்வாதிகளை எதிர்த்துச் செல்லும் ஊர்வலத்தில் இப்பாடல் இடம்பெறுகிறது.

இந்தவகைப் பாடல்களைத் தந்ததில் ஓர் இசையமைப்பாளராக இளையராஜா எந்த விதத்தில் தனித்துவம் பெறுகிறார்? இதனை மூன்று வகைகளில் சொல்லலாம். முதலாவதாக, இந்தவகைப் பாடல்களுக்குத் தேர்ந்தெடுக்கப்படும் பாடலாசிரியர்கள். இளையராஜா, கங்கை அமரன், வைரமுத்து, வாலி ஆகியோர். உள்ளடக்கத்தைப் பொறுத்தவரை ஒப்பீட்டளவில் கங்கை அமரன், இளையராஜா பாடல்களில் சமூக நடப்பைச் சுட்டுவதே அதிகமிருந்தன. உழைப்பவனுக்கு உழைத்த பயன் இல்லாமல் போவது, விலைவாசி உயர்வு, அரசியல்வாதிகளின் ஊழல், சமூக ஒழுங்குகள் குலைதல் ஆகியவற்றைச் சுட்டியும் கேலி செய்தும் எழுதப்பட்டன / பாடப்பட்டன. மாறாகச் சமூக அவலங்களைச் சுட்டுவதோடு அவற்றை மாற்றக் கோரும் / எழுச்சியூட்டும் பாடல்கள் பிறரால் அதிகம் எழுதப்பட்டன. குறிப்பாக, வைரமுத்து போன்ற புதிய தலைமுறையினரின் வருகை முக்கியமாக அமைந்தது. பொதுவாகத் தமிழ்க் கவிதை மரபில் பாரதியார், பாரதிதாசன் தொடங்கியே சமூகப் பாகுபாடுகளைச் சாடுதல் - அதனை மாற்ற மக்களை நோக்கி விளிக்கும் கவிதை மரபு வளர்ந்துவந்தது. 1950களுக்குப் பிறகு இவை இடதுசாரி அரசியல் / மரபுக்குட்பட்டு வர்க்க எதிரிகளை வீழ்த்துதல் அல்லது அழித்தல் என்று மாறியது (பாரதிதாசன் கவிதைகளிலேயே உண்டு). சிவப்பு என்பது இடதுசாரிச் சிந்தனையை மட்டுமல்ல, உழைப்பவர்களின் கோபம் ('சிவந்த கண்கள்', 'கண் சிவந்தால் மண் சிவக்கும்' போன்ற படங்கள்), வர்க்க அதிகாரிகளை அழிப்பது போன்றவற்றிற்கான குறியீடாகவும் ஆனது. வர்க்கப் போராட்டத்தில் இரத்தம் சிந்திப் போராடுதல் என்பதையும் குறித்தது. 1960, 1970களில் கவிதை எழுத வந்தவர்கள் சமூக மாற்றத்தை ஏதோவொரு வகையில் பேசக்கூடிய கவிதைகளை எழுதினர். அவ்வாறே திரைப்படச் சூழலுக்குள் வந்த வைரமுத்து போன்றவர்கள் மாற்றத்தைப் பேசும் பாடல்களை எழுதினர். இந்தப் பின்புலத்தில் வந்ததாலேயே புலமைப்பித்தன் 'உன்னால் முடியும் தம்பி' படத்தின் பாடல்களை எழுதினார். இதற்கேற்ப 1980களில் திரைப்படச் சூழலிலும் மாற்றத்தைப் பேசும் கதைகளும் படங்களும் வணிகரீதியான கவனத்தைப் பெற்றிருந்தன. அவற்றோடு இப்பாடல்களும் பொருந்தின.

அதேவேளையில் இப்பாடல்களில் நிலவிய வேறுபாட்டைச் சொல்ல வேண்டும். இந்த எழுச்சியூட்டும் பாடல்களில் இசையும் சொற்களும் ஒழுங்கில் அமைந்திருந்தன. அவை ஓர் இலட்சிய சமூகத்தை வற்புறுத்திய விதத்தில் நன்கு தேர்ந்தெடுக்கப்பட்ட சொற்களைக் கொண்டு குறிப்பிட்ட ஒழுங்கில் பாடப்பட்டன. கேட்பவருக்கு உணர்ச்சியும் செயலூக்கமும் உருவாக வேண்டும் என்பதற்கேற்ப இந்த ஒழுங்கு அமைந்தது. அதாவது, செம்மையான சொற்களைக் கொண்டு அடுக்கப்பட்ட பாடல்கள் அவை. வைரமுத்துவின் 'மனிதா மனிதா' என்ற பாடல் ஓர் ஒழுங்கில் தொடங்கி மெல்லமெல்ல உயர்ந்து செல்கிறது. இளையராஜாவின் மேற்கத்தியச் செவ்வியல் இசை, அந்தச் சொற்கள் முன்வைக்கும் அரசியலை எழுச்சியாக மாற்றுகிறது.

அதற்கு மாற்றாக இளையராஜாவும் கங்கை அமரனும் சமூக நடப்பைச் சாடி எழுதிய / பாடிய பாடல்கள், பாடலுக்குரிய ஒழுங்கிலிருந்து விலகியிருந்தன. பாடலின் தொடக்கத்திலோ, இடையிலோ பேச்சுகள் இடம்பெற்றன. அவை கேள்வி பதிலாகவோ, அறிவிப்பாகவோ இருந்தன. அன்றாடப் புழக்கத்திலிருந்த உரையாடலை, சொற்களை அப்படியே பாடல் வரிகளாக மாற்றினர். இதன்படி செவ்வியல் சொற்கள் இல்லாமல் வழக்குச்சொற்கள் அதிகம் இடம்பெற்றன. சமூக நடப்புகளைக் கேலி செய்தல், எடுத்துரைத்தல் போன்றவற்றிற்கு உகந்த வடிவமாகவும் இவை இருந்தன. இளையராஜா, கங்கை அமரன் ஆகியோரிடம் இப்போக்கு அதிகமாய் இருந்ததற்கான காரணத்தை யோசித்துப் பார்த்தால் அவர்கள் உருவாகிவந்த முறையையே காரணமென்று சொல்லத் தோன்றுகிறது. அவர்களின் சகோதரர் பாவலர் வரதராஜனின் பிரச்சாரப் பண்பிலிருந்து உருவாகிவந்தவர்கள். மக்களின் அன்றாடத்தைப் பாதிக்கும் பிரச்சினைகளை எளிய மக்களுக்குப் புரியும் வகையில் பாட முனையும்போது உரையாடல் பண்பு, உள்ளூர் வழக்கு ஆகியவை வந்துவிடுகின்றன. அதுவோர் இடதுசாரிய கலை இலக்கிய அணுகுமுறை. பாவலரிலிருந்து கற்றுக்கொண்ட பிரச்சாரப் பாணி முறை, நாட்டார் பாடல் வடிவம் ஆகிய இரண்டும் இவர்களிடம் செயல்பட்டு இப்பணியைக் கட்டமைத்திருக்கின்றன எனலாம்.

பாடகர்கள்

அடுத்து, இவ்வகைப் பாடல்களைப் பாடுவதற்கு அமைந்த குரல்கள் (பாடகர்கள்) தேர்வும் முக்கியப் பங்கு வகிக்கிறது. சமூக நடப்புகளைச் சுட்டியும், கேலி செய்தும் அமைந்த பாடல்கள் பெரும்பாலானவற்றை

இளையராஜாவும் கங்கை அமரனும் பாடினாலும் எழுச்சியூட்டும் பாடல்களில் பெரும்பாலானவற்றை மலேசியா வாசுதேவனைப் பாட வைத்திருப்பது குறிப்பிடத்தக்கது. அவருடைய குரல் எழுச்சியூட்டும் பாடல்களை அதன் முழுமைக்கு நெருக்கமாகக் கொண்டு சேர்த்தது. வாசுதேவனின் குரல் பெரியது; உச்சஸ்தாயி கொண்டது. ஆவேசத்தைக் கூட்டுவதற்கான கம்பீரம் அவர் குரலில் இருந்தது. எழுச்சியூட்டும் பாடல்கள் உச்சக்குரலில் அமைதல் சிறப்பானது என்பதைச் சொல்லத் தேவையில்லை. இளையராஜாவின் இவ்வகைப் பாடல்களை எஸ்.பி.பாலசுப்பிரமணியம் குறைவாகவே பாடியிருக்கிறார். ஜேசுதாஸ் பாட வைக்கப்படவே இல்லை. பாடகர் குரலைப் போலவே இவ்வகைப் பாடல்களைப் பெரும்பாலும் குழுவினர் கொண்டு அமைத்திருப்பதும் குறிப்பிடத்தக்கதாகும். நாயக மையவாதப் படங்களே என்றாலும் இவ்வகைப் பாடல்களில் நாயகன் குரலுக்கு இணையாகவும் பின்புலமாகவும் குழுவினர் குரல்கள் அமைந்தன. பெரும்பாலும் அது உழைக்கும் எளிய மக்களின் பிரதிபலிப்பாக இருக்கும். மக்களின் பிரச்சினைக்காகவே இப்பாடல்கள் பாடப்படுகின்றன. எனவே, மாற்றத்திற்காக மக்களைத் திரட்டுவது, அவர்களை வழிநடத்திச் செல்வது என்பதைப் பிரதிபலிக்கும் வகையில் குழுவினர் அவசியப்பட்டனர் ('போராடடா வாளேந்தடா', 'ஏழை சாதி கோழை சாதியல்ல').

மூன்றாவதாக, இவ்வகைப் பாடல்களில் பயன்படுத்தப்பட்ட இசைக் கருவிகளையும் பார்க்க வேண்டும். எழுச்சியை ஊட்டக்கூடிய - அதிகப்படுத்தக்கூடிய கருவிகள் அவசியம். மக்களை அழைக்கிற, வழிநடத்துகிற கருவிகளின் ஓசை இருக்க வேண்டும். இதற்காகப் பறை, உடுக்கை, முரசு போன்ற தோற்கருவிகளின் ஓசை இவ்வகைப் பாடல்களில் கலந்திருக்கின்றன. இவை யாவும் உள்ளூர் மரபிலிருந்த இசைக் கருவிகளாகும். போருக்குப் புறப்படுவது போல், நாயகன் ஒரு கூட்டத்தோடு புறப்படுவான். பிறகு பாடத் தொடங்குவான். அப்போது போர் முரசு கொட்டப்படுவது போன்ற ஓசையெழும். இவையெல்லாம் சேர்ந்துதான் இவ்வகைப் பாடல்கள் தமிழ்ச் சமூக அரசியல்மய பாடல்களுக்கான தொன்மம் போல மாறியிருக்கின்றன.

உழைப்பவர் மீதான சுரண்டல்கள், சாதிக் கொடுமைகள், அரசியல்வாதிகள் போன்ற பலவற்றைப் பற்றிய விமர்சனங்கள் 1980களின் பாடல்களில் இருந்தன. நாளடைவில் இவ்வகைப் பாடல்கள் அரசியல்வாதிகள் மீதான சாடல்கள் என்று மட்டும் மாறிப் போயின. சாதி முறை மீதான விமர்சனங்கள்

இல்லாமல் போயின. சமூக அரசியல் மாற்றத்தையொட்டி திரைப்படக் கதையாடல்களிலும் நடைபெற்ற மாற்றங்களாக இவற்றைப் பார்க்கலாம்.

1980களில் செல்வாக்கோடு இருந்த இப்போக்கு 1990களில் ஒன்றிரண்டு பாடல்களோடு முடிவுக்கு வந்தது. அதற்குப் பல காரணங்களுண்டு. 1970களிலும் 1980களிலும் தமிழ் சினிமாவில் இப்பாடல்கள் இடம்பெறுவதற்கான கதையாடல்கள் செல்வாக்கோடு இருந்தன. பிறகு 1980களிலேயே உழைப்பவர் மேம்பாட்டை மையப்படுத்திய இடதுசாரி தொனி கொண்ட படங்களின் செல்வாக்கு முடிந்துபோனது. எனவே, இவ்வகைப் பாடல்களும் குறைந்து போயின. சினிமாவுலகம் தந்த துதிகளால் இடதுசாரி அடையாளத்திலிருந்து பிரக்ஞைபூர்வமாக விலகியிருந்த இளையராஜா, ஆன்மிகத்தில் ஈடுபாடு கொண்டவராக உருமாறிவிட்டார். திரைப்படத் தயாரிப்பாளர்களும் இயக்குநர்களும் விரும்புவதைத் தரக்கூடிய இசையமைப்பாளராக முற்றிலும் மாறிப்போனார். பெண்களைக் கேலி செய்வதற்கான இசையும் சாதியப் பிம்பங்களைப் புகழும் இசையும் பிறந்த அதேவேளையில், சாதியை விமர்சிக்கும் பாடல்களும் பிறந்தன. ('சாதியென்னும் கொடுமை', 'பொறந்தது பனையூரு மண்ணு', 'மதுரைவீரன் எங்கசாமி') இந்த இரண்டு போக்குமே இயக்குநர்கள் விரும்பியவை.

பிரக்ஞையும் பிரக்ஞையைத் தாண்டியிருத்தலும்

விசயம் இவ்வாறுதான் இருந்ததெனில் இளையராஜாவை எவ்வாறு புரிந்துகொள்வது? இயக்குநர்களுக்கான இசையமைப்பாளராக இருந்தாரெனில், அவரை இத்தகைய தலைப்பின்கீழ் வைத்துப் பேச வேண்டிய அவசியம் என்ன? ஒரு கலைஞனின் பங்களிப்பு பற்றிய மதிப்பீடு அவனுடைய கருத்தியல் சார்பு, தரித்துக்கொண்ட வாழ்க்கை முறை ஆகியவற்றை மட்டும் வைத்து நிர்ணயிக்க முடியாது. இவ்விடத்தில்தான் அவர் தன்னைப் பற்றிச் சொல்லிக்கொள்ளும், காட்டிக் கொள்ளும் அடையாளம் முக்கியமானவையல்ல என்கிறோம். அவருடைய அனுபவங்கள், நினைவுகள் எனப் பலவும் சேர்ந்து அறிந்தோ அறியாமலோ வெளிப்படும். அவற்றையெல்லாம் சேர்த்தே அவரை மதிப்பிட வேண்டும். இளையராஜா பிரக்ஞை அடிப்படையில் இடதுசாரி கருத்தியலை ஏற்றவராய் இருந்திருக்கவில்லை. அதிலிருந்து விலகி ஆன்மிக அடையாளத்தோடு தன்னை இணைத்துக்கொண்டவர். இது எல்லோருக்கும் தெரிந்த உண்மை. இவற்றைத் திட்டமிட்டே அவர் செய்தார் என்பதை நாம் மறுக்க முடியாது.

அதேவேளையில் இளையராஜா இவ்வகைப் பாடல்களையும் உருவாக்கியிருக்கிறார் என்பதும் உண்மை. அவையே நம் முன் இருக்கின்றன, இனியும் இருக்கப் போகின்றன. இளையராஜா என்னும் மனிதரின் செயற்பாடுகளை நாம் ஏற்றாலும் மறுத்தாலும் அவரால் இப்பாடல்கள் பிறந்தன என்பதை யாரும் மறுக்க முடியாது. இதைத்தான் நாம் இங்கே எடுத்துக்கொள்ள வேண்டும்; மதிப்பிட வேண்டும்.

இளையராஜா உருவாகிவந்த முறை, பார்த்த விசயங்கள், அனுபவங்கள், அவை அவரிடம் உருவாக்கிய புரிதல்முறை, தெரிந்தும் தெரியாமலும் அவை நினைவுகளாய்ப் படிந்துவிட்ட விதம் ஆகியவற்றைச் சேர்த்துப் பார்க்கும்போதே அவரின் இவ்வகைப் பாடல்களுக்கான யோசனையைப் புரிந்து கொள்ள முடிகிறது. கருத்துரீதியாக மாறிவிட்டபோதிலும் தொடக்கக் காலங்களிலிருந்து அவரிடம் படிந்திருந்த விசயங்கள் வெளிப் பட்டிருக்கின்றன. முன்பு இடதுசாரியாய் இருந்தார் என்பதும், இப்போது இல்லை என்பதும் கருத்து நிலைப்பாடு தொடர்புடையவை. ஒருவர் ஏற்றுக்கொள்ளும் கருத்து அவரைப் பாதிக்காது, வெளிப்படாது என்பது அதன் பொருளல்ல. குறிப்பிட்ட கருத்தியலைத் தொடர்ந்து நம்பும்போது முந்தைய அடையாளங்கள் குறைந்து புதிய வெளிப்பாட்டுக்கு வழிவிடுகிறது. ஆனால், புதிதாக ஏற்ற கருத்து அழுத்தாத காலத்தில், முந்தைய கருத்துகள் புலப்படாத விதத்தில் வெளிப்படும், வெளிப்பட்டிருக்கிறது.

காலம் இளையராஜா வழி தன்னை நிகழ்த்தியிருக்கிறது அல்லது இளையராஜா காலத்தை நிகழ்த்தியிருக்கிறார். இந்த இடத்தில்தான் பிரக்ஞைபூர்வமான அடையாளங்களும் கருத்துகளும் பின்னுக்குப் போய் பிரக்ஞையுள் மறைந்து கிடப்பவை செயல்பட்டிருப்பதைப் பார்க்கிறோம். இது அவரறியாமலும் நடந்திருக்கலாம். இங்குதான் காலத்தைத் தாண்டிய கலைஞனான இளையராஜா, காலத்தைப் பிரதிபலித்த கலைஞனாக இருந்ததையும் பார்க்கிறோம்.

(2021 ஜூனில் அறிவுச்சமூகம் அமைப்பு நடத்திய 'இசைபெருவெடிப்பு மாதம்' இணையவழிக் கருத்தரங்கில் வழங்கிய உரையின் எழுத்து வடிவம்.)

நீலம், ஜூலை 2022.

II

ஒரு சம்பவம், ஐந்து படைப்புகள்: படைப்புக்காரணிகளும் ஊடகங்களும்

இந்தக் கட்டுரை ஐந்து படைப்புகளை முன்வைத்து எழுதப்படுகிறது. எனவே, அப்படைப்புகளின் சுருக்கத்தை முதலில் தொகுத்துக்கொள்வோம்.

I

மனுசங்கடா

சென்னையில் விடியப்போகும் வேளை. தூக்கத்திலிருக்கும் கோலப்பனுக்குக் கிராமத்திலிருக்கும் அவன் தந்தை சின்னய்யன் இறந்துவிட்டார் என்று போன் வருகிறது. சிதம்பரம் வட்டம் அம்மையப்பன் கிராமத்தைச் சேர்ந்த அவன் சென்னையில் தனியார் கம்பெனி ஒன்றில் வேலை பார்த்துக்கொண்டு அறையெடுத்துத் தங்கியிருக்கிறான். பஸ்ஸில் ஊருக்குக் கிளம்பும் அவனுக்கு அப்பா இறந்த கவலையோடு மற்றொரு கவலையும் சேர்ந்துகொள்கிறது. ஊரில் மயான பாதை பிரச்சினை நீண்ட நாட்களாக இருந்துவருகிறது. ஒவ்வொரு சாவு நடக்கும்போதும் அப்பிரச்சினை முன்னுக்கு வரும்.

பஸ்ஸில் போகும்போது இது தொடர்பான ஊர் நிலவரத்தைப் போனில் கேட்டபடியே சென்று சேர்கிறான். எதிர்பார்த்தது போலவே அப்பிரச்சினை எழுகிறது. ஊரில் மயானத்திற்கான பொதுப்பாதை இல்லாமல் இல்லை. ஆனால், ஊரிலிருக்கும் ஆதிக்க வகுப்பினர் இப்பாதையைத் தலித் மக்களுக்கு அனுமதிப்பதில்லை. தலித்துகளுக்கென்று

ஒதுக்கப்பட்டதாகச் சொல்லப்பட்ட பாதை உள்ளூர் நிர்வாகத்தால் ஒழுங்குபடுத்தப்படாமல் இருக்கிறது. இந்நிலையில், கோலப்பனும் இளைஞர்களும் பிணத்தைப் பொதுப்பாதையில் எடுத்துச் செல்வதற்கான சட்ட ரீதியான உரிமையில் உறுதியாக நிற்கின்றனர்.

உள்ளூர் காவல்துறை, வட்டாட்சியர் போன்றோர் ஆதிக்க வகுப்பினருக்கு ஆதரவாக இருக்கின்றனர். சில சமயங்களில் மிரட்டுகின்றனர். ஊரில் இம்மக்களுக்காகப் பணியாற்றும் உள்ளூர் அரசியல் தலைமை மூலம் இப்பிரச்சினையைச் சென்னை உயர்நீதிமன்றத்திற்குக் கொண்டு செல்கிறான் கோலப்பன். பொது மயான பாதையைப் பயன்படுத்தும் சட்ட ரீதியான உரிமையை கோலப்பனுக்கு உறுதிசெய்து தருமாறு மாவட்ட நிர்வாகத்திற்கும் காவல்துறைக்கும் உத்தரவிடுகிறது நீதிமன்றம்.

இதற்குள் மூன்று நாட்கள் கடந்துவிடுகிறது. நீதிமன்ற உத்தரவை நடைமுறைப்படுத்திப் பிணத்தை அடக்கம் செய்ய வேண்டியதே மிச்ச வேலை. ஆனால், போலீஸோ தீர்ப்பு வந்தாலும் உள்ளூர் நிலவரத்தை அனுசரித்துப் போகும்படி தலித் தரப்பினரிடம் வற்புறுத்துகிறது. மெல்ல மெல்ல இப்பிரச்சினையில் பதற்றம் அதிகரிக்கிறது. இவர்கள் தோண்டிவைத்த குழி இரவோடு இரவாக அடைக்கப்படுகிறது. பொதுப்பாதையில் கற்கள் கொட்டப்படுகின்றன.

சட்டமன்ற உறுப்பினர் ஆதிக்க வகுப்பினர் பகுதிக்கே வந்து செல்கிறார். ஒரு கட்டத்தில் போலீஸே பிணத்தை அகற்ற முயலும்போது எதிர்ப்புத் தெரிவித்துப் பிணத்தோடு வீட்டினுள் சென்று தாழ்ப்பாள் இட்டுக்கொள்கின்றனர். பிணம் அழுகினால் வெளியே வருவார்கள் என்று கருதி போலீஸ் ஐஸ்பெட்டிக்குச் செல்லும் மின் இணைப்பைத் துண்டிக்கிறது. அதோடு வீட்டுக்கு வெளியே நின்று மிரட்டலும் விடுக்கிறது. உள்ளே இருப்போர் மண்ணெண்ணெய் ஊற்றிக்கொண்டு தற்கொலை மிரட்டல் விடுக்கிறார்கள். பிறகு, நீதிமன்றம் செல்ல கோலப்பனுக்கு உதவிய உள்ளூர் தலைவர் அறிவுறுத்தலால் வெளியே வந்து பாடைகட்டி பிணத்தை எடுத்துச் செல்கின்றனர். பொதுப் பாதைக்குப் பிரியும் இடத்தில் காத்திருக்கும் போலீஸ், கூட்டத்தினர் மீது திடீரெனத் தாக்குதல் நடத்திப் பலரையும் கைது செய்து வேனில் ஏற்றுகிறது.

அந்தத் தருணத்தைப் பயன்படுத்திச் சீரமைக்கப்படாத பாதை வழியே பாடையை எடுத்துச் சென்று போலீஸே புதைக்கிறது. மறுநாள் பால்

ஊற்றும் சடங்கிற்காக கோலப்பன் உறவினர்களோடு புதைவிடம் நோக்கிச் செல்கிறான். தோண்டி மூடப்பட்ட இடமொன்றைக் கண்டு அதுதான் புதைக்கப்பட்ட இடம் என்று கருதி பாலூற்றப் போகிறான். அதற்குள் உடன் வந்தோரில் ஒருவன் அதேபோன்ற அடையாளத்தோடு அருகிருக்கும் மற்றோர் இடத்தைக் காட்டுகிறான். கோலப்பன் குழப்பத்தோடு அந்த இடம் நோக்கிப் பார்க்கிறான். அதற்குள் இன்னொருவர் மற்றோர் இடமும் அதே அடையாளத்தோடு இருப்பதைக் காட்டுகிறார். அதாவது பிணத்தை விரும்பிய பாதையில் எடுத்துவர முடியாதது மட்டுமல்ல, புதைத்த இடத்தைக்கூட கண்டுபிடிக்க முடியாதவாறு திட்டமிட்டுக் குழப்பத்தை உருவாக்கிச் சென்றிருக்கும் அவலத்தை அவர்கள் சந்திக்கிறார்கள். கோலப்பனுக்குக் கதறி அழுவதைத் தவிர வேறு வழியில்லை. படம் முடிகிறது.

சாதியமைப்பின் நுட்பமான கண்ணிகள் சமூகத்தில் எவ்வாறெல்லாம் தொடர்பு கொண்டிருக்கின்றன என்பதை அதன் எதார்த்தம் குறையாமல் தந்திருக்கும் படம் 'மனுசங்கடா' (2018 அக்டோபர்). ஒடுக்கப்பட்ட மக்கள் பாடுவதைப் போன்று இன்குலாப் எழுதிய 'மனுசங்கடா நாங்க மனுசங்கடா' எனத் தொடங்கும் பாடலின் முதற்சொல்லே படத்தின் தலைப்பாக்கப்பட்டிருக்கிறது. இந்தப் பாடலோடுதான் படம் முடிகிறது. எழுத்தாளரும் இயக்குநருமான அம்சன்குமார் இப்படத்தை இயக்கியுள்ளார்.

மாவீரன் கிட்டு

கிராமங்களில் பாதைகள் சார்ந்தும் சாதிமுறை கடைபிடிக்கப்படுவதை விவரிக்கும் குரலோடு படம் தொடங்குகிறது. அதன்படி பாதைக்காகப் போராடிய கதை ஒன்றை அக்குரல் சொல்ல ஆரம்பிக்கிறது. அதற்கேற்ப கதாபாத்திரங்களும் காட்சிகளும் விரிகின்றன. பழனி வட்டம் புதூர் கிராமத்தில் பொதுப்பாதைப் பயன்பாட்டுக்காகப் போராடிவந்த உள்ளூர் தலைவர் காளிமுத்து அய்யா இறந்து போகிறார். அவர் எந்தப் பாதை பயன்பாட்டுக்காகப் போராடினாரோ அந்தப் பாதையில் அவரையே எடுத்துச் செல்ல முடியாத நிலை உருவாகிறது. ஊர்த் தெரு வழியே ஐந்து பர்லாங்கு தூரத்தில் கடந்துவிட முடிகிற அப்பாதையைப் பயன்படுத்த ஊர் நாட்டாமை மறுத்துவருகிறார். இந்தப் பாதை இல்லாவிட்டால் மழை பெய்து நீர் நிரம்பியிருக்கும் ஏரி வழியாக ஆறு மைல் தூரம் சுற்றிப்போக வேண்டும்.

காளிமுத்தோடு இணைந்து செயல்பட்டுவந்த மற்றோர் உள்ளூர் தலைவரான சின்ராசு, பொதுப் பாதை வழியாகவே காளிமுத்துவைப் எடுத்துச் செல்ல வேண்டுமென உயர்நீதிமன்றத்தில் வழக்கு தொடுக்கிறான். மூன்று நாட்களாகின்றன. முடிவில் நீதிமன்றத்தின் தீர்ப்பு சின்ராசுவுக்கு ஆதரவாக வருகிறது. 'இன்றைக்குப் பொது மயான பாதைப் போன்றவற்றுக்கு இடம் தந்தால் நாளை பெண் கேட்கக்கூட வருவார்கள்' என்று கூறி ஆதிக்க வகுப்பினர் மறுக்கின்றனர். காவல் துறையிலிருக்கும் ஆதிக்க வகுப்பினரும் ஒடுக்கப்பட்ட மக்களுக்கு எதிராகவே சிந்திக்கின்றனர்.

பல்வேறு சமரசங்களுக்கிடையில் பொதுப் பாதை வழியே போலீஸே பிணத்தை எடுத்துச் செல்லட்டும், அம்மக்கள் வரக் கூடாது என்று முடிவு செய்யப்படுகிறது. முதலில் மறுத்தாலும் "இன்னைக்கு அய்யாவோட பொணம் போகட்டும். அதே பாதை வழியா நாம பொணத்தைத் தூக்கிக்கிட்டுப் போகும் காலம் வரும்" என்று கூறி சின்ராசு ஒத்துக்கொள்கிறான். காவல்துறையே பிணத்தைச் சுமந்து செல்கிறது. இதிலிருந்து டைட்டில் காட்சிகள் ஆரம்பிக்கின்றன. அதாவது, படத்தின் மையக் கதைக்கு இதுவே முன்னோட்டக் காட்சி. சுசீந்திரன் இயக்கத்தில் உருவான 'மாவீரன் கிட்டு' 2016ஆம் ஆண்டு டிசம்பர் முதல் வாரத்தில் வெளியானது.

போலீஸ்

ராஜேந்திரன் என்ற தலைமைக் காவலரை உடன் பணியாற்றும் சீனிவாசன், அவர் வீட்டில் சந்திப்பதோடு கதை தொடங்குகிறது. தன்னைக் காவல் நிலையத்திலேயே பார்ப்பதை விடுத்து வீட்டிற்குத் தேடி வந்தது அவருக்குப் புதிதாக இருந்தது. அவன் சொன்ன காரணம் ராஜேந்திரனுக்கு வியப்பாகவும் அதிர்ச்சியாகவும் இருந்தது. தன்னுடைய காவலர் பணியை ராஜினாமா செய்யப் போவதாகவும் அதற்கு அவர் உதவியை நாடி வந்திருப்பதாகவும் சீனிவாசன் சொல்கிறார். ராஜேந்திரன் தன்னுடைய சாதியைச் சேர்ந்தவர் என்பதால் அவரைத் தேடி வந்திருக்கிறார்.

பணித்தளத்தில் நிலவும் சொல்லப்படாத இணக்கம் அது. தன் மீது ராஜேந்திரனுக்குக் கரிசனம் இருக்கிறது என்பதைக் கடந்தகால அனுபவங்கள் மூலம் அறிந்திருக்கிறார். ராஜினாமா செய்வதைவிட, அதற்குக் கூறிய காரணம் ராஜேந்திரனுக்குப் பெரும் வியப்பை அளித்தது. அதாவது, இந்தக் காவல்நிலைய எல்லைக்குட்பட்ட கிராமத்தில் தலித் ஒருவர் இறந்துபோகிறார். அவர் உடலை அடக்கம் செய்ய பொது மயானப்

பாதையை மறுக்கின்றனர் அவ்வூர் ஆதிக்க வகுப்பினர். அதனால் அவர்கள் நீதிமன்றம் சென்று சாதகமாகத் தீர்ப்பு வாங்கி வருகிறார்கள்.

ஆனால், "கலெக்டரும் எஸ்பியும் வந்து ஊர்க்காரங்ககிட்ட பேசினாங்க. நாலு நாள் பேச்சுவாத்த நடந்துச்சி. விஷயம் முடியல. 'கோர்ட் ஆர்டற நடமுறப்படுத்து'ன்னு சொல்லி ஒரு குரூப் சாலை மறியல் செய்யுது. எங்க தெரு வழியாப் பொணத்த எடுத்துட்டுப் போனா சாமி குத்தமாயிடும், மீறி பொணத்தத் தூக்கிட்டுப் போனா ரேஷன் கார்டு, ஓட்டர் ஐடிய திரும்பத் தந்துடுறோம்னு சொல்லி ஒரு குரூப் உண்ணாவிரதம் இருக்கு. சாலை மறியல் செஞ்சவங்கள கலைக்கிறதுக்கு லத்தி சார்ஜ் செய்யுங்கன்னு கலெக்டரு உத்தரவு போட்டாரு. லத்தி சார்ஜ் செஞ்சி நெறயா பேர உள்ளாற புடிச்சிப் போட்டுக் கூட்டத்தக் கொறச்சாச்சி. வேணுமின்னே ஃபிரீசர்ல பொணத்த வச்சிக்கிட்டுத்தான் தகராறு வளத்துறானுவோன்னு கலெக்டர் சொல்லி கரண்டயும் நிறுத்தியாச்சு" என்று இதில் நடந்ததை விவரிக்கிறார் ராஜேந்திரன்.

பிறகு, போலீஸே பிணத்தை எடுக்கத் திட்டமிட்டது. மறியல் செய்த ஐம்பது பேரைக் கைது செய்து பிணத்தை எடுத்து அடக்கம் செய்தது. அவ்வாறு பிணத்தைத் தூக்கிச் சென்ற போலீஸ்காரர்களில் ஒருவனே இந்த சீனிவாசன். இச்சம்பவம் தொலைக்காட்சி செய்திகளிலும் செய்தித் தாள்களிலும் படத்தோடு வெளியானது. இதில் சீனிவாசன் தூக்கிச் சென்ற காட்சி பளிச்சென்று இடம்பெற்றிருந்தது. அதைப் பார்த்துவிட்டு ஊரிலிருந்து ஒருவன் போன் செய்து விசாரித்திருந்தான். 'ஒரு கீழ்ச்சாதிக்காரன் பிணத்தைத் தூக்கிய தன்னைப் பற்றி என்ன நினைப்பார்கள்? அவமானமாக இருக்கிறது' என்று கூறி ராஜினாமா செய்ய வந்திருக்கிறார். தலைமைக் காவலர் ராஜேந்திரன் எவ்வளவோ சொல்லியும் தன் முடிவிலிருந்து மாற மறுக்கிறான்.

"எங்க ஊர்ல மாட்டுவண்டியில்கூட அவனுங்கள ஒக்காந்து போக விட மாட்டம். சைக்கிள்ள, மோட்டார் பைக்கில ஒக்காந்துகிட்டுப் போவ விட மாட்டம். மீறி வந்தால் மறிச்சி வச்சி, டயர்ல இருக்கிற காத்தப் புடுங்கிவுட்டுடுவோம். அப்படிப்பட்ட ஊர்ல பொறந்த என்னெ கீழ்சாதி பொணத்தத் தூக்கிப் பாடையில வைக்கவும், பொணத்தத் தூக்கிக்கிட்டுச் சுடுகாட்டுக்குப் போகவும், குழியில எறக்கி மண்ணைத் தள்ளி மூடவும் வச்சிடாங்க. இந்த வேலையாலதான் இந்த அசிங்கம். எனக்கு மட்டும்

அசிங்கம்னா வுட்டுருவன். நம்ம சாதிக்கே அசிங்கமாப் போயிடிச்சி. அதத்தான் என்னால தாங்க முடியல" என்று சொல்லும் சீனிவாசன், "விஷயம் தெரிஞ்சா எங்கப்பா என்னெ கொன்னு போட்டுடுவாரு. எங்கப்பா வுட்டாலும் எங்கம்மா வெஷத்த வச்சிக் கொன்னுட்டுதான் ஒக்காரும். ஒருத்தனும் எனக்குப் பொண்ணு தர மாட்டான்... ரெண்டு தங்கச்சிங்க இருக்கு. விஷயம் தெரிஞ்சா ஒரு பய பொண்ணு கேட்டு வர மாட்டாய்யா. விஷயம் தெரிஞ்சா ஊரவுட்டே ஒதுக்கிடுவானுங்க. அந்த விஷயத்தில மட்டும் அப்படியே ஒத்துமயா இருப்பானுங்க" என்று விளைவுகளையும் சொல்லுகிறான்.

அதாவது, சாதி ஓர் அமைப்பாக இயங்குவதையே விவரித்துவிடுகிறார். சீனிவாசனுடைய பிடிவாதத்தைப் பார்த்துவிட்டுத் தள்ளிப்போட்டால் சரியாகிவிடும் என்று கருதி அவனை வீட்டுக்குப் போகச் சொல்லுகிறார் ராஜேந்திரன். ஆனால், ராஜினாமா கடிதத்தைக் கொடுத்தால்தான் என்னால் உயிரோடு இருக்க முடியும் என்று கூறி வெளியேறுகிறார் சீனிவாசன். "டேய் தம்பி, நில்லுடா நில்லுடா... டேய் மெண்டல் பயலே" என்று ராஜேந்திரன் கத்தியது சீனிவாசனுடைய காதில் விழவில்லை என்று கதை முடிகிறது. இமையம் எழுதிய இச்சிறுகதை அக்டோபர் 2017இல் (உயிர்மை இதழ்) வெளியானது.

எல்லா உயிர்க்கும்

'எல்லா உயிர்க்கும்' என்பது பிரசன்னா ராமசாமி இயக்கிய நாடகம். தொடக்கமாக, பெண் ஒருவர் கட்டியங்காரியாகப் பறை அடித்தவாறு அரங்கில் வருகிறார். பாரதியின் 'எல்லோரும் ஓர் குலம்' பாடலின் தொடக்க அடிகளைப் பாடுகிறாள். 'கிடையாது, கிடையாது' என்று குரல்கள் கேட்கின்றன. அதாவது, எல்லோரும் ஒரு குலம் கிடையாது என்று பதிலளிக்கிறார்கள். குயவனுக்கு ஒரு பானையும்; நெசவாளிக்கு ஒரு முழத்துணியும்; உழவனுக்கு நெல்லும்; வெட்டியானுக்கு ஆறடி நிலமும் கிடையாது என்கிறது அப்பெண்ணின் குரல். தொடர்ந்து 2016இல் தஞ்சை மாவட்டத்தில் நடந்த உண்மை சம்பவத்தைப் பற்றி இமையம் எழுதிய கதை குறிப்பிடப்படுகிறது. அதைச் சொல்லி முடித்ததும் இரண்டு ஆண் பாத்திரங்கள் வருகிறார்கள். இமையம் எழுதிய 'போலீஸ்' கதையில் வரும் சீனிவாசன், தலைமைக் காவலர் ராஜேந்திரன் வீட்டுக்கு வருகிறான். கதையில் வரும் பெரும்பாலான உரையாடல்கள் அப்படியே நாடகத்தில்

இடம்பெற்றுள்ளன. இமையத்தின் விவரிப்புப் பகுதிகள் பெரும்பாலும் நாடக வடிவத்திற்கு மாறியிருக்கின்றன.

கதையைப் போலவே நாடகத்திலும் மூன்று கதாபாத்திரங்கள் மட்டுமே. இமையம் எழுதிய பகுதிகளும் பாதி நாடகத்திலேயே நிறைவடைகின்றன. இரண்டாம் பகுதி பாடல், கவிதைகள், பேச்சு என்றமைகின்றன. இரண்டாம் பகுதியைக் கட்டியங்காரியே நிகழ்த்துகிறார். நிலத்திற்கும் கூட சாதியுண்டு என்று கூறிவிட்டுப் பாடுகிறாள். பார்ப்பனனும் சண்டாளனும் உயிர்போய் விட்டால் ஒன்றுதான் என்று சொல்கிறது அப்பாடல். சாதி ஒரு பிசாசு என்று தொடங்கும் நெடிய விவரணை. 'மண்ணுக்கும் சாதியவாதிகளுக்கும் தொடர்பேயில்லை, நிலப்பத்திரங்களுக்கும் மண்ணுக்கும் தொடர்பேயில்லை, தன்னைப் பண்படுத்தி விளைநிலமாக்கியது யாரென்று மண்ணுக்குத் தெரியும்' என்கிறாள்.

அடுத்து கவிதை ஒன்றைச் சொல்லிவிட்டு மற்றொரு பெண் பாத்திரத்தை அழைக்கிறார். நாடகத்தில் வரும் நான்காவது பாத்திரம்; இரண்டாம் பகுதியில் வரும் இரண்டாவது பாத்திரம். சுடுகாட்டில் புதைக்கப் பாதை மறுக்கப்பட்டவனின் மகள் என்று அவள் அறிமுகப்படுத்தப்படுகிறாள். "அப்பன் செத்து ரெண்டுநாள் கூட ஆகல. அதுக்குள்ள வேலைக்கு வந்துட்ட" என்று கேட்க, அவள் பேசத் தொடங்குகிறாள். 'எங்கள் பாட்டி அவள் கதையையும் அவளுக்கு முன்னாடி வாழ்ந்தவங்க கதையையும் எனக்குச் சொல்லியிருக்கிறாள். அவளுடைய முன்னோர் நஞ்சை - புஞ்சை வைத்திருந்தார்கள். அதிலிருந்து விரட்டப்பட்டோம்' என்கிறாள். அதைக் கேட்ட பிறகு பௌத்தம் வீழ்த்தப்பட்டு ஊருக்கு வெளியே துரத்தப்பட்டோம். பார்ப்பன குடியிருப்புக்காக நிலங்கள் எடுக்கப்பட்டன. ஊரும் சேரியுமாக வாழ்கிறோம் என்று முழங்குகிறாள் கட்டியங்காரி. 'வாழிய வாழிய மணித்திருநாடு' என்று பாடுவதோடு நாடகம் முடிகிறது.

இந்நாடகம் 2019ஆம் ஆண்டு அக்டோபரில் நிகழ்த்தப்பட்டது. நாடகத்தின் முதல்பகுதி இமையத்தின் 'போலீஸ்' என்ற கதையைத் தழுவியது. இரண்டாம் பகுதி இயக்குநரால் எழுதப்பட்டது. நாடகத்தில் இடையே சல்லபள்ளி ஸ்வரூபாராணி, ஆதவன் தீட்சண்யா ஆகியோரின் கவிதைகள் இடம்பெறுகின்றன. உரையாடலிலும் ஆதவனின் பங்களிப்பு இருந்தது. நாடகப் பின்னணிக்கான ஓவியங்கள் க.நட ராஜனால் தீட்டப்பட்டிருந்தன.

இரண்டு துக்கம்

கதை சென்னையில் தொடங்குகிறது. தான் பணியாற்றும் அலுவலகத்தின் மேலாளர் பிறந்தநாளுக்கான இரவு விருந்தில் மகேந்திரன் பங்கேற்கிறான். அங்கு பலவிதமான உரையாடல்கள். அவற்றில் மேலாளரின் உறவினர் இறந்ததால் மரண அஸ்தியைப் பெற்றுத் திரும்பியதில் நடந்த தாமதம் பற்றியும் கிராமங்கள் போன்று இங்கு இல்லாதது பற்றியும் உரையாடல் வந்துபோகிறது. அந்த விருந்தில் துப்புரவாளராகப் பணியாற்றுவோர் மகேந்திரன் சாதியாக இருப்பது பற்றியும் உரையாடல் நடக்கிறது. உரையாடல்களில் தென்பட்ட மேட்டிமை பார்வைப் பற்றிய விளக்கத்தினை மறுநாள் மேலாளரிடம் சொல்ல வேண்டுமென்று நினைத்துக்கொண்டே வீடு திரும்புகிறான். ஆனால், மறுநாள் காலை கிராமத்திலிருந்து அவன் அப்பா சின்னச்சாமி நோயுற்றிருப்பதாகப் போன் வருவதால் ரெயிலில் ஊர் கிளம்புகிறான். தன்னையும் சகோதர சகோதரியையும் அப்பா படிக்கவைத்து வேலைக்கு அனுப்பியது பற்றி நினைத்தவாறே செல்கிறான்.

தர்மபுரி அருகிலுள்ள பெத்துநாயக்கன்பட்டி, மேலூர் கீழூர் என்று இரண்டாக இருக்கிறது. பெயருக்கு ஏற்றவாறு மேலூரில் மேட்டுக்குடியினரும் கீழூரில் சேரி மக்களும் இருக்கின்றனர். சேரியில் ஐம்பது வீடுகள். மேலூரில் ஐநூறு அறுநூறு வீடுகள். ஆனாலும் ரேஷன் கடை தொடங்கி எல்லாத் தேவைகளுக்கும் மேலூரின் நடுத்தெரு வழியாகப் போக வேண்டும். மகேந்திரனின் அப்பா ஊர்க்கவுண்டர் வீட்டில்தான் வேலை பார்த்தார். சிறுவயதில் சாதியால் பட்ட அவமானங்களால் உடன்படித்தவர்களுடன் சண்டையிட்டவன் மகேந்திரன். அவனுடைய அப்பா பணிந்து போகிறவர். படித்து மேலே வருவதுதான் முக்கியம் என்று கருதி இவனை அடுத்த ஊர் விடுதியில் சேர்த்துப் படிக்க வைத்தார். சென்னைக்குச் சென்று படித்து முடித்த பிறகு அங்கேயே வங்கி வேலையில் சேர்ந்தான் மகேந்திரன். ஆனால், படிப்புக்கென வாங்கிய கடனைக் கேட்டு ஊர்க் கவுண்டர் தம்பி ஒருநாள் அவன் தந்தையை நடுத்தெருவில் வைத்து அடித்தான். அது தெரிந்து வழக்கு தொடுக்கத் துடித்தான் மகேந்திரன். அதைத் தடுத்த அவன் அப்பா, “ஒன்னே ஒன்னு செஞ்சா போதும். நீ இப்ப திருப்பியடிக்கணும்னு துடிக்கிறயே, அவங்க எப்பவும் நெனைக்கிற மாதிரி என்ன இந்த ஊருலயே கௌரவமா எடுத்துப்போடு. அத மட்டும் செஞ்சாப் போதும்” என்று சொல்கிறார். மகேந்திரன் ஊரில் சென்று இறங்கும்போது அப்பா இறந்துவிட்டிருந்தார். இப்போது அடுத்த பிரச்சினை உருவெடுக்கிறது.

கீழூர் மக்களுக்குப் புதைகாடு இல்லாமலிருந்தது. ஊரைச் சுற்றியுள்ள நிலங்கள் குடியானவர்களுக்கே சொந்தம். அதில் சேரி மக்களுக்கு மயான இடம் ஒதுக்கித் தரப்பட்டதில்லை. எனவே காட்டோடையில் புதைத்து வந்தார்கள். ஆனால், மழைக்காலங்களில் அதுவும் கடினம். நீரோட்டத்தால் பிணம் வெளியே வந்து நாய் நரிகளால் இழுபடும். எனவே ஓடைக்கரையில் புதைக்க முற்படுவார்கள். இல்லையென்றால் அங்குமிங்கும் தூக்கிக்கொண்டு அலைவார்கள்.

ஒவ்வோர் அரசிடமும் முறையீடுகள் செய்தும் விடையில்லை. மகேந்திரனின் நண்பர் அருள் அரசாங்கக் காகிதங்களில் தேடி, கொஞ்சம் புறம்போக்கு நிலத்தைக் கண்டுபிடித்து மயான நிலமாக்க வேலி போட்டபோது வன்முறை செய்து தடுக்கப்பட்டார். பிறகு நடந்த கடும் போராட்டத்தை ஒட்டி நான்கு கிலோமீட்டர் தொலைவில் புறம்போக்கு நிலத்தை அதிகாரிகள் ஒதுக்கினார்கள். ஆனால், பிணத்தை எடுத்துச் செல்வதற்கு ஒரே பாதைதான் இருந்தது. அது மேலூரின் நடுத்தெரு. அதையொட்டி அடுத்த பிரச்சினை. ஒருவழியாக அரசு சேரிக்குப் பின்னால் சுடுகாட்டுக்குப் பாதை ஒன்றை ஒதுக்கியது. ஆனால், அதையும் ஆக்கிரமிப்புச் செய்தனர். பிரச்சினை மேல் பிரச்சினை.

இந்தப் பின்னணியில்தான் இப்போது இறந்து போயிருக்கும் தன் தந்தையை மரியாதையாகப் புதைக்க முடிவெடுக்கிறான் மகேந்திரன். முதலில் காவல்நிலைய ஆய்வாளர், பிறகு சட்டமன்ற உறுப்பினர், ஊர்க்கவுண்டர் என்றெல்லாம் போய் அவர்களின் ஒத்துழைப்புக் கிடைக்காமல் போகிறது. பிறகு அவன் சென்னை உயர்நீதிமன்றம் செல்கிறான். தீர்ப்பு, மகேந்திரனுக்குச் சாதகமாக வருகிறது. ஆனால், உள்ளூர் நிர்வாகம் சட்ட ஒழுங்கைக் காட்டி இவர்களையே பணிந்து போகச் சொல்கிறது. மகேந்திரன் மறுக்கிறான். மேலூர்க்காரர்களும் மறியல் செய்கின்றனர். அதனால் பிணத்தைத் தாங்களே எடுத்துப் போவோம் என்று அறிவிக்கிறது காவல்துறை. அதற்கு எதிர்ப்புத் தெரிவித்து சின்னச்சாமியின் உடலை ஃப்ரீசரோடு தூக்கி வீட்டிற்குள் வைத்துப் பூட்டிக்கொள்கின்றனர்.

அழகியபெரியவனால் எழுதப்பட்ட இந்தக் கதை *2018* நவம்பரில் (உயிர்மை இதழ்) வெளியானது. சேரியில் பிணம் விழுந்தால் இரண்டு சிக்கல். செத்தவர்களுக்காக அழுவது ஒன்று. புதைப்பதற்காகப் படுகிற பாடுகள் மற்றொன்று. இவற்றையே இரண்டு துக்கம் என்ற தலைப்பால் கூறியிருக்கிறது கதை.

போலீஸ் நிபந்தனைகளோடு அனுமதிப்பது போல் அமையும் இக்கதை முடிவு என்கிற விதத்தில் மூன்று சாத்தியங்களைச் சொல்லி முடிக்கிறது. போலீஸார் அந்தரங்கத் திட்டமொன்றை மனதில் வைத்துக்கொண்டு அனுமதிக்கிறார்கள். பாடை மேலூர் நடுத்தெருவை நெருங்கும்போது மேளம் அடிப்பதை நிறுத்தச் சொல்கிறார்கள். அவர்கள் மறுக்கிறார்கள். அதனால் ஊர்வலத்தில் சலசலப்பு ஏற்பட்டது. எங்கிருந்தோ கல் ஒன்று வந்துவிழுகிறது.

காவல்துறை பிணத்தோடு வந்தவர்களை அடிக்கத் தொடங்குகிறார்கள். எல்லோரும் சிதறி ஓடுகிறார்கள். பாடை நடுவீதியில் தனியாகக் கிடக்கிறது. போலீஸாரையே பிணத்தைத் தூக்கும்படி ஆணையிடுகிறார் மாவட்டக் காவல் கண்காணிப்பாளர் (எஸ்.பி). ஆனால், அதற்குள் கீழூரிலிருந்து நான்கு இளைஞர்கள் ஓடிவந்து பாடையைத் தூக்கிக்கொண்டு நடுத்தெரு வழியே ஓடுகிறார்கள். சுற்றி அரண்போல சென்ற இளைஞர்களின் கையில் மண்ணெய் கேன்களும் தீக்குச்சிகளும் இருந்தன. நடுத்தெரு மையத்தில் பாடையை வைத்துவிட்டு உரக்க முழக்கமிட்டார்கள். மாவட்டக் காவல் கண்காணிப்பாளரும் ஆய்வாளரும் செய்வதறியாது திகைத்து நின்றனர். இதுமுதல் முடிவு.

பிரச்சினை நடக்கும்போது நடுரோட்டில் கிடந்த பாடையை நான்கு போலீஸாரைத் தூக்கச் சொல்கிறார் மாவட்டக் காவல் கண்காணிப்பாளர். அவர்கள் பாடையை எடுத்துக்கொண்டு ஓடைக்கரை வழியாக ஓடினார்கள். ஆனால், அங்கு ஆளிறங்க முடியாதபடி பெருங்குழி தோண்டப்பட்டிருந்தது. காலனி ஆட்களுக்கான சுடுகாட்டுப் பாதைக்கு ஓடினார்கள். அதிலும் பெருங்குழி ஒன்று வெட்டப்பட்டிருந்தது. வேறு வழியில்லாமல் மேலூர் நடுத்தெரு வழியாகவே போகத் திட்டமிட்டார்கள். தீச்சட்டியுடன் போனான் மகேந்திரன். அவர்களுடன் கீழூர்ச் சனங்கள் சிலரும் போனார்கள். இவ்வாறு பெத்த நாயக்கன்பட்டி பொதுச்சாலை வழியாக முதன்முதலாக ஒரு தலித்தின் பிணம் போனது. இது இரண்டாவது முடிவு.

பிரச்சினை பெரிதானதும் போலீஸிடம் வந்த மகேந்திரன் என் அப்பாவை இந்த ஊரில் புதைக்க விரும்பவில்லை. மெட்ராஸுக்குக் கொண்டுபோய் எரிக்கப் போகிறேன் என்று உடலை ஃபிரீசரில் வைத்து ஆம்னியில் கொண்டு செல்கிறான். ஊரைவிட்டு ஒரு கிலோ மீட்டர் சென்றதும் வண்டி நிறுத்தப்பட்டது. சின்னச்சாமியின் உடலைச் செடிமறைவிற்குக்

கொண்டு சென்றார்கள். இருட்டில் சிறிதுநேரம் நடந்து சென்றதும் சமாதிகள் இருந்தன. மகேந்திரன் சிறுவனாயிருந்தபோது அப்பாவோடு அங்கு வந்ததுண்டு. ஊர்க்கவுண்டர் நிலத்தின் தெற்குமூலை அது. கவுண்டருடைய முன்னோர்களின் சமாதிகள் அங்குண்டு. அங்கேயே அவர்களின் குலசாமி கோயிலும் இருந்தது. தெய்வக் களத்தில் வேப்பமரத்துக்கு அடியில் சின்னச்சாமியைப் புதைத்து அடையாளம் தெரியாதபடி மூடிவிட்டுப் புறப்பட்டுவிடுகிறார்கள். அதாவது, ஆதிக்க வகுப்பினர் தங்கள் முன்னோர்களை வணங்கும்போது அவர்கள் அறியாமலேயே அங்கு புதைக்கப்பட்ட தலித்தின் உடலையும் சேர்த்தே வணங்குவார்கள். வாழும்போது புறக்கணிக்கப்பட்டவன் இறந்தபின் வணங்கப்படுகிறவன் ஆகிறான். இது மூன்றாவது முடிவு.

II

மேற்கண்ட படைப்புகளைப் பார்க்கும்போது ஒரே பிரச்சினை, அதையொட்டி ஒரே மாதிரியான சம்பவங்கள் திரும்பத் திரும்ப இடம்பெற்றுள்ளதைக் கவனிக்க முடிகிறது. உண்மைச் சம்பவம் ஒன்றை அடிப்படையாக வைத்து எதார்த்த பாணியில் எழுதப்பட்டதால் இவ்வாறு அமைந்திருக்கின்றன. அந்த உண்மைச் சம்பவத்தை இனி காணலாம்.

நாகை மாவட்டம், குத்தாலம் வட்டம், வழுவூர் ஊராட்சிக்குட்பட்ட கிராமம் திருநாள் கொண்டச்சேரி. அங்கிருக்கும் இரண்டு தெருக்களில் இருநூறு ஒடுக்கப்பட்ட வகுப்பினரின் குடும்பங்கள் வசிக்கின்றன. அம்மக்களுக்கெனத் தனிச்சுடுகாடு கிடையாது. மூன்றரை கிலோ மீட்டர் சென்று ஆற்றங்கரையில்தான் புதைக்க வேண்டும். அவ்வாறு செல்வதற்கும் ஒற்றையடிப் பாதை, அதுவும் சிறுவாய்க்கால்துறைதான். பாதை வேண்டுமென்பது நீண்டநாள் கோரிக்கை. 2002ஆம் ஆண்டு வழுவூர் வீரட்டேஸ்வரா கோயில் நிலத்தை ஆதிதிராவிடர் நலத்துறை வாங்கி ஊராட்சியிடம் கொடுத்தும் முறையான சாலை அமைக்கவில்லை. மாறாக, பாதைக்காக வாங்கப்பட்டிருந்த அந்த இடத்தையும் சாதி இந்துக்கள் ஆக்கிரமித்துவிட்டனர்.

இந்நிலையில்தான் 26.11.2015 அன்று எண்பது வயது குஞ்சம்மாள் காலமானார். மழைக்காலம் என்பதால் வெள்ளக்காடாக இருந்தது. அதனால் இம்மக்கள் பொதுப் பாதையைப் பயன்படுத்த வேண்டிய நிலை. சாதி

இந்துக்கள் தரப்போ மறுத்தது. பேரன் கார்த்திக் மாவட்ட ஆட்சியரிடமும் காவல்துறையிடமும் புகார் தருகிறார். மூன்று நாட்கள் பேச்சுவார்த்தை நடக்கிறது. 'சடலத்தை வயல் வழியாக எடுத்துச் செல்லுங்கள். இல்லையேல் நாங்களே அடக்கம் செய்கிறோம்' என்கிறது நிர்வாகம். அம்முயற்சிக்கு இணங்கவில்லை என்பதால் *29.11.2015* அன்று உள்ளாட்சி ஊழியர்கள் மூலம் வயல்வெளி வழியாக எடுத்துச்சென்று குஞ்சம்மாள் அடக்கம் செய்யப்பட்டார்.

அசல் சம்பவம்

இந்நிலையில் *03.01.2016* அன்று குஞ்சம்மாளின் கணவர், *90* வயது செல்லமுத்து இறக்கிறார். முந்தைய பிரச்சினைகளைக் கணக்கில்கொண்டு பேரன் கார்த்திக் சென்னை உயர்நீதிமன்றத்தை அணுகினார். *04.01.2016* அன்று வெளியான தீர்ப்பில் செல்லமுத்துவின் சடலத்தைப் பொதுப் பாதையில் எடுத்துச் சென்று அடக்கம் செய்ய வேண்டும் என்று அறிவுறுத்தப்பட்டது. ஆனால், அதிகாரிகள் வயல்வெளி வழியாகவே எடுத்துச் செல்ல வற்புறுத்தியுள்ளனர். அதோடு வயல்வெளி பாதையில் அவசர அவசரமாகப் பாதையை உருவாக்கியுள்ளனர். ஆனால், தலித் தரப்பினரோ நீதிமன்ற உத்தரவைக் கூறி அதிகாரிகளின் இம்முயற்சிக்கு எதிர்ப்புத் தெரிவித்துள்ளனர். முதலில் மின் இணைப்பைத் துண்டித்துள்ளனர். அதனால் பிணம் அழுகத் தொடங்குகிறது. பிறகு மண்ணெண்ணெய் ஊற்றித் தற்கொலை செய்யப் போவதாகக் கூறியுள்ளனர்.

உடனே காவல்துறை பொதுப் பாதையில் எடுத்துச் செல்வதற்கான வாக்குறுதியைத் தந்து சடலத்தை எடுக்க ஏற்பாடு செய்தது. ஆனால், பொதுப் பாதைப் பிரியும் இடத்தில் தடியடி நடத்தி மக்களைக் கைது செய்து சடலத்தைக் கைப்பற்றிய காவல்துறை, வயல்வெளி வழியே எடுத்துச் சென்று புதைத்தனர். இதுதான் நடந்த சம்பவம். மேலே சொல்லப்பட்ட ஐந்து படைப்புகளுக்கும் அடிப்படையாக அமைந்த உண்மைச் சம்பவம் இதுதான். இவற்றில் எது உண்மை எது புனைவு என்று தெரியாத அளவிற்கு இச்சம்பவம் புனைவுகளாக மாற்றப்பட்டன. படைப்பாகப் படிக்கும்போது இவ்வாறு நடந்திருக்குமா என்று எண்ணிக்கொள்வோம். ஆனால், இப்படைப்புகள் எதார்த்தத்தைப் புனைவு வடிவில் எழுதிப் பார்த்தவை எனலாம்.

ஐந்து படைப்புகள்

இரண்டு சிறுகதைகள், இரண்டு திரைப்படங்கள், ஒரு நாடகம் என்ற அளவில் திருநாள் கொண்டச்சேரி சம்பவம் ஐந்து படைப்புகளாகியுள்ளன. சம்பவம் நடந்த மூன்றாண்டுகளில் வந்த படைப்புகள் இவை. அண்மையில், இந்த எண்ணிக்கையிலோ, இவ்வளவு விரைவாகவோ வேறெந்தச் சமகாலப் பிரச்சினையும் தமிழில் பதிவாகவில்லை எனலாம். இரண்டு திரைப்படங்களில் ஒன்றான 'மாவீரன் கிட்டு' வணிகத் திரைமொழியில் அமைந்த படம். அண்மைச் சம்பவங்களை எடுத்தாளுதல் என்ற முறையில் திருநாள் கொண்டச்சேரி சம்பவத்தைப் புனைவு மொழியில் பிரதிபலித்தது. ஆனால், திருநாள் கொண்டச்சேரி சம்பவம் படத்தின் தொடக்கக் காட்சியாக மட்டும் அமைந்தது.

ஆனால், 'மனுசங்கடா' படம் புனைவும் அல்ல; வணிகமொழியிலான படமும் அல்ல. மாற்றுச் சினிமா. திருநாள் கொண்டச்சேரி பிரச்சினைக்காகவே எடுக்கப்பட்ட திரைப்படம். புனைவு சார்ந்த வேறெந்த அம்சமும் படத்தில் இல்லை. அதேவேளையில், இதனை ஆவணப்படம் என்றும் கூறிவிட முடியாது. அச்சம்பவம் திரைப்படத்தில் மீண்டும் நிகழ்த்தப்பட்டுள்ளது. ஆவணப் புனைவு என்று கூறலாம்.

கதைகளைப் பொருத்தவரையில் 'போலீஸ்' நேரடியாக ஒரு சிறுகதை. 'இரண்டு துக்கம்' சிறுகதையாகவும் சிறுகதைத் தன்மையோடு கூடிய வரலாற்று வரைவாகவும் அமைந்திருக்கிறது என்று கூறலாம். இதழில் வெளியானபோது சிறுகதை என்ற வகைமையின்கீழ் வெளியானது. எனினும் இதனைக் குறுநாவல் என்றும் கூறுலாம். 'இரண்டு துக்கம்' கதைக்கும் 'மனுசங்கடா' படத்திற்கும் தொடர்புண்டு. திருநாள் கொண்டச்சேரி சம்பவத்தைப் படமாக்கவிருப்பதால் அதை ஒரு நாவலாக எழுதித்தரும்படி 'மனுசங்கடா' இயக்குநர் அம்சன்குமார் அழகிய பெரியவனிடம் கேட்டுக்கொண்டதற்கிணங்க அவர் எழுதிய கதையே 'இரண்டு துக்கம்'.

இதன்படி இச்சம்பவத்தை ஒரு படைப்பாக எழுதி, பின்னர் அதைப் படமாக்க வேண்டும் என்று அம்சன்குமார் திட்டமிட்டிருந்தார் என்றும் தெரிகிறது. ஆனால், ஏனோ அவ்வாறு நடக்கவில்லை. அழகிய பெரியவனின் கதைக்குப் பதிலாகத் தன்னுடைய திரைக்கதையையே படத்திற்குப் பயன்படுத்தியிருக்கிறார் அம்சன்குமார். படத்துடன் சேர்த்து அழகிய பெரியவன் கதை, அதற்கு அம்சன்குமார் எழுதப்போகும் திரைக்கதை

ஆகியவற்றைத் தனிநூலாகக் கொண்டுவரத் திட்டமிட்டிருந்ததையும் அழகிய பெரியவன் குறிப்பிட்டுள்ளார். அவையும் கைகூட வில்லை என்று தெரிகிறது.

இவற்றையெல்லாம் சேர்த்துப் பார்க்கும்போது அழகிய பெரியவனின் கதை திரைக்கதையை மனதில் வைத்து எழுதப்பட்டது எனலாம். அதனாலேயே அவர் கதையில் எப்போதும் இல்லாத அளவிற்கான முடிவு, அதிலும் திரைக்கதைக்கேற்பச் சாத்தியப்பட்டதைக் கையாள வேண்டுமென்பதற்கான மூன்று முடிவுகள் என்று அமைத்திருக்கிறார். சாதியமைப்பின் எல்லாச் சிக்கல்களையும், இப்பிரதிக்குள்ளே கொண்டு வந்துவிட வேண்டுமென்று எழுதியதால் கதையின்மீது வரலாறு சொல்லும் தன்மை வந்துவிட்டிருப்பதைப் பார்க்க முடிகிறது.

எதார்த்தத்தின் அழகியல்

திருநாள் கொண்டச்சேரி சம்பவத்தைத் தழுவியது இமையத்தின் 'போலீஸ்' கதை என்றால், அந்தக் கதையைத் தழுவியது பிரசன்னா ராமசாமி இயக்கிய 'எல்லா உயிர்க்கும்' நாடகம். இதற்கும் 'மாவீரன் கிட்டு' படத்திற்கும் ஒற்றுமை உண்டு. திருநாள் கொண்டச்சேரி சம்பவத்தைத் தொடக்கக் காட்சியில் சிறு அளவில் சித்திரித்துவிட்டு அதிலிருந்து புனைவுக்கான மையத்தை விஸ்தரித்துக்கொண்டுள்ளது திரைப்பிரதி. நாடகப்பிரதி திருநாள் கொண்டச்சேரி சம்பவத்தின் அடிப்படையிலான 'போலீஸ்' கதையைப் பெருமளவு சித்திரித்துவிட்டு மறுபாதியை அப்பிரச்சினையோடு தொடர்புடைய நிலம், நிலம் இல்லாதவர்களாக்கப்பட்ட பௌத்தர்கள் என்ற வரலாற்றுக் குறிப்புகளுக்கு நகர்கிறது. திரைப்பிரதி அசலிலிருந்து தொடங்கி புனைவுக்கு நகர்கிறது. நாடகப்பிரதி புனைவிலிருந்து தொடங்கி எதார்த்தத்திற்கு நகர்கிறது.

திருநாள் கொண்டச்சேரி சம்பவத்தைப் பிரதிபலிக்கும் ஐந்தும் எதார்த்தவாத படைப்புகளாகும். நேரடித் தன்மைக் கொண்டவை. சம்பவத்தை அப்படியே சித்திரிப்பதைத் தாண்டி புனைவின் வேறெந்தச் சாத்தியத்திற்கும் இப்படைப்புகள் செல்லவில்லை. எதிர்காலத்தில் இச்சம்பவத்தை அறியாத ஒருவர் இப்படைப்புகளைப் பார்க்கவோ, படிக்கவோ நேர்ந்தால் அவருக்கு இவை எத்தகைய அனுபவத்தைத் தரும் என்று சொல்லமுடியவில்லை.

ஏனெனில், சாதியமைப்பும் அதில் சுடுகாட்டுக்கான பாதைகூட விடப்படுவதில்லை என்பதும் 'இயல்பாக' தெரிந்திருக்கும் பட்சத்தில் இச்சம்பவம் எந்தப் புதிய அனுபவத்தையும் தராமல்கூட போகலாம். எனவே, எதார்த்தத்தில் நடந்தது என்ற தகவல்தான் இப்படைப்புகளுக்கு 'அர்த்தம்' கிடைப்பதற்கான காரணமாகிறது. சமூக அவலம் என்ற முறையிலும் சமகால ஆவணம் என்ற முறையிலும் எதிர்காலத்தில் இவை கருதப்படலாம். இந்நிலையில் இப்பிரச்சினையைப் புனைவாக்க வேண்டுமென்று படைப்பாளிகளை எது ஈர்த்திருக்கும்?

திருநாள் கொண்டச்சேரியில் அரசாங்கம் நடந்து கொண்ட முறையே அப்பிரச்சினை மீதான கவன ஈர்ப்பை உருவாக்கியது. ஐந்து படைப்புகளிலும் இந்தப் பகுதியே விவாதிக்கப்பட்டுள்ளது. அரசாங்க இயந்திரத்தின் அணுகுமுறையே இவற்றில் புதுமை. அதாவது, சமூகப் பாகுபாடு என்ற உள்ளூர்ப் பாரம்பரியத்திற்கு எதிராகப் பாகுபாட்டைக் களைதல் என்ற நவீன சட்டவாதம் அங்கு நிறுவப்பட வேண்டும். ஆனால், இந்த எதிர்பார்ப்பிற்கு மாறாக நவீன அரசு இயந்திரங்கள் உள்ளூர்ப் பாரம்பரியத்தோடு இணைந்து போகின்றன அல்லது எதுவும் செய்ய முடியாமல் பணிந்து போகின்றன.

பாதிப்பை ஏற்படுத்தியோர் தரப்பு

இந்தப் பாதிப்புதான் இச்சம்பவத்தைப் படைப்புகளாக்கியுள்ளது எனலாம். படைப்பாளர்கள் எல்லோரும் தலித்துகள் அல்ல. பல்வேறு தரப்பினரும் இதன் நியாயம் உணர்ந்து இதில் ஈடுபட்டுள்ளனர். தலித் பிரச்சினையை தலித்தான் எழுத வேண்டும் என்ற வரையறை தளர்ந்திருக்கிறது. ஆனால், தலித்தின் பாதிப்புப் படைக்கப்பட்டிருக்கிறது. ஏனெனில், எல்லாக் காலத்திலும் இழப்போ பாதிப்போ படைப்பின் ஆதாரமாக இருந்துவந்திருக்கிறது. இந்தப் பின்னணியில் இப்படைப்புகளின் தனித்தன்மைகளையும் பொதுத்தன்மைகளையும் பார்க்கலாம்.

இப்படைப்புகளில் இமையம் எழுதிய 'போலீஸ்' சிறுகதை உண்மைச் சம்பவமே எனினும் அதன் எதார்த்தத்தைப் புனைவின் தன்மைக்கு ஏற்ப மாற்றியமைக்க முற்பட்டிருக்கிறது. திருநாள் கொண்டச்சேரி சம்பவத்தைப் பாதிக்கப்பட்டோர் தரப்பிலிருந்து அல்லாமல் பாதிப்பை ஏற்படுத்தியோர் தரப்பிலிருந்து, அதாவது, எதிர்ப்பக்கமிருந்து எழுதிப் பார்த்திருக்கிறார். சாதி என்பது பாதிக்கப்பட்டோர் பிரச்சினை மட்டுமல்ல. பாதிப்பை ஏற்படுத்தியோர் பிரச்சினையும் கூட என்ற வாதத்திற்கு இது வலுசேர்க்கிறது.

பாதிப்பை ஏற்படுத்தும் பிரிவிலிருந்து பாதிப்பைத் தடுக்க வேண்டிய, ஒருவகையில் பாதிக்கப்பட்டோருக்கு அரணாகச் செல்ல வேண்டிய, பொறுப்பிலிருக்கும் ஒருவனின் மனநிலையை ஆராய்வதாக இக்கதை அமைந்திருக்கிறது.

பிரச்சினையைத் தீர்க்க வேண்டியவனே பாதிப்பை உருவாக்குவோர் மனநிலையில் இருந்தால் நிலைமை என்னவாகும்? இந்தக் கதை ஏன் போலீஸை மையப்படுத்தியிருக்கிறது? போலீஸ் பார்வையில் ஏன் நகர்கிறது? பிரச்சினையைப் பேச ஏன் போலீஸைத் தேர்ந்தெடுத்திருக்கிறது என்கிற கேள்விகளுக்கான விடை இதில் கிடைக்கலாம். பொதுப்பாதையில் எடுத்துச் செல்ல வேண்டிய போலீஸே அதைச் செய்ய மறுக்கும்போது, அவனுடைய மனநிலை என்னவாக இருந்திருக்கும் என்று கற்பனை செய்து பார்த்திருக்கிறது இக்கதை.

ஆவணத் தன்மை

சம்பவத்தை உள்ளது உள்ளவாறே காட்டும் ஆவணத்தன்மைக்கான உதாரணமாக 'மனுசங்கடா' படத்தைக் கொள்ளலாம். இந்த வகையில் கரு ஒன்றே என்றாலும் 'போலீஸ்' கதைக்கு எதிரில் இப்படத்தை வைக்கலாம். அதாவது, புனைவு X அபுனைவு என்று நிறுத்தலாம். திருநாள் கொண்டச்சேரி சம்பவத்தில் நடந்த ஒவ்வொன்றையும் வரிசைக்கிரமமாகப் படத்திற்குள் கொணர்ந்திருக்கிறது 'மனுசங்கடா'. கோலப்பனின் தோழி, சாவுக்காக ஊரில் வந்திறங்கி வழிகேட்கும்போதே ஆதிக்கச் சாதியினர் தங்களுடைய வெறுப்பை வார்த்தைகளில் காட்டுகின்றனர்.

கோலப்பன் தரப்பைக் காவல்துறை அதிகாரி அணுகும் விதம், ஆர்.டி.ஓ.வின் நம்பகமற்ற உறுதிமொழிகள், ஆதிக்கச் சாதியினர் பாதையில் கற்களைக் கொட்டி வைத்தல் என்று எதையும் கூடுதலாகவோ புனைவாகவோ சேர்க்காமல் உள்ளதை உள்ளவாறு காட்டி இப்பிரச்சினையை ஆவணமாக்கியிருக்கிறார். நடந்து முடிந்துவிட்ட சம்பவத்தை எடுக்க முடியாததால் அச்சம்பவத்தில் நடந்திருப்பவற்றைச் சேகரித்து இப்படம் அதைப் போலவே சம்பவம் ஒன்றை நிகழ்த்திக் காட்டியிருக்கிறது. கோலப்பன் ஊர்த்தெருவை நோக்கிப் பேசும் வசனமும், கோபத்தில் செய்வதறியாது சாவு நடனம் ஆடுவதும், இறுதிக் காட்சியில் புதைத்த இடம்கூட அறியாததால் வீறிட்டழுவதும் பிரச்சினையின் தீவிரத்தைக் கருதி இயக்குநர் சேர்த்த பகுதிகளாக இருக்கின்றன.

வரலாற்றின் சிறுபுள்ளி புனைவில் விரிதல்

'இரண்டு துக்கம்' கதையையும் 'போலீஸ்' சிறுகதைக்கு எதிரில் வைக்கலாம். இது புனைகதை என்றாலும் ஆவணப்பண்பு கொண்டதாகவே இருக்கிறது. ஒடுக்கப்பட்டோர் பிரச்சினையில் எப்படியெல்லாம் நடக்குமோ அவற்றைக் கதையில் கொணர்ந்துள்ளார் அழகிய பெரியவன். இவை இந்தியக் கிராமங்கள் பலவற்றின் உள்ளூர் எதார்த்தம் என்றாலும் இக்கதைகள் யாவும் ஒரு கதாபாத்திரத்தைப் படைத்து அதன் வழியாகவே பிரச்சினையைச் சொல்லியிருக்கின்றன. மகேந்திரன் ('இரண்டு துக்கம்'), சீனிவாசன் ('போலீஸ்', 'எல்லா உயிர்க்கும்'), கோலப்பன் ('மனுசங்கடா'), சின்ராசு ('மாவீரன் கிட்டு') ஆகியோர் பாத்திரங்களாக உள்ளனர்.

வயல் வழியே செல்லமுத்துவின் சடலத்தை எடுத்துச் செல்லும் காவல்துறை திருநாள் கொண்டச்சேரியில் இறந்த செல்லமுத்துவின் பேரன் கார்த்திக் செயல்பட்டார் என்றாலும் அப்பிரச்சினை அளவுக்கு அவர் பிம்பம் பெரிதாகவில்லை. ஆனால், புனைவுகளுக்கு அப்பண்பு தேவைப்பட்டிருக்கிறது. இந்த எல்லாப் படைப்புகளிலும் கார்த்திக்கே வேறுவேறு பெயர்களில் வந்திருக்கிறார். இதுதான் வரலாற்றுக்கும் புனைவுக்கும் இடையேயுள்ள வித்தியாசம். திருநாள் கொண்டச்சேரி வரலாற்றில் சிறுபாத்திரமாகத் தெரிந்த ஒருவன் புனைவில் முக்கியமானவன் ஆகியிருக்கிறான்.

அதேபோல, இப்படைப்புகள் திருநாள் கொண்டச்சேரி சம்பவத்தை மையப்படுத்தினாலும் சமூக தளத்தில் நிலவும் எல்லா விதமான சாதிய நடைமுறைகளையும் சுட்டுவதற்கான படைப்புகளாகவும் விரிந்திருக்கின்றன. 'இரண்டு துக்கம்', 'போலீஸ்' கதைகள் அத்தகைய சாத்தியத்தை நிகழ்த்தியிருக்கின்றன. 'இரண்டு துக்கம்' கதையில் நகரத்தில் படித்த வகுப்பினரிடையே நுட்பமாக இயங்கும் சாதி, கிராமத்தில் வாழ்ந்த கடந்த தலைமுறையினரின் நிலை, கல்வி மீதான நம்பிக்கை, நிலத்தின் மீதான உரிமையின்மை, ஆண்ட சாதிகளின் பிடிவாதம், நவீன நிறுவனங்கள் சாதியத்திற்கு ஒத்துப்போகும் தன்மை என்று எல்லாமும் ஒரே பிரதிக்குள் கொணரப்பட்டிருக்கின்றன. 'போலீஸ்' கதையில் ஒரு கிராமத்தில் சாதிய ரீதியாக என்னென்ன நடந்திருக்கின்றன / நடக்கின்றன என்பவை நுட்பமாகக் காட்டப்பட்டிருக்கின்றன. அதேபோல, காவல்துறையில் சொல்லப்படாமல் நிலவும் சாதி கண்ணிகளும் தொடப்பட்டுள்ளன.

உள்ளூர் செயற்பாட்டாளர்கள்

இக்கதைகளில் உள்ளூர் அல்லது சிறிய தலைவர்கள் பிரதிபலிக்கப் பட்டிருக்கிறார்கள். சுடுகாட்டுப் பொதுப் பாதைப் போன்றவை உள்ளூர் எதார்த்தங்கள். அதற்கேற்பப் போராடும் உள்ளூர் செயற்பாட்டாளர்கள் உண்டு. அவர்கள் மக்களோடு நேரடித் தொடர்புடையவர்கள். 'மாவீரன் கிட்டு' படத்தில் இறந்துபோகும் காளிமுத்துவே சுடுகாட்டுப் பாதைக்காகப் போராடிவந்த உள்ளூர் பெரியவர்தான். அவரோடு உடனிருந்து அப்பகுதியில் போராடுபவனே சின்ராசு. 'மனுசங்கடா' கதையில் உள்ளூர் அளவில் இருக்கும் அண்ணன் ஒருவர்தான் கோலப்பனை நீதிமன்றம்வரை அழைத்துச் சென்று சாதகமான தீர்ப்பு வாங்கிவருகிறார்.

ஆனால், இறுதியில் அவர் தரும் உறுதிமொழியை நம்பித்தான் பிணத்தை வெளியே தூக்கிவருகிறார்கள். ஆனால், குறிப்பிட்ட தொலைவு வந்ததும் பிணத்தைப் போலீஸ் கைப்பற்றிக்கொள்கிறது. இதில் அண்ணனையும் போலீஸ் நம்பவைத்ததா அல்லது அண்ணனைப் பயன்படுத்தி போலீஸ் எடுத்த முயற்சியா என்று நமக்குத் தெரிவதில்லை. இந்த எல்லாவித சாத்தியத்திற்கும் உட்பட்டவர்களே உள்ளூர்ச் செயற்பாட்டாளர்கள். 'இரண்டு துக்கம்' கதையில் பாண்டியன் என்ற செயற்பாட்டாளர் வழக்கு போட உதவுகிறார்.

III

தமிழகத்தில் நடந்த வேறெந்த வன்முறைகளை விடவும் திருநாள் கொண்டச்சேரி மயானப் பாதைக்கான போராட்டம்தான் இவ்வளவு படைப்புகளை உருவாக்கியிருக்கிறது. எனில், நடந்திருப்பதிலேயே இதுதான் பெரிய - கொடூரமான வன்முறை என்பது இதன் பொருளா? திருநாள் கொண்டச்சேரி வன்முறையை விடவும் கொடூரமான - பெரிய வன்முறைகள் இங்கு நடந்திருக்கின்றன. அவை சிறிய பதிவாகக் கூட இலக்கியத்தில் இடம்பெற்றதில்லை. இடம்பெறாத சம்பவங்களே அதிகம். சமூகப் பிரச்சினைகள் குறித்துப் படைப்புகள் எழுதப்படுவது குறித்த விவாதங்கள் எப்போதும் இருந்துவருகின்றன. தலித் இலக்கியம் எழுச்சிபெற்றபோதும் தீண்டாமையின் தனிமனித அனுபவங்கள் எழுதப்பட்ட அளவிற்குச் சமூக வன்முறைகள் பதிவானதில்லை. இந்தப் பின்னணியில் திருநாள் கொண்டச்சேரி வன்முறைக்கு மட்டும் படைப்புத் தளத்திலான அங்கீகாரம் எவ்வாறு கிடைத்தது என்ற கேள்வி எழுவது தவிர்க்க முடியாததாகிறது.

சில காரணங்கள் உடனடியாகத் தோன்றுகின்றன. ஒன்று தலித் இலக்கியமும் எழுத்தாளர்களும் எழுச்சிபெற்ற பின்னணி. மற்றொன்று தலித் இயக்கங்கள் உருவாகியிருப்பது. இவை தலித் அடையாளம் பற்றிய ஓர்மையை மட்டுமல்ல, தலித் பிரச்சினைகளை ஏதோவொரு விதத்தில் பொருட்படுத்த வேண்டிய, முகங்கொடுக்க வேண்டிய அவசியத்தை ஏற்படுத்தியுள்ளன. தலித் ஓர்மையுடன் கூடிய திரைப்படங்களும் வெளிவரத் துவங்கிவிட்டன. மற்றொரு காரணமும் முக்கியமானது. இது ஊடகங்களின் காலகட்டம். குறிப்பாக, 24 மணிநேர செய்தி சேனல்கள், முகநூல் உள்ளிட்ட சமூக வலைதளங்கள், இணைய இதழ்கள் ஆகியவை பரவலாகியுள்ளன.

அதற்கு முன்புவரை செய்தித்தாளிலோ, தொலைக்காட்சியின் குறிப்பிட்ட நேரத்தில் ஒளிபரப்பாகும் செய்திகளிலோ வந்தால் மட்டுமே ஒரு பிரச்சினை வெளிவரும். அதன் தொடர்ச்சியைத் தெரிந்துகொள்ள மறுநாள்வரை காத்திருக்க வேண்டியிருக்கும். அதற்கிடையே எத்தனையோ மாற்றங்கள் நடந்துவிடும். இவ்வாறு நாள், நேரம் பார்த்து வெளியாகும் செய்திகள் தேர்ந்தெடுக்கப்படும். அவற்றிலும் பெரும்பாலும் சாதி தொடர்பான வன்முறைகள் இடம்பெறாது. இடம்பெற்றாலும் அவற்றிற்கு வேறு காரணம் காட்டப்படும். ஆனால், இப்போதைய ஊடகச் சூழல் இவற்றைத் தலைகீழாக மாற்றிவிட்டது எனலாம். 24 மணிநேர செய்தி சேனல்கள் உருவாகிவிட்ட பின்னால் அவற்றுக்குச் செய்திகள் தேவைப்படுகின்றன. பிரச்சினை 'புதுமை'யானதாக இருக்கும்போது நேரடி ஒளிபரப்புத் தொடங்கி முடியும்வரை தொடருவதாக அமைகிறது. இணைய இதழ்கள் ஒருநாளின் குறிப்பிட்ட நேரத்திற்கொருமுறை செய்திகளைப் புதுப்பிக்க வேண்டிய நிலையில் இருக்கின்றன. குறிப்பிட்ட பிரச்சினையை ஆழமான பார்வையிலிருந்தும் அக்கறையிலிருந்தும் அணுகுகின்றனவா என்கிற கேள்விக்கே இப்போக்கில் அவகாசம் இல்லாமல் போய்விடுகிறது. பரபரப்பு, அவசரம் என்கிற நோக்கிலிருந்து இவை செய்திகளாகின்றன. முன்புபோல இதுபோன்ற பிரச்சினையில் கருத்தே சொல்ல முடியாத நிலை அரசியல் கட்சிகளுக்கு இருப்பதில்லை. செய்தி சேனல்களின் விவாதங்களுக்கான கருப்பொருளாகவும் மாறிவிடுகின்றன.

இவற்றோடு மற்றொரு பிரதான போக்கையும் இணைத்துப் பார்க்க வேண்டும். முகநூல் உள்ளிட்ட சமூக வலைதளங்கள். இதுபோன்ற சமூகப் பிரச்சினைகளை வெளிக்கொணருபவர்கள் செய்தியாளர்களே

என்கிற வரையறைகள் தகர்ந்திருக்கின்றன. எதிரும் புதிருமாகப் பதிவுகள், படங்கள், விவாதங்கள் என்று அமைகின்றன. குறிப்பாக, செய்தி மதிப்பு பெற்றிராத சாதி போன்ற பிரச்சினைகள் இவற்றில் இடம்பெறுகின்றன. இவற்றிற்கும் செய்தி சேனல்களுக்கும் இடையே செய்திப் பரிமாற்றம் சொல்லாமலேயே நடக்கின்றன.

அதுகாறும் சாதியப் பார்வையோடு சமூக வன்முறைகளை வெளியிட முடியாத ஊடகங்களின் அதிகாரம் இச்சூழ்நிலையால் தகர்ந்திருக்கிறது. இப்பின்னணியில்தான் திருநாள் கொண்டச்சேரி வன்முறையைப் பார்க்க வேண்டும். இப்பிரச்சினை பரவலாக ஊடகங்களில் இடம்பெற்றது; விவாதங்கள் நடந்தன; முன்னணி அச்சு இதழ்களில் செய்திக் கட்டுரைகளும் தலையங்கங்களும் (ஆனந்த விகடன்) இடம்பெற்றன; பிணம் எடுக்கும் மூன்று நாட்கள் வரையிலும் இப்பிரச்சினையின் அடுத்தடுத்த கட்டங்களை நேரலையாகத் தரும் வாய்ப்பு உண்டானது.

ஊடகங்களின் தலையீடு பற்றிய குறிப்புகள் இப்படைப்புகளிலே இடம்பெற்றிருப்பதைக் கூட இதற்கான சான்றாகக் கொள்ளலாம். ‘போலீஸ்’ கதையில் பிணத்தைத் தூக்கிச் செல்வது போன்ற படம் செய்தித்தாளில் வெளியானதாலேயே போலீஸ்காரனான சீனிவாசனுக்கு மானப் பிரச்சினை எழுகிறது. கதையில் மூன்று இடங்களில் ஊடகங்கள் பற்றிய குறிப்புகள் வருகின்றன. ஓரிடத்தில் “பேப்பர்காரனும், டி.வி.காரனும் பண்ற அட்டகாசம்தான் இப்பப் பெருசா இருக்கு. இப்ப அவனுவோதான் கலவரத்த பெருசாக்கறானுவோ, உண்டாக்குறானுவோ” என்கிறது போலீஸ்காரரின் குரல். ஊடகங்கள் பற்றிய எதிர்மறைப் பதிவு இது. இவை முழுக்கச் சமகாலச் செய்திச் சேனல்கள் பற்றிய குறிப்பு. இதே குறிப்பு அக்கதையைத் தழுவிய நாடகத்திலும் இடம்பெற்றுள்ளது.

‘மனுசங்கடா’ படத்தில் பிணத்தைத் தூக்க முடியாமல் காத்திருப்பதை ஒட்டி ஊருக்குள் செய்திச் சேனல் ஒன்றிலிருந்து செய்தியாளரும் கேமராமேனும் வருகிறார்கள். அவர்கள் செய்தி சேகரிக்கப் போக முடியாத வண்ணம் தடை ஏற்படுத்தும் காட்சி படத்தில் அமைகிறது. ‘இரண்டு துக்கம்’ கதையில் சென்னை சென்று நீதிமன்றத் தீர்ப்பு பெற்றுத் திரும்பும்போது மகேந்திரனுடன் அவனுக்கு உதவிய பாண்டியனும் ஆங்கில நாளேடு ஒன்றின் செய்தியாளரும் வருகின்றனர். இறுதிவரை அவர்கள் இருக்கின்றனர். தலித் பிரச்சினைகள் தமிழைவிட ஆங்கில ஏடுகளில் அதிகம் இடம்பெறும் என்பதைப் பார்த்தால் இதைப் புரிந்துகொள்ள முடியும்.

சின்னச்சாமியின் பாடையைத் தூக்கி வரும்போது சிக்கல் வருகிறது. ஊர்வலத்தையும் அவர்கள் பேசுவதையும் கேமராவில் பதிவாக்கிக்கொண்டிருந்த செய்தியாளரை அப்போது பார்க்கும் எஸ்.பி. மேலும் பதற்றமாகிக் கத்துகிறார். "அங்க யாருய்யா இது? அந்தக் கேமராவ நிறுத்தச் சொல்லுயா" என்கிறார். எனவே, இப்பிரச்சினையில் ஊடகங்களின் தலையீடு முக்கியமாக இருந்ததையும் அவை எதிர்மறையாகப் பார்க்கப்பட்டன என்பதையும் பிரதிகள் மூலமாக விளங்கிக் கொள்கிறோம்.

ஊடகங்களால்தான் படைத்தார்கள் என்று எடுத்துக்கொள்ளத் தேவையில்லை. மாறாக, இக்காலகட்டத்தின் ஊடகத் தாக்கம் இப்பிரச்சினை பற்றிய யோசனையையும் அழுத்தத்தையும் மறைமுகமாகவேணும் இவர்களிடையே உருவாக்கியிருக்கும். தீவிர படைப்பாளிகள் அன்றாடத்திலிருந்து புறமெய்யாக விலகியிருந்தாலும் உள்மெய்யாகவேணும் தாக்கத்தைப் பெறவே செய்வார்கள். அதைவிட முக்கியமானது படைப்பூக்கத்தோடு தொடர்பில்லாத வேறொன்றுகூட படைப்புக்கான காரணியாக அமைந்துவிட முடியும் என்பதுதான்.

இங்கு மற்றொரு கேள்வியெழுகிறது. ஊடகப் பரவலாக்கம்தான் இத்தனை படைப்புகள் உருவாவதற்குக் காரணமென்றால் எத்தனையோ பிரச்சினைகள் நடந்தும் இச்சம்பவம் மட்டும் படைப்புகளாகியிருப்பதற்குக் காரணம் என்ன? மனித உணர்ச்சிகளில் மரணமும் அதை அடக்கம் செய்வதும் முக்கிய இடத்தைப் பிடித்து வந்திருக்கிறது. அந்தப் பிரச்சினை எப்போதும் உணர்ச்சிப்பூர்வமாகவும் படைப்பாளிகளை ஈர்ப்பதாகவும் இருந்துவந்திருக்கிறது. இறந்தோரைப் புதைக்கக் கற்றுக்கொண்டதிலிருந்தே மனித 'நாகரிகம்' தோன்றுகிறது. சாவுக்குப் பின் மனிதன் என்னவாகிறான் என்ற கேள்வி தத்துவார்த்தப் பிரச்சினையாக இருந்துவந்திருக்கிறது. எல்லாப் பகுதிகளிலும் எல்லாக் காலத்திலும் இது பொதுவான பிரச்சினை.

சோஃபோகிள்ஸ் நாடகம்

இந்நிலையில்தான் புதைக்கும் இடம், புதைக்கும் உரிமை, சடங்குகள் போன்றவை மனிதகுல வரலாற்றில் முக்கியமானதாகியிருக்கிறது. இறந்தோரை அச்சுறுத்துபவராகப் பார்த்த மனிதன், அவரை வழிபடுவதின் மூலம் அவற்றிலிருந்து விடுபட முற்படுகிறான். விசுவாசம், சாபம், வழிகாட்டல், அச்சம் என யாவும் கலந்ததாய் அவை இருக்கின்றன. சாவைப் பற்றிய கேள்வியோடு தொடர்புடைய படைப்புகள் உன்னதப்

படைப்புகளாகியிருக்கின்றன. *Antigone: Burying Textual - Performative Binaries (Nov 2015, University of Madras)* என்ற தலைப்பில் முனைவர் பட்ட ஆய்வை மேற்கொண்ட பேராசிரியர் டேவிட் வைஸ்லியுடன் (David Wisely) உரையாடியபோது அவர் சொன்ன தகவல்கள் இவற்றில் சில இணைப்புகளை உணர்த்தின.

பண்டைய கிரேக்க நாடக ஆசிரியர் சோஃபோகிள்ஸ் (Sophocles) எழுதிய நாடகத்தில் அரசனால் தேசத் துரோகியாக அறிவிக்கப்பட்டவனுக்கு ஆண்டிகானி சாவுச் சடங்கு செய்துவிட்டு வந்து அரசனிடம் அது தொடர்பாக வாதிடுகிறாள். அரசன் தன் தரப்பைப் பேசுகிறான். அவை மனித உணர்ச்சியில் சாவு பெறுமிடத்தை விவாதிப்பதாக அமைகின்றன. சாவும் சாவுச் சடங்கும் அரசியலுக்கு அப்பாற்பட்ட விஷயம் என்று கருதுகிறாள். சாவுச் சடங்கு என்பதே நாடகத்தன்மையுடன் இருக்கும்போது அது நாடக வடிவம் கொண்டிருக்கிறது என்றார் டேவிட்.

Antigone நாடகத்தில் சாவுச் சடங்கைத் தேசத் துரோகம் என்னும் பெயரால் அதிகாரம் கட்டுப்படுத்துகிறது. இங்கும் அதேபோல உள்ளூர் அதிகார விதிமுறைகளால் கட்டுப்படுத்தப்பட்டிருக்கிறது. அதை மீறியே பிணத்தை அடக்கம் செய்ய முற்படுகிறார்கள். அதில் இம்மக்கள் விரட்டப்படுகிறார்கள், போராடுகிறார்கள், அலைக்கழிக்கப்படுகிறார்கள். இதுவோர் உணர்ச்சிப்பூர்வமான தருணம். இந்தத் தருணம்தான் படைப்பாளிகளை, அவர்கள் அறியாமலேயே, உள்ளூர ஈர்த்திருக்கிறது. இவை எப்போதும் இருந்துவந்திருப்பவைதாம். இப்பிரச்சினை அரசியல் போராட்டமாக அமைந்திருக்கிறது என்றாலும் மனிதனின் அடிப்படை உணர்ச்சியோடு இணைந்தவையாக இருக்கிறது. செவ்வியல் மரபில் கண்ணகியின் துயரமும், வழக்காற்று மரபில் துரியோதனன் படுகளமும் மரணத்தை அடிப்படையாகக் கொண்டிருக்கின்றன. எங்கெல்லாம் பிணத்தை அடக்கம் செய்யவும் சடங்குகள் நிகழ்த்தவும் மறுப்பு எழுந்திருக்கிறதோ அங்கெல்லாம் அவற்றைப் பற்றிய படைப்புகள் எழுந்திருக்கின்றன.

தமிழினி, ஜூலை 2020.

மோசவலை: இருபதாம் நூற்றாண்டு அரசியல் சொல்லாடல்

இரணியன்

ஞானத்திலும் வீரத்திலும் பண்பிலும் ஓங்கிய தமிழ் அரசன் இரணியன். அவனது ஒரே மகன் பிரகலாதன். அவனுக்கு இளவரசன் பட்டம் கட்டுவதற்கு முன் உலகப் பயணம் அனுப்புகிறான் அரசன். இளவயதினனான பிரகலாதன் இப்பயணம் மூலம் உலக ஞானம் பெறுவான், அதன் பின்னர் பட்டம் ஏற்பதே சரியாயிருக்கும் என்பது இரணியனின் எண்ணம். இதற்கிடையில் தமிழகத்தில் குடியேற நினைக்கும் ஆரிய கூட்டத்தினர் அதற்குத் தடையாக இருக்கும் இரணியனை அழிப்பதற்கான தருணத்தை எதிர்நோக்கிக் காத்திருக்கின்றனர். இதற்காக உலகப் பயணம் மேற்கொண்டிருக்கும் பிரகலாதனைப் பயன்படுத்திக்கொள்ள நினைக்கின்றனர். அவனைச் சூழ்ச்சியில் சிக்க வைப்பதற்காக மானம் கருதாத ஆரியர்கள், தங்கள் குலப் பெண்ணைப் பயன்படுத்துகின்றனர்.

நாட்டுப் பயணத்தில் பூங்கா ஒன்றில் சித்ரபானு என்ற பெண்மீது காதல் கொண்டு மணம் புரிகிறான் பிரகலாதன். இவன் உண்மையாகவே காதல்கொண்டாலும் சித்ரபானு நயவஞ்சக எண்ணத்தோடு காதல் கொள்கிறாள். அவள் ஆரியப்பெண்.

'ரசத்தில் சிறந்தது சோமரசம் ஆர்ய / ரசத்தில் சிறந்தது காமரசம்! / வசத்தில் நிறுத்தாது இந்த ரசம் காம/ வலையை விரிப்பதெங்கள் சரசம்' என்று பாடுகிறாள். சித்ரபானுவின் விவரணையாக வரும் இச்சித்திரம் ஆரியர்களின் குலவழமை என்பதாகவே அர்த்தம் தரப்படுகிறது.

இதன்மூலம் ஆரியர்கள் மெல்ல மெல்ல இரணியனின் கோட்டைக்குள் நுழைகின்றனர். அதேவேளையில் சித்ரபானு இரணியனின் சேனாதிபதியையும் காதலிப்பதாகக் கூறித் தங்கள் வஞ்சகத் திட்டத்திற்கு ஒப்புதல் வாங்கி வைத்திருக்கிறாள். பிரகலாதனின் நண்பனாக வலம்வரும் காங்கேயனும் ஆரிய இளைஞன். இவர்கள் ஒவ்வொருவரும் வெளியே தொடர்பில்லாமல் இருந்தாலும் இரகசியமாகத் தொடர்புகொண்டுள்ளனர். இவர்களுக்குப் பின்னால் சித்ரபானுவின் தந்தை கஜகேது உள்ளிட்ட ஆரிய கூட்டத்தினர் இருக்கின்றனர். இவர்களின் ஆலோசனைப்படி இளவரசுப் பட்டமேற்கும் தருணத்தில் இரணிய நாமத்திற்குப் பதில் நாராயண நாமத்தைப் போற்றுகிறான் பிரகலாதன். இரணியன் கோபமடைகிறான்.

சித்ரபானுவும் ஆண் வேடத்தில் பிரவேசிக்கிறாள். சேனாதிபதியைப் பயன்படுத்திக் கோட்டைக்குள் தங்கள் ஆட்களைப் பிரவேசிக்க வைக்கிறாள். இரணியனுக்கும் பிரகலாதனுக்கும் விவாதம் நடக்கிறது. 'எங்கே உன் நாராயணன்' என்று கேட்கும்போது 'தூணிலும் இருப்பார், துரும்பிலும் இருப்பார்' என்று ஆரியர்கள் சொல்லச் சொன்னதைச் சொல்கிறான் பிரகலாதன். தூணொன்றை உதைத்து 'இதில் இருக்கிறானா' என்று கேட்கிறான் இரணியன். அப்போது தூணுக்குப் பின்னால் சிங்கமுகத்தோடு ஒளிந்திருக்கும் ஆரியர்கள் இரணியனை முதுகில் குத்துகிறார்கள். குத்தியவன் பிரகலாதனின் நண்பனாக வலம்வந்த காங்கேயன். அதுமட்டுமல்லாமல் தன் காதலி சித்ரபானுவின் அண்ணன்தான் அவன் என்பதையும் அறிகிறான் பிரகலாதன். இரணியன் கொலையைத் தொடர்ந்து அரசி லீலாவதி தற்கொலை செய்துகொள்கிறாள். சேனாதிபதிக்குத் தந்த திட்டத்தின்படி அவன் பிரகலாதனைக் கொல்கிறான். பிறகு சித்ரபானு தன்னை ஏமாற்றினாள் என்பதையறிந்து சேனாதிபதியும் தற்கொலை செய்துகொள்கிறான். இவ்வாறு தமிழ் அரசு வீழ்த்தப்பட்டு ஆரியர்கள் ஏற்றம் பெற்றனர். இந்த எல்லாச் செயல்களுக்கும் மூலமாக இருந்தது ஆரியப்பெண் சித்ரபானுவின் காதல் ரசம்தான்.

இது 1934ஆம் ஆண்டு மேடையேற்றம் செய்யப்பட்டுப் பின்னாளில் பதிப்பிக்கப்பட்ட 'இரணியன் அல்லது இணையற்ற வீரன்' என்ற நாடகம். தமிழ் - தமிழர் என்ற கண்ணோட்டம் கொண்ட பாரதிதாசன் எழுதிய நாடகம் இது. ஏற்கெனவே வைணவ மரபில் நிலவிவந்த பிரகலாதன் சரித்திரத்திலுள்ள 'இரணிய வதை' என்ற பகுதியை ஆரிய நோக்கம் கொண்டதாகக் கருதி அதனை மறுத்து, இந்நாடகம் எழுதப்பட்டது. வெள்ளந்திகளான தமிழர்களை ஆரியர்கள் சூழ்ச்சி செய்து அழித்தனர் என்ற திராவிட இயக்கக் கருத்தியல் அடிப்படையில் இது எழுதப்பட்டிருக்கிறது.

மனோகரா

தன் கணவனுக்கு விஷம்வைத்துவிட்டு வரும் நடனக்காரி வசந்தசேனை, தமிழ் மன்னரை மயக்கித் தன் பிடிக்குள் வைத்திருக்கிறாள். மன்னனிடமிருந்து அரசியையும் அவனுக்கடுத்துப் பட்டம் ஏற்கப்போகும் இளவரசனையும் பிரித்து அரசைக் கைப்பற்றுவதே அவளின் நோக்கம். வஞ்சகம் அறியாத மன்னன் அவள் சொல்படிக் கேட்கிறான். அரசி மற்றொருவனோடு கள்ள உறவு வைத்திருப்பதாக அவள் நம்பவைக்கிறாள். அரசி சிறையில் அடைக்கப்படுகிறாள். இளவரசனுக்கு மரண தண்டனை அறிவிக்கப்படுகிறது. இந்நாட்டை அழிக்கக் காத்திருக்கும் பகை நாட்டு அரசனான அவளின் காதலன் மாறுவேடத்தில் நுழைகிறான். வசந்தசேனையும் காதலனும் ஒன்றுசேர்ந்து மன்னனைக் கொன்றுவிட்டு அரசைக் கைப்பற்ற முனைகின்றனர். இத்தனை நடந்தும் தன் கணவன் அப்பாவி, வஞ்சகக் கூட்டத்தினரின் சதியே காரணம் என்று நினைக்கும் அரசி மனோகரனுக்குக் கட்டளையிடுகிறாள். அன்னையின் ஆணையை ஏற்றுப் போரிட்டு மன்னரை மீட்டுத் தமிழ் அரசைக் காக்கிறான் மனோகரன். 'மனோகரா' படத்தின் கதை இது. ஒருவகையில் 'இரணியன் அல்லது இணையற்ற வீரன்' கதையின் தலைகீழ் வடிவமே இந்தக் கதை. அதாவது, இரணியன் கதையில் மகனான பிரகலாதன் சதிக்கு ஆளாகிறான். இங்கு அரசனே சதிக்கு ஆளாகிறான். இரண்டு பேரும் பிராமணப் பெண் அல்லது பிராமணத் தொடர்பிலான பெண்ணின் காதல் வலையால் வீழ்த்தப்படுகிறார்கள். இரண்டு இடங்களிலும் தமிழ் அரசை வீழ்த்துவதற்கான ஆரியச் சதியாக அப்பெண்களின் காதல் காட்டப்படுகிறது.

'மனோகரா' படத்தின் மூலக்கதை பம்மல் சம்பந்த முதலியாருடையது. முதலில் அதை நாடகமாக நடத்தினார். படமாக இயக்கித் தோல்வியடைந்ததாகவும் சொல்லப்படுகிறது. பிறகு, இந்தக் கதை

பிரசாத் இயக்கத்தில், மு.கருணாநிதியின் திரைக்கதை வசனத்தில் 1954ஆம் ஆண்டு படமாக வெளியானது. படத்தின் வசனங்கள் புகழ்பெற்றன. சம்பந்த முதலியாரின் கதையில் பல்வேறு மாற்றங்கள் செய்யப்பட்டு, சமகாலச் சூழலுக்கேற்பத் திரைக்கதை, வசனம் எழுதப்பட்டன. திமுகவின் முன்னணிச் செயற்பாட்டாளராக வளர்ந்துவந்த கருணாநிதி வாய்ப்புக் கிடைத்த இடங்களில் திராவிடச் சார்புக் கருத்துகளை இணைத்தார். அதன்படி தமிழ் அரசு, ஆரியப் படையெடுப்பு, பெண்களைக் காட்டி சூழ்ச்சி என்ற கருத்துகள் கதையில் இணைக்கப்பட்டன.

புதுமைப் பெண்

கோயிலில் உபந்நியாசம் செய்யும் பிராமணரான சங்கர சாஸ்திரியின் இரண்டாவது மகள் சீதா (சீதை). வறுமையில் வாடும் அவர் வரதட்சிணை கொடுக்க முடியாததால் சீதாவுக்குத் திருமணம் முடிக்க முடியாமல் தவிக்கிறார். திருமணமாகிக் கணவன் வீடுசென்ற மூத்த பெண் வரதட்சிணை காரணமாகத் தற்கொலை செய்துகொள்கிறாள். இந்நிலையில், பிராமணரல்லாத குடும்பத்தைச் சேர்ந்த வங்கி ஊழியர் ராம(ன்)சந்திரன், சீதா மீது காதல்கொள்கிறான். சாஸ்திரியிடம் நேரில் கேட்கிறான். ஜாதிமாறிக் கல்யாணம் பண்ணுவதைக்கூடப் பிரச்சினையாகப் பார்க்காத அவர், வரதட்சிணை கொடுக்க முடியாத நிலையையே பிரச்சினையாகக் கூறுகிறார். ஆனால், அதையும் மீறி அவர்கள் திருமணம் செய்துகொள்ளும்போது ஆசிர்வதித்து அனுப்புகிறார் சாஸ்திரி. பேராசை பிடித்த நாயகனின் குடும்பம் வரதட்சிணை தராதவள் என்ற கொடுமையைச் சீதாமீது ஏவத் தொடங்குகிறது. சாதியைவிட வரதட்சிணையே (பொருளாதாரம்) பிரச்சினை என்றுகூறி அவற்றைப் பிராமணக் குடும்பங்கள் எவ்வாறு 'சந்திக்கின்றன' என்று கூறும் படம், பாதிக்குப் பிறகு வேறு கதைக்குள் நுழைகிறது.

ராமச்சந்திரனின் வங்கிக்கு ராஜசேகர் என்ற புதிய மேனேஜர் வருகிறார். அவரும் பிராமணரல்லாதவர், பெண்பித்தர். அவர் ராமச்சந்திரனின் மனைவி சீதாவை அடைய விரும்புகிறார். ராமச்சந்திரன் நடத்தும் பணப்பரிவர்த்தனை ஒன்றில் கையாடல் நடத்திவிட்டதாகப் புகார் எழுகிறது. அதிலிருந்து அவனைக் காப்பாற்ற வேண்டுமானால் சீதாவைத் தர வேண்டுமென்று கேட்கிறார் மேனேஜர். அதனால் மேனேஜரைத் தாக்கிவிட்டுத் திரும்பிவிடுகிறான் ராமச்சந்திரன். ஆனால், மேனேஜர் இறந்து கிடப்பதால் ராமச்சந்திரன் கைது செய்யப்படுகிறான். சீதா அவனை மீட்கப்

போராடுகிறாள். பல்வேறு வேலைகளுக்குப் போய் வழக்கிற்காகப் பணம் கொணருகிறாள். பிறகு, மானேஜர் இறந்த உண்மையான காரணத்தையும் நீதிமன்றத்தில் கொண்டு சேர்த்து, கணவனை விடுவிக்கிறாள். ஆனால், குடும்பத்தார் சொன்னதைக் கேட்டு சீதாவைச் சந்தேகப்படுகிறான் ராமச்சந்திரன். அவளின் கர்ப்பத்தைக் கேள்விக்குட்படுத்துகிறான். அதைக் கேட்டு வெகுண்டெழும் அவள், வேத நூல்களைப் புதைத்துவிட்டுப் 'புதுமைப் பெண்'ணாய் வெளியேறுகிறாள். சீதைகள் தீக்குளிக்க வேண்டியதில்லை, யுகப் புரட்சியே வேண்டும் என்று பள்ளியில் பாரதி வேடமிட்டுப் பாடிவிட்டுத் திரும்பும் சிறுவனை வழியில் சந்திக்கிறாள். படம் முடிவடைகிறது. பாரதிராஜா இயக்கிய இப்படம் 1984ஆம் ஆண்டு வெளியானது.

இம்மூன்று படைப்புகளும் இருபதாம் நூற்றாண்டின் வெவ்வேறு காலகட்டங்களில் குறிப்பிட்ட கால இடைவெளிகளில் (1934, 1954, 1984) வெவ்வேறு பின்புலத்திலிருந்து உருவாக்கப்பட்டன. மூன்றுமே மூலக்கதைகள் அல்ல. 'இரணியன் அல்லது இணையற்ற வீரன்' என்ற நாடகம் ஏற்கெனவே வழங்கிவந்த பிரகலாதன் புராணத்தின் தலைகீழாக்கம். சம்பந்த முதலியாரின் நாடகம் 'மனோகரா' திரைப்படமாக விரிக்கப்பட்டது. 'புதுமைப் பெண்' கதை ஏற்கெனவே எழுதப்பட்ட குறிப்பான படைப்பிலிருந்து உருவானதல்ல என்றாலும், இராமாயணக் கதையில் இடம்பெறும் சீதை - ராமன் உறவை அடியொற்றி எழுதப்பட்டது. அசோக வனத்திலிருந்து மீண்ட சீதையை ராமன் சந்தேகப்பட்டதை நவீனப் பின்னணியில் மறுவாசிப்புச் செய்து பார்த்தது இப்படம். அதோடு சாவித்திரி என்ற புராணப் பாத்திரத்தையும் இணைத்தார்கள். ஆர்.செல்வராஜும் பஞ்சு அருணாச்சலமும் எழுதிய கதை, திரைக்கதையை பாரதிராஜா இயக்கினார். படத்தில் நாயகன் - நாயகியர் பெயர் ராமச்சந்திரன், சீதா (ராமன் - சீதை) என்பது குறிப்பிடத்தக்கது.

மூன்றுமே பிராமணரல்லாத வகுப்பினரால் எழுதப்பட்ட பிரதிகள். ஆனால், மூன்றிலும் பிராமண வகுப்பைச் சேர்ந்த பாத்திரங்கள் முக்கியமானவையாக இடம்பெற்றுள்ளன. மூன்று பிராமணப் பாத்திரங்களும் பெண்கள். இதில் 'இரணியன் அல்லது இணையற்ற வீரன் நாடகத்திலும் 'மனோகரா' படத்திலும் அவர்கள் எதிர்மறை பாத்திரங்களாகப் படைக்கப்பட்டுள்ளனர். கதையில் ஏற்படும் முரணுக்குக் காரணமாகி அவர்களால் உருவாகும் பிரச்சினையைச் சரிசெய்யும் விதமாகவே கதைகள் நகருகின்றன. தமிழ் அரசின் ஒழுங்கைக் குலைக்கும் சதிகாரிகளாக

அவர்கள் காட்டப்பட்டுள்ளனர். இதன்படி அவர்கள் சதி அல்லது சூழ்ச்சி என்பவற்றுக்கான குறியீடு ஆகிறார்கள். சதிக்கான கருவி அவர்களின் உடல். தங்கள் தேவைக்காக உடலைப் பயன்படுத்துவது குறித்து எவ்விதத் தயக்கமும் அற்றவர்கள். இவை அரசியல் குறியீடுகளாக நில்லாமல் பிராமணப் பெண்களுக்கான அடையாளங்களாகவும் வார்க்கப்பட்டன.

பாரதிதாசனும் கருணாநிதியும் திராவிட இயக்கக் கருத்தியல் பின்புலத்திலிருந்து இவற்றைப் படைத்தார்கள். எனவே, அரசியல் அம்சங்கள் மட்டுமல்லாமல் பிராமணப் பெண்களுக்கான காமவலையில் வீழ்த்திச் சதிசெய்யும் குணாம்சத்தை அக்கருத்தியல் தொடர்பிலிருந்தே பொருத்தினார்கள். பாரதிதாசன், கட்சியில் செயல்படவில்லை. கருணாநிதி, கட்சிப் பிரச்சாரகர். இவர்களின் தமிழ் மீட்புக்கான சொல்லாடலில் ஆரியச் சதி முக்கியமாகச் சுட்டப்பட்டது. (ஆனால், பாரதிதாசன் பாடிய கவிதைக் காப்பியமான 'புரட்சிக் கவி'யில் மன்னரின் மகள் நாயகப் பாத்திரமாகச் சொல்லப்பட்டிருக்கிறாள். அங்கு அவள் ஆரியப்பெண் அல்ல) திராவிடர் / தமிழர் அடிமையான வரலாறைச் சொல்லவரும்போது அவர்கள் போரினால் வீழ்த்தப்பட்டார்கள் என்று விளக்கினால், அவர்களை வைத்து நிறுவப்பட்டுவரும் வீரம் என்ற கருத்தாடல் கேள்விக்கு உள்ளாகிவிடும். எனவே, அவ்விடத்தில் சதியை முன்வைத்தனர். ஆரியப் பெண்களின் மோகவலையே அச்சதி. இவ்விடத்தில் அப்பெண்களை மானம், கற்பு போன்றவற்றிற்கு எதிர்நிலையினராகக் காட்டித் தமிழ்ப் பெண்களின் கற்பு, மானம் என்ற பண்பாட்டைக் கட்டமைத்தனர். இரணியன் நாடகத்தில் சித்ரபானுவைப் படுபாவி / கள்ளி / சண்டாளி / சூழ்ச்சிக்காரி என்றெல்லாம் குறிப்பிடுகிறார் பாரதிதாசன். மனோகராவில் ஊர்கெடுப்பவள் / மோசக்காரி / மந்தி / பாவி / பரத்தை / கள்ளி / சூனியக்காரி / கோமளவல்லி என்று வசந்தசேனை சாடப்படுகிறாள்.

பெரும்பாலான திராவிட இயக்கப் படைப்புகளின் மையச் சொல்லாடலாக இந்தச் சதிக் கோட்பாடும், ஆரியப் பெண்களின் காமவலையும் அமைந்தன. அதற்கான இரண்டு உதாரணங்கள் இரணியனும் மனோகராவும். இரணியன் - திமுக பிறப்பதற்கு முந்தைய பிரதி. மனோகரா - திமுக பிறந்தபின் உருவான பிரதி. ஆனால், இரண்டு காலகட்டங்களிலும் ஒரே பார்வையே இருந்தன. வேறுவேறு விஷயங்களில் வரலாற்றுப்பூர்வமான நிலைப்பாடு எடுத்துப் பேசிய பெரியார், அண்ணா ஆகியோரின் அரசியல் சொல்லாடல்களில், ஆரியப்பெண்கள் பற்றிய இப்பார்வை மாற்றத்திற்கு

உள்ளாகாத தர்க்கமாகவே இருக்கிறது. சிலப்பதிகாரம் போன்ற பிரதிகளின் தாக்கத்திலிருந்து கண்ணகி, மாதவி, செங்குட்டுவன் ஆகிய மூவரையும் முன்வைத்து முறையே கற்பு, சோரம், வீரம் என்கிற சொல்லாடல்கள் உருவாகியிருக்க வேண்டும் என்றே இதுவரை கருதப்பட்டுவருகிறது. ஆனால், கண்ணகியின் கற்பையும் கோவலனின் 'கேவல'த்தையும் சாடிய பெரியார் காலத்திலேயே குறிப்பாக, சுயமரியாதை இயக்கக் காலத்திலேயே அவரின் தலைமையில் அரங்கேறிய 'இரணியன்' நாடகம் அச்சொல்லாடல்களோடுதான் உருவாகியிருப்பது குறிப்பிடத்தக்கது. கண்ணகி, கோவலன் என்று நேரடிக் கதையாக இருக்கும்போது அதன் 'நவீனமற்ற' நிலையைச் சாடிய பெரியார், ஆரியப் பெண்களின் மோசவலையைச் சொல்லும்போது அதை வரலாற்று நிலையிலானதாகக் கருதி ஏற்றுக்கொண்டிருக்கிறார்.

ஒரு நபர் / குடும்பம் / குழு தன்னுடைய வீழ்ச்சியைக் குறிப்பிடும்போது தங்களை வாழ்ந்துகெட்டவர்களாகச் சொல்வது பொதுவான முறையாகவே இருக்கிறது. அவ்வாறு சொல்வதற்கு நிகழ்காலப் பாதிப்பும், எதிர்காலத்தில் மேலெழுவதற்கான நோக்கமும் இருக்கின்றன. இதன்படியே ஒவ்வொரு குழுவின் ஆண்ட பெருமை / பொற்கால முழக்கங்கள் ஆகியவற்றையும் பார்க்கிறோம். சாதிக் குழுவின் இத்தகைய முழக்கத்தை ஒருமொழி பேசும் குழுவின் முழக்கமாக மாற்ற இருபதாம் நூற்றாண்டுத் தமிழ் மறுமலர்ச்சி வழிதந்தது. அது நவீன காலத்தின் யோசனை மட்டுமல்ல. பொதுவாக வீழ்ச்சியைப் பற்றிப் பேசும் கதைகளும் வழக்காறுகளும் கூட இந்தச் சதி / சூழ்ச்சி பற்றியே பேசிவந்திருக்கின்றன. இராமாயணத்தின் கூனி சூழ்ச்சி பிரபலமானது. காலனிய விளக்கங்களிலும் இச்சொல்லாடல் இடம்பெற்றிருக்கிறது. ஆனால், அறிவை முதன்மையாக வைத்துச் செயல்படத் தொடங்கிய இருபதாம் நூற்றாண்டின் நவீனச் சொல்லாடல்களிலும் இப்போக்கு இருந்துள்ளது அல்லது வளர்த்தெடுக்கப்பட்டுள்ளது குறிப்பிடத் தக்கது. சதிக் கோட்பாட்டு நோக்கில் எழுதியிருக்கும் மற்றொருவர் அயோத்திதாசர். ஆனால், காமவலை பற்றிய பார்வை அவரிடம் இல்லாதது தனி ஆய்வுக்குரியது. கௌரவர்களின் சூழ்ச்சியால் நிகழ்ந்த பாஞ்சாலியின் துன்பத்தைத் தனிப் பிரதியாக எடுத்துப் பாடிய பாரதியின் 'பாஞ்சாலி சபத'த்தில், பாஞ்சாலி துயரடைவது அவளின் உறவினர்களால்தான்; அதாவது சமஅந்தஸ்து உள்ளவர்களால்தான். இந்நிலையில்தான் திராவிடப் பிரதிகளில் ஆரியப் பெண்களின் காமவலை பற்றிய சித்திரம் இடம்பெற்றுள்ளது.

இவை எல்லாவற்றையும்விட சூழ்ச்சிக்கு ஆளாகும் ஆண்கள் பற்றிய இப்பிரதிகளின் பார்வைக் கோணம் கவனிக்கப்பட வேண்டியதாகிறது. அவற்றில் அந்த ஆண்களின் பாத்திரத்திற்கு எந்த முகவாண்மையும் இல்லை. அவர்கள் ஏதுமறியாதவர்களாக, சொல்வதை நம்புகிறவர்களாக, சூழ்ச்சிக்கு ஆளாகிறவர்களாக, வீழ்ந்துபோனவர்களாகக் காட்டப்படுகின்றனர். அதாவது அப்பாவிகள்; நல்லவர்கள். இடையில் கொஞ்சம் கெட்டுப் போனவர்களாக இருக்கிறார்கள். இந்த இடைநிலை தமிழர்களுக்கான - தமிழ் அரசுகளுக்கான வீழ்ச்சியின் குறியீடுகள். ஆதியில் மேன்மையோடு இருந்தார்கள்; இடையில் சீரழிந்தார்கள். அதனால் தன்னைச் சார்ந்தவர்களுக்குத் துன்பம் விளைவித்தார்களே தவிர மனமறிந்து செய்யவில்லை. எனவே, இந்தக் கதையாடல்களில் தமிழர்கள் அல்லது தமிழ் அரசர்கள் துன்பமே செய்திருந்தாலும் இறுதியில் மன்னிக்கப்பட வேண்டியவர்களாகிறார்கள். அவர்கள் பிழையே செய்திருப்பினும் நல்லவர்களாகிவிட முடியும். ஆதி, திரிபு, முடிவு என்பதான சதி கதையாடல்களின் பொதுத்தன்மை.

இதன்படி தீமையின் குற்றத்திலிருந்து இப்பிரதிகள் தங்களவர்களை விடுவித்துவிடுகின்றன. அதேவேளையில் எதிர்த்தரப்பிற்கு அந்தச் சாத்தியத்தை மறுக்கின்றன. ஏனெனில், இப்பிரதிகள் வாழ்வின் எதார்த்தங்களிலிருந்து உருவானதைவிட, அரசியல் நிலைப்பாடுகளால் உருவானவை. அதற்கு எப்போதும் கருப்பு, வெள்ளை எனும் எதிர்நிலை வேண்டும். ஒன்றை இழந்தால் இன்னொன்று இயங்காது. எனவே, அவை மாற இப்பிரதிகள் இடமளிப்பதில்லை. தங்களுடைய நியாயத்தை நிறுவிக்கொள்ள எதிர்ச் சொல்லாடல்கள் தேவைப்படுகின்றன.

இவை முழுக்கமுழுக்கத் தமிழ் இனமேன்மையின் பெயரால் நிறுவப்பட்ட ஆண் மையக் கதையாடல்கள். பெண்ணடிமை பாகுபாட்டை நிறுவுவதன் மூலம் சாதியமைப்பின் வன்முறையை எதிர்கொள்ள முயன்றன. பிராமணப் பெண்களுக்கான முகவாண்மையை இவை நினைத்துக்கூடப் பார்க்கவில்லை. அவர்கள் ஏவப்படுகிறவர்களாக - காமப் பதுமைகளாக முடிந்துபோகிறார்கள். இவை ஆணாதிக்கத்தை மட்டுமல்ல சாதியமைப்பின் தன்மையையும் சுருக்கிப் பார்க்கின்றன. அதன் வெவ்வேறு கண்ணிகளைப் பார்ப்பதிலிருந்து பின்வாங்குகின்றன. பிரச்சினையை ஒற்றை மயமாக்குகின்றன.

இப்பின்னணியில் மூன்றாவது பிரதியான 'புதுமைப் பெண்' படத்தைப் பார்க்கலாம். திராவிட இயக்கக் கருத்தியல்களுக்கான பிரச்சாரக் காலம்

ஓய்ந்து, அக்கட்சிகள் ஆட்சிக்கு வந்து பதினேழு ஆண்டுகள் கழித்து இப்படம் வந்தது. ‘இரணியன்’ அரங்கேறி ஐம்பது ஆண்டுகள் கழித்தும் ‘மனோகரா’ வெளியாகி முப்பது ஆண்டுகள் கழித்தும் இப்படம் வெளியானது. திரையுலகம் வெகுவாக மாறியிருந்தது. அரசியல் விளக்கங்களும் திரைப்படக் களங்களும் வேறு வேறு நிலைகளை அடைந்திருந்தன. பாரதிதாசன், கருணாநிதி ஆகியோரைப் போல பாரதிராஜா குறிப்பிட்ட கருத்தியலுக்கான பிரச்சாரகர் அல்லர்; எந்தவோர் அரசியல் கட்சியையும் சார்ந்தவருமல்லர்; அவற்றைப் பிரச்சாரப்படுத்த வேண்டுமென்று இயங்கியதுமில்லை.

ஆனால், பாரதிராஜாவும் அவர் கதை இலாகாவினரும் பிராமணர் அல்லாதவர்கள். ஏதோவொரு வகையில் பிராமணர் அல்லாத திராவிடக் கட்சியாரின் தாக்கத்தையும் விளைவுகளையும் சந்தித்தவர்கள். சமூகத்தில் ஏற்பட்டுவந்த மாற்றங்களைத் தங்கள் பிரதிகளில் பதிவு செய்தவர்கள். அதேவேளையில் இவர்கள் காலத்தில் பிராமண எதிர்ப்புக்கான தேவை குறைந்திருக்கிறது. இன்னும் சொல்லப்போனால், திராவிடக் கட்சிகளின் ஆட்சி மீதான விமர்சனங்களை மறைமுகமாகத் தாங்கிய கதைகளும் வரத் தொடங்கியிருந்தன. இந்தப் படைப்பாளிகளே கூட அவற்றைப் படமாக்கினார்கள். இந்நிலையில்தான் பாரதிராஜாவின் ‘புதுமைப் பெண்’ படம் முற்றிலும் வேறொரு கோணத்தில் முக்கியமானதாகிறது.

பிராமணப் பெண் பற்றிய அதுவரையிலான காமவலை சித்திரத்திற்கு எதிர்நிலையில் நாயகி காட்டப்பட்டிருக்கிறார். ஏழை, நல்லவர்கள் என்றெல்லாம் பிம்பமேற்றப்பட்டிருக்கும் பிராமணக் குடும்பப் பெண்ணான நாயகி சீதா, பிராமணரல்லாத புகுந்த வீட்டில் நையப்புடைக்கப்படுகிறாள். பிராமணரல்லாத அதிகாரிக்கு இணங்க மறுக்கிறாள். சிறையிலிருக்கும் கணவனை மீட்கப் போராடுகிறாள். கணவனோ அவளைக் களங்கமாகப் பார்க்கிறான். அந்த நிலையில்தான் அவள் பாரதி கண்ட புதுமைப் பெண்ணாக வெடித்துக் கிளம்புகிறாள். பிராமணரல்லாதாரின் பிடியிலிருந்து மீளுவதற்கான உருவகமாகப் பெண் உரிமை என்னும் நவீன நிலைப்பாடு அவருக்கு உதவுகிறது. இதன்படி இப்பிரதியில் அந்தப் புதுமைப் பெண் பிராமணக் குலத்திலிருந்தே உருவாகிறாள்.

அதாவது, கதையாடலின் களமும் காலமும் மாறுகிறது. முந்தைய திராவிட இயக்கப் பிரதிகளின் நிலைப்பாட்டுக்கு மாறாக இப்பிரதி இந்த முனையில் நிற்கிறது. ஆனால், திராவிட இயக்கப் பிரதிகள்போலக்

குறிப்பிட்ட அரசியல் சித்தாந்தத்திற்காகச் சுருக்கப்பட்ட கதையாடல் அல்ல இது. திராவிடக் கட்சிகளின் ஆட்சிகளுக்குப் பின்பு பிராமணர்களின் உள்ளூர் அதிகாரம் கட்டுப்படுத்தப்பட்டது. எனவே, அவர்களின் அதிகாரத்தை மட்டுமல்ல, அவர்களின் சதியைப் பேச வேண்டிய அவசியமும் இல்லாது போயிருந்தது. இன்னும் சொல்லப்போனால் பிராமணர்களின் நிலை தாழ்ந்தமை குறித்த விமர்சனங்கள் எழுந்திருந்தன. அதன்படி சாதியைவிட வறுமையே பிரச்சினை, பொருளாதார ரீதியிலான இடஒதுக்கீடு, இடஒதுக்கீட்டின் பாதிப்பு போன்ற கருத்துகள் வரத் தொடங்கியிருந்தன. இந்தப் படத்தில் பிராமணரல்லாத நாயகன், நாயகி வீட்டிற்கு வந்து பெண் கேட்கும்போது சாதியைக்கூடப் பிரச்சினையாகப் பார்க்காத நாயகியின் தந்தை, பொருளாதார நெருக்கடியையே பேசுகிறார்.

பிராமணப் பெண்கள் மீதான பார்வை இக்காலகட்டத்தின் 'புதுமைப் பெண்'ணில் மாறியிருக்கிறது. எனினும் பிராமணரல்லாத ஆண்கள் தேவைப்படும்போதெல்லாம் அக்கதையாடலைப் பயன்படுத்துகிறார்கள். இந்தப் படத்தில் பெண் பித்தனாக வரும் மேனேஜர், நாயகியை வசப்படுத்த முனையும்போதெல்லாம் அவள் நழுவிச் செல்கிறாள். இதையொட்டிப் படத்தில் 'கண்ணியிலே சிக்காதய்யா கானங்குருவி' என்று தொடங்கும் பாடலொன்று வருகிறது. கண்ணி என்பது ஆண்கள் விரிக்கும் வலை; பிராமணரல்லாத ஆண்கள். பாடலாசிரியர் வைரமுத்து மீது அண்மையில் பாலியல் புகார்கள் எழுந்துள்ள நிலையில் அவரைக் காக்கும் பொருட்டும் இந்தக் கதையாடல் முன்வைக்கப்படுகிறது. இப்பாடலை எழுதியிருப்பதும் வைரமுத்துதான்.

மோடி அண்டு எ பியர்

திருமணத்திற்கு முன் தன் காதலனின் குடிப்பழக்கத்தை நிறுத்திவிட விரும்பும் காதலி, ஓர் உயர்தர மதுக்கடைக்குக் காதலனை அழைத்து வருகிறாள். பிராமண காதலிக்கும் பிராமணரல்லாத காதலனுக்கும் இடையே உரையாடல் நடக்கிறது. அவளின் தந்தை நீண்ட தயக்கத்திற்குப் பிறகே திருமணத்திற்கு ஒத்துக்கொண்டார். இது அவர்களின் உரையாடலிலிருந்து தெரிகிறது. இருந்தும் காதலனுக்கு அவர் மனப்பூர்வமாக ஒத்துக்கொண்டார் என்ற எண்ணம் இல்லை. அவளின் தந்தை தன்னைப் பிராமணரல்லாதவராகவே பார்க்கிறார் என்ற சந்தேகம் அவனுக்கு இருக்கிறது. அத்தோடு அவர் மோடி ஆதரவாளர். அதுபற்றி அவர்களுக்கிடையே உரையாடல் நடக்கிறது.

பிராமணராக இருப்பதாலேயே அந்த ஆதரவு அவரிடம் இருப்பதாகக் கருதுகிறான். அவளும் அவனை ஆண்டபரம்பரைப் பெருமை பேசும் தரப்பாகக் கிண்டலடிக்கிறாள். அவளுக்கு அரசியல் பேச ஆர்வம் இல்லை. ஆனால், அவன் அதையே சுற்றி வருகிறான். இருவர் வீட்டிலும் பரஸ்பரம் எதிர்ப்பு வந்ததைப் பகிர்ந்துகொள்கிறார்கள். தன் வீட்டிலேயே அதிக சவால் இருந்ததை அவள் கூறுகிறாள். அதை சாதி உணர்வின் அடையாளமாகக் கூறி அவன் கேள்வி கேட்கிறான். "உன் தங்கையை உங்களுக்குக் கீழிருக்கும் சாதிகளுக்குக் கல்யாணம் செய்து தருவார்களா" என்கிறாள் அவள். "யோசிப்பார்கள்" என்கிறான். "அதுதான் எங்கள் வீட்டிலும் நடந்தது. உன் அப்பா மனோபாவத்திற்கும் என் அப்பா மனோபாவத்திற்கும் பெரிய வித்தியாசம் இல்லை" என்கிறாள். அதாவது, ஒவ்வொருவரும் தங்களுக்குக் கீழிருக்கும் சாதியோடு கலக்க நினைப்பதில்லை என்கிறாள். இந்த வாதத்தைக் காட்டி அவள் பிராமணரைக் காப்பாற்றுகிறாள் என்று அவன் நினைக்கிறான்.

பிறகு, அது இடஒதுக்கீடு பற்றிய பேச்சாக மாறுகிறது. அவள் சாதிவாரி ஒதுக்கீட்டைச் சாடிப் பொருளாதார ஒதுக்கீட்டின் தேவை பற்றிப் பேசுகிறாள். அவன் அதன் முக்கியத்துவத்தை வலியுறுத்துகிறான். சாதி ஒடுக்குமுறை பற்றித் தெரிந்துகொள்ளுங்கள் என்கிறான். ஆனால், எஸ்.சி / எஸ்.டி மீது ஒடுக்குமுறை செய்வதும் ஆணாதிக்கம் செய்வதும் ஆண்டபரம்பரைதான் என்று கூறும் அவள், "நீங்கள் செய்துவிட்டுப் பிராமணர்களைக் காரணமாகச் சொல்லிவிடுகிறீர்கள்" என்கிறாள். "அதை உருவாக்கியது நீங்கள்தான்" என்று இவன் திரும்பவும் குற்றம் சாட்டுகிறான். "இவ்வாறு மாறிமாறிச் சொல்லிக்கொண்டிருந்தால் எதுவும் மாறாது" என்கிறாள்.

அவள் தந்தை தன்னை மாப்பிள்ளையாக ஏற்றுக்கொண்டதை அவரின் பெருந்தன்மை என்று அவள் கருதுவதாகக் கூறிக் கோபப்படுகிறான். அப்பார்வை அவர்களின் சாதிய மேட்டிமையிலிருந்து வருவதாகக் கருதுகிறான். திரும்ப உரையாடல் மோடிக்கு வருகிறது. அவள் மோடி சார்பெடுப்பதாக நினைக்கிறான். அதன் உச்சமாக, எவ்வளவுதான் மறைத்தாலும் பிராமணியம் அவள் உடம்பெங்கும் இருப்பதாகக் கூறுகிறான். இந்தச் சந்தேகம்தான் ஆரம்பத்திலிருந்தே அவனுக்கு இருக்கிறது. அதைச் சொல்ல முடியாமல்தான் பேச்சு வேறுவேறு வார்த்தைகளில் இவ்வாறெல்லாம் வளர்கிறது. அதைமீறி அவளை அவன் காதலித்திருக்கிறான். அவளுடைய

இடஒதுக்கீடு பற்றிய பார்வைகளைப் பார்க்கும்போது பிராமணச் சமூகத்தின் புலம்பலுக்கு அவளும் ஆதரவாக இருப்பதைத் தெரிந்துகொள்கிறோம். அதேவேளையில் அவளும் மீறிக் காதலித்திருக்கிறாள். எனவே, இருவரிடமும் பரஸ்பரம் நிறைகுறை இருக்கவே செய்கிறது. மற்ற மூன்று பிரதிகளைப் போல ஒருதரப்பு எதிராகவும், மறுதரப்பு நேராகவும் என இப்பிரதி இல்லை. இரண்டு இடத்திலும் விட்டுக்கொடுக்க முடியாத அல்லது மீற முடியாத நிலைப்பாடுகள் இருக்கவே செய்கின்றன.

இதில் அவளிடமுள்ள போதாமையை ஆண் பாத்திரம் எவ்வாறு எதிர்கொள்கிறது? தன் தரப்பை விமர்சனப்படுத்திக்கொள்ளாமல் எதிர்த்தரப்பின் குறையைச் சுட்டிக்காட்டி அதை விமர்சனப்படுத்துகிறது. அதாவது, சாதி அதிகாரம் பற்றிய கேள்வியை ஆண் என்ற அதிகாரத்தைக் கையாண்டு எதிர்கொள்ளப் பார்க்கிறது.

உரையாடலின் இறுதி அரசியல் சார்ந்த தனிப்பட்ட தாக்குதலாக மாறுகிறது. அப்பெண்ணின் ஒழுக்கம் சார்ந்த கேள்விக்குப் போகிறான். இச்சமூகத்தில் ஒழுக்கம் பெண் சார்ந்ததாக மட்டும் இருக்கிறது. அதுவரை 'பொறுத்திருந்த' அவன், இப்போது ஆண்தன்மை கொண்ட கேள்விகளைக் கேட்கிறான். அவளின் ஆண் நண்பர்களைச் சுட்டிக் கேள்வி எழுப்புகிறான். அதாவது, இந்த உரையாடலின் இறுதியில் அவன் ஆணாக மாறுகிறான். அவளுக்குப் பேச ஒன்றுமில்லாமல் போகிறது.

அவளின் கடந்தகால நடைமுறைகளை முன்பு அவன் தப்பாகச் சொன்னதில்லை. அதை அவளின் உரிமையாக இவன் 'விட்டுக் கொடுத்திருக்கிறான்'. "இதுநாள்வரை ஃபார்வேர்டு திங்கரைப் போலவும், ஃபெமினிஸ்டைப் போலவும் நடிச்சியா," என்று கேட்டுவிட்டு அவள் விடைபெறுவதோடு படம் முடிகிறது. இந்தப் பிரதி அவளின் நடத்தையைக் கேள்வியெழுப்பவில்லை. மாறாக அரசியல் நிலைப்பட்ட ஆண், அத்தகைய கேள்வியை எழுப்புகிறான் என்கிறது. 'இரணியன்', 'மனோகரா' ஆகிய பிரதிகள் அப்பெண்களின் நடத்தையை எதிராகச் சித்திரித்தன. அந்தப் பிரதிகள் பிராமணரல்லாத ஆண்களின் குரல்களே. அப்பிரதிகளின் தொடர்ச்சியே 'மோடி அண்டு எ பிய'ரின் ஆண் குரல். தினா சந்திரமோகன் இயக்கி அண்மையில் வெளியானது 'மோடி அண்டு எ பியர்' என்ற குறும்படம்.

இந்த நான்கு பிரதிகளில் முதலிரண்டும் அரசியல் பிரச்சாரத்திற்கு ஏற்ப அமைந்தன. கருப்பு, வெள்ளை என எதிரெதிர் நிலை அமைந்தது.

பின்னிரண்டு பிரதிகளிலும் அரசியல் இல்லை என்று சொல்ல முடியாது. ஆனால், குறிப்பிட்ட கருத்தியலைப் பிரச்சாரப்படுத்தும் அழுத்தத்திலிருந்து பிறக்கவில்லை. காலம் சார்ந்தும் நடைமுறை சார்ந்தும் ஏற்பட்ட அரசியல் கருத்துகள் அவற்றிலுள்ளன. அதனாலேயே பின்னிரண்டும் எதார்த்தத்திற்கு நெருக்கமாகி விமர்சனப் பண்போடும் உள்ளன.

இந்நான்கு பிரதிகளும் நான்கு காலகட்டத்தைச் சேர்ந்த நான்குவிதக் கருத்தியல்களை முன்வைக்கின்றன. தமிழ்ச் சமூகம் மாறிவந்திருப்பதைக் காட்டுகின்றன. 'மோடி அண்டு எ பியர்' படத்தில் அப்பெண்ணின் பிராமணப் புலம்பலைப் பிரதி காப்பாற்றவில்லை. அதைச் சுட்டியவாறே சாதி விமர்சனக் குறிப்பைப் பெண் பற்றிய ஒழுக்கம் மூலம் எதிர்கொள்ள முனைவதைச் சொல்லியிருக்கிறது. இந்த விதத்தில் முதலிரண்டு பிரதிகளின் அபத்தத்தையும் மூன்றாவது பிரதியின் முரண்பாட்டையும் இப்பிரதி களைந்திருக்கிறது. கதையாடல் மாறியிருந்தாலும் பிராமணப் பெண்களை அணுகும் விதத்தில் முதலிரண்டு பிரதிகளின் தாக்கமே இன்றுமுள்ளன. அவர்களிடையே சீதா (புதுமைப் பெண்) போன்ற பெண்கள் உருவாகிவிட்டாலும் இந்தத் தலைமுறையிலும் அவர்களைச் சோரம் போகிற பெண்களாகப் பார்க்கும் 'மோடி அண்டு எ பியர்' பிரதியின் ஆண்களாகவே இருக்கிறார்கள். அதனால்தான் பிற விசயங்களில் முற்போக்காக விளங்கினாலும் அவர்களின் ஆண் தன்மையைக் குற்றம்சாட்டும்போது தங்களைக் காத்துக்கொள்ள பெண்ணின் பார்ப்பனப் புத்தியைக் கண்டுபிடித்து எதிர்கொள்கிறார்கள். அவர்கள் திராவிட ஆண்களாக மாறிக்கொள்கிறார்கள்.

காலச்சுவடு, ஆகஸ்ட் 2020.

'ஒரே ஒரு கிராமத்திலே': சொல்லப்படாத போராட்ட வரலாறு

'மாமன்னன்' பாடல் வெளியீட்டு விழாவில் 'தேவர் மகன்' படத்தைக் குறிப்பிட்டு கமல் முன்னிலையில் மாரி செல்வராஜ் பேசியது குறித்துச் சமூக வலைதளங்களில் எதிரும் புதிருமாக நிறைய எழுதப்பட்டுவிட்டன. 'தேவர் மகன்', சாதி என்பவற்றை மையப்படுத்திப் பேச்சு இருந்ததால் பல யூடியூப் சேனல்காரர்கள் இதேபோன்று முன்பு வெளியான, பிரச்சினையைச் சந்தித்த படங்களைப் பற்றிப் பேசி கண்டென்ட் தேற்றினார்கள். ஒரு காணொளியில் 1987ஆம் ஆண்டு வெளியான 'ஒரே ஒரு கிராமத்திலே' படம் பற்றிப் பேசியிருந்தார்கள். இட ஒதுக்கீட்டு முறைக்கு எதிரான படம் என்பதால் நீதிமன்றத்தில் தடை கோரப்பட்டது. படம் நிறுத்தி வைக்கப்பட்டுச் சில மாற்றங்களோடு பிறகு வெளியானது. இந்திய நீதிமன்றங்களில் இன்றளவும் கருத்துரிமை தொடர்பாக எடுத்தாளப்படும் மேற்கோளாக இப்படத் தீர்ப்பு அமைந்திருக்கிறது. படம் இடஒதுக்கீட்டுக்கு எதிரானது, பட உருவாக்கத்தில் நிறைய பிராமணர்கள் பங்களித்திருக்கிறார்கள் என்பவற்றை மட்டுமே கண்டென்ட்டாக எடுத்துக்கொண்ட காணொளிகள், படத்தை எதிர்த்தவர்கள் யார், வழக்கு தொடுத்தது யார், அவற்றில் நடந்த வேறு விஷயங்கள் எவை என்பவற்றுக்குள் போகவில்லை. இப்படம் பற்றியும், இடஒதுக்கீட்டு எதிர்ப்பு கதை பற்றியும் 'ஒரு வரலாறாக' சமூகவலைதளங்களில் குறிப்பிட நேருவோர் கூட இதற்குள் செல்வதில்லை. இவர்கள் மறைக்கிறார்கள் என்பதைவிட இவர்களுக்குத் தெரியவில்லை என்று சொல்வதே சரியாக இருக்கும். அதிலும் தலித்துகள் நடத்திய போராட்டங்களாக

இருந்தால் அவை வரலாற்றிற்குள்ளும் கொணரப்படுவதில்லை. அவசர ஊடகவியலில் யாரும் எதையும் தேடவும் முற்படுவதில்லை.

இந்த விஷயத்திற்குள் செல்வதன் தொடக்கமாக 'ஒரே ஒரு கிராமத்திலே' படம் பற்றியும் தெரிந்துகொள்ளலாம். கதை அன்னவயல் என்ற தென்தமிழக கிராமத்தில் நடக்கிறது. அங்கு நடக்கும் வெள்ள பாதிப்பையொட்டி மத்திய அரசால் கருப்பாயி என்பவர் சிறப்பு அதிகாரியாக அனுப்பப்படுகிறார். அறிமுகமாகிறபோதே அவர் ஆதிதிராவிடர் வகுப்பைச் சேர்ந்தவர் என்பது கூறப்பட்டுவிடுகிறது.

பிறகு, அவர் மக்களுக்கு நல்லது செய்கிறார்; நியாயம் இல்லாத முறையில் டெண்டர் கொடுக்க மறுத்ததால் உள்ளூர் அரசியல்வாதியின் பகையைச் சம்பாதிக்கிறார். இதற்கிடையில் அவர் மறைத்து வைத்திருந்த பூர்வகதையைத் தெரிந்துகொள்ளும் அரசியல்வாதி அவரைச் சட்டத்தின் முன் நிறுத்துகிறார். தலித் பெண்ணாக அறியப்பட்ட கருப்பாயி உண்மையில் பிராமணப் பெண். அவருடைய இயற்பெயர் காயத்ரி. பள்ளிக்கூடத்தில் நிறைய மதிப்பெண்கள் பெற்றும் இடஒதுக்கீட்டு முறையால் மேலே படிக்க 'இடம் கிடைக்காத' அவர், பட்டியலினப் பெண் (எஸ்.சி) என்று சாதியை மாற்றிப் படித்து இந்தப் பதவிக்கு வந்தார் என்பதுதான் அவர் மீதான குற்றச்சாட்டு. குற்றம் நிரூபிக்கப்பட்டுத் தண்டனைப் பெறுவதோடு படம் முடிகிறது.

படத்தின் இயக்குநர் ஜோதி பாண்டியன். இதற்கு முன்பும் பின்பும் அவர் படம் இயக்கியதாகத் தெரியவில்லை. இசை இளையராஜா. மற்றபடி படத்தில் பணியாற்றிய பெரும்பான்மையோர் பிராமணர்கள். கதை, திரைக்கதை, வசனம், பாடல்கள் வாலி. இவர் முன்பு எழுதியிருந்த 'காந்தி கிராமம்' என்ற மேடை நாடகத்தின் விரிவாக்கம்தான் இப்படம். தயாரிப்பு இந்து ஏட்டின் அன்றைய பதிப்பாளர் எஸ்.ரங்கராஜன். நாயகி மையப் படமான இதில் லட்சுமி நாயகி. முக்கியமான வேடங்களில் பூர்ணம் விஸ்வநாதன், சாருஹாசன் ஆகியோர் நடித்துள்ளனர். இவர்களைத் தவிர மனோரமா, அருந்ததி, நிழல்கள் ரவி, வினு சக்கரவர்த்தி, வி.கே.ராமசாமி, செந்தில் ஆகியோர் நடித்திருக்கின்றனர்.

படம் எடுக்கப்பட்டபோது எம்ஜிஆர் தலைமையிலான அதிமுக ஆட்சி நடந்துகொண்டிருந்தது. படத்தில் இடஒதுக்கீடு முழுமையாக எதிர்க்கப்படவில்லை. இடஒதுக்கீடு வழங்க சாதியை அளவுகோலாகக்

கொள்ளாமல் பொருளாதாரத்தை அளவுகோலாகக் கொள்ள வேண்டும் என்று சொல்லப்பட்டிருந்தது. இந்திய இடதுசாரி கட்சிகளில் பெரும்பான்மையோர் இப்பார்வையைக் கொண்டவர்கள். எம்ஜிஆர் ஆட்சியில் கூட பொருளாதார அளவுகோலின்படி இடஒதுக்கீடு பற்றிப் பேசிப் பெரும் விவாதம் எழுந்து அடங்கியிருந்தது. அதன் தொடர்ச்சியில்தான் இப்படமும் அத்தருணத்தில் உருவாகியிருந்தது.

சாதிரீதியான இடஒதுக்கீட்டை மறுக்கும் படம் என்பதால் பிற சாதிகள் வெறுப்பு என்று கருதப்பட்டுவிடக் கூடாதென இடஒதுக்கீடு பெறும் சாதிகள் மீதான கரிசனம் கதையில் வலிந்து சேர்க்கப்பட்டிருந்தது. அதனாலேயே அவை கதையில் எளிய தந்திரங்களாக இருக்கிறதே ஒழிய விரிந்த உரையாடல் பின்புலத்தில் அமையவில்லை. படத்தின் மையக் கதைக் குறித்து ஒற்றைக் குரல் மட்டுமே கதையாடலில் இருக்கிறது. மற்றபடி படம் முழுக்கப் பிராமணிய மதிப்பீடுகளே இருந்தன.

அன்னவயலுக்கு மத்திய அரசின் சிறப்பு அதிகாரியாக கருப்பாயி வரப்போகிறார் என்று படத்தின் முதல் காட்சியில் எம்எல்ஏ உள்ளூர் அதிகாரியிடம் சொல்லுகிறார். அடுத்து அவர் தங்கப்போகும் வீட்டை உள்ளூர் அலுவலர் சுற்றிக் காட்டுகிறார். அப்போது 'உங்களுக்குப் பிடிக்குமே என்று அம்பேத்கர் படத்தை மாட்டி வைத்தேன்' என்கிறார். மூன்றாவது, சமையல் பணியாளராக தெய்வானை அறிமுகப்படுத்தப்படுகிறார். 'அவரும் உங்களைப் போல அரிஜன வகுப்பைச் சேர்ந்த பெண்தான்' என்கிறார். வேலைக்காரியாக இருந்தாலும் தெய்வானையைச் சமமாக உட்கார வைக்கிறார் கருப்பாயி. தெய்வானையின் கணவர் மொழிப்போரில் இறந்துபோனதால் அநாதரவாக நிற்பவர் என்ற குறிப்பும் தரப்படுகிறது. பிறகு, கருப்பாயி தெய்வானையின் மகனைத் தன்னுடைய சொத்துகளின் வாரிசாக்குகிறார்; ஊரில் செருப்புத் தைக்கும் இசக்கியின் பேரன் படிக்க உதவுகிறார்; புறம்போக்கு நிலங்களை ஏழைகளுக்குப் பட்டா செய்கிறார். அவர் பிராமணர் என்பது பின்னால் தெரியப்போகிறது என்பதற்காகவே இக்காட்சிகள் அமைக்கப்பட்டுள்ளன. அவர் சான்றிதழ் மாற்றிப் படித்து வேலைக்குச் சென்றுவிட்டாலும் தலித்துகளின் நலன் மீது அக்கறை கொண்டவராக இருந்தார் என்று சொல்வதற்காக இக்காட்சிகள் வைக்கப்பட்டுள்ளன. இது ஒரு தந்திரமான கதையாடல். அதேபோல இளவயதில் இவரின் படிப்பாற்றலைப் பார்த்துவிட்டு 'மேல் சாதி' என்பதால் இடம் கிடைக்காமல் போய்விடக் கூடாது என்று சான்றிதழ்

மாற்றித் தருபவராக ஒரு கிறிஸ்த பாதிரியாரைக் காட்டியிருக்கின்றனர். நன்றாகப் படிக்கும் பிராமணச் சிறுமியைச் சுட்டும் அவ்விடத்தில், தான் வளர்க்கும் அந்தோணியின் படிப்பறிவின்மையை ஒப்பிட்டு அவர் நொந்துகொள்கிறார். அதாவது, பிராமணச் சிறுமி நன்றாகப் படிக்கிறாள், கிறித்துவச் சிறுவன் படிக்கவில்லை என்று எதிர்மறை உருவாகிறது. எனவே, சான்றிதழ் மாற்றத்தை கருப்பாயி மட்டுமல்ல பிராமணரல்லாத கிறிஸ்தவ பாதிரியார் உள்ளிட்டோரும் விரும்புகின்றனர் என்கிறது கதை.

கருப்பாயி குடும்பத்திற்குப் பாதிரியார் தேவசகாயம் உதவுவதற்கு மேலும் ஒரு காரணம் கூறப்படுகிறது. அதாவது, "மாதா கோயிலில் மணி அடித்துக்கொண்டிருந்த மரியதாசின் மகனான தன்னை, கருப்பாயி என்கிற காயத்ரியின் தாத்தா பதஞ்சலிதான் படிக்க வைத்துத் தாசில்தார் ஆக்கினார். அதனால் அவர் குடும்பத்திற்குத் தான் கடமைப்பட்டிருக்கிறேன்" என்கிறார். அதாவது இன்றைக்கு தலித்துகளுக்குரிய சான்றிதழை மாற்றிப் பெற்றிருந்தாலும் காயத்ரியின் முன்னோர்கள் பல 'கீழ் சாதியினர்' படிக்கக் காரணமாய் இருந்தனர் என்கிற தலைகீழ் கதையை முன்வைக்கிறது. அதோடு தன் வீட்டில் ராதாகிருஷ்ணன், தாகூர் படங்களோடு தன்னைப் படிக்க வைத்த பதஞ்சலி அய்யரின் படத்தையும் மாட்டி வைத்திருக்கிறார். மூன்று படங்களிலுமே ஓர் ஒற்றுமை இருக்கிறது. மூவருமே 'உயர்' வகுப்பினர். ஒரு கிறிஸ்துவ இல்லத்தில் முன்வைக்கப்படுகிற தேசியவாத பிம்பங்கள் இவை. இடஒதுக்கீட்டுக்கு எதிரான குரல்கள் யாவும் மறுபுறத்தில் தேசிய ஒற்றுமை, வளர்ச்சி, இணக்கம் என்று பேசுவதை இன்றுவரை காண்கிறோம். இக்காட்சிகள் யாவும் தான் கூறவரும் கருத்தை நியாயப்படுத்த உருவாக்கப்பட்ட ரெடிமேட் காட்சிகள் என்பதை யாரும் புரிந்துகொள்ளலாம்.

படத்தில் இடம்பெறும் வசனங்கள் கூட பிராமணர்களை ஒழுக்கத்தோடு தொடர்புபடுத்தி அத்தகையவர்கள் பாதிக்கப்பட்டிருக்கிறார்கள் என்கிறது. படத்தில் சான்றிதழ் மாற்றுவதற்கு காயத்ரியும் அவள் தந்தையும் பாதிரியாரைச் சந்திக்கும் இடத்திலும், நீதிமன்ற காட்சிகளிலும் இத்தகைய வசனங்கள் இடம்பெற்றிருக்கின்றன. காயத்ரி சிறுமியாக இருக்கும்போது அழகாக சங்கீதம் பாடுகிறார். அதற்காக சங்கீத வாத்தியாரிடமிருந்து 'கலைமகள் அவதாரம்' என்று பாராட்டுப் பெறுகிறாள். தந்தையோ "சரஸ்வதியே எனக்குப் பொண்ணா பொறந்திருக்கிறாள்" என்று பூரிக்கிறார். இவ்வளவு அறிவிருந்தும் அங்கீகாரம் இருக்காது என்பதைப் "பிராமணக்

குழந்தையாகப் பிறந்துவிட்டாய். நமக்கெல்லாம் மனுச சகாயத்தால் ஒன்றும் நடக்காது. நல்லது நடக்கணும்னா தேவசகாயத்தால்தான் நடக்கும்" என்று கூறுகிறார் அவள் தந்தை. தேவசகாயம் என்பது கடவுளையும் குறிக்கும், சான்றிதழ் மாற்றித் தரப் போகிற பாதிரியாரான தேவசகாயத்தையும் குறிக்கும். நீதிமன்றத்தில் கருப்பாயி, "வெள்ளைக்காரன் காலத்தில் இடஒதுக்கீட்டுக்கு நியாயம் இருந்தது, இப்போ இல்ல. எல்லாவற்றுக்கும் இன்றைய சர்க்கார் - சட்டம்தான் காரணம். என் தகுதியை என் படிப்பைக் கொண்டு எடைபோடாமல் என் பிறப்பைக் கொண்டு எடைபோட்டது தவறு. அவர்களுக்குக் கொடுப்பதை ஏனென்று கேட்கவில்லை. எனக்கு ஏன் கொடுக்கவில்லை என்றுதான் கேட்கிறேன்" என்றெல்லாம் பேசுகிறார். அவளுடைய தந்தையோ "என் பொண்ணு படிச்சதை விட, வகுப்புதான் இங்கு முக்கியமாகிவிட்டதா?" என்று அங்கலாய்க்கிறார். மொத்தத்தில் இந்தக் கெடுதிக்கு இன்றைய அரசியல் சட்டம்தான் காரணம் என்கிறார்கள். தாங்கள் பொய் சொன்னோமே தவிர குற்றம் புரியவில்லை என்று வாதிடுகிறார்கள். இறுதியில் இடஒதுக்கீடு பிரச்சினைகளுக்குத் தீர்வாகப் பொருளாதார அடிப்படையில் ஒதுக்கீடு அமைய வேண்டும் என்று நீதிமன்றத்தில் கேட்கிறாள். பிறகு இடஒதுக்கீட்டுக்கு எதிராக - அதாவது கருப்பாயி என்ற காயத்ரிக்கு ஆதரவாக இடஒதுக்கீட்டுக்குரிய சாதியினரே போராடுவதாகக் காட்டப்பட்டுகிறது. தலித் பெண்ணான தெய்வானை "கம்யூனிட்டியாவது கம்மனாட்டியாவது! நல்லது செய்கிறவர்களுக்குச் சாதி எது" என்று காயத்ரிக்கு ஆதரவாக ஆவேசப்படுகிறார். செருப்புத் தைக்கும் அருந்ததியர், காயத்ரிக்கு ஆதரவாகக் கோர்ட் வாசலில் உண்ணாவிரதம் இருக்கிறார். மற்றொரு பக்கம் மக்கள் அவருக்கு ஆதரவாகக் கையைக் கீறி இரத்தத்தால் கையெழுத்துப் போட்டு அனுப்புகிறார்கள். 'வர்ணமும் கிர்ணமும் இடையில வந்தது, இடைஞ்சல தந்தது, எதுக்கு அதை ஒதுக்கு' என்று பாடுகிறார்கள்.

மொத்தத்தில் சிக்கலைச் சமூகத்தின் வேரிலிருந்து பார்ப்பதை விடுத்து அரசியல் சட்டத்திலிருந்து தொடங்குகிறது. தனியொரு பிராமணப் பெண்ணின் திட்டமிட்ட மனிதாபிமானத்தைக் காட்டி கீழிருப்பவர்களை அவருக்கு ஆதரவாகத் திரட்டுகிறது கதை. பிராமணப் பெண்ணுக்குப் பொருளாதார வளம் இல்லாததைக் காட்டும் கதையாடல், தன்னை மறந்து அவர்களுக்கிருக்கும் பண்பாட்டு மூலதனத்தைக் கதையாடலின் ஊடாக ஒத்துக்கொண்டிருக்கிறது. (கல்வி, சங்கீதம், பொதுப் புத்தியின் உயர்வு நவிற்சி) அவர்களுக்குப் பொருளாதாரம் மூலதனம் இல்லாவிட்டாலும்

பண்பாட்டு மூலதனம் இருக்கிறது. அது அவர்களுக்கு உதவும் என்பதுதான் சாதியின் உளவியல். இதுபோன்ற உளவியலுக்குள் போகாத இப்படம் சாதியையும் சாதி ஒழிப்பையும் புறமெய்யாக அணுகியிருக்கிறது.

◻

படம் வெளியீட்டுக்குத் தயாராக இருந்தும் பெரிய அளவில் வியாபாரம் ஆகாமல் இருந்தது. இந்நிலையில் படத்தின் முன்னோட்டக் காட்சி திரையிடப்பட்டது. திரைப்படத் துறையில் வேலை பார்த்த ஒருவர் பத்திரப்பதிவுத்துறை அலுவலரான குழந்தைசாமியின் உறவினர். அவர் முன்னோட்டக் காட்சி பார்த்தபோது படத்தில் இட ஒதுக்கீட்டுக்கு எதிரான கருத்துகள் இருப்பதைப் புரிந்துகொண்டு குழந்தைசாமியிடம் சொன்னார். தேவநேயப் பாவாணர் நூலகக் கட்டடத்தில் எஸ்சி/எஸ்டி அலுவலர்கள் ஒவ்வொரு மாதமும் இரண்டாம் தேதி கூடும் வகையில் 'அம்பேத்கர் கலாச்சார அகாடமி' கூட்டம் அந்நாட்களில் நடந்துவந்தது. அக்கூட்டத்தில் இத்திரைப்படம் பற்றிய கருத்தை குழந்தைசாமி வெளிப்படுத்தினார். இதனைப் போராட்டமாக முன்னெடுக்க வேண்டும் என டாக்டர் பத்மநாபன் வலியுறுத்தினார். பிறகு, இந்தியக் குடியரசுக் கட்சியின் பல பிரிவுகளும், அம்பேத்கர் மக்கள் இயக்கமும் போராட்டத்தில் இறங்கின. பிறகு திராவிடர் கழகமும் எதிர்த்தது. 1987 ஆகஸ்டில் படத்திற்குத் தணிக்கைச் சான்றிதழ் வழங்கப்பட்டது. இந்நிலையில் படத்திற்கு எதிராக நீதிமன்றத்தில் வழக்குப் பதிவு செய்யப்பட்டது. ஆ.சக்திதாசன், வை.பாலசுந்தரம், மு.சுந்தரராஜன், தலித் எழில்மலை ஆகியோர் தலைமையில் ஆர்ப்பாட்டங்கள் நடந்தன. சென்னை அண்ணா சாலையில் பெரிய ஊர்வலம் சென்றபோது இந்து அலுவலகம் கல்வீசித் தாக்கப்பட்டது. இந்தப் போராட்டங்கள் மகத்தானவையாக இருந்தன என்று நினைவுகூருகிறார் செ.கு.தமிழரசன். சட்ட ஒழுங்கு பிரச்சினை எழக்கூடுமென தமிழ்நாடு அரசு நீதிமன்றத்தில் பதிலளித்தது. நீதிமன்றத்திற்குச் சென்ற தலித் அமைப்புகள் படத்திற்கு எதிராக முழக்கங்களை எழுப்பினர். அண்ணா சாலை போராட்டத்தைப் பற்றி எக்ஸ்ரே மாணிக்கம் "போலீஸ் போராட்டக்காரர்களைக் கைது செய்துவிட்டு எரிமலை ரத்தினத்தைத் தூக்கி வேனில் வீசியதையும் அதைத் தடுக்கப் போன எல்.ஐ.சி.பிரபாகர்ராவ் அவர்களைத் தூக்கி எறிந்ததையும்" விவரித்துள்ளார். இதற்கிடையில் படம் வெளியாகும் முன்பே சமூகப் பிரச்சினைகளில் சிறந்த திரைப்படம் என்ற பிரிவில் குடியரசுத் தலைவர் விருது அறிவிக்கப்பட்டது. இது போராட்டக்காரர்களை

மேலும் உசுப்பியது. படத்திற்குக் குடியரசுத் தலைவர் ஆர்.வெங்கட்ராமன் வழங்கிய விருது சட்டவிரோதமாகக் கருதப்பட வேண்டும் என்று சென்னை உயர்நீதிமன்றத்தில் தொடரப்பட்ட வழக்கு பலன் அளிக்கவில்லை என்று தெரிகிறது.

பிறகு, சென்னை உயர்நீதிமன்ற தீர்ப்பை எதிர்த்து தலித் அமைப்புகளும் செயற்பாட்டாளர்களும் உச்சநீதிமன்றத்தில் மேல்முறையீடு செய்தனர். கிறிஸ்தவ கல்லூரி தமிழ்த்துறை பேராசிரியர் மு.தெய்வநாயகம் இதற்கு முன்முயற்சி எடுத்தார். பி.ஜெகஜீவன்ராம் என்பவரின் பெயரில் வழக்கு தொடுக்கப்பட்டது. இந்தப் பணிக்காக எக்ஸ்ரே மாணிக்கமும் எரிமலை ரத்தினமும் டெல்லி சென்றனர். அங்கு அம்பேத்கர் ஆய்வாளர் பகவான் தாஸைச் சந்தித்து உதவி கோரினர். பகவான் தாஸின் கவன ஈர்ப்பையொட்டி நீதிமன்றத்திற்குப் பார்வையாளராக வந்திருந்தார் கன்சிராம். தீர்ப்பு நாளில் நீதிமன்றத்திற்கு வெளியே படத்திற்கு எதிராக ஆர்ப்பாட்டமும் நடந்தது. ஆனால், உச்சநீதிமன்ற மூவர் நீதிபதிகளைக் கொண்ட அமர்வு சென்னை உயர்நீதிமன்ற தீர்ப்பை ரத்து செய்ய மறுத்தது. மிரட்டலுக்கு அஞ்சாமல் கருத்துரிமை சார்பாகச் செயல்பட வேண்டும் என்றும் கூறியது. இந்திய அளவிலான கருத்துரிமை தொடர்பான வழக்குகளில் இத்தீர்ப்பு இன்றளவும் எடுத்தாளப்படுகிறது. ஆனால், படத்தின் இறுதிக்காட்சியை, சட்டத்தை மீறியதற்காகக் காயத்ரி சிறை தண்டனைப் பெறுவதாகக் காட்டி நிறைவு செய்தனர்.

இவ்வளவு எதிர்ப்பையும் நீதிமன்ற அலைக்கழிப்புகளையும் கடந்து 1989ஆம் ஆண்டு வெளியான படம் வணிகரீதியாகத் தோல்வியைச் சந்தித்தது. அந்த அளவிற்குப் படத்திற்கான எதிர்ப்பு தமிழகத்தில் இருந்தது. போராட்ட விளைவு படத்தைக் கடுமையாகப் பாதித்தது. படத்தை நிறுத்த முடியவில்லை. ஆனால், படத்தில் இடஒதுக்கீட்டுக்கு எதிரான கருத்தில் மாற்றம் கொண்டுவர முடிந்தது. இப்போராட்டங்கள் பற்றி வரிசைக்கிரமமாகத் தரவுகள் திரட்டப்பட்டு எழுதப்பட வேண்டும். இப்போராட்டங்கள் தலித் அமைப்புகளால் அறியப்பட்டு - பரப்பப்பட்டு - நடத்தப்பட்டன. திராவிடர் கழகம் தவிர வேறு யாரும் இப்படத்திற்கு எதிர்ப்புக் காட்டவில்லை. எனவே, இப்படத்திற்கான எதிர்ப்பை ஏறக்குறைய தலித் அமைப்புகளின் போராட்டம் என்றே கூறலாம்.

நீலம், அக்டோபர் 2023.

சாதிய மீறல்: மாறாத கற்பனை

(நூறாண்டு இடைவெளியில் இரண்டு கதைகள்)

*த*மிழில் தலித் பாத்திரங்களைச் சித்திரிப்பதற்கான பொதுவான குறியீடு போல் ஆகிவிட்டார் நந்தனார். குறிப்பாக, தலித்துகளை அரவணைப்பதற்கு 'மேல் சாதி'யினருக்கான முன்மாதிரியாக நந்தனாரே கொள்ளப்படுகிறார். தேசிய இயக்கத்தினர் தலித் பிரச்சினைகளின்பால் கவனம் செலுத்தியபோது அவர்களால் கைக்கொள்ளப்பட்ட தலித் தரப்பு பாத்திரம் நந்தனார்தான்.

இந்த 'நந்தனார்' 1861ஆம் ஆண்டு கோபாலகிருஷ்ண பாரதியார் பாடிய 'நந்தனார் சரித்திர கீர்த்தனை' மூலம் அறிய வந்தவர் என்றாலும் இருபதாம் நூற்றாண்டு நவீன சூழலில் திரும்பத் திரும்ப எடுத்தாளப்பட்டது மூலமே அவர் இன்றைய பிரபல்யத்தை அடைந்தார். மேல் சாதியினரின் உதவி மூலம் மேலேற விரும்பிய தலித்துகளும் இரண்டு தரப்புக்கான இணைப்பாக நந்தனார் என்னும் இந்தக் குறியீட்டையே எடுத்தாண்டனர். நந்தனார் வாழ்நிலையில் தலித்துகள் இருந்தார்களோ, இல்லையோ அவர்கள் பற்றி இந்திய சாதி மனம் எதிர்பார்க்கும் குணாம்சங்களை நந்தனார் என்னும் பாத்திரத்தின் மீது ஏற்றிப் பார்த்துவந்தனர். அதில் திருப்தியடைந்ததால்தான் இங்கு அப்பாத்திரம் திரும்பத் திரும்ப எடுத்தாளப்பட்டது. தலித்துகள், சாதிய வரையறைக்கு அடங்கி முன்பு போல இருக்க மாட்டோம் என்ற முடிவுக்கு வரும்போதெல்லாம் தங்கள் நலனின் வரையறைக்குட்பட்டு நினைவுக்குக் கொணரப்பட்டவராக நந்தனார் இருந்துவந்திருக்கிறார்.

இணக்கம் என்பது நவீனமானதல்ல. மாறாக, அது மரபிலேயே இருந்தது என்பதற்கான சான்றாக நந்தனார் கதை காட்டப்பட்டது. குறிப்பாக, தலித்துகளுக்கும் தலித் அல்லாதவருக்குமிடையே முரணையும் இணக்கத்தையும் பேச முயன்றபோது நந்தனார் கதையாடல் நேரடியாகவோ மறைமுகமாகவோ வந்துவிடும். சில இடங்களில் அவரைத் தெரியாமலும் நினைவு கொள்ளாமலும் கூட இந்த முரண் - இணக்கம் தொழிற்பட்டுவிட்டிருக்கிறது. அதற்கேற்பவே நந்தனாரைப் பற்றிய புதிய மறுஆக்கங்களும் உருவாக்கப்படுகின்றன.

சேரன் இயக்கத்தில் வெளியான 'பாரதி கண்ணம்மா' (1997) வணிக ரீதியாக வெற்றிப் படமாக இருந்த அதே வேளையில், வெளியேயும் படம் பற்றிக் கவனம் உருவானது. எதிரும் புதிருமான விமர்சனங்களும் வெளியாகின.

தமிழ்த் திரைப்படங்கள் பற்றிய வரலாற்று ரீதியான பேச்சிலும் இன்று வரையில் இப்படம் தவறாமல் குறிப்பிடப்படுகிறது.

தென் மாவட்டத்தைக் கதைக்களமாகக் கொண்ட 'பாரதி கண்ணம்மா' படத்தின் கதை: தேவர் பாளையம் என்ற ஊரிலுள்ள அம்பலக்காரர் வீட்டில் குடிக்கள்ளர் முறையின் கீழ் பண்ணையாளாக இருக்கிறார் நாயகன் பாரதி. தலித்துகளுக்கும் தலித் அல்லாத (சொந்த) சாதியினருக்குமிடையே சாதி உறவும் அதன் அமைப்பொழுங்கும் சிதையாமல் காக்கப்பட வேண்டும் என விரும்புகிறவர் அம்பலக்காரர். இந்த வரையறையை மீறினால் சொந்தச் சாதியினராக இருந்தாலும் கண்டிப்பார்; வரையறையை மீறாத தலித்துகள் மீது அன்போடு இருப்பார். பாரதி மீது அன்பு கொண்டவராக இருக்கிறார் என்பதன் பொருள், அவன் தலித்துகளுக்கான வரையறையோடு இருக்கிறான் என்பதேயாகும்.

இந்நிலையில் அம்பலக்காரர் மகள் கண்ணம்மா பண்ணையாள் பாரதியை விரும்புகிறாள். இதற்கு முன்பு மாயன் என்ற தலித் இளைஞன் அம்பலக்காரர் சாதியைச் சேர்ந்த பெண்ணைக் காதலித்து ஊரைவிட்டு ஓடிப்போனபோது கடுமையாக எதிர்வினை ஆற்றியவர் அம்பலக்காரர். அந்தப் பழைய அனுபவத்தையும் தன் மீது அவர் வைத்திருக்கும் நம்பிக்கையையும் வைத்து கண்ணம்மாவின் காதலை ஏற்க மறுக்கிறான் பாரதி. மனதளவில் அவள் மீது விருப்பம் இருந்தாலும் சூழல் கருதி விலகியே இருக்கிறான். இது எதுவும் தெரியாத நிலையில் கண்ணம்மாவுக்குச் சொந்தச் சாதியில்

மணமுடிக்க ஏற்பாடு செய்கிறார் பண்ணையார். ஆனால், திருமணத்திற்கு முதல் நாள் இரவு கண்ணம்மா தற்கொலை செய்துகொள்கிறாள். தன் மீதான காதலால்தான் அவள் இறந்து போனாள் என்பது பாரதிக்கு மட்டுமே தெரியும். வாழும்போது விருப்பம் தெரிவிக்க முடியாத பாரதி, இப்போது கண்ணம்மா எரியும் சிதையில் விழுந்து இறந்து போகிறான். அப்போதுதான் அம்பலக்காரரும் அவர் சாதியினரும் இந்தக் காதலைப் புரிந்துகொள்கிறார்கள். பாரதியின் விசுவாசத்தை நினைத்துப் பெரும் குற்றவுணர்வுக்கு ஆளாகிறார் பண்ணையார்.

அதிலிருந்து மீள விரும்பும் அம்பலக்காரரர் அதற்காக ஒருகாரியம் செய்கிறார். அதாவது, முன்பு பாரதியின் தங்கையைத் தன் சொந்தச் சாதிக்காரன் காதலித்தான். ஊரின் சாதிய வரையறையால் திருமணம் நடக்காமல் போகிறது. இப்போது அவர்களை அழைத்துவந்து திருமணம் செய்து வைக்கிறார். இதன் மூலம் பாரதிக்கும் கண்ணம்மாவுக்கும் 'மறுத்த' காதலைச் சமன் செய்வதாகக் கருதுகிறார்.

அம்பலக்காரரின் இந்தச் செயல் புதிதானதல்ல. நம்முடைய மரபில் இருந்துவந்த முறையே இங்கு சற்று வடிவம் மாற்றி நிகழ்த்தப்பட்டிருக்கிறது. அதாவது, சாதி மாறி காதலையோ, கல்யாணத்தையோ செய்தால் ஆண் பெண் இருவரையோ அல்லது ஒருவரையோ கொன்றுவிட்டு பழிக்கு / அச்சுறுத்தலுக்கு அஞ்சி அவர்களைத் தெய்வமாக்கிவிடுவது நம் மரபில் இருக்கிறது. இங்கு அம்பலக்காரர் செய்வதும் ஏறக்குறைய அதையேதான். ஆனால், நவீன கால கருத்தியல் தாக்கத்திற்கு ஏற்ப இந்த விஷயத்தைச் சற்றே வடிவம் மாற்றிக் காட்டுகிறது திரைப்பிரதி.

குற்றவுணர்வு

இங்கு அம்பலக்காரர் பாரதியையும் கண்ணம்மாவையும் கொல்லவில்லை. காரணம், 'அவர்களிடையேயான காதல் 'அவருக்குத் தெரிந்திருக்கவில்லை. ஆனால், இருவரும் சாவதற்கு அவரின் சாதி வெறியே காரணம். எனவே குற்றவுணர்வு கொள்கிறார். பாவம், அச்சுறுத்தல் என்பதை மரபு என்று எடுத்துக்கொண்டால் குற்றவுணர்வு என்பதை நவீன கால அரசியல் என்று கொள்ளலாம். இந்தக் குற்றவுணர்வை அவர் எவ்வாறு அர்த்தப்படுத்த விரும்புகிறார் என்பதுதான் இப்படத்தில் நாம் காண வேண்டிய செய்தி.

பண்ணையாளும் மகளும் இறந்துபோனாலும், பண்ணையாள் பாரதியின் விசுவாசம் மிக்கப் பற்றுதான் அம்பலக்காரரின் குற்றவுணர்வுக்குக்

காரணமாகிறது. அதற்குப் பரிகாரமாகத்தான், பாரதியின் தங்கையைக் காதலித்தத் தன் சாதிக்காரனுக்கு அவளை மணம் முடித்துவைக்கிறார். தொடர்ந்து ஊரின் சேவை சாதியினருக்கு அவர்கள் பணியாற்றாமலேயே - கேளாமலேயே தவறாமல் பொருட்கள் அனுப்புகிறார். தன் தேவைகளுக்குக் கூட சாதி ரீதியான பணியாளர்களை வைத்துக்கொள்வதை விடுத்து, தானே நிறைவு செய்துகொள்ளுகிறார். இதன் மூலம் இறந்தவர்களுக்கு மரியாதை / பிராயச்சித்தம் செய்வதாகக் கருதுகிறார். பாரதி அம்பலக்காரரின் விருப்பத்தை மீறி அவர் மகளைக் காதலிக்கவில்லை; ஓடிப் போகவில்லை; அவரை அவமானத்திற்கு ஆளாக்கவில்லை. மாறாக, தன்னுடைய இயலாமையை இறப்பதன் மூலம் தீர்த்துக்கொள்கிறான். இறப்புதான் எல்லாவற்றிலும் இறுதியானது. அந்த இறுதிதான் அவர்களின் காதலுக்கான செய்தியாக அம்பலக்காரருக்குத் தெரிகிறது. இவ்வாறு செய்ததால் அவருக்கு அவமானம் நேரவில்லை. இந்த வகையில் பாரதி அவருக்கு முக்கியமானவராகத் தெரிகிறார்.

நந்தனார் கதையாடல்

இந்த இடத்தில்தான் சாதி கடந்து காதலித்ததால் இறந்து போனவர்களை வணங்கும் உள்ளூர் மரபு போன்று இல்லாமல் இருபதாம் நூற்றாண்டில் திரும்பத் திரும்பப் பேசப்பட்ட நந்தனார் கதையாடலோடு இந்தப் படம் நெருங்கிப் போவதைப் பார்க்கிறோம்.

கோபாலகிருஷ்ண பாரதியார் இயற்றிய 'நந்தனார் சரித்திர கீர்த்தனை'யின் நந்தனாருக்கும், சேரன் காட்சிப்படுத்திய பாரதிக்கும் நிறையத் தொடர்புகள் இருக்கின்றன. இருவருமே தலித்துகள். நந்தனார் பண்ணைக் கூலியாக இருக்கிறார்; பாரதி குடிக்கள்ளர் முறையில் வேலையாளாக இருக்கிறான். படத்தின் மொத்தக் கதையும் அம்பலக்காரரால் நினைவுகூரப்படுவது போல் நந்தனார் கதை உபமன்னிய முனிவரால் நினைவுகூரப்படுகிறது. நந்தனாருக்கு முன் இரண்டு பேர் இருக்கிறார்கள். ஒருவர் இறைவன், மற்றொருவர் பண்ணையார். இருவருமே நந்தனாருக்கு 'மேலானவர்கள்'. அதில் அவருக்கு இறைவன்தான் இலக்கு. இறைவனை அடைய பண்ணையாரிடம் அனுமதி கேட்கிறார். இந்த இருவருக்கிடையிலான நந்தனாரின் ஊடாட்டம்தான் மொத்தக் கதையாடல்.

ஆனால், 'பாரதி கண்ணம்மா' கதையில் அம்பலக்காரர் மட்டுமே மேலானவர். அம்பலக்காரர் பாரதியின் மதிப்பிற்குரியவர். அதேவேளையில்

அம்பலக்காரர் நம்பும் சாதிய விதிகளை மீறாமலும் இருக்க வேண்டியவனாக இருக்கிறான். நந்தனார் இறைவனை அடைய பண்ணையார் தடையாக நிற்கிறார். தான் வணங்கும் கடவுளை நந்தனார் வணங்கினால் தனக்குச் சமமாகிவிடுகிறான் என்று பண்ணையார் அஞ்சுகிறார். எனவே, நந்தனார் சிதம்பரம் செல்ல மறுப்புத் தெரிவிக்கிறார் பண்ணையார்.

நந்தனாரும் பாரதியும்

கண்ணம்மாவைத் திருமணம் செய்துகொண்டால் பாரதி அம்பலக்காரரின் சாதிக்குள் வந்துவிடுவான். ஆனால், கண்ணம்மாவை ஏற்பதில் அம்பலக்காரர் நம்பும் சாதி விதிமுறைகள் பாரதிக்குத் தடையாக நிற்கின்றன. இரண்டு இடத்திலும் பிரச்சினை ஒன்றுதான். இறைவனுக்கும் பண்ணையாருக்கும் இடையே நந்தனார் ஊடாடுவது போல் கண்ணம்மாவின் காதலுக்கும் அம்பலக்காரரின் சாதிய விதிகளுக்கும் இடையே பாரதி ஊடாடுகிறான். சிதம்பரம் சென்று நடராசரைக் காண விரும்பும் நந்தனாரின் விருப்பத்திற்கு இணையானது கண்ணம்மா மீதான பாரதியின் காதல். பாரதிக்கு கண்ணம்மா மீது காதல் இல்லாமலில்லை. அவன் வெளிப்படுத்துவதில்லை, அவ்வளவுதான். பண்ணையார் அனுமதியோடு இறைவனை அடையும் விருப்பத்தை நந்தனார் நிறைவு செய்யப் பார்க்கிறார். பாரதி இறந்ததால் ‘விருப்பம்’ நிறைவேறுகிறது.

பண்ணையாரைத் தாண்டி இறைவனை அடைய விரும்புகிறார் நந்தனார். அதற்காகப் பண்ணையார் மீது விசுவாசம் இல்லையென்று அர்த்தம் இல்லை. அவனை விசுவாசிக்கிறார்; அனுமதியை யாசிக்கிறார். பண்ணையார் அனுமதி பெற்றே நடராசரைப் பார்க்கச் செல்ல விரும்புகிறார்.

இங்கும் பாரதிக்கு கண்ணம்மா மீது விருப்பம் இருக்கிறது. அதற்காக அம்பலக்காரர் மீதான விசுவாசத்தை விட்டுவிடவும் விரும்பவில்லை. அதேபோல் அங்கு சிதம்பரம் செல்லும் ஆசை நந்தனாரை நெருக்குகிறது. தன்னை ஏற்றுக்கொள்ளச் சொல்லி பாரதியை கண்ணம்மா நெருக்குகிறாள். அவன் தவிக்கிறான். மொத்தத்தில் நந்தனாருக்கும் பாரதிக்கும் ஒரே நிலைதான். தாங்கள் இருக்கும் அமைப்பையோ அதன் விதிமுறைகளையோ விட்டுவிட்டு வெளியேற விரும்பவில்லை என்ற அளவிலேயே படைக்கப்பட்டிருக்கிறார்கள். மீறலும் இணக்கமும் அதற்குள்ளே நடப்பதாகக் காட்டப்படுகிறது. பிராமணர்கள் தலைமையிலான தேசிய இயக்கம் இந்த இணக்கத்தோடு நந்தனாரை ஏற்றுக்கொள்ள முன்வந்தது.

ஆனால், வட்டார சாதியவாதம் பாரதியின் இந்த இணக்கத்திற்கும் தயாரில்லாத நிலையைத்தான் 'பாரதி கண்ணம்மா' படம் வந்தபோது எழுந்த எதிர்ப்புகள் காட்டின. எல்லோரையும் உள்ளடக்கிய தேசியத்தின் தேவை நந்தனாரை ஏற்க வைத்தது. வட்டார சாதியவாதத்திற்கு அத்தகைய தேவை இருந்திருக்கவில்லை என்றுதான் சொல்ல வேண்டியிருக்கிறது.

நந்தனாரும் பாரதியும் மீறலுக்கும் இணக்கத்திற்கும் இடையே ஏக்கம், தவிப்பு ஆகியவற்றை வெளிப்படுத்துகிறார்கள். இருவருமே தங்கள் மொத்தக் குழுவிலிருந்து தனித்திருக்கிறார்கள். அதனால் முரண்பாடு கூட எழுகிறது. சிவலோகநாதனையே சேவிப்போமென்று கூறிவரும் நந்தனாருக்கும் அவர் சாதியினருக்கும் வாக்குவாதம் உண்டாகிறது. பண்ணையாரை விசுவாசிக்கக் கூடாது என்று கூறும் தன் சாதியைச் சேர்ந்த மாயவனோடு பாரதியும் வாதிடுகிறான். இருவருமே அவர்களின் வரையறையை ஏற்றவர்களாகக் காட்டப்படுகிறார்கள். அவற்றை மீறுவதற்கு இருவருக்குமே ஒரே வழிதான் முன்வைக்கப்படுகிறது. நந்தனார் சிதம்பரத்திற்குள் நுழையும்போது தில்லைவாழ் அந்தணச் சாதியினர் தடையாக வந்து நிற்கிறார்கள்; ஏற்க மறுக்கிறார்கள்.

ஆனால், இறைவன் நந்தனார் கனவிலும் அந்தணர்கள் கனவிலும் தோன்றி நந்தனாரைக் கோயிலுக்குள் அனுமதிக்கக் கூறுகிறார். தீ வளர்த்து அதில் மூழ்கி எழுந்துவந்து நந்தனார் தன்னை அடைவார் என்று இறைவன் கூறியதால் தீ மூட்டுகிறார்கள். உலகச் சம்பந்தமாகிய நிலையில்லாத உடலை ஒழித்துப் புண்ணியஞ் செய்கின்ற பெருமையான பிராமண முனியின் வடிவில் இறைவனைச் சென்று சேர்கிறார் நந்தனார்.

அம்பலக்காரரர் வீட்டில் சாவு விழுந்ததென்று கேட்டுத் தூக்கத்திலிருந்து எழுந்து ஓடிவருகிறான் பாரதி. அங்கு கண்ணம்மா உடலைச் சுற்றி நின்று உறவினர்கள் அழுதுகொண்டிருக்கிறார்கள். தில்லைவாழ் அந்தணர்கள் தடுத்ததும் செய்வதறியாது நந்தனார் புலம்பித் திரிவதைப் போல பாரதி செய்வதறியாது ஸ்தம்பித்து நின்றுவிடுகிறான். ஆலயத்திற்குள் நுழைய அந்தணர்கள் மறுத்ததும் நந்தனார் தில்லை தெற்குக் குளக்கரையில் போய் நின்று ஆடிப் பாடுகிறார். கண்ணம்மாவைப் பிணமாகச் சுடுகாட்டிற்கு எடுத்துச் செல்லும்போது பாரதியே மேளம் அடித்துச் செல்கிறான். இறுதியாக, கண்ணம்மா உடலுக்குத் தீ மூட்டிவிட்ட பிறகு யாரும் எதிர்பாராத வகையில் தீப்பாய்ந்து இறக்கிறான். இரண்டு இடத்திலும் கீழிருப்போர் தங்களை அழித்துக்கொண்ட பிறகே 'மேலோரால்' ஏற்கப்படுகின்றனர்.

தீ என்னும் தூய்மையாக்கம்

தங்களின் பழைய அடையாளத்தை அழித்துக்கொண்டு புதிய அடையாளத்தைச் சூடிய பிறகே ஏற்கப்படுகின்றனர். இரண்டு இடத்திலும் பழைய அடையாளங்களை அழிப்பது தீ. தீ என்பது இங்கு ஓர் குறியீடு. அதாவது தூய்மைப்படுத்தலின் அடையாளம். பெண்கள் 'கற்பிழந்த அசுத்தத்தை' அழிக்கத் தீயில் இறங்குவதாக இந்தியக் கதையாடல்கள் கூறுவதையும் இங்கு பொருத்திப் புரிந்துகொள்ளலாம். நந்தனாரும் பாரதியும் கீழ்சாதி என்னும் தூய்மையின்மையைத் தீயினால் அழித்துத் தூய்மையாக்கிக்கொண்டார்கள். அவ்விடத்தில் அவர்களுக்குப் புதிய தகுதி அளிக்கப்படுகிறது. நந்தனார், நாயன்மார் ஆக்கப்படுகிறார். நவீன புரிதலின்படி சாதிய பிராயச்சித்தம் தேடுவதுதான் பாரதிக்குத் தரப்படும் மதிப்பாகக் கருதப்பட்டிருக்கிறது.

இந்த வகையில் இவ்விரண்டு பிரதிகளும் தலித் பற்றிய சித்திரிப்புகளில் ஒற்றுமை கொண்டிருக்கின்றன. 'நந்தனார் சரித்திரக் கீர்த்தனை'யைப் 'பாரதி கண்ணம்மா' இயக்குநர் அறிந்திருந்தாரா, அக்கதையைத் தம் பிரதியுள் பிரதிபலித்தாரா என்பது இங்கு பிரச்சினை இல்லை. அது எப்படியும் இருந்திருக்கலாம். இயக்குநர் சேரனுக்கு இந்த விசயத்தில் நல்ல நோக்கம் இருந்திருக்கலாம். ஆனால், அவரை அறியாமலே குறிப்பிட்ட எல்லையைத் தாண்டி யோசிக்க முடியாமல் போகிறது. ஏதோவொரு வகையில் இந்திய மரபான மனம் யோசித்த வழியிலேயே யோசிக்க முடிந்திருக்கிறது. ஒன்றுக்கொன்று தெரியாவிட்டாலும் இக்கதைகளை எது தொடர்புபடுத்தியது? 'நந்தனார் சரித்திரக் கீர்த்தனை' இயற்றப்பட்டு 150 ஆண்டுகள் கடந்த பின்னரும் இந்தச் சமூகம் தலித் இருப்பைத் தங்கள் எல்லையைத் தாண்டி யோசிக்கவில்லை, யோசிக்க மறுக்கின்றன என்பதையே 'பாரதி கண்ணம்மா' காட்டுகிறது. குறிப்பாக, தலித்துகளோடு மேலோரின் இணக்கத்தைக் கட்டுவது குறித்து யோசிக்கத் தலைப்படும்போதெல்லாம் இத்தகைய கற்பனையையே உருவாக்கிக்கொள்கிறார்கள். அதனைத் தாண்டுவதே இல்லை. ஏனெனில், இது இந்திய மனதின் கற்பனை.

தி இந்தியன் எக்ஸ்பிரஸ் தமிழ், 04 செப்டம்பர் 2022

சமூகப் பிரதிகளான திரைப்பிரதிகள்

நான் வட தமிழக கிராமமொன்றில் பிறந்து வளர்ந்தவன். எட்டாவது படிக்கும்போதென்று நினைக்கிறேன், அடுத்தடுத்த மாத இடைவெளிகளில் 'தேவர் மகன்' படமும் 'எஜமான்' படமும் வெளியாயின. ரஜினி ரசிகராயிருந்து விஜயகாந்த் ரசிகராய் மாறியிருந்த நேரம் அது. வகுப்பில் எங்களிடமிருந்து வித்தியாசமாகக் காட்டிக்கொள்ள விரும்பிய ஒருவனைத் தவிர வேறு கமல் ரசிகர் இல்லை. எங்கள் கணித ஆசிரியர் கடுமையாக அடிக்கக்கூடியவர் என்பதால் அவர் பற்றி மிகுதியான பயம் எங்களுக்கு இருந்தது. நான்கைந்து நாட்களாகத் தாடியோடு வந்தவர் திடீரெனக் கிருதா மீசைக்கு மாறியிருந்தார். ஒரு வருடத்திற்கு மேல் அந்தக் கெட்டப்பில் இருந்தார். அவர் கமல் ரசிகர் என்பதால் அப்போது வந்திருந்த 'தேவர் மகன்' கமல் போல் மீசை வைத்திருப்பதாக மாணவர்களிடையே பேச்சு இருந்தது. சில நாட்களில் மாணவர்கள் சிலர் தலையில் 'பங்க்' வைத்து வந்தனர். அதனையும் 'தேவர் மகன்' பங்க் என்றனர். தியேட்டரில் பார்க்காத படங்களைத் தெருவில் திரையிடும் வீடியோவில் இலவசமாகப் பார்த்துவிடுவோம். 'தேவர் மகன்' படத்தை அப்படித்தான் பார்த்தேன். இந்த அளவில் தவிர 'தேவர் மகன்' படம் பற்றி வேறெந்தப் பேச்சையும் அப்போது எங்கள் பகுதியில் கேள்விப்பட்டதில்லை.

தென் மாவட்டக் கலவரங்கள் சற்றே ஓய்ந்த 1990களின் இறுதியில் கல்லூரிப் பயில மதுரை சென்றேன். 'தேவர் மகன்' வெளியாகி சில ஆண்டுகள் ஆகியிருந்தாலும் அந்தப் படம் பற்றிய ஏதோவொரு சுட்டலை இங்கு சந்தித்தேன். 'தேவர் மகன்' பற்றி மட்டுமல்ல படத்தில் இடம்பெற்ற 'போற்றிப் பாடடி பெண்ணே, தேவர் காலடி மண்ணே' பாடல் பற்றியும் அதிருப்தி நிலவியதைப் பார்க்க முடிந்தது. அப்போது வெளியான மக்கள் களம் இதழில் தலித் சுப்பையா ஒரு கட்டுரை எழுதியிருந்தார். தலித் மேடைகளில் அவர் பாடல்கள் பிரபலமாகியிருந்தன. இளையராஜாவின் சமூக அடையாளம் பற்றி ஏற்கெனவே அறிந்திருந்தாலும் அது அரசியல் அடையாளமாக மாறியிருந்ததை மதுரை வந்த பின்னர்தான் அறிந்தேன். அந்த வகையில் தலித் சுப்பையா இளையராஜா பற்றி எழுதிப் பாடியிருந்த 'சேரியிலே பூத்த கருப்பு ரோஜா' என்ற பாடல் மீது பெருவிருப்புக் கொண்டிருந்தேன். அதேவேளையில் இப்பாடல் பற்றிய வேறொரு புரிதலை தலித் சுப்பையா மக்கள் களம் இதழில் எழுதியிருந்ததைப் படித்தபோது பெற்றேன். விடுதலைச் சிறுத்தைகள் கட்சியின் தொடக்கக்கால நிர்வாகிகளில் ஒருவரான மதுரை முடக்கத்தான் பாண்டியன் கொல்லப்பட்டபோது (2001) அவரைப் பற்றி எழுதப்பட்ட இரங்கல் கட்டுரை அது. முடக்கத்தான் பாண்டியனோடு நடந்த அனுபவமொன்றை அக்கட்டுரையில் சுப்பையா விவரித்திருந்தார். அதாவது 1990களின் ஆரம்பத்தில் மதுரைப் பகுதி கிராமமொன்றில் நடந்த கூட்டத்தில் இளையராஜா பற்றிய மேற்கண்ட பாடலைப் பாடியபோது தன்னைப் பின்னாலிருந்து சட்டையைப் பிடித்து இழுத்து "போற்றிப் பாடடி பாடலுக்கு இசையமைத்த இளையராஜா பற்றிய பாடலைப் பாடாதே" என்று பாண்டியன் கூறியதாக எழுதியிருந்தார். இதற்கிடையில் நடிகர்கள் சாதிவாரியாகப் புரிந்துகொள்ளப்படுதல், அதற்கேற்ப இரசிகர் மன்றங்கள் அமைக்கப்படுதல் போன்ற விசயங்களையும் புரிந்துகொள்ள முடிந்தது. முக்குலத்தோர் தொடர்புடைய விழாக்களில் கார்த்திக் நடித்த 'அமரன்' படப் பாடல்கள் பிரபலமாக ஒலித்த காலம் அது.

இந்நிலையில் மதுரைக்குச் சென்ற சில மாதங்களிலேயே இடதுசாரி குழுக்களோடு தொடர்பு ஏற்பட்டது. அவர்கள் நடத்தும் கருத்தரங்குகள், தெருமுனைக் கூட்டங்கள், நாடகங்கள் ஆகியவற்றின் பார்வையாளராய் மாறியிருந்தேன். அவற்றில் ஒன்றாக மதுரை 'அறிவுச்சுடர் நடுவம்' என்ற அமைப்பு நடத்திய சிறுநாடகம் ஒன்றைப் பார்த்தேன். ஒரு திரைப்படப் பாடலை ஒலிக்கவிட்டார்கள். அப்பாடல் வரிகளையே கதையாகக்

கொண்டு வரிகளுக்கேற்ப நடித்தனர். பாடல் முடியும்போது நாடகமும் முடிந்தது. அந்தப் பாடலின் வேறெந்தப் பூர்வமும் எனக்கு அப்போது தெரிந்திருக்கவில்லை. 'போராடடா ஒரு வாளேந்தடா' பாடலே அது. இரண்டு பண்ணையார்கள் உழைக்கும் கூலிகளை அடிப்பார்கள். பிறகு கூலிகள் ஒன்றுசேர்ந்து பண்ணையார்களை அடித்து வீழ்த்தி முஷ்டியை உயர்த்தி நிற்பார்கள். பாடலின் கடைசிவரி 'மலைகளும் சாய்ந்து போகுமோ' என்று முடியும். பிறகு, இந்தப் பாடலை கோ.புதூர், பந்தல்குடி போன்ற தலித் பகுதிகளில் பலமுறை கேட்டுக்கொண்டே நடந்திருக்கிறேன்.

இங்கு விசயம் வெளிப்படையாக இருக்கிறது. குறிப்பிட்ட இயக்கங்கள் / வகுப்பினர் / பகுதியில் குறிப்பிட்ட பொருளில் ஒரு பாடல் ஒலித்தால் இன்னொரு பகுதியில் இன்னொரு வகுப்பினரிடையே அப்பாடல் ஒலிக்காது. அதேபோல அங்கு ஒலிக்கும் பாடல் இங்கு ஒலிக்காது. ஒரு திரைப்படப் பிரதி நிலவும் சமூக முரண்பாட்டிற்கேற்ப பொருள் கொள்ளப்படுவதை இங்கு பார்க்கிறோம். இந்த வகையில் 'போராடடா ஒரு வாளேந்தடா', 'போற்றிப் பாடடி பொண்ணே' ஆகிய இரண்டு பாடல்களையும், இரண்டு தரப்பு முரண்பாட்டில், எதிரும் புதிருமாக மக்கள் வரித்துக்கொண்டார்கள் எனலாம். மக்கள் தங்களை எவ்வாறு வெளிப்படுத்திக்கொள்ள விரும்புகின்றனர் என்பதற்கான கூறுகள் இந்தப் பாடல்களிலேயே இருக்கின்றன. எனவே, அவை திரைப்படப் பாடல்கள் என்பவற்றைத் தாண்டி இருவேறு சமூகக் குழுக்களுக்கான அரசியல் விருப்பப் பிரதிகளாக மாறி நின்றதைப் புரிந்துகொள்ள முடிந்தது.

◻

முதலில் இரண்டு பாடல்களும் இடம்பெற்ற திரைப்படங்கள் வெளியான காலம், அதில் நடந்துவந்த மாற்றங்கள், கதை போன்றவற்றைப் பார்க்கலாம். 'போராடடா ஒரு வாளேந்தடா' பாடல் இடம்பெற்ற படத்தின் பெயர் 'அலைஓசை' (1985). சிறுமுகை ரவி இயக்கத்தில் விஜயகாந்த் நாயகனாக நடித்திருந்தார். படத்தின் கதை எளிமையானது. பண்ணையாதிக்க நிலையிலிருக்கும் மைனர், பிரசிடெண்ட், மணியக்காரர் ஆகிய மூவர் கட்டுப்பாட்டில் ஒரு கிராமம் இருக்கிறது. இந்நிலையில் நகரத்திலிருந்து கல்லூரிப் படிப்பை முடித்துவிட்டு ஊர் திரும்புகிற முத்து, ஊரில் நிலவும் மூவரின் ஆதிக்கத்திற்கு எதிராகப் போராட ஆரம்பிக்கிறான். விளைவாகப் போராடும் மக்கள் கொளுத்தப்படுகிறார்கள். நாயகன் முத்து தலைமையில்

மூவரையும் பழிதீர்ப்பதோடு படம் முடிகிறது. படம் வெளியானபோது ஓரளவு வணிக வெற்றியைத் தாண்டி கவனம் பெற்றதாகத் தெரியவில்லை. பாடல்களால் மட்டுமே இன்றளவும் பொது நினைவில் இப்படம் இருக்கிறது. கதையாகவும் காட்சி ரீதியாகவும் பலகீனமாக இருந்தாலும் அரசியல்ரீதியாகக் குறிப்பிடத்தக்க நிலைபாட்டைக் கொண்டதாகப் படம் விளங்கியது.

அரசியல் நிலைபாடு என்று எடுத்துக்கொண்டால் ஆழமாக இல்லா விட்டாலும் இடதுசாரி சாகசவாதத்தைத் தீர்வாகவும் உரையாடல்களாகவும் படம் கொண்டிருக்கிறது. இடதுசாரி சாகசவாதம் என்றாலும்கூட சுரண்டப்படும் கிராமப்புற ஏழைகளைச் சேரி மக்களாகக் குறிப்பிட்டதன் மூலம் சாதி முரண்பாட்டையும் இணைத்தே சமூக முரண்பாடாக இப்படம் வெளிப்படுத்தியது எனலாம். நாயகன் முத்து சேரி இளைஞன் என்பது குறிப்பிடத்தக்கது. திரைப்படக் கதையாடல்களின் வழியாகச் சமூக மாற்றம் வலியுறுத்தப்பட்ட காலம் இது. அந்தச் சமூக மாற்றம் என்பது இடதுசாரி சாகசத்தால் நிகழும் சமத்துவமாகவே இவ்வகை படங்களில் விவரிக்கப்பட்டது. இக்காலகட்ட படங்களில் இடம்பெற்ற சிவப்பு உடைகள், சிவப்புக் கொடிகள், சிவப்பைக் குறிக்கும் படத் தலைப்புகள், ‘புதிய’ என்ற ஒட்டோடு அமைந்த படத் தலைப்புகள் என யாவும் இவ்வகை மாற்றங்களைக் குறிக்கும் அடையாளங்களேயாகும். இதன்படி பண்ணையார், முதலாளி போன்றோர் சுரண்டும் வில்லன்களாகவும், ஏழைகள் சேரி மக்கள் நாயகர்களாகவும் - வெற்றிபெறுவோராகவும் காட்டப்பட்டனர். மேலோட்டமான வணிக அம்சங்களால் பின்னப்பட்ட கதைகளாக இருந்தாலும் ‘அரசியல்’ என்ற அளவில் மேற்கண்ட அம்சங்கள் இருந்ததை மறுக்க முடியாது. **1970 - 80**களில் இவ்வாறிருந்த நிலை **1990**களில் அப்படியே தலைகீழாக மாறி பண்ணையார்கள் நாயகர்களாகவும் - பண்ணையாதிக்க மதிப்பீடுகள் கதையாடல்களாகவும் ஆனதைப் பார்க்கிறோம். இந்த இடத்தில்தான் **1992**இல் வெளிவந்த ‘தேவர் மகன்’ படத்தின் கதையைப் பார்க்க வேண்டும்.

நாயகனான சக்திவேல், ‘அலைஓசை’ முத்துவைப் போலவே, இலண்டனில் படிப்பை முடித்து (தன் காதலியோடு) ஊர் திரும்புவதிலிருந்து ‘தேவர் மகன்’ தொடங்குகிறது. முத்து சேரி இளைஞன், ஏழை குடும்பம்; சக்திவேலோ பெரிய தேவர் என்னும் ஊர் பெரிய மனிதரின் மகன், உடைமைச் சமூகப் பின்புலம். முத்து ஊர் பெரிய மனிதரோடு முரண்படுகிறான். சக்திவேலுவோ

தன் தந்தை பெரிய தேவர் அவர் பங்காளிகளோடு கொண்டிருக்கும் பகையுணர்ச்சிக்குப் பொறுப்பேற்க வேண்டியவனாக இருக்கிறான். முத்து ஊரின் ஏழைகள் பண்ணையாரால் கொளுத்தப்பட்ட பின்னால் ஆயுதப் போராளியாக மாறுகிறான். சக்திவேலுவோ பங்காளி தந்த அவமானத்தால் தந்தை இறந்துபோன பின்னால் ஊர் பெரிய மனிதன் ஆகிறான். 'அலைஓசை' புற முரண்பாடுகளோடு மோதி சமத்துவம் கோருவதோடு முடிகிறது. 'தேவர் மகன்' அக முரண்பாடுகளோடு மோதி படிக்கப் போகச் சொல்லுவதோடு முடிகிறது. இரண்டு படங்களிலும் கதை வரிசையில் ஒத்தத் தன்மை இருக்கிறது. ஆனால், திரைப்பட ஆக்கம் என்ற முறையில் 'தேவர் மகன்' தமிழின் முன்னுதாரண படமாக இருக்கிறது. வணிக ரீதியாகவும் பெருவெற்றி பெற்றது. பாடல்களும் படத்திற்கான அடையாளத்தை உருவாக்க உதவின. சாதியை நேரடியாகச் சாடிய 'அலைஓசை' படத்தைவிட சாதிய சட்டகத்தை உள்ளீடாகக் கொண்ட 'தேவர் மகன்' படம் பல்வேறு வகைகளில் கூடுதல் தாக்கம் செலுத்தியது. அதேபோல 'தேவர் மகன்' வெளிவந்த **1990**கள் என்னும் காலகட்டமும் முக்கியமானது. அதிகார சாதிகள் - தலித்துகளுக்கிடையிலான நெருக்கமான முரண்பாடுகள், அம்பேத்கர் நூற்றாண்டையொட்டி தலித் சொல்லாடல்களின் அறிமுகம், அவற்றை எதிர்கொள்வதற்காக உண்டான எதிர்வினைகள் போன்றவை இக்காலகட்டத்தில் முக்கியமாயின. இந்தப் பின்னணியில்தான் 'தேவர் மகன்' படத்தில் இடம்பெற்ற 'போற்றிப் பாடடி பொண்ணே' பாடல் கவனம் பெற்றது. பாடலின் உள்ளடக்கத்தோடு தொடர்புடைய சாதிகள் அப்பாடலை ஒலிபரப்புவது அப்போது நிலவிய ஒருவித அரசியலோடு இணைந்து அர்த்தம் பெற்றது. உள்ளடக்கத்தைக் கொண்டாடும் சாதியினரோடு முரண்படுவோர் அப்பாடலைப் புறக்கணித்தனர். இவ்விடத்தில் அப்பாடல் படத்திலிருந்து வெளியேற்றப்பட்டுச் சமூகத்தால் நிகழ்த்தப்பட்டது. சுருக்கமாகச் சொன்னால் படத்திலிருந்து விலகி அரசியல் பிரதியானது. 'போற்றிப் பாடடி' பாடல் மட்டுமல்ல, சாதி பிம்பங்களைப் போற்றும் நிறையப் பாடல்கள் **1990**களில் வெளியாயின. சமயங்களில் 'போற்றிப் பாடடி' பாடலைவிட அவை அதிகம் ஒலித்தன.

'போற்றிப் பாடடி பொண்ணே' போல, 'போராடடா ஒரு வாளேந்தடா' பாடல் வெளிவந்தபோது இதே அர்த்தத்தில்தான் வாசிக்கப்பட்டதா, பரவலாகியதா என்று தெரியவில்லை. காலகட்டத்தைப் (**1985**) பார்க்கும்போது **1990**கள் அளவிற்குச் சமூக அர்த்தம் தரப்பட்டிருக்காது

என்றே தோன்றுகிறது. கள தரவுகளிலும் இது உறுதியாகிறது. 'போற்றிப் பாடடி பொண்ணே' அல்லது அதனையொட்டிப் பிற பாடல்கள் வெளிவந்த பின்னர் 'போராடடா' பாடலுக்குக் கூடுதல் கவனம் உண்டானதும் நடந்திருக்கிறது. ஒரு பிரதியின் அரசியல் அர்த்தம், அதற்கு முன்னர் வந்து மறக்கப்பட்ட பிரதியை அதன் அரசியல் கருதி மீண்டும் நினைவுக்குக் கொணருகிறது. இதனை, இருவேறு சாதிகள் தங்கள் முரண்பாட்டை இரண்டு பாடல்கள் வழியாக வெளிப்படுத்திக்கொண்டன அல்லது நிகழ்த்திக்கொண்டன என்றும் கூறலாம். இனி அவ்விரண்டு பாடல்களின் உள்ளடக்கங்கள் கொண்டாடப்பட்டதற்கான காரணத்தையும், அதன் மூலம் கொண்டாடிய குழுக்கள் முன்வைக்க விரும்பிய அரசியலையும் பார்க்கலாம்.

❐

முதலில் 'போராடடா ஒரு வாளேந்தடா' பாடலைப் பார்ப்போம். பாடலின் பல்லவி இவ்வாறு தொடங்குகிறது:

போராடடா ஒரு வாளேந்தடா
வேங்கைகளோ இனி தூங்காதடா
விழியோ கனலாய் இனி மாறிடுமோ?
வழியோ புதிதாய் உருவாகிடுமோ?
பொன்உதயம் கண்டிடவே
உதிரம் முழுதும் உதிரும் வரையில் போராடடா...

இந்த வரிகளில் கோடிட்ட சொற்களைப் பார்க்கலாம். போராடத் தூண்டக்கூடிய அல்லது போராடுபவர்களை உற்சாகப்படுத்தும் வரிகள். உடைமையமைப்பைக் கூறவில்லை. மாறாக அதற்கெதிராகக் கிளர்ந்தெழ வேண்டியதைக் கூறுகிறது. அதாவது, முதலில் போராட்டம் (போராட்டம், வாள் ஏந்தல், வேங்கை, கனல், உதிரம்) கூறப்பட்டுப் பிறகு அதன் விளைவு (புதிய வழி, பொன் உதயம்) முன்வைக்கப்பட்டிருக்கிறது. மொத்தத்தில் பாடலின் வழியே 'மாற்றம்' வலியுறுத்தப்படுகிறது. இடதுசாரி உள்ளடக்கம் என்றாலும் பாடல் சேரி மக்களின் குரலாய் அமைந்திருப்பது குறிப்பிடத்தக்கது.

இதற்கிணையாகப் 'போற்றிப் பாடடி பெண்ணே' பாடலின் பல்லவியைப் பார்க்கலாம்.

போற்றிப் பாடடி பொண்ணே
தேவர் காலடி மண்ணே
தெக்கு திசை ஆண்ட மன்னர் இனம்தான்
முக்குலத்தைச் சேர்ந்த தேவர் மகன்தான்...

இதில் கோடிட்ட சொற்களில் நிலவுடைமை மதிப்பீடுகள் இருப்பதைப் பார்க்கலாம். இந்த வரிகளை ஒரு குழு தூக்கிப்பிடிப்பதன் மூலம், அது எத்தகைய அரசியலை முன்வைக்க விரும்புகிறது என்பதைத் தெரிந்துகொள்கிறோம். இன்னும் சொல்லப்போனால் தங்களுடைய அதிகாரம் போய்விடக்கூடாது என்றும் அதனைத் தக்கவைப்போம் என்றும் கூற விரும்பும் மரபின் குரல் இது.

தொடர்ந்து 'போராடடா' பாடலின் இரண்டு சரணங்களையும் பார்க்கலாம். "எத்தனையோ ரத்த வரிகளை எங்கள் முதுகினில் தந்தவரே / அத்தனையும் வட்டி முதலுடன் உங்கள் கரங்களில் தந்திடுவோம் / எட்டுத்திக்கும் வெற்றி எழுமே மண்ணில் ஒளிவெள்ளம் வரும்வரை / வேர்வை குலம் வீறுகொண்டே போரிடும் போரிடும் வெல்லும் வரை / அலைகளும் ஓய்ந்து போகுமோ" என்றமைகிறது முதல் சரணம்.

இரண்டாவது சரணம் "இன்னும் இங்கு பள்ளுப் பறையென சொல்லும் மடமைகள் உள்ளதடா / நித்தம் இரு சேரி சிறுகுகள் வெள்ளிச் சிறகென ஆகுதடா / சின்னப் பொறியே பெரும் அனலாகுமே / சிங்க இனமே எழுமே / அஞ்சி நின்ற பஞ்சபடையே கொஞ்சமாவது நெஞ்சம் நிமிர்கையில் / எங்கள் மனம் பொங்கி அழுகையில் குங்கும கங்கையும் பொங்கிடுமே / மலைகளும் சாய்ந்து போகுமோ" என்றமைந்திருக்கின்றன. உழைக்கும் வர்க்கமாய் இருப்பதையும் ஒடுக்கப்பட்டவர்களாய் இருப்பதையும் இணைத்து இப்பாடல் வரிகள் ஒலிக்கின்றன.

கீழத்தஞ்சை பகுதியிலிருந்த சவுக்கடி, வெண்மணியில் தீ வைத்தமை ஆகியவை நினைவுபடுத்தப்படுகின்றன. பள்ளு, பறை என்று சொல்லி ஏய்ப்பதை மடமை என்றும், அவர்களின் குறியீடாக நந்தனைச் சொல்லி அவர்கள் அதிகாரம் (அரியாசனம்) பெறுவார்கள் என்றும் பாடல் அடுக்கப்பட்டுள்ளது. உழைக்கும் மக்களின் போர்க்குணத்துக்கான குறியீடாக, சிங்க இனம், பெரும் அனல் போன்றவை சொல்லப்பட்டுள்ளன. அவர்கள் கிளர்ந்தெழுந்துவிட்டால் அடக்க முடியாதென்பதை ஓயாத அலைகள், சாயாத மலை என்று சொல்லியுள்ளனர். கிளர்ந்தெழுவதன் விளைவாக ஒளிவெள்ளம் பிறக்கும் என்றும் சொல்லியுள்ளனர்.

இந்த இடத்தில் 'போற்றிப் பாடடி' பாடலின் சரணங்களைப் பார்க்கலாம். முதல் சரணம்,

"என்ன சொல்ல மண்ணு வளம்
மத்தவங்க கண்ணு படும்
அந்தக் கதை இப்ப உள்ள
சந்ததிங்க கேட்க வேணும்
நம்முயிர்க்கு மேலே மானம் மரியாதை
மானம் இழந்தாலே வாழத் தெரியாதே
பெருசெல்லாம் சொன்னாங்க
சொன்னபடி நின்னாங்க
குணத்தால் மனத்தால் கலைமான் ஆனாங்க"
அடுத்த சரணத்தில்,
"முன்னோருக்கு முன்னோரெல்லாம்
இன்னாருன்னு கண்டு கொள்ள
ஏடெடுத்து எழுதிச் சொல்ல
ஒண்ணு ரெண்டு மூணு அல்ல
முக்குலத்தோர் கல்யாணந்தான்
முத்து முத்துக் கம்பலந்தான்
எக்குலமும் வாழ்த்துச் சொல்லும்
எங்களுக்கு எக்காளம்தான்
அழகான சரிஜோடி ஆன மேல அம்பாரி
கணக்கா வழக்கா கடல்போல் ஏராளம்"

குடும்பக் கதையின் வழியாக ஒரு குழுவின் பாரம்பரியம் பாடலில் சொல்லப்படுகிறது. மானம், மரியாதை என்னும் சொல்லாடலை முன்வைத்து அதனை இழந்துவிடாத கலைமான் பரம்பரை என்கின்றனர். பிற குலங்களும் வாழ்த்தும் குலமாக இருக்கிறது. கிராமத்தைப் பொறுத்தவரையில் இவை உடைமை சாதியின் சொல்லாடல்களாகும். கிராம அளவிலான பாகுபாடுகளோடும் தொடர்புடையவை.

மொத்தத்தில் இரண்டு பாடல்களின் உள்ளடக்கமும் முற்றிலும் எதிரும் புதிருமான மதிப்பீடுகளை முன்வைக்கிறது. 'போற்றிப் பாடடி பொண்ணே' பாடலின் மதிப்பீடுகள் சந்தேகமே இல்லாமல் 'போராடடா ஒரு வாளேந்தடா' பாடலில் உடைபடுகின்றன. 'போராடடா' பாடலில், நிலவும் மோசமான நிலை சொல்லப்பட்டுப் பிறகு அதனை மாற்ற

வேண்டுமெனக் கூறி மக்களைப் போராட அழைக்கிறது. அதோடு போராட்டத்தின் விளைவுகளையும் சொல்கிறது. மொத்தத்தில் அப்பாடல் 'மாற்றம்' என்பதை முன்வைக்கிறது. மற்றபடி பாடல் எந்த இடத்திலும் ஆதிக்கத்தை நியாயப்படுத்தவில்லை.

அடுத்து, இவ்விரண்டு பாடல்களின் காட்சியமைப்புகளைப் பார்க்கலாம். பெரிய தேவர் கம்பீரமாக அமர்ந்திருக்கிறார். பிறகு, சட்டை அணியாத கடம் வாசிப்பாளர்கள் 'போற்றிப் பாடடி பொண்ணே' என்று பாடத் தொடங்குகிறார்கள். அப்போது கம்பீரத்தின் அடையாளமாக ஒரு காலைத் தூக்கி மறுகால் மீது போடுகிறார். குடும்பமே மகிழ்ச்சியில் திளைக்கிறது. அடுத்த வாரிசு என்பதற்கான குறியீடாக சக்திவேல் பெரியதேவர் பின்னால் சென்று கைக் கட்டி நிற்கிறார். பாடலின் இரண்டு இடையிசையின்போதும் சக்திவேலின் காதல் காட்சிகளைக் காட்டினாலும் பாடல் வரிகள் ஒலிக்கும்போது கேமரா பெரியதேவருக்கு வந்துவிடுகிறது. அவற்றில் அவர் உட்கார்ந்தபடி ஏழைகளுக்குத் துணிமணி கொடுக்கிறார்; மெத்தையில் படுத்திருக்கிறார்; ஏழைகளுக்கு உணவு வழங்குகிறார்; பாடலின் இறுதியில் அவரைப் போற்றுவதன் குறியீடாகக் கைக் கொட்டி, உலக்கை குத்தி பெண்கள் பாடுகிறார்கள்.

'போராடடா பாடல்' துவங்கும் இடம் இதற்கு நேரெதிரானது. உழைக்கும் தலித் மக்கள் கோயிலுக்கு வருகிறார்கள். பாரம்பரிய பெருமையோடு தொடர்புடைய பண்ணையார் அவர்களைத் தடுக்கிறார். இரண்டு தரப்புக்கும் விவாதம் எழுகிறது. "உங்க பிற்போக்குத்தனத்துக்கு முடிவு கட்டத்தான் வந்திருக்கிறோம்" என்று கூறும் நாயகன் "ஆதியில சாதி பாகுபாடு கிடையாது. இது பாதியில் வந்தவங்க செஞ்ச கொடுமை" என்று ஆவேசப்படுகிறான். "இப்போ என்ன செய்வீங்க" என்று கேட்கும்போது முஷ்டியை முறுக்கிப் 'போராடடா' என்று பாடத் தொடங்குகிறான். நாயகனுக்கு ஆதரவாக மக்கள் ஆடுகிறார்கள், பண்ணையாரைப் பார்த்து எக்காளமிடுகிறார்கள்.

அடுத்து, இவ்விரண்டு பாடல்களின் இசையமைப்பாளர், பாடலாசிரியர், பாடகர் ஆகியோரைப் பற்றிப் பார்க்கலாம். 'போற்றிப் பாடடி' பாடலுக்கு இசையமைத்ததால் சாடப்பட்ட இளையராஜாதான் அப்பாடலுக்கு எதிர்வாசிப்பான 'போராடடா' பாடலுக்கும் இசையமைத்தார் என்பது சுவையான முரண். இவ்விரண்டு பாடல்களின் உள்ளடக்கம் முரணாக

இருப்பினும், இவை தமிழில் பாடல்களாக நிலைப்பெற்றமைக்கு இளையராஜாவின் இசையே காரணம். அவரைப் பொறுத்தவரையில், இசையமைப்பாளராக அப்பாடல்களை எவ்வளவு சிறப்பான ஆக்கமாகத் தர முடியுமோ அந்த அளவிற்குத் தந்திருக்கிறார் என்றே சொல்ல முடிகிறது. 'போராடடா ஒரு வாளேந்தடா' பாடலுக்குப் பாடகரைத் தேர்ந்தெடுத்ததிலிருந்தே அவரின் ஆக்கம் தொடங்கிவிடுகிறது. அது அவலத்தைச் சொல்லி ஆவேசமாகக் குரலெழுப்பிப் போராட அழைக்கும் பாடல். அதற்குப் பெருங்குரல் தேவை. பொதுவாகக் கோபத்தை - எழுச்சியை - போராட்டத்தைக் கூறும் பாடல்களுக்கு மலேசியா வாசுதேவன் குரலையே பயன்படுத்திவந்த இளையராஜா இந்தப் பாடலுக்கும் அவரையே பாட வைத்திருக்கிறார். பாடலின் வெற்றியில் வாசுதேவன் குரலுக்குப் பிரதான இடமுண்டு. பாடலின் முதல் வார்த்தையே எழுச்சி - ஆவேசம் என்ற முறையில் 'போராடடா' என்று உச்சத்தில் ஆரம்பிக்கிறது. சிந்துபைரவி ராகம். 'விழியோ கனலாய்' எனும் வரும்போதும் குரல் உச்சம் பெறுகிறது. அதேபோல எழுச்சியூட்டும் பாடல் என்ற முறையில் குழுவினரின் கோரஸ் அமைக்கப்பட்டிருக்கிறது. படத்தில் ஒயில் ஆடுகிறார்கள். அதில் ஆண்களின் கும்மிவகை வருகிறது. இசைக்கருவிகள் என்ற விதத்தில் எழுச்சியூட்டுவதற்காகப் பறை பயன்படுத்தப்பட்டிருக்கிறது. கோயிலில் ஆவேசமான சாமியாட்டத்திற்கு அடிக்கப்படும் உடுக்கையும் வருகிறது.

பிரச்சினையில் இருப்பவனிடமும் - போராடுபவனிடமும் கோபமும் எழுச்சியும் இருக்கும். எனவே, அதனைப் பாடும் குரலும் இசைக்கருவிகளும் அதற்கேற்பத் தேர்ந்தெடுக்கப்படுகின்றன. ஆனால், 'தேவர் மக'னில் உடைமை பின்புலத்தில் இருக்கும் பெரியதேவர் போராடும் நிலையில் இருப்பவரல்ல. பங்காளி விரோதம் போன்ற உள்பிரச்சினை தவிர வேறில்லை. போற்றிப் பாடும் அளவிற்கு அமைதியான நிலையில் இருப்பவர்தான். ஒருவகையில் போற்றிப் பாடுதல் என்பதே தாலாட்டுப் பாடலுக்கு இணையானதாக இருக்கிறது. அதில் நிம்மதிக்கான இடமிருக்கிறது. வேகமோ, எழுச்சியோ இல்லாமல் நிதானம் இருக்கிறது. பாடலை டி.கே. எஸ்.கலைவாணனும் மனோவும் பாடியுள்ளனர். இதே பாடல் பெரிய தேவர் இறப்பதற்கு முன் பேரக் குழந்தைகளால் பாடப்படுகிறது. துடிப்பான கருவிகள் கையாளப்படவில்லை.

'போராடடா' பாடலை இளையபாரதியும், 'போற்றிப் பாடடி' பாடலை வாலியும் எழுதியுள்ளனர். இதில் வாலி வழமையான திரைப்படக் கவிஞர்.

படத்திற்கும் இசைக்கும் ஏற்றதைத் தருவதில் வல்லவர். அவர் வரையறையை மிஞ்ச மாட்டார். ஆனால், இளையபாரதி திரைப்படப் பாடலாசிரியர் அல்ல, கவிஞர். இதற்கு முந்தியும் பிந்தியும் சில பாடல்களை மட்டுமே எழுதி நிறுத்திக்கொண்டவர். அக்காலகட்டத்திற்கேற்ப இடதுசாரி கருத்தை ஏற்றிருந்த இளையபாரதி, தன் பாடலில் அதனைப் பிரதிபலித்துள்ளார். வழமையான திரைப்படப் பாடலாசிரியர் எழுதியிருந்தால் இவ்வாறு நேரடியான வரிகளை எழுதியிருக்க முடியாது. அவர் தொடர்ந்து ஏன் எழுதவில்லை என்று தெரியவில்லை.

❒

இவ்வாறு முற்றிலும் எதிரெதிர்ப் பிரதிகளாக இப்பாடல்கள் இருக்கின்றன. இதைவிட முக்கிய விசயம் என்னவென்றால் இந்த எதிரெதிர்ப் போக்கை அப்படங்களோ, பாடல்களோ, அரசியல் உலகமோ கண்டுபிடிக்கவில்லை. சமூகத் தளமே அத்தகைய வாசிப்பை ஏற்படுத்திக்கொண்டது. அதற்கு அப்பாடல்களின் வடிவமும் உள்ளடக்கமும் இடங்கொடுத்தன என்பதும் உண்மை. 'அலைஓசை' படம் 'தேவர் மகன்' போல கதாபாத்திரங்களின் உளவியல் பிரச்சினைகளின் நுட்பம் சார்ந்து அமைக்கப்பட்ட திரைக்கதைக் கொண்ட படமல்ல. 'போற்றிப் பாடடி' பாடலிலும் ஒருவகை அமைதி நிலைபெற்றிருக்கும். ஆனால், அரசியல் உள்ளடக்கத்தைப் பொறுத்தவரையில் 'அலைஓசை' படத்தின் நோக்கம் 'தேவர் மக'னைவிட மேலானது. சமூகத்தில் 'போற்றிப் பாடடி' பாடல் பயன்படுத்தப்படும் சூழலைவிட 'போராடடா' பாடல் பயன்படுத்தப்படும் களமும் சூழலும் முக்கியமானது.

'போற்றிப் பாடடி' பாடலுக்கு முன் சாதாரணமாகவோ ஓரளவு அரசியல் பிரக்ஞையுடனோ 'போராடடா' பாடல் இருந்திருக்கலாம். ஆனால், 1990களுக்குப் பின்பே அப்பாடல் உச்சம் பெற்றது என்கிறார்கள். ஏனெனில், 1990களில்தான் 'போற்றிப் பாடடி' பாடலும் அதனையொத்த பாடல்களும் வெளியாயின. சமூகதளத்தில் இப்பாடல்கள் ஒலிபரப்பப்பட்டமை சாதிகளுக்கிடையிலான போட்டி என்பதைத் தாண்டி மோதலாக இருந்தது. அம்மோதலில் இரண்டு தரப்பும் என்ன சொல்ல விரும்புகின்றன என்பதைப் பாடல் வரிகளில் தேடித் தரித்துக்கொண்டனர் என்பதே உண்மை. இப்பாடல்களைக் குறிப்பிட்ட தரப்பார் மிகுதியாகக் கொண்டாடும்போது, எதிர்த்தரப்பார் முற்றிலும் கைவிடுகின்றனர்.

❒

2000த்தின் தொடக்கத்தில் தென்மாவட்ட நண்பர் ஒருவரின் கிராமத்திற்குச் சென்றபோது இரவு திருவிழா மேடையில் 'போராடடா' பாடல் ஒலிபரப்பப்பட்டது. அதுவரை நடனமாடுபவர்களின் நடனங்களை வேடிக்கை மட்டுமே பார்த்துக்கொண்டிருந்த உள்ளூர் இளைஞர் கூட்டம் ஒன்று, மேடையில் ஏறி இப்பாடலுக்கு ஆடிவிட்டு இறங்கியதைப் பார்த்தேன். நண்பரிடம் விசாரித்தபோது 'இப்பாடலை எப்போதும் ஒலிபரப்புவார்கள். இதே மாதிரி ஆடுவார்கள்' என்றார். 'சில நேரங்களில் இப்பாடலை மட்டும் திரும்பத் திரும்பப் போடச் சொல்வதும் நடக்கும்' என்றார். திருவிழாவின்போது வீதி ஒலிபெருக்கிகளிலும் திருமண வீடுகளிலும் இப்பாடலுக்குச் சிறப்பு இடமுண்டு. இதற்கான சான்றாக இப்பாடலை யூடியூப்பில் தேடினால் கிராமங்களில் பாடல் ஒலிபரப்புகளும் பின்னணியையும் தெரிந்துகொள்ள முடியும். இப்பாடல் பற்றி சுவாரஸ்யமான தகவல்களைச் சொல்லும் நிறையக் காணொளிகளையும் காண முடியும். இப்பாடலை எழுதியதற்காகவே விடுதலைப் புலிகள் தலைவர் பிரபாகரன் பாடலாசிரியரைப் பார்க்க விரும்பியதாகக் கூறும் காணொளி நிறையப் பேரால் பார்க்கப்பட்டிருக்கிறது.

இதற்கிணையாக மற்றொரு சம்பவத்தையும் கூற வேண்டும். சில ஆண்டுகளுக்கு முன் பரமக்குடி சென்றிருந்தபோது ஊர்த் திருவிழாவுக்காகக் கட்டியிருந்த ஒலிபெருக்கியில் 'பருத்திவீரன்' படப் பாடல்கள் ஒலித்துக்கொண்டிருந்தன. 'டங்கா டுங்கா' பாடல் ஒலிக்கத் தொடங்கியதும் பாடல் நிறுத்தப்பட்டு அடுத்த பாடல் ஒலிபரப்பானது. பிறகுதான் அப்பாடலில் 'எங்கள் குல தங்கம் / தேவர் குல சிங்கம்' என்று வரி வருகிறது என்பது புரிந்தது. இந்த மரபு உருவானது 'போற்றிப் பாடடி' பாடல் வந்ததற்குப் பின்னால்தான் என்றார் நண்பரொருவர். இவ்விரண்டு சம்பவங்களும் நடந்தது பட்டியல் வகுப்பு பகுதியில். மற்றபடி 'போராடடா' பாடல் முக்குலத்தோர் தளத்தில் பாடப்பட்டுப் பார்த்ததில்லை. தேவர் ஜெயந்தியை ஒட்டி ஒலிபெருக்கிகளிலும், செல்போன் ரிங்டோனாகவும் 'போற்றிப் பாடடி' பாடலை இப்போதும் கேட்க முடிகிறது. இவ்வாறு இப்பாடல்கள் வழியாகக் கண்ணுக்குப் புலப்படாமல் மோதல் நடந்துவருகிறது என்று கூறமுடியும்.

தென்மாவட்டங்களின் இத்தகைய எதார்த்தத்தையே நெல்லை, தூத்துக்குடி மாவட்டப் பகுதிகளைக் களமாகக் கொண்டு மாரி செல்வராஜ் இயக்கிய முதலிரண்டு படங்களிலும் பார்க்கிறோம். பட்டியல் வகுப்பு

மக்களின் போராட்ட வாழ்வைக் காட்டிய 'பரியேறும் பெருமாள்', 'கர்ணன்' ஆகிய இரண்டு படங்களிலும் 'போராடடா' பாடல் கதைப் பகுதியோடு இணைந்தும், கதை நடக்கும் நிலப்பரப்பின் பண்பாகவும் காட்டப்பட்டுள்ளது. 'பரியேறும் பெருமாள்' படத்தில் நாயகனைத் தாக்க சாதிக் கூட்டம் விரட்டி வருகிறது. கடைசியில் ஒரு வாழைத்தோப்பு. அதைத் தாண்டிவிட்டால் நாயகனின் குடியிருப்பு. அவர்களிடமிருந்து தப்ப வாழைத் தோப்புக்குள் நுழைகிறான். ஒரு கட்டத்தில் அவர்களைத் திருப்பித் தாக்கிவிட்டு வாழைத் தோப்பைவிட்டு வெளியே வருகிறான். அவ்விடத்தில் ஒரு மரத்தடியில் நாயகனின் ஊர் இளைஞர்கள் ஒரு பாடலை ஒலிக்கவிட்டு ஆடிக்கொண்டிருக்கிறார்கள். அது 'போராடடா' பாடல். அங்கு நாயகன் போய் அமரும்வரை ஓரிரு நிமிடங்கள் பாடல் ஒலிக்கிறது. நாயகன் தன்னைச் சிலர் துரத்திவந்ததை அவர்களிடம் கூறுகிறான். அவர்கள் ஆவேசம் கொள்கிறார்கள். நாயகன் அவர்களை அமைதிப்படுத்துகிறான். படத்தில் இப்பாடல் இடம்பெறும் சூழல் கவனிக்கத்தக்கதாக இருக்கிறது. விரட்டல், தாக்குதல், கோபம், ஆவேசம் என்கிற சூழலில் பயன்படுத்தப்பட்டுள்ளது. கிராமத்தில் இளையராஜா பிம்பத்தோடு ஒரு மன்றம் இருப்பதுபோல காட்டப்பட்டிருப்பதும் அவர் தந்த பாடலின் காரணமாகத்தான். அரசியல் களமும் திரைப்படக் களமும் இளையராஜாவை எப்படிப் பொருள் கொண்டாலும் சமூகம் அவரை எவ்வாறு பொருள்கொள்கிறது என்பதை இப்பாடல் வழியாகப் பார்க்க முடிகிறது.

'கர்ணன்' படத்தில் பாடலாக இடம்பெறாமல், கிராமத்தில் இயல்பாக ஒலிக்கும் விதத்தில் 'போராடடா' பாடல் இருக்கிறது. படத்தின் முதல் காட்சியில் ஊரில் மீன் வெட்டும் சடங்கு நடக்கிறது. ஊரே திரண்டிருக்கிறது. நாயகன் மீனை இரண்டு துண்டாக வெட்டிவிடுகிறான். கூட்டம் ஆர்ப்பரிக்கிறது. அவன் வெற்றி பெற்றவனாகிறான். அதன் அடையாளமாக நாயகனை யானைமீது ஏற்றி ஊருக்குள் ஊர்வலமாக மேளதாளத்தோடு அழைத்து வருகிறார்கள். அப்போது நாதஸ்வரத்தில் 'போராடடா' பாடல் வாசிக்கப்படுகிறது. வரிகள் இல்லாவிட்டாலும் இது 'போராடடா' பாடல் என்பது அனைவருக்கும் புரியும். பெரும்பாலான தென்மாவட்ட பட்டியல் வகுப்பினர் பகுதிகளில் ஏதாவதொரு விழாவையொட்டி இப்பாடல் ஒலிக்கும். அதனை இப்படம் வாள், மீன் வெட்டுதல், வெற்றி, ஆர்ப்பரிப்பு, யானை மேல் ஊர்வலம் என்ற

பின்னணியில் காட்டியிருப்பது குறிப்பிடத்தக்கது. 'கர்ணன்' கதை 1990களின் ஆரம்பத்திலும், 'பரியேறும் பெருமாள்' கதை 2000த்தின் தொடக்கத்திலும் நடப்பதாகக் காட்டப்பட்டிருப்பதும் குறிப்பிடத்தக்கது.

'மாமன்னன்' இசை வெளியீட்டு விழாவில் இயக்குநர் மாரி செல்வராஜ் கமல்ஹாசனை முன்னிட்டுப் பேசிய பேச்சு விவாதமானது. கமல்ஹாசன் திரைக்கதை எழுதி நடித்த 'தேவர் மகன்' பற்றியதொரு குறிப்பினைத் தன் பேச்சில் மாரி செல்வராஜ் வெளிப்படுத்தினார். தான் பார்த்த சமூக எதார்த்தத்தைச் சொல்லவும் வேண்டும், திரையுலக எதார்த்தத்தைக் கைக்கொள்ளவும் வேண்டும் என்ற ஊடாட்டத்தால் பேச்சில் ஒருவித தடுமாற்றம் இருந்தாலும் அவர் என்ன சொல்லவந்தார் என்பது நன்றாகவே புரிந்துகொள்ளப்பட்டது. தென்தமிழகத்தின் முப்பதாண்டுக்கால சாதிப் பற்றிய சொல்லாடலில் 'தேவர் மகன்' படம் எதிராகவும் ஆதரவாகவும் ஒரு தரவாக இருந்துவருகிறது. அது மட்டுமல்லாமல் படத்திற்கு வெளியேயும் அதன் தாக்கம் இருந்தது. இத்தகைய நிலையில்தான் தென்மாவட்டத்தைச் சேர்ந்த மாரி செல்வராஜ், 'தேவர் மகன்' படம் உருவாக்கிய சொல்லாடல்களின் தாக்கத்தை மேடைப் பேச்சில் பிரதிபலித்தார். ஒருவகையில் 'தேவர் மகன்' படத்திற்கான எதிர்வினையாக 'மாமன்னன்' அமையும் என்பதுபோல சொல்ல முயன்று முடித்தார். 'தேவர் மகன்' படத்தின் இசக்கி பாத்திரம் மட்டுமல்ல, 'போற்றிப் பாடடி' பாடலுக்கும் சமூகத் தாக்கம் இருந்தது. மாரி செல்வராஜ் வருகைக்கு முன்பே சமூகம் 'போராடடா' பாடல் மூலம் எதிர்வினையை நிகழ்த்தியது என்பது உண்மை. அதனை மாரி செல்வராஜ் 'மாமன்ன'னுக்கு முந்தைய படங்களின் கதைப் பகுதிகளிலேயே காட்டியும்விட்டார்.

ஒரு பாடல், ஒரு காட்சி, ஒரு பெயர், ஒரு வசனம், ஒரு பிம்பம் படத்தின் மொத்தப் பின்புலத்தில் இடம்பெறும்போது ஓர் அர்த்தத்தையும், தனித்தனியாகக் கையாளப்படும்போது சூழலின் அர்த்தத்தையும் பெறுகிறது. இதனை வேறு படங்களுக்கும் பொருத்திப் பார்க்க முடியும். 'போற்றிப் பாடடி' பாடல் வந்த பின்பே 'போராடடா' பாடல் பரவலானது என்று சொன்னோம். இதன்மூலம் 'போராடடா' பாடல் ஆதரவாளர்களே தொடக்கம் என்பது போல தெரியலாம். உண்மையில் இதனைத் திரைப்பாடலில் நடந்துவந்த மாற்றங்களோடு இணைத்துப் பார்க்கலாம். திரையில் 'போராடடா' பாடல் வகைமையைக் கொண்ட படங்களுக்கு எதிர்வினையாக உருவான சூழலின் விளைபொருள்தான் 'போற்றிப்

பாட்டி' பாடல். எப்போதும் ஓரிடத்திலிருந்து மட்டும் எதிர்வினை தோன்றித் தொடருவதில்லை. எங்கிருந்து, யாரிடமிருந்து தோன்றினாலும் எதிர்வினையென்பது ஓரிடத்திற்கு மட்டும் சொந்தமானதல்ல. ஒவ்வொருமுறையும் ஒவ்வொரு தரப்பிடமிருந்தும் புதிதுபோலவே பிறக்கிறது. அப்படித்தான் 'போற்றிப் பாட்டி' பாடல் வந்தபின் 'போராட்டா' பாடலின் சமூக இயக்கம் புதிதுபோல ஆரம்பித்தது. பாடல் படத்திலிருந்து நகர்ந்து களத்தின் அர்த்தம் பெற்றது. ஏனெனில், 'போற்றிப் பாட்டி' பாடல் பிறக்கும்போதே சினிமாவிலிருந்து நகர்ந்துவிட்டது. பிறகு கிராமங்களில் 'போராட்டா'வோடு சேர்ந்து மாறி மாறி ஒலிக்கிறது. இந்தப் பின்புலத்திலிருந்து வந்த கதைகளில் இப்போது (2010களின் இறுதியில்) மீண்டும் சமூகக் கதையாக இப்பாடல் ஒலிக்கிறது.

நீலம், செப்டம்பர் 2023.

கபாலி கட்டமைத்த தமிழ் அடையாளம்

நீட் எதிர்ப்புப் போராட்டத்தில் முக்கிய உத்வேகமாக மாறிய அனிதா மரணத்திற்காகத் திரைப்பட உதவி இயக்குநர்கள் நடத்திய இரங்கல் கூட்டத்தில் இயக்குநர் பா.இரஞ்சித் எழுப்பிய தமிழ் அடையாளம் தொடர்பான கேள்விகள் எதிரும் புதிருமாக விவாதங்களை உருவாக்கிவிட்டன. இந்நிலையில் இச்சம்பவத்திற்கு முன்பே வெளிவந்துவிட்ட இரஞ்சித் இயக்கிய 'கபாலி' படத்தின் தமிழ் தொடர்பான சுட்டல் ஒன்றை இங்கே பார்க்கலாம். இரஞ்சித்தின் நிலைப்பாட்டை மட்டுமல்லாமல் மாறிவரும் தமிழ் அடையாளம் பற்றியும் புரிந்துகொள்ள ஒருவேளை உதவலாம்.

முதலில் பாரதிதாசன் எழுதிய கவிதையின் இரண்டு வரிகளைப் பார்க்கலாம்.

'எங்கு பிறப்பினும் தமிழன் தமிழனே

இங்கு பிறப்பினும் அயலான் அயலானே'

திராவிட இயக்கக் கவிஞராகவும் சமயங்களில் தமிழ்த் தேசியக் கவிஞராகவும் வரித்துக்கொள்ளப்படும் பாரதிதாசனின் நயமிக்க வரிகள் என்பதற்காக மட்டுமல்லாமல் குறிப்பிட்ட அரசியல் நிலைபாட்டைச் சொல்லுகிறது என்பதற்காகவும் இவ்வரிகள் அதிகம் எடுத்தாளப்படுகின்றன. குறிப்பாகத் தமிழ் மேடைப் பேச்சுகளில் இதன் பிரதிபலிப்புக் கூடுதல்.

இந்த வரிகள் சொல்லும் செய்தி என்ன: தமிழன் எனும் அடையாளத்தை மொழியை வைத்து வரையறுக்கிறது. நிலவியல், வாழ்ந்த காலம், கலாச்சார தொடர்பு, அரசியல் போன்ற மற்ற கூறுகளை விலக்குகிறது. இதன்படி தமிழகம் என்னும் நிலவியல் எல்லைக்குள் பிற மொழி பேசுவோர் எவ்வளவு காலம் வாழ்ந்தாலும் 'பூர்வீகத்'தோடு தொடர்பை இழந்திருந்தாலும் அவரைப் பிறராகவே வரையறுக்கிறது. எனவே இதை மொழி முதன்மைவாத தொனி கொண்ட பாடல் என்று எளிதாகச் சொல்லிவிடலாம். அதனால்தான் இப்பாடல் அடிகள் தமிழ் இனவாத அடையாளம் பேசுவோர்களால் அதிகம் எடுத்தாளப்படுகின்றன.

அடுத்ததாகத் திரைப்படப் பாடலொன்றின் இரண்டு வரிகளைக் காணலாம். 'கபாலி' படத்தில் நாயக அறிமுக / புகழ் பாடலாக அமைந்த 'உலகம் ஒருவனுக்கா...' பாடலின் இடையில்,

'நாங்க எங்க பொறந்தா உனக்கென்ன போடா

தமிழனுக்காக வந்து நின்னவன் தமிழன்டா...' என்ற வரிகள் வருகின்றன.

இந்த வரிகளும் ஒருவித வரையறையை முன்வைக்கிறது. பிறக்குமிடம், மொழி ஆகியவற்றைவிட எங்கிருந்து வந்தாலும் தமிழனுக்கு ஆதரவாய் நின்றால் அவனைத் தமிழன் என்று கூறலாம் என்கிறது. தமிழ் மொழி பேசுபவன் மட்டுமல்லாது பேசாதவனும் உதவ முடியும். அப்போது அவன் தமிழனாகிறான். இந்தப் பாடல் பாரதிதாசன் பாடல் போல் சுதந்திரமாகப் பிறக்காமல், வெகுஜன சினிமாவில் தலித் அரசியல் சார்பானதாகப் பார்க்கப் பட்ட 'கபாலி' என்னும் திரைப் பிரதிக்காக கபிலனால் எழுதப்பட்டது. மொத்தத்தில் இரண்டிற்கும் அரசியல் நிலைப்பாடு இருக்கிறது.

இதன்படி இரண்டு பாடல் வரிகளும் நேரெதிர் திசையில் நிற்கின்றன. ஒன்றின் வரையறையை மற்றொன்று மறுக்கிறது. இவை வேறுவேறு பாடல்கள் மட்டுமல்ல, இருவேறு கருத்துநிலைகளைப் பிரதிபலிப்பதாக இருக்கின்றன. கவிஞரும் பாடலாசிரியரும் இருவேறு காலகட்டத்தைச் சேர்ந்தவர்கள்.

பாரதிதாசன் அன்றைய பிராமண எதிர்ப்பு, அதன் தொடர்ச்சியிலான தமிழ் அடையாளங்கள், திராவிட இயக்கம் ஆகியவற்றின் பின்னணியில் எழுதியவர். கபிலன் பாடலாசிரியராக இருந்தாலும் அரசியல் நிலைப்பாடு உடையவர். பிராமண எதிர்ப்பு, தமிழர் உணர்வு என்ற கருத்தியல் மரபை

மறுதலிக்காதவர் என்றாலும் அவற்றோடு ஒடுக்கப்பட்ட அடையாளத்தையும் கொண்டவர். நகர்ப்புற அடித்தள மக்களின் கானா பாடல்கள் மீது அக்கறை காட்டுபவர். அதன்படியே ஒடுக்கப்பட்டோர் அடையாளமாகக் கருதி 'ஆல் தோட்ட பூபதி', 'பறை', 'கானா', 'தீண்டாமை சாடல்' ஆகியவற்றைச் சொற்களாகவும் கருத்துகளாகவும் பாடல்களில் கொணர்ந்தவர். எனவே இருவரின் கருத்துகளும் வரையறைகளும் ஒரே மாதிரி இருக்க முடியாது. பாரதிதாசன் திராவிட அரசியலோடு நின்றுகொள்ள, கபிலனோ அடுத்த காலகட்டத்தின் விளிம்புநிலை பார்வையையும் கொண்டிருக்கிறார். எனவே இவரின் கருத்துகளும் வரையறைகளும் வேறுபடவே செய்யும். இந்நிலையில்தான் ஒடுக்கப்பட்ட அரசியல் அடையாளத்தைப் பிரதிபலிக்கும் பா.இரஞ்சித் படங்களில் பாடலாசிரியராகப் பொருத்தம் பெற்றார் எனலாம்.

இப்பின்னணியில்தான் மலேசியாவிற்குப் புலம்பெயர்ந்த தலித் தமிழர்களைப் பிரதிபலித்த 'கபாலி' படமும் பாடல்களும் மலேசிய தமிழர் பின்னணியில் இருந்தாலும், அவற்றிலிருந்து பிய்த்தெடுக்கப்பட்டு உள்ளூரின் (தமிழகம்) ஒடுக்கப்பட்டோர் அடையாளத்தின் பின்புலத்தோடு பொருத்தியே புரிந்துகொள்ளப்பட்டன. அதன்படி கபிலன் எழுதிய 'உலகம் ஒருவனுக்கா' என்ற பாடலும் ஒடுக்கப்பட்டோர் அரசியல் பின்னணியில்தான் அர்த்தம் பெறுகின்றன. எனவே, தமிழன் குறித்த 'கபாலி' படத்தின் வரையறை ஓர் அரசியல் செய்தியாக மாறிவிடுகின்றன. அதாவது தங்களுக்கான வரையறையைக் கட்டமைக்கின்றன எனலாம்.

பிறந்த புவியியல் பரப்பைக் காட்டிலும் வாழ்தலுக்கான போராட்டத்தில் கைகொடுப்போர் என்ற இந்த வரையறையைப் படத்தின் கதையாடலைக் கொண்டு இணைத்துப் பார்க்கும் போதும் பொருத்தம் கிட்டுகிறது. புதிய வரையறையை முன்வைப்பது மட்டுமல்ல, ஏற்கெனவே இருந்துவந்ததை மாற்றியும் வைக்கிறது. அதாவது ஒரே மொழியைப் பேசுபவராக இருப்பதைக் காட்டிலும் உதவுபவராக இருப்பவரே முக்கியம் என்று கூறுவதால் ஒரே மொழியினராக இருப்பவர் துரோகியாகவோ / எதிரியாகவோ இருக்க முடியும் என்றும், பிறராக இருப்பவர் நண்பராகவும் இருக்க முடியும் என்றும் பொருள் கிடைக்கிறது. பிழைக்கப் போன இடத்தில் அந்நாட்டவருக்குத் துணையாய் இருந்து தமிழர்களை (கபாலி) அழிக்க துணைப் போகிறவர்களாகச் சக தமிழர்களே (வீரசேகரன்) இருக்கிறார்கள் என்ற விசயம் கதையாடலில் அழுத்தமாகப் பெற்றிருப்பதை இதன்படி விளங்கிக்கொள்ளலாம். மேலே ஏறும் நண்டை ஏறவிடாமல் மற்றொரு

நண்டு பிடித்திழுப்பதாக வரும் கதை இதற்கு உதாரணமாகவே படத்தில் சொல்லப்பட்டுள்ளது. அது மட்டுமல்ல எதிராளியாய் நிற்கும் வீரசேகரன் கபாலியைப் பார்த்து 'ஆண்ட பரம்பரையடா' என்று கேட்கும்போதும், இந்திய ஊர்களில் போலில்லாமல் இங்கு வந்து 'கோட் சூட் போடுவது ஒரு கேடா' என்று கேட்கும்போதும் இது தமிழர்களுக்கான பிரச்சினை மட்டுமே அல்ல என்பதையும், உள்ளூரில் மேல் கீழ் சாதிகளாக இருந்துகொண்டிருந்த முரண்களின் தொடர்ச்சியாகப் பிழைக்கச் சென்ற இடங்களிலும் தமிழர்களாக நில்லாமல் சாதி முரண்கள் சார்ந்தே நீடிக்கிறார்கள் என்பதையும் பார்க்கிறோம். அதாவது தமிழனாக உணர்வதைவிட சாதியாகவே உணர்கிறான். இவ்விடத்தில்தான் பிறந்த இடம், பேசும் மொழி ஆகியவற்றைப் பின்தள்ளி உதவுவதற்காக வந்து நிற்கும் (யாரோ) ஒருவரை தமிழனாக வரையறுக்கும் இப்பாடல் வரிகளுக்கான பொருத்தத்தைப் பார்க்கிறோம். இயக்குநரின் கதையாடலும் பாடலாசிரியரின் வரிகளும் இணைந்து அரசியல் அர்த்தத்தைக் கட்டமைத்துக்கொள்கின்றன. 'கபாலி'க்கு முந்தைய 'மெட்ராஸ்' படத்திலும் "தமிழ்... தமிழ் என்பார்கள். ஆனால், சாதியென்று வந்துவிட்டால் அரிவாள் தூக்குவார்கள்" என்ற நாயகனின் வசனமும் இவற்றோடு சேர்ந்தது மட்டுமல்ல, தமிழ் அடையாளத்திற்குள் சாதி அடையாளம் மறைக்கப்படுகிறது என்கிற விமர்சனம் இயக்குநருக்குத் தொடர்ந்து இருந்துவந்திருக்கிறது என்பதைச் சொல்கிறது.

மின்னம்பலம், 26 செப்டம்பர் 2017.